హంపి ఎక్స్‌ప్రెస్

కథలు

కన్నడ మూలం

వసుధేంద్ర

అనువాదం

రంగనాథ రామచంద్రరావు

ఛాయ
సాంస్కృతిక సంస్థ

HAMPI EXPRESS
(Translated Kannada Stories)

Author: Vasudhendra
vas123u@rocketmail.com

Translated by
Ranganatha Ramachandra Rao

First Edition: May, 2022

Copies: 500

Published By:
Chaaya Publications Private Limited
201, Bramari Nilayam,
H - 117, Madhuranagar,
HYDERABAD-500038
Ph: (040)-23742711
Mobile: +91-70931 65151
email: info@chaayabooks.com

Publication No.: CRC-54
ISBN No. 978-93-92968-34-1

Cover Art & Design : Manjunatha V M

Book Design:
R.R.Rao

For Copies:
All leading Book Shops
https:/amzn.to/3xPaeld
bit.ly/chaayabooks

వసుధేంద్ర

వసుధేంద్ర బళ్ళారి జిల్లా సండూరులో 1969లో జన్మించారు. అక్కడే తమ ప్రాథమిక విద్యాభ్యాసం చేశారు. NITK సూరత్కల్ నుంచి ఇంజనీరింగ్ మరియు IISc బెంగుళూరు నుంచి ఎం.ఇ. పట్టా పొందారు. 20 ఏళ్ళు సాఫ్ట్‌వేర్ రంగంలో ఉద్యోగం చేసి, ఇప్పుడు తమ సమయాన్ని పర్యటనలోనూ, చదవటంలోనూ, రాయటంలోనూ గడుపుతున్నారు. కర్ణాటక సాహిత్య అకాడెమి పురస్కారం, ద.రా.బేంద్రె కథా పురస్కారం, మాస్తి కథా పురస్కారం, డా.యు.ఆర్. అనంతమూర్తి పురస్కారం, బెసగరహళ్ళి రామణ్ణ పురస్కారం, వసుదేవ భూపాలం దత్తి పురస్కారం, వర్ధమాన ఉదయోన్ముఖ పురస్కారం, సేడంకు చెందిన "అమ్మ" పురస్కారం మరియు కథా రంగం పురస్కారాలను పొందారు. 'ఛంద పుస్తక' అనే ప్రచురణ సంస్థను ప్రారంభించి దాని ద్వారా తమ పుస్తకాలనే కాకుండా ప్రాంతంలోని అనేకమంది కొత్త రచయితల పుస్తకాలను ప్రకటించారు. పర్వతారోహణలో ఆసక్తివున్న వసుధేంద్రగారు మన పశ్చిమ కనుమలలోని అడవిలోని కొన్ని కొండలను మరియు టాంజానియా దేశంలోని కిలిమంజారో పర్వతాన్ని అధిరోహించారు. టిబెట్‌లో ఉన్న కైలాసం, మానససరోవరాల పర్వతారోహణ చేశారు. స్క్వాష్ ఆట, కళాత్మక సినిమాలు, కర్ణాటక, హిందూస్థాని శాస్త్రీయ సంగీతం, మహా భారత అధ్యయనం వీరికి ఇష్టమైన విషయాలు.

విషయసూచిక

1	దుర్భిక్ష కాలం	07
2	విషమభిన్నరాశి	31
3	ఎర్రచిలుక	55
4	అమృతదళాలు	80
5	నియమాలకవతల	96
6	చీలిన లోటా	112
7	పూర్ణాహుతి	142
8	డెవిల్ డాగ్	162
9	రెండు రూపాయలు	181
10	వాహిని	192
11	భగవంతుడు, భక్తుడు, రక్తం	217
12	క్షమించని నగరంలో	229

దుర్భిక్ష కాలం

హఠాత్తుగా అడిగిన ఆ ప్రశ్నకు చప్పున దేవిక కళ్ళల్లో నీళ్ళు చిప్పిలి, దానికి జవాబుగా తల వంచి కదిలించినపుడు, ఒక కన్నీటి బొట్టు ఆ గాజుబల్ల మీద పడింది. వెంటనే జాగ్రత్తపడి ఆమె 'ఐ యామ్ సారీ' అని చెప్పి హ్యాండ్ బ్యాగ్ నుంచి కర్చీఫ్ తీసి తన కళ్ళను తుడుచుకోవటానికి ముందు ఆ గాజు మీద పడిన కన్నీటిబొట్టును కర్చీఫ్‌తో మెత్తగా ఒత్తి, అది పీల్చుకున్న తరువాత ఇంటర్వ్యూ చేసేవారిని తదేకంగా చూసి మరొకసారి విశ్వాసపు నవ్వు నవ్వింది. కళ్ళు చెదరగొట్టేలాంటి ట్యూబ్‌లైట్ వెలుతురు ఆమె కళ్ళల్లోని తేమలో ప్రతిఫలించింది. ఆ ప్రశ్న అడిగిన కస్తూరికి బాధకలిగి, "క్షమించండి, మిమ్మల్ని బాధపెట్టడం కోసం ఈ ప్రశ్న అడగలేదు" అని స్పష్టంగా తెలిపింది. ప్రశ్న అంత క్రూరమైంది కాదని విశాల్‌కు అనిపించినప్పటికీ, కస్తూరి వేసిన ప్రశ్న మరీ వ్యక్తిగతమైందేమోనని అనుమానం కలిగింది.

ఉదయం నుంచి చాలామంది అభ్యర్థులను ఇంటర్వ్యూ చేసిన విశాల్, కస్తూరిలకు విసుగొచ్చింది. అది రిసెషన్ సమయం. దుర్భిక్ష కాలం. ఖాళీగా ఉన్నది ఒక్క పోస్ట్ అయినప్పటికీ యాభై మంది అభ్యర్థులు దరఖాస్తు చేసుకున్నారు. అన్ని చోట్లా కంపెనీలు లే ఆఫ్ చేసిన ప్రభావం వల్ల వేలాదిమంది సాఫ్ట్‌వేర్ ఇంజనీర్లు ఖాళీగా ఇంట్లో ఉండిపోయారు. చిన్న కంపెనీలో ఉద్యోగం దొరుకుతుందంటే చాలు, దరఖాస్తు పెడుతున్నారు. మునుపటికన్నా తక్కువ జీతమైనా పరవాలేదు. అంతగా ఛాలెంజింగ్ లేకపోయినప్పటికీ ఓ.కె. మొత్తానికి వారం రోజులు ఒక కంపెనీకి వెళ్ళి పనిచేసి, వాళ్ళు ఇచ్చినంత తీసుకుంటే

చాలని అనిపించింది. లెక్కలేనంత మంది మంచి అభ్యర్థులు దొరుకుతారనగానే ఎంపిక విధానమూ కఠినంగా మారింది. దేవికకు ఆశ కలిగించిన ఆ ఉద్యోగానికి ఆమె ఇప్పటికే మూడు దశల ఇంటర్వ్యూలలో సఫలమై, ఇప్పుడు చివరి రౌండ్ ఇంటర్వ్యూ కోసం విశాల్, కస్తూరిల ప్రశ్నలకు జవాబులిస్తోంది.

ప్రస్తుతం మొదలవుతున్న అమెరికా ప్రాజెక్ట్ ఒకదానికి క్వాలిటీ లీడర్ అవసరముంది. విశాల్ ఆ ప్రాజెక్ట్ మేనేజర్. ఇది చివరిదశ ఇంటర్వ్యూ కావటం వల్ల హెచ్.ఆర్. విభాగం హెడ్ అయిన కస్తూరి కూడా పాల్గొంది. మొదట విశాల్ తన కార్యక్షేత్రానికి సంబంధించిన సాంకేతిక ప్రశ్నలన్నీ అడిగి ముగించిన తరువాత, తనకు అంగీకారం అన్నట్టు కళ్ళతోటే కస్తూరికి సూచించాడు. ఆ సైగను గ్రహించిన కస్తూరి సాధారణంగా దేవిక వ్యక్తిగత వివరాలను తెలుసుకునే ఉత్సాహంతో ఆ ప్రశ్న అడిగింది. అప్పటికే ఈ ఎదురుచూడని, అన్‌ప్రొఫెషనల్ కన్నీటి సంఘటన జరిగింది.

❖❖❖

దేవిక దూరంలోని బీహారుకు చెందింది. బెంగళూరుకు వచ్చి ఇప్పటికి ఏడేళ్ళయింది. తన రాష్ట్రంలో కష్టపడి సంపాదించడానికి ఏ మార్గాలూ కనిపించకపోవటంతో దిగులుచెంది ఒక రోజు హఠాత్తుగా బెంగళూరుకు వచ్చేసింది. ఇంట్లో తల్లిదండ్రులు మొదట్లో వ్యతిరేకించారు. ఎన్నడూ చూడని ఊరికి ఒంటరి అమ్మాయిని వెళ్ళొద్దని బుద్ధిమాటలు చెప్పారు. అయితే ఇంటి పరిస్థితి అంతగా బాగుండలేదు. తమ్ముడు ఇప్పుడిప్పుడే కాలేజి మెట్లు ఎక్కాడు.

దేవిక డిగ్రీ ముగించి ఖాళీగా కూర్చుంది. తండ్రికి పోస్టల్ కార్యాలయంలో ఉద్యోగం. తల్లి చదువుకున్నది కాదు. అయితే ఇంటిని చక్కగా పెట్టుకోగలదు. కూతురికి పెళ్ళి చేయాలని అనుకున్నప్పటికీ, పెద్దమొత్తంలో వరకట్నం ఇచ్చేశక్తి లేని ఆ సమయంలో మౌనంగా ఉండిపోయారు. ఇంట్లో మడుగుకట్టిన నిస్సహాయతను చూసి దేవిక దక్షిణ భారతానికి రావాలనే నిర్ణయాన్ని తీసుకుంది. ఆమె స్నేహితురాళ్ళిద్దరూ అప్పటికే బెంగళూరులో ఉద్యోగం చేస్తున్నారు. ధైర్యం చెప్పే వారి ఉత్తరాలు, ఫోన్ కాల్స్ ఆమెకు ప్రోత్సాహాన్ని ఇచ్చాయి. ఒక రోజు కేవలం అయిదు వందల రూపాయలూ, మూడో తరగతి రైల్వే టికెట్టూ, దుస్తులనూ సర్దుకుని, బెంగళూరుకు వచ్చేసింది. మెజిస్టిక్‌లో దిగినపుడు మసక వెలుతురు. వాతావరణం చల్లగా ఉంది. స్నేహితురాళ్ళు ప్రేమతో ఆహ్వానించారు. వాళ్ళు ఉంటున్న పేయింగ్ గెస్ట్ ఇంటి వైపు బస్సు వెళుతున్నప్పుడు, వందలాది వాహనాలు, బహుళ అంతస్తుల బిల్డింగ్‌లు, అంతులేని రోడ్లను చూసి దిగులు వేసింది.

పైగా లక్షలాది మందిని సంరక్షిస్తున్న ఆ ఊరి పట్ల ప్రేమకూడా ఏర్పడింది. ఒకసారి కళ్ళుమూసుకుని, 'ప్రియమైన బెంగళూరు, నన్ను నీ ఒడిలో తీసుకుని రక్షించు' అని వేడుకుంది.

కేవలం ఒక మామూలు డిగ్రీ చదువుకున్న దేవికకు మంచి ఉద్యోగం దొరకడం సాధ్యం కాదు. మొదట్లో ఏదో కాల్‌సెంటర్‌లో చేరింది. కేవలం నాలుగువేలు జీతం, అయితే ఒకపూట భోజనం ఇచ్చేవారు. నెలలో రెండువారాలు నైట్‌షిఫ్ట్ ఉండేది. మొబైల్ వాడకందారులకు ఇంగ్లీషు, హిందీలో జవాబులు ఇవ్వాల్సిన ఉద్యోగం. ఆఫీసుకు దగ్గర్లోనే పేయింగ్ గెస్ట్‌గా స్నేహితురాళ్ళతో కలిసి ఉండేది. మొదటి జీతం రాగానే సంతోషం వేసింది. ఊరికి ఫోన్‌చేసి తల్లిదండ్రులను సంతోషంగా పలకరించింది. వాళ్ళకు కొంచెం డబ్బు పంపి గర్వంతో మురిసిపోయింది. అయితే ఈ ఉద్యోగం ఎక్కువ రోజులు సంతోషం ఇచ్చేలా కనిపించలేదు. మొబైల్ వాడకందారుల ఒకేరకమైన ప్రశ్నలకు జవాబులిచ్చి అలసిపోయేది. నీళ్ళు తాగడానికి వెళ్ళినా కేకలు వేసే సూపర్‌వైజర్ల మధ్య ఒక్కొక్కసారి ఏడుపు వచ్చేది. రాత్రిళ్ళు నిద్రచెడటం వల్ల జీర్ణక్రియ క్షీణించి, కొన్ని కిలోల బరువు తగ్గింది. పైగా నిస్సత్తువ. అయితే ఏమైనా కానీ మళ్ళీ బీహారుకు వెళ్ళకూడదనే పట్టుదల ఆమెను బెంగళూరులోనే ఆపింది. అయితే చాలరోజులు ఈ ఉద్యోగంలో బతకడం సాధ్యం కాదని అర్థం చేసుకుని సాఫ్ట్‌వేర్ టెస్టింగ్ కోర్సులు నేర్చుకుంది. అంతేకాకుండా ఒకటి రెండు కంప్యూటర్ కోర్సులు నేర్చుకుంది. ఒక చిన్న సాఫ్ట్‌వేర్ కంపెనీలో టెస్టింగ్ ఎక్జిక్యూటివ్‌గా పని దొరికింది. జీతం ఎక్కువగా ఇవ్వకపోయినప్పటికీ ఎనిమిది గంటల సేపు ఫోన్‌లో మాట్లాడే కష్టం తప్పింది. పైగా కొత్తదాన్ని నేర్చుకునే అవకాశాలు అక్కడ విస్తారం పి.జి.వదిలి బి.టి.యం.లో ఒక ఇంటిని అద్దెకు తీసుకుంది. ఇదే సమయంలో కులకర్ణితో పరిచయం ఏర్పడింది. మహారాష్ట్ర కుర్రవాడు. చాలా సంకోచ స్వభావి. పెద్ద కంపెనీలో ప్రాజెక్ట్ మేనేజర్‌గా పనిచేస్తున్నాడు. ఆ రోజు కొత్తగా ప్రారంభమైన ఒక మాల్‌కు స్నేహితురాళ్ళతో దేవిక వెళ్ళింది. మాల్ సంస్కృతి బెంగళూరుకు అప్పుడు ఇంకా కొత్త. జనం గుంపులు గుంపులుగా వచ్చారు. ఎటుచూసినా కోలహలమే కోలాహలం. ఆ కోలాహలంలో మాల్ మధ్యలో ఎఫ్.ఎం. రేడియో కంపెనీవాళ్ళు వయసు కుర్రవాళ్ళను ప్రోత్సహించి డాన్స్ చేయిస్తున్నారు. డాన్స్ అంటేనే చాలు. దేవికలో ఉత్సాహం పొంగేది. అందులోనూ బాలీవుడ్ డాన్స్ చేయటమంటే విపరీతమైన సంతోషం. హుషారు, ఉత్సాహం. షాపింగ్, సినిమా అన్ని మరిచి డాన్స్ చేయడానికి సిద్ధమైంది.

అది పేపర్‌పై డాన్స్. ఒక దినపత్రిక పుట మీద పార్టనర్‌తో కలిసి నర్తించాలి. జంటలో ఎవరి కాలు కాగితం నుంచి బయట నేలను తాకినా చాలు, ఆ జంటను పోటీ నుంచి తొలగించటం జరుగుతుంది. ఒక జంట బయటికి వెళ్ళిన వెంటనే దినపత్రికను సగానికి మడవటం జరిగేది. మరో కొత్త పాట సంబరంగా మొదలయ్యేది. ఇప్పుడు జంటలు సంకోచం వదిలి మరింత దగ్గరికి వచ్చి డాన్స్ చేయాలి. ఆ రోజు ఆమెతో డాన్స్ చేయడానికి అవకాశం దొరికింది ఈ వినాయక్ కులకర్ణికి. ఎన్నడూ అలాంటి సాహసానికి పూనుకోని వినాయక్‌ను మిత్రులు ఒత్తిడిపెట్టి ముందుకు తోశారు. కొద్దిక్షణాల్లోనే అతని సంకోచం ఆమెకు అర్థమైంది. ఆమె అంగాలు తగిలితే చాలు అడుగులు మరిచిపోయేవాడు. చెవులు ఎర్రబడి ఆమె కళ్ళల్లోకి సూటిగా చూడకుండా ఎక్కడో చూపులు నాటి డాన్స్ చేస్తున్నాడు. "ఏ కుల్కి ఇంకా దగ్గరికి రారా" అని స్నేహితులు అతనిలో ఉత్సాహాన్ని నింపుతున్నారు. అతని నడుమును పట్టుకుని ఆమె ధైర్యంగా దగ్గరికి లాక్కున్నప్పుడంతా అతను ముడుచుకుపోతున్నాడు. తాకనా వద్దా అన్నట్టు ఆమె నడుమును పట్టుకున్నాడు. సంకోచంతో అతను ఎక్కడ తనను ఓడిపోయేలా చేస్తాడేమోననే భయం దేవికది. అందువల్ల 'చీర్ అప్' అని ఉత్సాహపరుస్తూనే అడుగులు వేస్తోంది. కాళ్ళకింద ఉన్న పత్రిక పుట చిన్నదవుతున్నప్పుడు, అతని సంకోచాన్ని దూరం చేస్తూ, అతనితో డాన్స్ చేసి చివరికి దేవిక గెలిచింది. వినాయక్ సంకోచం మొదట్లో అసహనం కలిగించినా, రానురానూ అది తమాషాగా అనిపించి అతను నచ్చసాగాడు. అందువల్ల చివరి రౌండ్‌లో అతని చెవిలో మెల్లగా తన మొబైల్ నెంబర్ చెప్పి వచ్చింది. సరిగ్గా రాత్రి పదికి అతని నుంచి ఫోన్ వచ్చింది. దేవిక ఫోన్ రిసీవ్ చేసుకోవటానికి ముందు ప్రత్యేకంగా నవ్వింది. పది అంకెలను పొరబాటు లేకుండా గుర్తుపెట్టుకున్న అతను తెలివైనవాడై ఉండొచ్చని ఆమె మనసుకు తోచింది.

కొన్నిసార్లు ఇద్దరూ కలుసుకున్న తరువాత వినాయక కులకర్ణి అంటే ఆమెకు ఇష్టం ఏర్పడసాగింది. అతను ఎప్పుడూ ఆమె సంపాదన ఎంత అని అడగలేదు. ఆమెకు ఇతర స్నేహితులు ఉన్నారా అని కెలకలేదు. తండ్రి ఆస్తి–అంతస్తుల గురించి అడగలేదు. ఆమె పుల్లవిరిచినట్టు మాట్లాడినపుడు నవ్వేసేవాడు. తన అభిప్రాయమే సరైనదని మొండిగా గొడవపడే గుణం అతనికి లేనేలేదు. ఆమె ఏం చెప్పినా వెంటనే ఒప్పుకునే అతని ప్రత్యేకమైన స్వభావం కొన్నిసార్లు ఆమెకు అసహనం కలిగించినప్పటికీ, రానురానూ అతని నెమ్మదైన స్వభావం నచ్చసాగింది. చిన్నపిల్లవాడితో స్నేహం చేసిన భావన ఆమెకు కలిగేది.

అటుతరువాతి ఆరునెలలు వాళ్ళు తిరగని ప్రదేశం లేదు. వారాంతం వచ్చిందంటే చాలు, అతని బైక్‌లో బెంగళూరు చుట్టుపక్కల ప్రాంతాలన్నీ తిరిగేవారు. ఉదయం బయలుదేరితే తిరిగి వచ్చేసరికి రాత్రి పదయ్యేది. ఇంటర్‌నెట్‌లో వెతికి తాము వెళ్ళాల్సిన ప్రదేశాలు, దారులు గుర్తించేవారు. ఈమెకు కొత్త ప్రదేశాలు ఇష్టమైతే, అతనికి బైక్‌ను ఖాళీ రోడ్లలో నడపటం ఇష్టమయ్యేది. శివ సముద్రం, లేపాక్షి, సోమనాథపుర, బేలూరు హళెబీడు శ్రావణబెళగోళ మొదలైనవన్నీ చుట్టి వచ్చారు. ఒకసారి మైసూరులో రాత్రి ఒక హొటల్లో బస చేయాల్సి వచ్చింది. యధాప్రకారం ఇద్దరూ చెరో రూము తీసుకుని ఉన్నారు. వినాయక్ నిద్రపట్టక, ఆమె గది తలుపు తట్టాడు. తలుపులు తెరిచిన ఆమెతో, ఇక్కడే పడుకుంటాను ప్లీజ్" అని అర్థించాడు. అతని కళ్ళల్లోని ఆర్ద్రమైన కోరికను నిరాకరించడానికి ఆమెకు సాధ్యం కాలేదు. లోపలికి రానిచ్చింది. మరుసటి రోజు ఆమెను ఇంటి దగ్గర వదిలినపుడు తప్పు చేసిన భావనతో, "సారీ" అన్నాడు. దేవిక అతని ముఖాన్ని దోసిట్లో తీసుకుని, "తొందరగా పెళ్ళి చేసుకుందాం" అని కళ్ళల్లో తుంటరితనాన్ని తొణికిస్తూ అంది. వినాయక్ ఆమె కళ్ళ నుంచి చూపులు తిప్పుకోలేక తలూపాడు.

ఎలాంటి అడ్డంకులు లేకుండా పెళ్ళి జరిగిపోయింది. బీహారు, మహారాష్ట్రలను మరిచి బెంగళూరులో సరళంగా పెళ్ళి చేసుకున్నారు. ఓ కన్నడ పురోహితుడు పది నిముషాలు ఏవో మంత్రాలు చెప్పి మాంగల్యం కట్టించి వెళ్ళిపోయాడు. ఆమె తల్లిదండ్రులు, తమ్ముడు వచ్చారు. "పెళ్ళి చేయాల్సిన బాధ్యత నుంచి నన్ను తప్పించావమ్మా, తండ్రిగా నేను నీకేమీ చేయలేకపోయాను" అని ఆమె తండ్రి గద్గదికుడయ్యాడు. దేవిక తండ్రిని కౌగిలించుకుని, "తుమ్ చుప్ రహెూ" అని ప్రేమతో కసిరింది. ఆమె తమ్ముడు మాత్రం, "మరో మూడేళ్ళల్లో నా కాలేజి చదువు పూర్తవుతుంది. నాకూ ఒక ఉద్యోగం వెతికిపెట్టు, నేనూ బెంగళూరుకు వచ్చేస్తాను" అని కళ్ళల్లో కలలను తొణికిస్తూ బతిమిలాడాడు. అతను అక్క భర్త అంతే తన బావ దగ్గర కూడా తన కోరికను నివేదించుకున్నాడు. ఆమె తల్లి మాత్రం ఏవేవో పెళ్ళి అలంకరణ సామాన్లు తెచ్చింది. అయితే అంతగా జనంలేని ఒక చిన్న గుడిలో జరిగిపోయిన పెళ్ళిలో వాటిని ఎక్కడ వాడుకోవాలో తోచక తెచ్చినట్టే వెనక్కు తీసుకుని పోయింది. ఊరికి తిరిగి వెళ్ళేటప్పుడు మాత్రం కూతుర్ని దగ్గరగా కూర్చోబెట్టుకుని, "దేవీ, ప్రతినెలా డబ్బు పంపటం ఆపవద్దు. మీనాన్న సంపాదన దేనికీ చాలదు. పైగా నీ తమ్ముడు పెద్ద కాలేజిలో చేరాడు" అని అర్థించింది.

వినాయక్‌కు తల్లి లేదు. అతని చిన్నతనంలోనే ఆమె చనిపోయింది. అతని తండ్రి రెండో పెళ్ళి చేసుకున్నాడు. దాంతో వినాయక్ బాల్యాన్ని రెసిడెన్షియల్ స్కూల్లోనే గడపాల్సి వచ్చింది. సెలవు రోజులలోనూ తన ఊరికి వెళ్ళింది తక్కువ. సవితి తల్లికి ఇతడి పట్ల అంత వాత్సల్యమేమీ లేదు. పైగా ఇతను సెలవుల్లో ఇంటికి వెళ్ళిన సమయంలో ఆమె భర్తను ఏదో విహార ప్రదేశానికి తీసుకుని వెళ్ళిపోయేది. ఆ కారణంగా ఇతడి వివాహం జరిపించే బాధ్యతను తీసుకునే ఉత్సాహం కూడా ఆమె చూపలేదు. దాంతో ఆమె మౌనంగా ఊరికే వచ్చి, ఎలాంటి ఆశ్చర్యాన్ని వ్యక్తం చేయకుండా పెళ్ళి పార్టీలో నవ్వుతూ పాల్గొంది. కానీ తన కర్తవ్యాన్ని నిభాయించలేదనే అపరాధ భావనలో ఉన్న తండ్రి ఊరికి తిరిగి వెళ్ళేటప్పుడు ఒక మంచి సూటు అతనికి కానుకగా ఇచ్చి "నాకు సాధ్యమైనంతలో మంచి కాలేజిలో నిన్ను చదివించాను. ఇప్పుడు దేవుడి దయవల్ల నీకు మంచి ఉద్యోగం దొరికింది. ఇకపై నానుంచీ ఏదీ ఎక్కువగా ఆశించకు. నాయనా, మీ పిన్నిని వ్యతిరేకించటానికి నాకు సాధ్యంకాదు. ఏదో విధంగా సుఖంగా ఉండు" అని కంటతడిపెడుతూ చెప్పి వెళ్ళాడు.

వివాహం తరువాత బెంగళూరు మరింత అందంగా కనిపించింది. ఓ కొత్త అపార్ట్‌మెంట్‌లో రెండు గదుల ఇంటిని వినాయక్ అద్దెకు తీసుకున్నాడు. తక్కువ వడ్డీకి ఒక కొత్త హెూండా సిటి కారు కొన్నాడు. అతని ఆఫీసుకు ఇల్లు దూరమైనప్పటికీ ఆమెకు దగ్గర్లో ఉంది. ఆమెను ఆఫీసుకు వదిలి తను ఆఫీసుకు వెళ్ళేవాడు. అయితే వచ్చేటప్పుడు మాత్రం ఆమె ఆఫీసు కారులోనే ఇంటికి తొందరగా వచ్చేసేది. అతను ఆలస్యంగా అలసిపోయి వచ్చేవాడు. అంతలో వంట తయారైపోయేది. ఈమె పక్కా శాకాహారి. అతనికి రెండూ అలవాటు ఉంది. వంశపారంపర్యంగా అతనిది శాకాహారమే అయినప్పటికీ , రెసిడెన్షియల్స్ స్కూలు, కాలేజి మిత్రులతో కలిసి మాంసాహారం అలవాటు చేసుకున్నాడు. ఆదివారం మాత్రం ఏదైనా మంచి హెూటల్‌కు వెళ్ళి తప్పకుండా మాంసాహారం తినటం అలవాటు చేసుకున్నాడు. ఈమె కూడా అతని వెంబడి వెళ్ళేది. అతను చప్పరిస్తూ కోడి, గొర్రె మాంసం తినటం చూస్తూ, "ఛీ..." అంటూ నవ్వేది. ఆమె అలా అన్నప్పుడు ఇతడికి తాను తింటున్న ఆహారపు రుచి మరింతగా పెరిగినట్టు అనిపించి, "ఆహా' అని- చిటికె వేసి చప్పుడు చేసి నవ్వేవాడు. ఒకటి రెండుసార్లు అతను ప్రేమగా బలవంతం చేయడంతో ఆమె ఒకటి రెండు ముక్కలను తిన్నప్పటికీ ఎందుకో ఆమెకు అది రుచించలేదు. "ఎందుకు ఇంతగా ఇష్టపడి తింటున్నారో అర్థం కావటం లేదు" అని అతన్ని దెప్పిపొడిస్తే, "రుచి

అన్నది నాలుకలో లేదు, ఇక్కడ ఉంటుంది” అని ఆమె తలను ఎడమచేత్తో తాకి అనేవాడు. మాంసం పట్ల అతనికి ఉన్న అభిలాషను చూసి, “ఇంట్లో చేయనా?” అని అడిగింది. అతను వద్దని నిరాకరించాడు. అయితే ఆమె అడిగిన ఆ ప్రశ్న ఆమెమీద అతనికి ప్రత్యేకమైన ప్రేమ పొంగేలా చేసింది.

దేవికకు తన శారీరక సౌందర్యాన్ని కాపాడుకోవటంలో ప్రత్యేకమైన శ్రద్ధ ఉండేది. మిత్రుల బలగంలో జిహ్వా చాపల్యానికి చిక్కుకుని అడ్డదిడ్డంగా పెరిగినవారిని చూసినపుడు ఆమెకు దిగులు వేసేది. వినాయక కులకర్ణి ఆమె తలను తాకి, “నీ రుచి ఉండటం ఇక్కడ” అనటం అర్థవంతంగా ఉంది. ఆమెకు మాంసాహారం రుచించకపోవటానికి ఆమె మనసులో బొజ్జపట్ల ఉన్న భయమే ముఖ్య కారణం. కేవలం ధనవంతుల ఆహార నిరాకరణ మాత్రం కాదు. సర్వవిధాల ఆరోగ్యం పొందటం పట్ల ఆమె దృష్టి సారించేది. ఆరోగ్యం పట్ల అనేక పుస్తకాలు చదివి, అక్కడ వున్న సలహాలను ఆచరణలో తెచ్చుకుంది. అందువల్లనే ఆమెకు ఉదయకాలపు వాయామం పట్ల విపరీతమైన నమ్మకం ఉంది. ఉదయం అయిదుగంటలకు లేచి, ఒకటి రెండు కిలోమీటర్లు పరుగెత్తి, మరో రెండు కిలో మీటర్లు బ్రిస్క్ వాకింగ్ చేసేది. ఒళ్ళూ చెమటలు పట్టేలా వ్యాయామం చేసేది. ఎన్నడూ ఉదయకాలపు వ్యాయామాన్ని తప్పించేది కాదు. అతనికి ఉదయం ఏడుగంటల గాఢనిద్రను పాడుచేసుకోవటానికి మనస్కరించేది కాదు. పెళ్ళికి ముందు అతనికి ఆ అలవాటు చేయించడానికి ఆమె ఎంతో ప్రయత్నించింది. అయితే సాధ్యం కాలేదు. దుప్పటి కప్పుకున్నవాడు నీళ్ళు చల్లినా లేచేవాడు కాదు. చివరికి అతని పాటికి అతన్ని వదిలి, ఆమె తన దినచర్యను కొనసాగించింది. అయితే ఆమె వ్యాయామం చేసి ఒళ్ళంతా చెమటలు కారుస్తూ ఇంటికి వచ్చిన వెంటనే చాయ్ చేసి ఇచ్చేవాడు. అది ఆమెకు చాలా నచ్చేది. బాల్కనీలో పేపర్ చదువుతూ, కాఫి తాగే భార్య నుదుటి మీది నుంచి ఒక్కొక్క చెమట బిందువు పడటం చూసి ఇతనికి ఆశ్చర్యం కలిగేది. ఒకసారి ఇతను, “ఎందుకు అంతగా పట్టుబట్టినదానిలా వ్యాయామం చేస్తావు? వారానికి ఒకటి రెండు రోజులైనా ప్రశాంతంగా పడుకోకూడదా?” అని అడిగాడు. దానికి ఆమె ప్రత్యేకమైన కారణాన్ని చెప్పింది. “వేలాది కిలోమీటర్ల దూరంలో తల్లిదండ్రులను వదిలి వచ్చినపుడు ఇక్కడ నన్ను ఒంటరితనం వేధించేది. ఏదైనా జబ్బు చేసి, మంచాన పడితే నన్ను చూసుకునేవారు ఎవరూ లేరని దిగులు వేసేది. అప్పుడు నాకు ఈ ఆరోగ్యం పిచ్చి విపరీతంగా పట్టుకుంది” అంది. “ఇప్పుడు నేనున్నానుకదా?” అని అతను అడిగిన ప్రశ్నకు ఆమె దగ్గర

జవాబు లేదు.

పెళ్ళయిన మూడేళ్ళకు వినాయక్ ఒక పెద్ద అపార్ట్‌మెంట్‌లో మూడుగదుల ఇల్లు కొన్నాడు. 76 లక్షలు కాస్త ఎక్కువే అనిపించినా చాలా అనుకూలమైన అపార్ట్‌మెంట్ అది. పదవ అంతస్తులో ఉన్న ఆ ఇంట్లో గాలి-వెలుతురు అన్ని స్థలాల్లో పుష్కళంగా సంచరిస్తున్నాయి. దేవికకు అత్యంత అవసరమైన జిమ్, స్విమ్మింగ్‌పూల్ ఉన్నాయి. జనరేటర్, వాటర్ ట్రీట్‌మెంట్, సోలార్ హీటర్, గ్యాస్ ఆన్ పైప్, సెక్యూరిటీ కెమెరా మొదలైన ఆధునిక సౌకర్యాలన్నీ అక్కడున్నాయి. సర్జాపుర రోడ్డులో కొత్తగా నిర్మించిన అత్యంత భారీ అపార్ట్‌మెంట్ అది. ఐటిపిఎల్‌లో పనిచేస్తున్న వినాయక్‌కూ అది దగ్గరైతే, ఎలెక్ట్రానిక్ సిటిలో పనిచేస్తున్న దేవికకూ అది దగ్గర్లో ఉంది.

ఏమైనప్పటికీ దానికోసం కట్టవలసిన సొమ్ము దేవికను కలవరపరిచింది. ప్రతినెల అరవై వేల రూపాయలు బ్యాంకుకు చెల్లించాలి. "ఇంకా కొన్ని రోజులు ఆగివుంటే అప్పుడు అనుకూలంగా ఉండేది" అని చాలాసార్లు వినాయక్‌తో చెప్పింది. వినాయక్ అంగీకరించలేదు. "ఇద్దరికీ మంచి ఉద్యోగాలు ఉన్నాయి. ఓ పదేళ్ళలో అప్పు తీర్చేద్దాం. ఇండ్ల వెలలు రోజు రోజుకూ ఆకాశాన్ని అంటుతున్నాయి. ఎప్పటికైనా మన తలమీద ఒక కప్పు అవసరంకదా?" అని వాదించాడు. ఇంటి అందచందాలు చూసిన తరువాత ఆమె కూడా ఎక్కువగా వాదించటానికి ప్రయత్నించలేదు.

అయితే గృహప్రవేశం రోజున వినాయక్ ఆమె కోసం చాలా విలువైన వజ్రాలహారం తెచ్చినప్పుడు మాత్రం వ్యతిరేకించింది. అసలే ఇంటి మీద అప్పు తలమీద కూర్చోనుంది. అలాంటి సమయంలో ఈ గిఫ్ట్ అవసరమేముందని గొడవపడింది. అయితే అతను అద్దం ముందు నిలుచున్న ఆమె మెడలో ఆ హారాన్ని తొడిగి, వెనుక నుంచి ఆమెను కౌగిలించుకుని, ఆమె చెవికి తన చుబుకం తాకిస్తూ "ఇల్లు జీవితానికి, ఈ హారం ప్రేమకు" అని పలువరించాడు.

గృహప్రవేశం వైభవంగా జరిగింది. బీహారు నుంచి వచ్చిన దేవిక తల్లి దేవిక మనసులో ఒక అనుమానపు పురుగును వదిలిపోయింది. "బిడ్డా, ఇప్పటికే పెళ్ళయి మూడేళ్ళు అయింది. ఇంకా పిల్లల్ని కనాలనే కోరిక మీకు కలగలేదా? ఇంటికన్నా ఒక బిడ్డ ఇంటికి ముఖ్యం. ఆడుకునే పిల్లలు లేని సొంత ఇంటివల్ల సుఖమేమటి చెప్పు?" అని అడిగింది. "పోమ్మా, ఇంత తొందరగా అవన్నీ అక్కర్లేదు. మేము ఇప్పుడు హాయిగా ఉన్నాం" అని దేవిక లేని కోపం ప్రదర్శించింది. అయితే ఆ ఘడియ నుంచే తల్లి మాటలు ఆమె బుర్రను తొలచసాగాయి.

పెళ్ళయిన కొత్తలో ప్రస్తుతం బిడ్డ వద్దని నిర్ణయించటం వాస్తవం. సంభోగంలో వినాయక్ తప్పకుండా కాండోమ్ వేసుకునేలా జాగ్రత్తపడింది. అయితే కొన్ని నెలల్లోనే వినాయక్‌కు ఆ క్రియ విసుగు తెప్పించింది. "నువ్వే జాగ్రత్త వహించు" అని చెప్పేశాడు. దాంతో దేవిక తప్పించకుండా జాగ్రత్త వహించింది. అయితే సంవత్సరం గడిచేలోపు ఆమె కూడా అప్పుడప్పుడు మరిచిపోయేది. రానురాను ఆ విషయం పట్ల అంతగా దృష్టిసారించలేదు. ఎప్పుడో ఒకసారి ఆ విషయం వేధించినా జీవితంలో ఇతర విషయాలు అధిక ప్రభావాన్ని కలిగించి, దాన్ని ఆమె మరిచిపోయేలా చేసింది. ఇప్పుడు ఆమె తల్లి చేసిన హెచ్చరిక ఒక్కసారిగా బిడ్డను కనాలనే కోరికను అతి ముఖ్యమైన విషయంగా మార్చి దేవికను కలవరపరిచింది.

వినాయక్ ఆ విషయానికి అంతగా ప్రాముఖ్యత ఇవ్వలేదు. "ఏ ఫోడ్‌దో, కొన్ని రోజులు ఎదురుచూస్తే అన్నీ అవుతాయి" అన్నాడు. అయితే ఆ విషయాన్ని మరిచిపోవాలని దేవిక ఎంత ప్రయత్నించినా మరవలేకపోయింది. టీవీ ప్రకటనల్లో పసిబిడ్డ కనిపిస్తే చాలు కాళ్ళల్లో చిన్నగా వణుకు ప్రారంభమై, ఏదో సాకుతో వంటింట్లోకి వెళ్ళిపోయేది. ఆఫీసులో సహోద్యోగులు పిల్లల స్కూలు, పుట్టిన రోజల గురించి మాట్లాడుకుంటున్నప్పుడు అవి విని మనస్సు ఖిన్నమయ్యేది. తను పెళ్ళయిన సమయంలోనే, పెళ్ళిళ్లు చేసుకున్న జంటలకు ఇప్పటికే పిల్లలు కలిగారని గుర్తు చేసుకుని ధైర్యం కోల్పోసాగింది. కంప్యూటర్ ముందు కూర్చుంటే చాలు. అదే విషయానికి సంబంధించిన వెబ్‌సైట్‌ల కోసం వెతకసాగింది. ఇంటి అందచందాల పట్ల ఆసక్తి తగ్గసాగింది. ఆఫీసు పనుల్లోనూ తప్పులు దొర్లసాగాయి. ఉబుసుపోక స్నేహితులకు పంపిన ఈ-మెయిల్లోనూ తప్పులు కనిపించసాగాయి. అన్నిటికి మించి సంభోగ సమయంలోనూ మనసు ఇతర విషయాలను ఆలోచించటం ప్రారంభించింది.

దేవిక స్థితి చూసి వినాయక్ గంభీరమయ్యాడు. ఆమెకు ఎలా నచ్చజెప్పాలో అర్థంకాక అయోమయంలో పడ్డాడు. తన మిత్రులతో సంప్రదించి, డాక్టర్ సలహాలను తీసుకోవడం సరైన మార్గమనుకున్నాడు. చాలామంది డాక్టర్లను కలిశారు. నెలల తరబడి ఏవేవో పరీక్షలు చేయించుకున్నారు. అయితే ప్రతి ఒక్క డాక్టర్ తనదైన అభిప్రాయాలు చెప్పసాగారు. అయితే ఒకరి సలహా మరొకరి సలహాకు వ్యతిరేకంగా ఉండటంతో కంగారుపడ్డారు. మరో సంవత్సరం ఎలాంటి మార్పులు లేకుండా నెమ్మదిగా దొర్లిపోయింది.

ఈ సమస్యను మరిచిపోవటానికి వినాయక్ కొన్ని రోజులు సెలవులు

పెట్టి భార్యను తీసుకుని యూరోప్ ట్రిప్‌కు వెళ్ళివచ్చాడు. కీన్యా గడ్డిమైదానాలకు తీసుకెళ్ళి జంతువులను చూపించాడు. రెండు ప్రయాణాలకు బాగా ఖర్చయింది. దేవిక మునుపట్లా సంతోషంగా వుంటే చాలనిపించింది. అందుకోసం అతను ఏ త్యాగం చేయడానికైనా సిద్ధమయ్యాడు. వారాంతంలో తామిద్దరే ఉండటానికి అనుకూలంగా వుండేలా మడికేరి దగ్గర్లో ఒక ఫామ్‌హౌస్ కొన్నాడు. పదిహేను రోజులకొకసారి తప్పకుండా అక్కడికి ఆమెను తీసుకునిపోయి మనస్సును ఉల్లాసపరచటానికి ప్రయత్నించాడు. నెలకు చెల్లించే వాయిదాల సొమ్ము పెరుగుతూ పోయింది. అయితే అది ముఖ్యమైన విషయం కానేకాదు.

దేవిక మనసు విచిత్రమైన తర్కానికి చిక్కుకుంది. తాను రోజూ చేస్తున్న వ్యాయామం తన మాతృత్వానికి హాని కలిగిస్తోందా? ఒళ్ళు చెమటలు కార్చేలా చేసున్న ఈ శారీరక శ్రమవల్ల మాతృత్వపు అంకురం చిదిమిపోతూవుందా? అనే విచిత్రమైన అనుమానం ఆమెకు కలగసాగింది. ఇంటర్‌నెట్‌లో దానికి సంబంధించిన విషయాలను ఏవేవో కీ వర్డును ఉపయోగించి వెతికింది. లక్షలకొద్దీ సమాచారం ఎగురుతూ వచ్చి ఆమె మనసును మరింత అయోమయంలో పడవేసింది. చివరికి ఉదయకాలపు వ్యాయామానికి వెళ్ళటం ఆపేసింది. అయితే అయిదు గంటలకు లేచే అలవాటు వల్ల మెలకువ వచ్చేది. ఏమి చేయాలో తోచక మౌనంగా కంప్యూటర్ ముందు కూర్చునేది. ఒకటి రెండు రోజుల్లో ఈ మార్పు వినాయక్ దృష్టికి వచ్చింది. అయితే విషయాన్ని ఎక్కువగా కెలకక మౌనంగా వుండిపోయాడు.

అయితే రెండు వారాలు గడిచినా ఆమె ఉదయకాలపు వ్యాయామానికి వెళ్ళకపోవటం చూసి వ్యథ చెందాడు. ఒకసారి సూక్ష్మంగా చెప్పిచూశాడు. దేవిక మండిపడింది–"ఇంటి మగవాడివి నువ్వు వ్యాయామం చేయాలి ... నేను కాదు. సోమరిగా ఇలా ముసుగుతన్ని పడుకుంటే పిల్లలు ఎలా కలుగుతారు?" అని అనేసింది. ఆ మాటల క్రూరత్వానికి వినాయక్ రెండు రోజులు కుమిలిపోయాడు. దేవిక ప్రవర్తనకు అతనూ రోజురోజుకూ కళ తప్పాడు. దిగులు చెందాడు. ఎలాగైనా ఆమె సంతోషంగా ఉండి, మునుపటి రోజులకు మరలితే చాలనిపించింది. మరుసటి రోజు నుంచి ఇష్టంలేని మనసుతో ఉదయమే లేచి వ్యాయామం చేయడానికి జిమ్‌కు వెళ్ళసాగాడు. అతని ఇబ్బంది చూసి దేవిక మనసుకు బాధపడింది. "అవన్నీ వద్దు. పడుకోండి" అని ఒకటి రెండు రోజుల్లోనే చెప్పేసింది. మరుసటి రోజు నుంచి ఉదయం పూట వ్యాయామానికి వెళ్ళడం మొదలుపెట్టింది.

ఇలాంటి కష్టకాలంలోనే రెండు ఊహించని ప్రమాదాలు వారి కుటుంబంలో జరిగాయి. ఎవరో డాక్టర్ పిల్లలు పుడతారని చెప్పి ఏవో మాత్రలు ఆరునెలలు తీసుకోవాలని దేవికకు ఇచ్చాడు. వాటి వల్ల కచ్చితంగా ఆమె గర్భం దాల్చే అవకాశాలు అత్యంత అధికమని నమ్మకం కలిగించాడు. దేవిక ఏది చెప్పినా నమ్మే పరిస్థితిలో ఉంది. ఒక నెల తీసుకుంది. హఠాత్తుగా ఊహించని మార్పులు ఆమె శరీరంలో కలిగాయి. దేవికా లావు కాసాగింది. ఒంట్లో అన్ని భాగాలు ఊబ్బిపోయాయి. జిమ్‌లో అరగంట ఎక్కువసేపు శ్రమించినా లాభం లేకుండా పోయింది. ఆఫీసులో అందరూ ఆమెకు వార్నింగ్ ఇవ్వటం, తమాషా చేయటం మొదలైంది.

డాక్టర్ దగ్గరికి పరుగెత్తారు. అతని దాన్ని అల్పమైన విషయమన్నట్టు నిరాకరించాడు. "కొన్ని సైడ్ ఎఫెక్ట్స్ తప్పక ఉంటాయి. అయినా కాస్త ఒళ్ళు చేస్తే మీరు ఎందుకు భయపడతారు? తరువాత నెమ్మదిగా దాన్ని కరిగించుకోవచ్చు. ఏ కారణంగానూ మాత్రలను మధ్యలో ఆపకండి" అని హెచ్చరించాడు. దేవిక మాత్రలు తీసుకోవటం కొనసాగింది. అయితే కేవలం నాలుగు నెలల్లోనే ఇరవై కిలోల బరువు పెరిగింది. సన్నగా వెదురు బద్దలా వుండే దేవిక ఇప్పుడు వికారంగా మారటం అతనికి బాధను కలిగించింది. మాత్రలు తీసుకోవటం ఆపారు. అయినా దేహం ఉబ్బటం ఆగలేదు. పక్షిలా తేలికగా తిరుగుతున్న దేవిక ఇప్పుడు భారీ దేహాన్ని మోసుకుని తిరిగేటప్పుడు కష్టపడుతోంది. ఇంత కీడు జరిగినా ఆమె గర్భవతి కాలేదు.

ఎదురుచూడని రెండో సమస్య ప్రపంచ సంక్షోభం వల్ల సంభవించింది. అమెరికాలో రెండు బిల్డింగ్‌లు నేలకూలడమే ఆలస్యం ఇక్కడి కంపెనీలలో తలలు దొర్లసాగాయి. ఒక రోజు ఆఫీసుకు దేవిక వెళ్ళినపుడు ఆమె ఆక్సెస్ కార్డును ఎన్నిసార్లు చూపించినా తలుపు తెరుచుకోక కుయ్‌మని చప్పుడు చేసింది. ఆమె వెంటనే ఆఫీసరుకు ఫోన్ చేసి విషయం తెలిపింది. ఆయన దానికి అధిక ఆశ్చర్యాన్ని ప్రదర్శించక అక్కడే కొద్దిసేపు కూర్చోమని చెప్పారు. అరగంట ఎదురుచూసిన తరువాత, ఓ సెక్యూరిటి మనిషి డెస్క్ మీదున్న ఆమె వ్యక్తిగతమైన వస్తువులన్నీ సంచిలో వేసుకొచ్చి ఇచ్చాడు. దాంతోపాటు ఆమెకు ఒక ప్రత్యేకమైన ఉత్తరమూ ఉంది. ఆ నాటి నుంచి ఆమె సేవలు అవసరం లేదని కంపెనీ తెలియజేసింది. ఆ నిర్ణయం వల్ల ఆమెకు రావలసిన సొమ్ము మొత్తానికి ఒక చెక్కు ఇచ్చి, మరుసటి రోజు నుంచి రావలసిన అవసరం లేదని చెప్పింది. సెక్యూరిటి అతను ఆమె ల్యాప్ ట్యాప్, ఐడెంటిటి కార్డును తీసుకుని, ఒకటి

రెండు కాయితాల్లో ఆమె సంతకాలు తీసుకుని వెళ్ళిపోయాడు.

అక్కడి ఏర్‌కండిషన్డ్ అత్యాధునిక రిసెప్షన్ హాల్లో పదినిముషాలు దిక్కుతోచనట్టు కూర్చున్న దేవిక చివరికి ఏమిచేయాలో తోచక, తన స్థూలకాయాన్ని మోసుకుని బయటికి నడిచింది. కారు ఎక్కటానికి ముందు నాలుగేళ్ళు ఉద్యోగం చేసిన ఆ అద్దాల కట్టడాన్ని కళ్ళను చెదరగొట్టే ఎండలో ఒకటి రెండు క్షణాలు తదేకంగా చూసింది. భారీ రాక్షసుడిలా కనిపించి భయం వేసింది.

ఆమె ఉద్యోగం చేయటం అత్యంత అవసరం. నెలకు చెల్లించాల్సిన వాయిదా సొమ్ము ఇప్పుడు ఎనభైవేలుకు చేరింది. ఈమెకు అంత జీతం వచ్చేదికాదు. అయితే వినాయక్‌కు వచ్చే జీతమంతా నేరుగా దానికి చెల్లించి ఈమెకు వచ్చే జీతంలో జీవితాన్ని సాగిస్తున్నారు. పైగా ఆమె కొంత సొమ్మును తల్లికి పంపేది. ఇంకా ఎనిమిదేళ్ళు ఇదే ప్రమాణంలో అప్పు తీర్చాలి. అలాగైతే జీవనానికి కావలసిన డబ్బుకోసం ఏం చేయాలి? వినాయక్ కూడా విచారానికి లోనయ్యాడు. అయితే ధైర్యం కోల్పోకుండా, కొత్త ఉద్యోగం వెతుక్కోమని దేవికకు చెప్పాడు. అతను కూడా తన స్నేహితులందరికి పరిస్థితిని తెలియజేసి ఆమె బయోడేటాను ఈ-మెయిల్ చేసి, ఉద్యోగం వెతకమని చెప్పాడు. అయితే అప్పటికే దుర్భిక్షకాలం తన తీవ్రతను చూపించటం మొదలుపెట్టింది. ఎక్కడి నుంచి కూడా ఆమెకు ఇంటర్వ్యూకు పిలుపు రాలేదు. ఒకటి రెండు చోట్లా వచ్చినా వాళ్ళు దేవిక పట్ల అంత ఆసక్తి చూపించలేదు. పిల్లలు కాలేదనే తన బాధలో కుంగిపోతూ, ఆఫీసు ఉద్యోగానికి కావలసిన కొత్త స్కిల్‌లను నేర్చుకోవటం మరిచి జడత్వం ఆవరించినట్టు అయ్యిందేమోనని దేవికకు అనిపించసాగింది. ఒకటి రెండు చోట్ల తనకు మునుపటికన్నా తక్కువ జీతం దొరికినా పరవాలేదని నోరు తెరిచి చెప్పింది. ఆమె అలా చెప్పినందుకు వాళ్ళు ఆమెకు ఉద్యోగం ఇవ్వటానికి కరాకండిగా నిరాకరించారు.

వినాయక్ నెలసరి వాయిదాలను చెల్లించటంలోనూ, జీవనాన్ని సాగించటంలోనూ అలసిపోసాగాడు. కూడబెట్టిన డబ్బు కరిగిపోసాగింది. ఇల్లు అమ్మేద్దామని ప్రయత్నించాడు. కొనేవారు ఎవరు? అందరికీ దుర్భిక్ష కాలపు వేడి తాకుతోంది. అప్పుడప్పుడు స్నేహితుల దగ్గర సంకోచంతో అప్పు అడగసాగాడు. వారాంతంలోని విహారాలు ఆగిపోయాయి. స్టార్ హోటల్లో కలవటాలు నిలిచిపోయాయి. మూడు సంవత్సరాల నుంచి అత్యంత నిజాయితీగా ఉద్యోగం చేసిన డ్రైవర్‌ను ఇంటికి పంపాడు. వంటమనిషిని, పనిమనిషిని వచ్చే

నెల నుంచి రానవసరం లేదని చెప్పారు. బిల్లు కట్టలేదని చాలా వార్నింగ్ లెటర్స్ రాసాగాయి. బతుకు దుర్భరమైంది. సంతసపు ఘడియలు లేని ఒక అసహనీయమైన సంవత్సరం దొర్లిపోయింది. ఇప్పుడు ఆమెను మాతృత్వపు కోరిక అంతగా వేధించటం లేదు. గొడ్రాలు అనే బాధకన్నా బతుకును సాగించే బాధ తీవ్రంగా ఉంది.

ఇలాంటి పరిస్థితిలోనే కస్తూరి ఆ ప్రశ్నను అడిగింది. ఆమె నియంత్రణను దాటి కంటి నుంచి కన్నీటి బిందువొకటి జారింది.

❖❖❖

టెరస్‌లో టార్పాల్ వేసి నిర్మించిన క్యాంటీన్‌లో, సాయంత్రపు చల్లటి గాలిలో కూర్చుని కాఫీ తాగుతూ, ఒక ప్యాకెట్టు చిప్స్ పంచుకుంటూ కస్తూరి, విశాల్ మాట్లాడుకుంటున్నారు.

ఇంటర్వ్యూలన్నీ ముగిసిన తరువాత, దేవికకు ఆ ఉద్యోగం ఇవ్వాలని ఇద్దరూ నిర్ణయించుకుని, కింది సహోద్యోగులకు పేపర్లు సిద్ధం చేసి కొరియర్ చేయమని చెప్పటం జరిగింది. అయితే ఇంటర్వ్యూ మధ్యన కస్తూరి, “నీవు ప్రస్తుతం పిల్లలు కావాలని అనుకుంటున్నావా?” అని సౌమ్యంగా అడిగినప్పటికీ, అందుకు తలవంచుకుని కంటతడిపెట్టిన దేవిక చర్య గురించి మాటలు కొనసాగాయి. విశాల్ ఆ ప్రశ్న ఎథికాలిటీ పట్ల బుర్రపాడుచేసుకున్నాడు. కస్తూరి ఆ ప్రశ్న అడగటంలో ఏ తప్పులేదనీ, విశాల్ నిర్వహిస్తున్న కొత్త ప్రాజెక్ట్ బాగుకోసమే తాను అలా అడిగానని సమర్థించుకోసాగింది.

“విశాల్, అనవసరంగా నా మీద బ్లేమ్ వేయకు. ఆమెకు పెళ్ళయి ఏడేళ్ళయింది. పిల్లల గురించి బయోడేటాలో నమోదు చేయలేదు. చాలామంది దంపతులు ఈ మధ్య డింక్ (డబల్ ఇన్‌కం, నో కిడ్స్) పద్ధతిని అనుసరిస్తున్నారని నాకు తెలుసు. అయినా ఆమె మళ్ళీ పిల్లల్ని కనాలని ఆలోచిస్తున్నదో లేదో అనే విషయం మనకు ముఖ్యంకాదా?”

“నీ మాటలు సరైనవే. అయినా ఆమె ఏడవటం చూసి నాకు బాధ కలిగింది”

“ఆమె కన్నీటికి మనం కరిగిపోయి తప్పుడు నిర్ణయం తీసుకుంటే తరువాత మనల్ని కాపాడేవారు ఎవరు చెప్పు? మన కంపెనీకి ఇది అత్యంత ముఖ్యమైన ప్రాజెక్ట్. మరో ఆరేడు నెలల్లో సరిగ్గా ప్రాజెక్ట్ చివరి ఘట్టాన్ని చేరుతుంది. ఆ సమయానికి దేవిక ప్రాజెక్ట్‌కు అత్యంత ముఖ్యమైన వ్యక్తి అయివుంటుంది. ఆ సమయంలో ఆమె మెటర్నిటీ లీవని మొదలుపెడితే నీ గోడును ఎవరు వింటారు?”

"ఎవరైనా పిల్లల్ని కనాలని అనుకుంటే వద్దనే అధికారం మనకుందా? అది ఇల్లీగల్ కదా?"

"పిల్లల్ని కనటానికి మనకు అభ్యంతరమేమీ లేదు. అయితే ఈ సమయంలో వద్దనటమే మన కండిషన్"

"పోనీలే వదిలెయ్. అలాంటి ఆలోచన లేదని కచ్చితంగా చెప్పిందికదా? ఇంకెందుకు దాని గురించి బుర్రపాడుచేసుకోవడం? బహుశా డింక్ సిద్ధాంతానికి మరులుపోయివుండాలి"

"కచ్చితంగా కాదు. ఆమె డింక్ అయివుంటే గర్వంగా ఆ విషయం చెప్పుకునేది. ఇలా తల వంచుకుని కన్నీరు పెట్టేదేకాదు. ఎంత ప్రయత్నించినా పిల్లలు కలగలేదని అనిపిస్తుంది. ఆ దుఃఖంలో మన ప్రాజెక్ట్‌ను పాడుచేయకపోతే చాలు.

"నో నో... ఆమెకు మంచి యాటిట్యూడ్ ఉంది. క్వాలిటీ మేనేజర్‌కు కావలసిన జ్ఞానం ఉంది"

ఓటమి ఒప్పుకోని కస్తూరి తుంటరి నవ్వును ఒలికిస్తూ మరో సమస్యను చెప్పింది.

"అయినా ఒక సమస్య మిగిలివుంటుంది. నీ టీమ్‌లోని వయసు యువకులందరూ చాలా అందమైన అమ్మాయి తమ గ్రూపులో చేరాలని ఆశిస్తున్నారు. నువ్వు చూస్తే ఆ డుమ్మిని ఎంపిక చేశావు"

ఆ మాటలకు విశాల్ బిగ్గరగా నవ్వాడు. "చూడు చూడు, నీ మాటలు సెక్సువల్ హెరాజ్‌మెంట్ అని పరిగణించి నిన్ను ఈ ఆఫీసు నుంచి వెంటనే బయటికి పంపవచ్చు. (బిగ్గరగా నవ్వు) కస్తూరి మృగమా, నీ పరిమళాలు వెదజల్లుతుండాలే తప్ప ఈ విధమైన దుర్గంధాన్ని కాదు" అని నాటకీయంగా చేతులు జోడించి ఆమెను వెక్కిరించాడు.

"అయినా విశాల్ ఆమె వయసులో ఇంకా చిన్నదే. కాస్తయినా తన శరీరం పట్ల శ్రద్ధ తీసుకోవడం అవసరమాకాదా చెప్పు? ఉదయం లేచి ఒక అరగంటైనా వ్యాయామం చేసే అలవాటు లేకపోతే స్త్రీ తన అందాన్ని కాపాడుకోవటం ఎలాగో చెప్పు? నాలుక రుచికి కళ్ళెం వేసుకోకపోతే ఎలా చెప్పు? శరీరం మూలమూలలు ఫుట్‌బాల్‌గా ఉబ్బిపోయాయికదా?"

"పోనిలేమ్మా, ఆమె భర్త దాని గురించి బుర్ర పాడుచేసుకోనీ. నాకు మాత్రం ఈ ప్రాజెక్ట్ సాఫీగా సాగితే చాలు. మూడేళ్ళ నుంచి నాకు ఇంక్రిమెంట్ దొరకలేదు. ఈ దరిద్రపు రిసెషన్ ముగియకుండా మరో ఉద్యోగమూ దొరకదు.

శ్లేష్మంలో చిక్కుకున్న ఈగలా అయిపోయాను"

కస్తూరి కాఫీ పూర్తిచేసి, వాచీ చూసుకుని, ఒక్కసారి గాభరపడ్డట్టు బయలుదేరడానికి సిద్ధమైంది. "అప్పుడే ఐదున్నర అయింది. నేను మల్లేశ్వరం వరకూ వెళ్ళాలి. ఈ దరిద్రపు బెంగళూరు ట్రాఫిక్ తలుచుకుంటే భయం వేస్తుంది. అంతకన్నా నువ్వు చెప్పే శ్లేష్మానికి అంటుకుని, ఉన్న చోటే చల్లగా వుండే ఈగ స్థితే సుఖంగా అనిపిస్తుంది" అని చెప్పి తన బ్యాగ్ తీసుకుంది. ఇంకా నాలుగైదు చిప్స్ ఉన్న ప్యాకెట్టును అతని వైపు తోసి, "నువ్వే తినవయ్యాబాబు, ఒక వారంలో రెండు వందల గ్రాముల బరువు పెరిగాను" అని చెప్పి పరుగులాంటి నడకతో వెళ్ళిపోయింది.

విశాల్ మిగిలిన చిప్స్ తింటూ, దేవిక కంట తడి పెట్టిన సంఘటనను తలుచుకుంటూ కాస్సేపు అలాగే కూర్చున్నాడు. కన్నీరు తుడుచుకోవటానికి ముందు, ఆమె చేతిగుడ్డతో బల్లమీద పడిన కన్నీటి బిందువులను తుడవటం అతనికి విచిత్రమనిపించింది.

❖❖❖

దేవిక కేవలం రెండు నెలల్లో టీమ్‌లోని అందరికీ ఇష్టమైన దేవిక అయిపోయింది. సరైన సమయానికి పనిలోకి వచ్చే, అవసరమైతే వారాంతంలోనూ పని చేసే, కోపగించుకోకుండా ఉండే, చిటపటలాడకుండా ఉండే, అత్యంత నియంత్రణలో ఉండే ఆమె వ్యక్తిత్వం ప్రతి ఒక్కరి మెప్పును పొందటంలో ఆశ్చర్యమేమీ లేదు. విశాల్‌కైతే ఇలాంటి తెలివైన ఒక ఉద్యోగి సంవత్సరంపాటు ఇంట్లో ఉండిపోయేలా చేసిన రిసెషన్ అన్నది ఎంతటి పాడు కాలమని ఆశ్చర్యపడ్డాడు. కేవలం క్వాలిటీ మేనేజర్‌గా నియమింపబడినా, ఆమె ఇతర పనులలోనూ అదే ఉత్సాహంతో పాల్గొనేది. విశాల్‌కు అత్యంత విసుగు పుట్టించే పనంటే సహోద్యోగులు కస్టమర్లకు పంపే ఈ-మెయిల్స్‌లోని ఇంగ్లీషు సరిదిద్దటంలోనే ఎక్కువ సమయం వ్యర్థమయ్యేది. ఎంతో గొప్ప ఇంజనీరింగ్ కాలేజి నుంచి బయటికి వచ్చినా చాలమందికి ఇంగ్లీషు సరిగ్గా రాదు. బయటి దేశం కస్టమర్లు, అందులోనూ ఇంగ్లాండు, అమెరికా దేశస్థులు ఈ-మెయిల్లోని దోషాలను, వ్యాకరణ దోషాలను చూస్తే చాలా అసహనాన్ని ప్రదర్శించేవారు. అంతేకాకుండా ఫోన్‌లో మాట్లాడేటప్పుడు వారి ఉచ్చారణను అర్థం చేసుకోవడం అందరికి సాధ్యమయ్యేదికాదు. పైగా వారికి అర్థం అయ్యేలా మాట్లాడటమూ సులభంకాదు.

అయితే ఈ తలనొప్పులన్నిటినీ దేవిక పరిష్కరించింది. ఆమె ఇంగ్లీషు

చాల ప్రామాణికంగా ఉండేది. పైగా కస్టమర్లతో అత్యంత సరళంగా సంభాషించేది. ఆ కారణంగా విశాల్ ఇతర పనుల్లో నిశ్చింతగా నిమగ్నమయ్యే పరిస్థితి దేవిక వల్ల ఏర్పడింది. ఒకసారి కలిసి క్యాంటీన్‌లో భోంచేస్తున్నప్పుడు ఆమెకు అంత చక్కటి ఇంగ్లీషు ఎలా అలవడిందని సహజంగానే అడిగాడు. బీహారులో వున్నప్పుడు ఐఎఎస్ పరీక్షకు బాగా ప్రిపేర్ అయ్యిందని, అయితే పాస్ కాలేదని, ఆమె సంకోచంతో తెలిపింది. అప్పుడు పరీక్షలో ఫెయిల్ అయినా, ఆ ప్రత్యేక తయారీ ఆమెకు జీవితాంతం అనేక విధాలుగా సహాయం చేసిందని చెప్పింది.

ప్రాజక్ట్ సాఫీగా సాగుతుందని గ్రహించిన అమెరికా కస్టమర్లు మూడునెలల తరువాత టీమ్‌లో ఉన్న వాళ్ళందరినీ ఔటింగ్‌కు వెళ్ళటానికి డబ్బును పంపారు. రాత్రీపగలూ నిరంతరంగా పనిచేసిన మీరంతా ఈ వారాంతంలో తాగి, డాన్స్ చేసి రండి అని ప్రత్యేకమైన ఈ-మెయిల్ అందరకి పంపారు. కనకపుర రోడ్డులో, కావేరి తీరంలో ఒక మంచి రిసార్ట్‌లో అందరూ కుటుంబ సమేతంగా వచ్చి శనివారం గడిపేటట్లు దేవిక నేతృత్వంలో ఏర్పాట్లు చేయటం జరిగింది. అక్కడ విశాల్‌కు వినాయక్ కులకర్ణితో పరిచయమైంది. ఓ ప్రసిద్ధ కంపెనీలో పెద్ద పదవిలో ఉన్న ఈ అందమైన అబ్బాయి ఈ లావాటి అమ్మాయి పట్ల ఎలా ఆకర్షింపబడ్డాడా అని విశాల్‌కు ఆశ్చర్యం వేసింది అయితే దేవికతో పోలిస్తే వినాయక్ అంత చురుకైనవాడు కాదని అతనికి అనిపించింది. తన భార్య శిల్ప, పిల్లలు తరుణ్, కిశోర్‌లను పరిచయం చేశాడు. వినాయక్ కులకర్ణి రోజంతా ఆ పిల్లలతో ఆటలాడుతూ కాలం గడిపిన విషయం విశాల్ హృదయాన్ని తాకింది.

దేవిక మరొక ఆశ్చర్యాన్ని తన సహోద్యోగుల ముందు పెట్టింది. ఔటింగ్ అత్యధిక ఉత్సాహంతో కూడివుండాలని, అందరూ అత్యంత ఆత్మీయులుకావాలని అనేక ఆటలను చేబట్టారు. అందులో ఎక్కువ సమయం డాన్స్ చేసే ఆట కూడా ఒకటి. దేవిక ఆ ఆటలో గెలిచింది. అంత స్థూలకాయం ఉన్నప్పటికీ అది ఆమెను ఏ మాత్రం ఇబ్బంది కలిగించకపోవటం విశాల్‌కు అత్యంత ఆశ్చర్యకరమైన విషయమైంది. బాలీవుడ్ గీతాల లయ తప్పకుండా సుమారు నలభై అయిదు నిముషాలు అందంగా నర్తించిన ఆమె శక్తి అందరిని నివ్వెరపరిచింది. అబ్బాయిలందరు ఆపకుండా కొట్టిన చప్పట్లకు హుషారు చెందిన దేవిక చెమటలు కారిపోతున్నా పట్టించుకోకుండా ఉత్సాహంగా నర్తించింది. “మా కంపెనీ సరోజ్ ఖాన్” అని విశాల్ మెచ్చుకున్నాడు. తరువాత

భోజనం సమయంలో మరోసారి, "నేను నమ్మలేకపోతున్నాను" –అని దీర్ఘం తీశాడు. ఆ మాటల్లో దాగివున్న తన లావాటి దేహపు వ్యంగ్యాన్ని పట్టించుకోకుండా దేవిక నిర్లక్ష్యంగా నవ్వింది. చికెన్ కబాబ్‌ను బకాసురుడిలా కబళిస్తున్న వినాయక్ కులకర్ణి "ఇలా డాన్స్ చేసీ చేసీ ఏడేళ్ళ క్రితం నన్ను బుట్టలో వేసుకుంది" అని చిన్నగా అన్నాడు. అది విన్న దేవిక లేని కోపంతో అతని వీపుమీద ఒక దెబ్బ వేసి,"యూ ఇడియెట్" అని తిట్టింది. ఆమె దెబ్బకు "మర్ గయా..." అని వినాయక్ చచ్చినవాడిలా నటించాడు. అందరూ నవ్వారు. దేవిక కూడా నవ్వింది.

❖❖❖

అటుతరువాత మూడు నెలలు సాఫీగా సాగాయి. విశాల్‌కు చిన్నగా కలవరం మొదలైంది. ఎప్పుడైతే సమస్తమూ నిరర్గళంగా చలిస్తూ ఉంటాయో, అలాంటి సమయంలోనే ఎక్కడి నుంచో విఘ్నాల అలలు వచ్చి బాదుతాయని అతని వృత్తిజీవితంలో అనుభవం. ఆ కారణంగానే అతను తన వృత్తిలో పూర్తిగా ప్రశాంతంగా ఉండే; లేదా సంతోషపడే ప్రవృత్తిని అలవరుచుకోలేదు.

అతని అనుమానం నిజమయ్యేలాంటి ఒక సంఘటన జరిగిపోయింది.

ఆ రోజు మధ్యాహ్నం అతను, కస్తూరి క్యాంటీన్‌లో భోజనం చేస్తున్నారు. ఆ సమయంలో దేవిక క్యాంటీన్ లోపలికి వచ్చింది. వీళ్ళిద్దరిని చూసి నవ్వి, భోజనం తీసుకోవటానికి క్యూలో నిలుచుంది. ఎప్పటిలాగే విశాల్ ఈ మధ్య జరిగిన ఒక విషయంలో దేవిక చూపించిన నైపుణ్యాన్ని కస్తూరికి వివరించాడు. అన్నం, సాంబారు, కూర కంచెంలో వేయించుకుంటున్న దేవిక శరీర ఆకారాన్ని గమనిస్తున్న కస్తూరి, విశాల్‌ను కాస్త మౌనంగా ఉండమన్నట్టు సైగ చేసింది. విశాల్ కూడా దేవికను గమనించినప్పటికీ అలా తదేకంగా చూడగలిగేది ఆమెలో ఏముందో అర్థం కాలేదు.

"ఏం చూస్తున్నావు?" అని అడిగాడు.

తన చూపులు తిప్పుకున్న కస్తూరి "మూడు నెలలు" అంది.

విశాల్‌కు అర్థం కాలేదు. "విశాల్, నీకు కష్టాల రోజులు ఇక ప్రారంభం. దేవిక ఇప్పుడు మూడు నెలల గర్భవతి" అని వివరంగా చెప్పి మళ్ళీ భోంచేయసాగింది. విశాల్ ఆ కొత్త వార్తకు ఉలిక్కిపడి, మరోసారి దేవిక వైపు చూశాడు. "నాకు అలా అనిపించటం లేదు" అని మూర్ఖుడిలా అన్నాడు. "దానికి ఆడదాని కళ్ళు అవసరం. అసలే ఆమె లావుగా ఉంటుంది. నీకు కచ్చితంగా అర్థం కాదు" అని కస్తూరి నవ్వింది. టేబుల్‌ను ఎడమచేత్తో బలంగా

చరిచిన విశాల్ "బిచ్..." అన్నాడు. కస్తూరి మరోసారి అందంగా నవ్వింది.

❖❖❖

దేవిక ఆ విశాలమైన మీటింగ్ రూము లోపలికి వచ్చినపుడు అక్కడ ముగ్గురు కూర్చునివున్నారు. ఫైనాన్స్ డిపార్ట్‌మెంట్ హెడ్ కేతన్ దేసాయి, అతనికి ఇరువైపు కస్తూరి, విశాల్ కూర్చునివున్నారు. కేతన్ ఆమెతో 'దయచేసి రండి" అని పిలిచి, తన ఎదురుగా ఉన్న కుర్చీలో కూర్చోమని చెప్పాడు. దేవిక నెమ్మదిగా కూర్చుని, అందరినీ ఒకసారి చూసింది. కస్తూరి మాటలు మొదలుపెట్టింది.

"దేవికా, కొన్ని వ్యక్తిగతమైన ప్రశ్నలను అడగవలసి వచ్చింది. దయచేసి అపార్థం చేసుకోకూడదు"

"లేదు, దయచేసి అడగండి"

"మీరు గర్భవతి అయివుండొచ్చని నేను ఊహిస్తున్నాను. అది నిజమా?"

"అవును"

"ఒకటి రెండు క్షణాలు నిశ్శబ్దం. తరువాత కస్తూరి మౌనాన్ని ఛేదిస్తూ "అభినందనలు" అని చెప్పింది. మిగిలినవాళ్ళిద్దరూ "అభినందనలు" అని క్షీణస్వరంతో చెప్పారు. అంతే క్షీణస్వరంతో దేవిక "ధన్యవాదాలు" అని ముగ్గురికీ తెలిపింది.

"బిడ్డను కనాలన్నది మీ వ్యక్తిగతమైన నిర్ణయం. కంపెనీ నియమం ప్రకారం మేము మీ వ్యక్తిగత జీవితంలోని ఏ నిర్ణయాన్ని ప్రశ్నించటానికి లేదు. అయితే ఇక్కడ మన కంపెనీ ప్రాజెక్ట్‌కూ దెబ్బ తగిలేటటువంటి పరిస్థితి వచ్చింది. ఆ కారణంగా మిమ్మల్ని దీని గురించి ప్రశ్నించాల్సిన ఒత్తిడి మాకు వచ్చింది. మీరు అన్యథా అపార్థం చేసుకోరని భావిస్తున్నాను"

"కచ్చితంగా లేదు. అడగండి"

"మిమ్మల్ని ఈ ప్రాజెక్ట్‌లో చేర్చుకునే సమయంలో మేము ఈ ప్రశ్నను అడిగాం. మీరు అప్పుడు బిడ్డను కనాలనే ఏ ప్లాను చేసుకోలేదని తెలిపారు. మిమ్మల్ని సెలెక్ట్ చేసుకోవటానికి అది కూడా ఓ కారణం"

"మీ మాటలు నేను అంగీకరిస్తాను. అయితే జీవితంలో అన్ని విషయాలను మనం ప్లాన్ చేయలేమని మీకు ఇప్పటికే అవగాహనకు వచ్చివుంటుంది"

"అది నిజం. అయితే ఇది చాలా ముఖ్యమైన ప్రాజెక్ట్. మీరు ఇందులో ముఖ్యమైన పాత్ర వహించటం మీకూ తెలుసు. మరో అయిదు నెలల్లో ఈ ప్రాజెక్ట్ ప్రధాన ఘట్టాన్ని చేరుతుంది. అప్పుడు మీ అవసరం అత్యంత అధికం అని మీకూ తెలుసు. ఈ సమయంలో మీరు మూడు నాలుగు నెలలు సెలవుల మీద వెళితే ప్రాజెక్ట్ నాశనమవుతుంది. అసలే రిసెషన్ సమయం. ప్రాజెక్ట్ బఫర్ కూడా లేదు. అనుకున్నవన్నీ తలకిందులు అవుతాయి"

"కంపెనీ సమస్య నాకు అర్థమవుతుంది. అయితే ఇది నా జీవిత సమస్య. సుమారు ఎనిమిదేళ్ళు పడిన కష్టం మాకు మాత్రమే తెలుసు. భగవంతుని దయవల్ల ఇప్పుడు అమృతఘడియ వచ్చింది. అది మన కంపెనీ, మన అమెరికన్ కస్టమర్ల కన్నా మాకు ముఖ్యమైంది"

అప్పటిదాకా మాట్లాడకుండా మౌనంగా కూర్చున్న విశాల్‌ను ఈ మాటలు రెచ్చగొట్టాయి. "నా వృత్తిజీవితం పాడైనా మీకేమీ బాధలేదా?" అని అడిగాడు. అతని స్వరం దాదాపు అరిచినట్టుగా ఉంది. కస్తూరి జాగ్రత్తపడుతూ "విశాల్, ప్లీజ్ ఊరుకో" అని అర్థించింది. కేతన్ దేసాయి అతని వీపు తట్టి, "కూల్ డౌన్ మ్యాన్" అని సమాధానపరిచాడు.

దేవిక లేచి నిలుచుంది. "మీ అందరి సమస్యలు నాకు కచ్చితంగా అర్థమవుతాయి. అయితే నేను ఏ విధంగానూ దానికి బాధ్యురాలిని కాను. అందుకు నేను అపరాధ భావనను అనుభవించటమూ లేదు. ఈ గర్భం నాకూ, నా భర్త వినాయక్‌కూ మాత్రమే సంబంధించింది" అని చెప్పి వెళ్ళిపోయింది.

విశాల్ రెండు చేతులు గాలిలో విసిరి, "షి పుట్ మి ఇన్ సూప్" అని మండిపడ్డాడు. "విశాల్ నువ్వేం మాట్లాడుతున్నావో దానిపట్ల దృష్టి ఉండనీ. లీగల్‌గా మనకు ఆమెను ప్రశ్నించే ఎలాంటి హక్కులు లేవు. నోరు జారితే అందరమూ బోను ఎక్కాల్సి వస్తుంది. జాగ్రత్త" అని కస్తూరి హెచ్చరించింది.

"కస్తూరి, విశాల్ జరిగిన విషయం గురించి గొణగటం ఆపుదాం. ఇప్పుడు ఈ సమస్యను ఎలా ఎదుర్కోవాలో ఆలోచించండి" అని కేతన్ దేసాయి పరిస్థితిని తేలికపరచడానికి ప్రయత్నించాడు.

"ఇంకేమి చేయగలం? మరొకరిని వెతకాలి. వారికి ప్రాజెక్ట్‌కు సంబంధించిన సమస్త విషయాలను ఈమె ద్వారా ట్రాన్స్‌ఫర్ చేయించాలి. ఈమెకు పింక్ స్లిప్ ఇచ్చి ఇంటికి పంపాలి. ఎంత నష్టాన్ని నేను నిభాయించగలను? అసలే కష్టాల రోజులు ఇవి. సగం డబ్బుతో ప్రాజెక్ట్ చేసివ్వమని ఆ అమెరికన్లు తలమీద కూర్చుంటున్నారు. మనది నష్టాన్ని భరించగలిగే పెద్ద కంపెనీకాదు" అప్పటికే అన్ని విషయాలు ఆలోచించిన విశాల్ అన్నాడు.

"విశాల్, అలా అనవసరంగా ఒక గర్భిణి స్త్రీకి పింక్ స్లిప్ ఇచ్చి ఇంటికి పంపటం కుదరదు. ఇప్పటిదాకా ఆమె చేసిన పనులన్నిటిని నువ్వు పొగిడి మునగ చెట్టెక్కించిన ఈ-మెయిల్స్ అందరి ఇన్-బాక్స్‌లో ఉన్నాయి. ఆమె తప్పులేమీ లేవు" అని కస్తూరి హెచ్చరించింది.

"తప్పు లేకపోతే తప్పులు చేయించాలి. సెక్సువల్ హెరాజ్‌మెంట్, ఇన్‌ఫర్మేషన్ థెఫ్ట్.. ఏదో ఒకదానిలో ఆమెను చేర్చాలి. ఏమైనా నా ప్రాజెక్ట్ నష్టాన్ని అనుభవించటం నేను భరించను. ఇది నా అస్తిత్వానికి సంబంధించిన ప్రశ్న. అసలే పెద్దజీతం

తీసుకునే మనిషి ఆమె. ఊరికే ఇవ్వటానికి కుదరదు" అని విశాల్ కరాకండిగా చెప్పాడు. కేతన్ అతని భుజాన్ని నెమ్మదిగా నొక్కాడు.

❖❖❖

ఇంటికి వచ్చిన వెంటనే ఇద్దరు పిల్లలను పలకరించి, నవ్వించిన తరువాతే మిగతావారిని పలకరించటం విశాల్ అలవాటు. అందువల్ల అతని కారు వచ్చిన శబ్దం విన్న వెంటనే పిల్లలు కారిడర్‌కు పరుగెత్తుకొచ్చి తండ్రి కాళ్ళను చుట్టుకున్నారు. సాధారణంగా పిల్లల కోసం విశాల్ ఏదో ఒకటి తెచ్చేవాడు.

అయితే ఆ రోజు కాళ్ళను చుట్టుకున్న పిల్లలను మౌనంగా పక్కకు జరిపి, వసారాలోకి వచ్చి సోఫాలో కూలబడి కళ్ళుమూసుకున్న విశాల్‌ను చూసిన శిల్పకు ఏదో జరిగిందని అర్థమైంది. పిల్లల్ని ఆడుకోవటానికి పంపింది. అతనికి చల్లటి నీళ్ళు తెచ్చిచ్చి పక్కనే కూర్చుంది. అతను నీళ్ళుతాగిన తరువాత, "ఎందుకు ఇంత డల్‌గా ఉన్నారు?" అని అడిగింది. "ప్రాబ్లం" అని రెండు చేతులు ఎత్తి ఒళ్ళు విరుచుకున్నాడు. "ఎందుకు? ఏమైంది?" అని కుతూహలం చూపింది.

"మా కంపెనీలో దేవిక అనే ఆమె ఉద్యోగం చేస్తోంది. నీకు గుర్తుందా?"

"ఆ రోజు రిసార్ట్‌లో బ్రహ్మాండంగా డాన్స్ చేసిందికదా, చాలా లావుగా వుంటుంది"

"ఊఁ ... ఆమె..."

"అయ్యో పాపం, ఆమెకు ఏమైంది?"

"గర్భవతి అయింది"

"అలాగైతే ఇక ముందు డాన్స్ చేయలేదు" అని శిల్ప నవ్వింది.

తన భార్య హాస్యప్రజ్ఞకు నవ్విన విశాల్, "ఆమె డాన్స్ చేయదు. మమ్మల్ని డాన్స్ చేయించడం మొదలుపెట్టింది" అని చెప్పి ప్రస్తుత పరిస్థితిని క్లుప్తంగా వివరించాడు. అంతా విన్న శిల్ప, "భలే మోసగత్తెలా ఉందికదండి. గర్భవతి కావడానికి సమయం సందర్భం తెలియదా?" అంది.

లోపలి నుంచి "విశూ..." అని పిలవటం వినిపించింది. అది విశాల్ తల్లి కంఠం. ఆమె నెమ్మదిగా ఊతకర్ర సహాయంతో వసారాలోకి వచ్చింది. ఆమె దేహం కాస్త వంగి ఉంది. ఈ మధ్యన కంటి ఆపరేషన్ చేయించుకోవటం వల్ల నల్లటి కళ్ళద్దాలు పెట్టుకుంది.

"విశూ, నీ మాటలన్నీ విన్నాను. ఆడదాని గర్భాన్ని నిందించకు నాయనా, మంచిదికాదు" అని నెమ్మదిగా అంది.

అప్పటిదాకా గదిలో కూర్చున్న ఆమె తమ మాటలు వినివుండొచ్చనే ఆలోచన ఇద్దరికీ లేదు.

"అత్తయ్యా, ఇది వాళ్ళ ఆఫీసు విషయం. మీకు అర్థం కాదు. ఊరుకోండి"

అని శిల్ప అత్తను ఊరుకోబెట్టడానికి ప్రయత్నించింది.

"ఆఫీసుపని నాకు అర్థం కాదమ్మా. ఒప్పుకుంటాను. అయితే గర్భం, ప్రసవం గురించి నాకు అర్థమవుతాయి. ఏడుగురిని కని, నలుగురిని దక్కించుకున్నాను"

"అమ్మా, ఇది అమెరికన్ల ప్రాజెక్ట్. ఏదైనా హెచ్చుతగ్గులు జరిగితే నాకు ప్రమాదం వస్తుంది" విశాల్ పరిస్థితిని వివరించాడు.

"అమెరికా కానీ, ఆఫ్ఘనిస్తాన్‌కానీ గర్భం, బాలింతతనం అంటే అన్నీ ప్రాంతాల్లో ఒకే విధంగా ఉంటుంది. దాన్ని నిందించకూడదు. అది దేవుడిని నిందించినట్టే. భగవంతుడి దయతో ఇద్దరు బంగారంలాంటి పిల్లలు ఈ జన్మకు దక్కారు. పాపం చేసి వచ్చే జన్మలో పిల్లలు లేకుండా చేసుకోకు"

"నువ్వు కేవలం ఆమె కష్టాన్నే చూస్తున్నావు. నా కష్టం ఏమిటో నీ కంటికి కనిపించటం లేదు" బూట్లు విప్పుతూ విశాల్ అన్నాడు.

"బిడ్డను కనటంకన్నా పెద్దకష్టం ఈ ప్రపంచంలో ఏదీలేదు. ఇతర కష్టాలు ఏవి ఉన్నా సర్దుబాటు చేసుకోవాలి"

విశాల్, శిల్ప ఆమె కనుమరుగయ్యేవరకూ చూస్తూనే ఉన్నారు. ఆమె గదిచేరగానే విశాల్ అలసిపోయినట్టు మరోసారి కళ్ళు మూసుకుని నిట్టూర్పు విడిచాడు. అతని జుత్తులో చేయి కదిలించిన శిల్ప "మీరు అనవసరంగా పెద్దావిడ మాటలు పట్టించుకుని బాధపడకండి" అంది.

❖❖❖

అటు తరువాత ఒక నెల విశాల్‌కు దేవిక తప్పులను వెతికి పోగుచేసే పని కమ్ముకుంది. ఆమె చేరినప్పటి నుంచి ఇప్పటిదాకా చేసిన ప్రతిపనినీ పరిశీలించి, తప్పులను భూతద్దంలో వెతకసాగాడు. ఆమె బయోడేటా చూశాడు. ఆమె వృత్తిపరమైన నేపథ్యాన్ని ఏదో కంపెనీ ద్వారా చేయించాడు. ఆమె ఇంతకు మునుపు పనిచేసిన కంపెనీ ఐడి నుంచి పంపిన అన్నీ మెయిళ్ళను రిస్టోర్ చేసుకుని పరీక్షించాడు. ఆమె చేసిన టెస్టింగ్ ఫలితాలు, జరిపిన రివ్యూలు, సహోద్యోగులతో ఆమె ప్రవర్తించిన తీరు, ఎక్కడో ఆఫీసు మూలలో ఏర్పాటు చేసిన కెమెరాలో సేకరింపబడిన వీడియో ముక్కలు, చివరికి పన్నుకోసం సమర్పించిన ఇంటి అద్దె రసీదులను వదలకుండా పరిశీలించాడు. తప్పులను వెతకటానికి ప్రయత్నించినపుడు అవి దొరకనే దొరుకుతాయి. తప్పొప్పులు చూసే కళ్ళకు సంబంధించిన విషయాలు. అందువల్ల చాలా తప్పులు అతని కంట పడ్డాయి. 'ఛ... నేను అనవసరంగా ఈమెను తలమీద ఎక్కించుకుని కూర్చోబెట్టుకున్నాను. షి ఈజ్ బిలో ఆవేరేజ్" అని సహోద్యోగుల ముందూ

మొత్తుకున్నాడు. అలాంటి తప్పులను కస్తూరి ముందుపెట్టి "ఆమెను బయటికి పంపడానికి ఇవి చాలా?" అని అడిగేవాడు.

అయితే దేవిక మాత్రం ఇతని ఎలాంటి కార్యకలాపాలకూ గాభరా పడకుండా తన పాటికి తాను ఉండిపోయింది. మునుపట్లాగే తన పనులను శ్రద్ధగా చేయసాగింది. సహోద్యోగులతో ఏమీ జరగనట్టు రోజువారి పనులలో నిమగ్నమయ్యేది. అప్పుడప్పుడు వైద్య పరీక్షలని సెలవులు తీసుకునేది. విశాల్ దానికి సమ్మతిస్తాడో లేదో అని బుర్రపాడుచేసుకునేది కాదు. కొన్నిసార్లు ఉదయం లేచినపుడు అలసటగా అనిపించి, 'ఈ రోజు ఆఫీసుకు రాలేను' అని ఈ-మెయిల్ పంపేది. అక్కడ కార్యాలయంలో కోపంతో చిందులువేసే అతని చిత్రం కళ్ళముందుకు వచ్చి ఆమెకు నవ్వొచ్చేది.

ఇలాంటి సమయంలోనే మరో ఇద్దరి కస్టమర్ల పెద్ద ప్రాజెక్ట్‌లు ఊహించని ముగింపును చూశాయి. కస్టమర్లు ఆ ప్రాజెక్ట్‌ను అక్కడితో ఆపమని చెప్పటమే కాకుండా, కొన్ని నెలలుగా ఇవ్వాల్సిన డబ్బు బాకీ తీర్చడం వాయిదా వేయసాగారు. ఉద్యోగాల నుంచి తొలగించబడిన సహోద్యోగులు కాంటీన్‌లో చేరి ముందేమి జరుగుతుందోనని ఊహాగానాలు మొదలుపెట్టారు. ప్రస్తుతం కంపెనీలో పెద్ద లే ఆఫ్ జరుగుతుందని గుసగుసలు ఆఫీసు మూలమూలల్లో వినిపించసాగాయి. ఆ నెల జీతం మూడురోజులు ఆలస్యంగా వచ్చినపుడు, 'లే ఆఫ్' ఆలోచన మరింత వేడిని సంతరించుకుంది. ఎవరెవరు ఇంటికి వెళ్ళవచ్చో సహోద్యోగులు పట్టికను తయారు చేయసాగారు. దేవిక పేరును దాదాపు అందరూ ప్రస్తావించసాగారు.

విశాల్ ప్రాజెక్ట్ ఇంకా చైతన్యవంతంగా ఉండటంవల్ల దానికి అధిక ప్రాముఖ్యత లభించసాగింది. ఇతర ప్రాజెక్ట్‌లు పూర్తయినవారు విశాల్‌ను కలిసి తమను అతని ప్రాజెక్ట్‌లో చేర్చుకోమని మనవి చేసుకోసాగారు. ఒకరిద్దరు కంటతడి పెట్టి తమ ఇంటి పరిస్థితినంతా వివరించి విశాల్‌ను అసహనానికి గురిచేశారు. అయినా విశాల్‌కు సందర్భం తనకు అనుకూలంగా వుందనిపించింది. వెంటనే ఎవరినైనా దేవిక స్థానంలో తీసుకోవచ్చనీ, ఆమె ప్రాజెక్ట్ వివరాలన్నీ అమూలాగ్రంగా చేతులు మారిన తరువాత ఏదో సాకుతో లేదా లే ఆఫ్‌లో ఆమె పేరును తీసి చేతులు కడుక్కోవాలని ఆలోచించసాగాడు. నెలల కొద్దీ ఆమెకు ఫ్రీగా ఇవ్వాల్సిన జీతం వల్ల ప్రాజెక్ట్ లాభానికి దెబ్బపడుతుందనీ, అదీ నేరుగా తన వృత్తిధర్మానికి కళంకమనీ అతనికి కచ్చితంగా తెలుసు.

అందరూ బహిరంగంగానే తమ బయోడేటాలను ఇంటర్నెట్‌లో పెట్టారు. జాబ్ దళారీల ఫోన్, ఈ-మెయిల్ ఐడిలు వినిమయమయ్యాయి. బుధవారం టైమ్స్ పత్రికలోని ఉద్యోగాల ప్రకటనలు ప్రాముఖ్యతను పొందాయి. అయితే దాదాపు అన్ని కంపెనీల పరిస్థితి హీనంగా ఉన్న ఆ సమయంలో ఇంటర్వ్యూకు పిలుపు రావటం అత్యంత అరుదైన విషయం. వచ్చినా ఒక ఉద్యోగానికి వేలాదిమంది దరఖాస్తులు పెడుతున్నారు. కొత్త కంపెనీవారు సగం జీతానికే చేరుతారా? అని నిస్సంకోచంగా అడగసాగారు. సెలెక్ట్ అయ్యారని ఉత్తరం వచ్చినా ఉద్యోగంలో వచ్చి చేరాల్సిన తేదీని గోప్యంగా ఉంచారు.

ఇలాంటి సమయంలోనే దేవిక ఒక వారం రోజులు ఆఫీసుకు రాలేదు. మొదటిరోజు విశాల్ చాలాసార్లు కాల్ చేసినా ఆమె రిసీవ్ చేసుకోలేదు. సహోద్యోగుల చేత కాల్ చేయించినా జవాబివ్వలేదు. విషయం తెలపకుండా తప్పించే ఈ పాడు అలవాటు అతనికి కోపం తెప్పించేది. రోజంతా అసహనంతో మండిపడ్డాడు. అయితే ఆ రాత్రి దేవిక భర్త వినాయక్ నుంచి మెసెజ్ వచ్చింది. ఆమె ఆరోగ్యం బాగులేదని మరో రెండు రోజులు రాదని తెలిపాడు. అతనికి విశాల్ ఫోన్ చేశాడు. అయితే వినాయక్ ఫోన్ ఎత్తలేదు.

ప్రాజెక్ట్‌కు సంబంధించిన అత్యంత విషమ సమయంలో ఇలా వారం రోజులు తప్పించిన దేవిక మీద కోపాన్ని అణుచుకుని, అణుచుకుని విశాల్ మరిగిపోయాడు. ఇక ఏ కారణంగానూ ఆమెను ఉద్యోగంలో ఉండనివ్వనని శపథం చేశాడు. ఆమెకు బదులుగా ఎవరిని తీసుకోవాలో నిర్ణయించి, అన్నీ ప్లానులను కస్తూరి ముందు చర్చించాడు. ఆమె ఆఫీసుకు వచ్చిన వెంటనే మంచి ఉద్యోగ లక్షణాల గురించి ఒక దీర్ఘ ఉపన్యాసాన్ని ఇచ్చేటంతగా మాటలను పదేపదే మనస్సులోనే చెప్పుకున్నాడు. ఇకపై ప్రాజెక్ట్‌కు సంబంధించిన అత్యంత ముఖ్యమైన పనులకు ఎన్నడూ ఆడవాళ్ళను తీసుకోకూడదని వందసార్లు మనసులోనే అనుకున్నాడు.

సోమవారం అతని క్యాబిన్‌లోకి దేవిక అడుగు పెట్టినపుడు అతను ఏదో ఈ-మెయిల్లో గంభీరంగా మునిగివున్నాడు. ఆమె లోపలికి రావడం గమనించినా ఆమె వైపు చూడకుండా మౌనంగా ఒకటి రెండు ఈ-మెయిల్‌లకు జవాబిచ్చాడు. కీబోర్డులోని కీలను పటపటమని ఒత్తి చప్పుడు చేశాడు. అప్పుడే మ్రోగిన ఫోన్ తీసుకుని కాస్సేపు మాట్లాడాడు. ఆమె అక్కడే గోడకు ఒరిగి నిలుచుని వుండటం అతని మనసుకు తెలుస్తోంది. అయితే కావాలని ఆమెవైపు వెంటనే ముఖం తిప్పలేదు. ఓ అయిదు నిముషాల తరువాత తన ల్యాప్‌టాప్ స్క్రీన్ లాక్ చేసి,

“ఐ యామ్ సారీ...ఇప్పుడు చెప్పండి” అని అత్యంత దృఢమైన స్వరంతో చెప్పి, ఆమె వైపు తిరిగాడు. అతనికి తెలియకుండానే ‘ఓహ్...” అనే శబ్దం అతని నోటినుంచి వచ్చింది. నమ్మలేనట్టుగా సాపుగా ఉన్న ఆమె పొట్టను భయంతో కూడిన కళ్ళతో చూస్తూ వణికే కంఠంతో “ఏమైంది?” అని అడిగాడు.

“వినాయక్‌కు ఉద్యోగం పోయింది” అని చెప్పి ఒకటి రెండు క్షణాలు మౌనంగా కూర్చుంది. తరువాత, “అతని కంపెనీలో మూడు వారాల కిందట అయిదు వందల మందికి పింక్ స్లిప్ ఇచ్చారు. ఇప్పుడు ఇంట్లో ఉన్నాడు” అని రుద్ధస్వరంతో భావరహితంగా చెప్పటానికి ప్రయత్నించింది.

“అలాగని మీరు...” అని ఏదో అన్నాడు. ఆమెకు ఆ మాటలు అవసరం లేదు.

“అప్పు చాలా ఉంది. మీరు నన్ను ఉద్యోగం నుంచి తీసివేస్తారని తెలుసు. అతనికి అంత సులభంగా ఉద్యోగం దొరకడం అసాధ్యం. మరో దారి కనిపించలేదు. ఇద్దరమూ ఆలోచించి నిర్ణయం తీసుకుని డాక్టర్ దగ్గరికి వెళ్ళాం”

“ఒకటి రెండు నెలలు వేచివుంటే బాగుండేదికదా?” అని నిజాయితీగా చెప్పటానికి ప్రయత్నించాడు. ఆమె తలూపింది.

“కాలం ఎలా ఉందో మీకు తెలుసు. ఈ ఉద్యోగం కోసం ఒక సంవత్సరం తిరిగాను. ఇప్పుడు ఇదికూడా పోతే మా భోజనాలకు కూడా కష్టమవుతుంది. ప్లీజ్ నాకు సహాయం చేయండి. ప్రాజెక్ట్ విజయవంతం చేయటం నా బాధ్యత. దయచేసి నన్ను ఉద్యోగం నుంచి తొలగించకండి” అని చెప్పి దేవిక రెండు చేతులు జోడించింది.

బెదిరిన విశాల్, “ప్లీజ్ దేవికా, అలా చేయకు” అని అర్థించాడు.

తరువాత బలహీనమైన నడకతో దేవిక క్యాబిన్ నుంచి వెళ్ళిపోయింది.

కొన్ని వారాల క్రితం తల్లి చెప్పిన మాటలు అతని చెవిలో మారుమ్రోగి, విచిత్రమైన పాపభీతితో కూర్చున్న చోటే వణకసాగాడు.

❖❖❖

22 మే 2011

విషమభిన్నరాశి

'నిజాన్ని దాచిపెట్టి సంబంధాన్ని మొదలుపెట్టడం సరైంది కాదు' అని పరిమళ ఇప్పటికే మనస్సులో అనేకసార్లు మననం చేసుకుంది. అలా మననం చేసుకున్నట్టల్లా కొంచెం ధైర్యం కూడగట్టుకున్నట్టు అనిపించేది. అయితే వెంటనే చేదు నిజానికి భయపడి అతను నిరాకరిస్తే? అనే భయంవేసి, సుమిత్‌ను పోగొట్టుకునే కలవరంతో తాను కూర్చున్న సీటు ముందున్న కమ్మీని గట్టిగా పట్టుకుని అదుముతోంది. ఆమె అరచేతిలోని నీలినరాలు ఉబ్బి నిలబడుతున్నాయి. అదే సమయంలో అతను ఎం.జి. రోడ్డులోని మెట్రో స్టేషన్ పక్కనున్న 'రంగోలి' కళామందిరం దగ్గర ఎదురుచూస్తున్నాడు. అక్కడికి దగ్గర్లో ఉన్న దాస్‌ప్రకాశ్ హోటల్లో కలుద్దామని ఇద్దరూ నిర్ణయించుకోవటం జరిగింది. రెండుసార్లు అతను ఫోన్ చేయడానికి ప్రయత్నించాడు. పరమళకు మాట్లాడాలని అనిపించలేదు. రెండు కాల్స్‌ను నిరాకరించిన తరువాత 'దారిలో ఉన్నాను' అని మెసెజ్ చేసి ఆలోచనలో మునిగింది. ఆమె మౌనం అతనికీ అర్థమైవుండాలి. అందువల్ల మళ్ళీ ఫోన్ చేయలేదు. 'ఏమైనాకానీ ఈ రోజు చెప్పేస్తాను' అని మరోసారి నిర్ణయించుకుంది.

❖❖❖

సామాన్యంగా ప్రేమ వివాహంలో అడ్డుపడేవారు కుర్రవాడి తల్లిదండ్రులో లేదా అమ్మాయి తల్లిదండ్రులో అయివుంటారు. అందులోను కులాంతరమైతే నలుగురిలో ఒక్కరి నుంచైనా వ్యతిరేకత రానే వస్తుంది. అయితే ఇక్కడ నలుగురూ అంగీకరించారు. ఉత్తర ప్రదేశ్‌కు చెందిన సుమిత్ తల్లిదండ్రులకు పరిమళ

అన్ని విధాలుగా నచ్చింది. పైగా వాళ్ళది ముగ్గురు ఆడపిల్లల తరువాత పుట్టిన ఏకైక కుమారుడి ఎంపికను వ్యతిరేకించే స్వభావం కాదు. సుమిత్ తండ్రి నందకిశోర్ శుక్లా చాలాకాలం సైన్యంలో పనిచేశారు. అనేక ఉత్తర భారతీయ నగరాల్లో సేవలు అందించారు. అందువల్ల సుమిత్ విద్యాభ్యాసమంతా సైనిక్ స్కూల్లోనే సాగింది. అయితే బెంగళూరులో ఇంజనీరింగ్ చేసిన సుమిత్ అక్కడే ఓ సాఫ్ట్‌వేర్ కంపెనీలో ఉద్యోగంలో చేరాడు. అతని తండ్రి ఇప్పటికే ముగ్గురు ఆడపిల్లల వివాహాలు చేశారు. వాళ్ళంతా ప్రపంచంలో వేరువేరు ప్రాంతాల్లో తమ సంసారాలతో స్థిరపడ్డారు. నివృత్తి పొందిన తరువాత కుమారుడితో నివసించడానికి ఇప్పుడు బెంగళూరు వచ్చారు. ఇందిరానగర్‌లో ఒక ప్రసిద్ధ అపార్ట్‌మెంట్‌లో సుమిత్ ఫ్లాట్ కొన్నాడు.

మునుపొకసారి సుమిత్ పరిమళను ఇంటికి తీసుకుని వెళ్ళాడు. అప్పుడు తల్లిదండ్రులకు తమ ప్రేమ గురించి సూక్ష్మంగా చెప్పివుండాలని ఆమెకు అనిపించింది. పార్కింగ్‌లో కారు నిలిపేటప్పుడు "లోపలికి వెళ్ళిన వెంటనే మమ్మి-డాడీ కాళ్ళకు నమస్కారం చేస్తావా?" అని సుమిత్ అర్థించినపుడు, పరిమళకు నవ్వొచ్చింది. "ఎలాచేయాలో తెలుసుకదా?" అని అడిగినపుడు, "ఎన్నో బాలివుడ్ సినిమాలు చూశాను" అని పరిమళ హాస్యం చేసింది. తమ బళ్ళారి వైపున పెద్దలకు నమస్కారం చేయటమంటే మొత్తం దేహాన్ని నేలపై మోకాళ్ళు, మునివేళ్ళపై చాపి, రెండు చేతులను, నుదిటిని వారి పాదాలకు తాకించి ఆశీర్వాదం పొందే పద్ధతి. తాము నిల్చున్న దిక్కును పెద్దలు ముందుగానే సరిచూసుకున్న తరువాత నమస్కారం చేయించుకునేవారు. అయితే వీళ్ళది, అంటే ఉత్తర భారతీయులది కేవలం నడుము వంచి, కుడిచేత్తో రెండు పాదాలు ముట్టినట్టు చేసే సులభమైన పద్ధతి. ప్రత్యేకత ఏమిటంటే స్థలం ఏది అనే ప్రశ్నే వాళ్ళల్లో లేదు. రైల్వే స్టేషన్‌లో, రోడ్డు మీద, మాల్‌లో ... ఎక్కడ కనిపించినా, పిన్నలు పెద్దల పాదాలను తాకి ఆశీర్వాదం పొందే తీరు ఈమెకు నచ్చింది. అలాంటి ఒక సరళ నమస్కారం వల్ల పెద్దల ముఖంలో నవ్వును వికసింపజేసే విషయం మంచిదని ఆమెకు అనిపించింది.

ఆ రోజు సమావేశం చాలా సంతోషంగానే జరిగింది. సుమిత్ తల్లి వైశాలి శుక్లా అత్యంత ఉత్సాహంతో పరిమళతో కలిసిపోయింది. పరిమళ పేరు ఉచ్చారణ ఆమెకు కష్టమైంది. ఉత్తర భారతీయులకు 'ళ అక్షరం అభ్యాసం లేదు. అందువల్ల నాలుగు అక్షరాల పేరును కత్తిరించి 'పరి'గా మార్చింది. అదొక విధంగా ఆధునిక పేరుగా మారి పరమళకు నచ్చింది. 'పరిబేటా, అది

తిను', 'పరి బేటా, ఇది తిను' అని చేసిన వంటకాలన్నీ ఒక్కొక్కటిగా బలవంతంగా వడ్డించింది. బెంగళూరు ఉడిపి హోటల్లో చేసే ఉత్తర భారతీయ వంటకాలకీ, ఉత్తర భారతీయుల ఇంట చేసి వడ్డించిన వంటకాలకీ చాలా వ్యత్యాసం ఉంటుంది. ఎక్కువ నూనె లేకుండా, విపరీతమైన మసాలాలు లేకుండా, తందూరి గొడవకు పోకుండా చేసిన కూరలు, కర్రీలు చాలా రుచిగా ఉన్నాయి. అయితే పరిమళను అల్లరి పెట్టాలనే ఉద్దేశంతో "అందులో మమ్మి చేపను వేసింది. ఇది మటన్ ముక్క'' అంటూ ఆమెను ఉడికించాడు. అతని మాటలకు కోపగించుకున్నట్లు వైశాలి శుక్లా కొడుకు వీపుమీద ఒకదెబ్బ వేసి, "పరి బేటా... మా ఇంట్లో నాన్ వెజ్ తింటాం. సుమిత్‌కు చికెన్ అంటే చాలా ఇష్టం. అయితే ఈ రోజు నీ కోసం అన్నీ వెజిటేరియన్ వంటకాలే చేశాను. అలా చేయమని వాడే నాకు చెప్పాడు" అంది. నంద కిశోర్ శుక్లా ఎక్కువగా మాట్లాడకుండా పరిమళ, తన భార్య చనువుగా కలిసిపోయి మాట్లాడుకుంటూ ఉండటం నవ్వుముఖంతో చూడసాగారు. అక్కడి నుంచి బయలుదేరేటప్పుడు –"అప్పుడప్పుడు ఇంటికి వస్తుండు బేటి" అని భార్యాభర్తలిద్దరూ చెప్పారు. సుమిత్ సంతోషపడ్డాడు.

ఆమెను బస్సెక్కించటానికి సుమిత్ బయలుదేరాడు. ఇద్దరూ నడుస్తూ వచ్చారు. ఆ రోజు పౌర్ణమి. అదృష్టవశాత్తు కరెంట్ లేదు. ఆకాశంలో నిండు చంద్రుడి వెలుతురు అపురూపంగా బెంగళూరు నగరం మీద పడుతోంది. సెప్టెంబర్ మాసపు చివరిరోజుల చల్లటి వాతావరణంలో నెమ్మదిగా చేయి చేయి పట్టుకుని నడుస్తున్నప్పుడు ఇద్దరూ పులకరించిపోయారు. మాటలకు అందని సంతోషం ఇద్దరిలోనూ సంచరిస్తోంది. అయినా సుమిత్ మౌనాన్ని ఛేదిస్తూ, "మా తల్లిదండ్రులను చూస్తే ఏమనిపించింది?" అని అడిగాడు. పరిమళ తన తుంటరితనాన్ని వదలకుండా, "వాళ్ళిద్దరూ అంత ఎత్తుగా, దృఢంగా ఎంతో చక్కగా ఉన్నారు. నువ్వెందుకు ఇంత పొట్టిగా బక్కగా ఉన్నావు?" అని అడిగింది. దానికి అతను తన జవాబుకు ఒక ప్రత్యేకమైన రూపాన్ని ఇచ్చి–"మా అమ్మ చెబుతుండేది–నేను చివరి పుల్కానట. అంటే పుల్కాలకోసం కొంచెం పిండి కలుపుతాంకదా! పుల్కాలన్నీ సమాన పరిమాణంలో చేసినప్పటికీ చివరలో పిండి కాస్త ఎక్కువగానో, తక్కువగానో మిగిలిపోతుందట. అందుకే చివరి సంతానం ఎత్తుగానో, పొట్టిగానో ఉంటుందట" అని అన్నాడు. పరిమళకు అతను చెప్పిన ఆ పోలిక చక్కిలిగింత పెట్టినట్టుగా వుంది. అతని నిండు బుగ్గలను రెండు చేతి ఐదువేళ్ళతో పిండి, "పుల్కా... పుల్కా... " అంటూ ముఖాన్ని గిల్లి, వేగంగా పరుగెత్తి బస్టాండులో నిల్చున్న ఓల్వో బస్సెక్కి అతనికి

చేయూపింది. బస్సు కనుమరుగైనా అదే దిశలో సుమిత్ చేయి ఊపుతూ నిలుచున్నాడు.

❖❖❖

అయితే ఇంటికి తిరిగి వచ్చేటప్పుడు పరిమళ ఎక్కడలేని కలవరానికి లోనైంది. ధగధగ మెరిసే సుమిత్ సంసారం, తన నైష్ఠిక మాధ్వ కుటుంబాన్ని స్వీకరిస్తారా అని ఒక అనుమానం కలిగితే, తన తల్లిదండ్రులు ఉత్తర భారతీయుల తళుకుబెళుకుల సంసారాన్ని అంగీకరిస్తారా అన్నది మరో అనుమానం. ఉదయం లేచిన వెంటనే స్నానం చేసిన తండ్రి కేవలం తుండు వస్త్రాన్ని కట్టుకుని మంత్రాలను పఠిస్తూ దేవుడిపూజ చేస్తూ మధ్యాహ్నం భోజన సమయం వరకూ అలాగే ఉండేవాడు. ధోవతి, బనియన్ వేసుకున్న జ్ఞాపకం పరిమళకు లేదు. ఇక అమ్మ విషయం అదే పరిస్థితి. వంట–పూజలో మునిగిన ఆమె సూర్యుడు నడినెత్తి మీదికి వచ్చినా ఉదయపు ఉపాహారాన్ని చేసేదికాదు. మడి–ఆచారాలతో తనదైన దినచర్యను పాటించేది. బళ్ళారివదిలి బెంగూరుకు వచ్చి ఎనిమిది సంవత్సరాలు గడిచాయి. గిరినగర్‌లో ఇంటిని అద్దెకు తీసుకున్నారు. అయితే ఈ ఊరికి వచ్చిన తరువాత వాళ్ళు ఆధునికులుగా మారటంకన్నా మరింత మాధ్వులయ్యారేమోనని పరిమళకు అనిపిస్తుంది. బళ్ళారిలో అరుదుగానైనా ఇంట్లో ఉల్లిపాయల ప్రవేశం వుండేది. ఇక్కడ పూర్తిగా ఆగిపోయింది. ఇలాంటివారికి చికెన్ ఇష్టపడే సుమిత్‌ను 'మీ అల్లుడు' అని ఎలా పరిచయం చేయాలి?

ఇంట్లో మరో రెండు జీవాలున్నాయి. తల్లికి తల్లి అంటే అమ్మమ్మ, అంతేకాకుండా తండ్రిపెద్దక్క కూడా అయిన సుంద్రజ్జి. నాన్నకన్నా వయస్సులో పదేళ్ళు పెద్దది. తమ్ముడికి కూతుర్ని ఇచ్చి పుట్టింటి బంధాన్ని దృఢపరుచుకుంది. ముసలితనం దగ్గరికి వచ్చినందువల్ల ఆమె కార్యక్రమాలు తక్కువ. అయితే మాట్లాడటానికి నిలబడితే చాలు! తల్లిదండ్రులు భయపడతారని పరిమళకు తెలుసు. ఎలాంటి చేదు నిజాన్నయినా చెప్పటానికి సంకోచించని గట్టిమనిషి. పైగా తన కాలపు కథను ఆమె చెబుతూ కూర్చుంటే చాలు. మొత్తం ఇంటివారే చెవులు అప్పగించేటంత అందంగా చెబుతుంది. ఒంట్లో శక్తి తగ్గినప్పటికీ, ఆమె చూపు చక్కగా ఉంది. దూరంలో గోడకు ఆనుకుని కూర్చునివున్నా, గుమ్మం దగ్గర పడివున్న చిన్న అన్నం మెతుకు ఆమె కంటపడితే, "వయసొచ్చినా మీకు శుద్ధిచేయడం రాలేదుకదా?" అని కూతుర్ని, మనుమరాలిని దబాయిస్తుంది. ఆమెను మాటల్లో వ్యతిరేకించే ధైర్యం ఎవరికీ లేదు. స్వయంగా ఆమె కూతురైనా

సుమిత్రాబాయి, ఒకసారి పరిమళ ముందు-"నాన్న చనిపోయే వరకు మీ అమ్మమ్మ నాకు తల్లిప్రేమను అందించింది. నాన్న చనిపోయారో లేదో ఇంట్లో ఆమె అధికారం ఎక్కువైపోయింది. అంతే ఇప్పుడు నాకు సాక్షాత్తు అత్తయిపోయింది" అని బాధగా చెప్పుకుంది.

కేవలం ఈ మాత్రమే అయివుంటే ఈ ఇల్లు సుఖంగా ఉండేది. అయితే ఆ ఇంటి మరో జీవి అయిన పరిమళ తమ్ముడు రఘువల్ల ఆ ఇంట్లో నవ్వన్నది మాసిపోయింది. మొదటిబిడ్డ పరిమళ పుట్టినపుడు 'ఆడపిల్ల' పుట్టిందని అందరూ బాధపడ్డారట. చాలామంది దేవతలను ప్రార్థించి, వేడుకుని వంశోద్ధారకుడిని పొందారు. సూర్యవంశాన్ని వెలిగించిన శ్రీ రామచంద్రుడిలా ఇతనూ తమ వంశానికి జ్యోతి కావాలని 'రఘు' అని పేరు పెట్టారు. ఊరంతా చక్కెర పంచి ఆనందపడ్డారు. అయితే ఆ చక్కెర తీపి నోట్లో ఎక్కువ రోజులు ఉండలేదు. రెండేళ్ళయినా వాడికి మాటలు రాలేదు. 'మూగవాడేమో...' అని భయపడ్డారు. అయితే విధి అంతకన్నా క్రూరంగా ఉంది. రఘు కూర్చున్న చోటే కూర్చునేవాడు. తప్పటడుగులు వేయటం కానీ, పరిచయస్థులను గుర్తించటంకానీ చేయలేడు. కన్నతల్లిని చూసినా నవ్వేవాడుకాదు. ఒక్కోసారి భయంతో కెవ్వున అరిచి ఏడ్చేవాడు. వాడ్ని ఓదార్చటం చాలా కష్టమయ్యేది. ఆకలి, దాహం, మలమూత్రాల విసర్జన ఒక్కటీ తెలిసేదికాదు. ఒక్కో రాత్రి నిద్రపోకుండా ఇంటి ప్రశాంతతనంతా పాడుచేసేవాడు. కొన్నిసార్లు వారాలకొద్దీ ఎవరికీ ఎలాంటి ఇబ్బంది పెట్టకుండా తన పాటికి తాను ఏదో కొయ్యబొమ్మను నేలకేసి బాదుతూ కూర్చునేవాడు.

ఈ చేదు విషయాన్ని అంగీకరించటం ఇంటి పెద్దలకు చాలా కష్టమైంది. ఐదేళ్ళు వచ్చినా కూర్చున్న చోటే దొడ్డికి పోవడం, అందులోనే చేతులు కదిలిస్తూ కూర్చునే కొడుకును ఎలా భరించడం? అమ్మ-నాన్న అనే ఎలాంటి పిలుపులు లేకుండా, అప్పుడప్పుడు 'గా... గా...' అని మాత్రమే పలికే కొడుకు వంశోద్ధారకుడు ఎలా అవుతాడు? వాడిపాటికి వాడిని వదలకుండా వీధి పిల్లలంతా వాడిని కొట్టి వేధించినా, నవ్వుతూ కూర్చున్న పిల్లవాడిని ఎలా స్వీకరించడం? పదేళ్ళు నిండే సమయానికి నెమ్మదిగా గోడ పట్టుకొని ఒక్కొక్క అడుగుపెట్టే పిల్లవాడిని చూసి సంతోషించడం సాధ్యమా? భోజనం కంచం ముందు కూర్చోబెట్టి, ఏదో పని మీద వంటింట్లోకి వెళ్ళివచ్చేలోపు, ఆ కంచాన్ని బోర్లావేసి చప్పట్లు కొట్టే పిల్లవాడు మనవాడవుతాడా? ఎంతో కష్టపడి బట్టలు తొడిగించినా, వాటన్నిటిని తీసిపారేసి నగ్నంగానే ఉంటానని మొండితనం చేసే

పిల్లవాడిని చూసుకోవడం సాధ్యమా? ఈ సంగతులన్నీ అనుభవించిన వారికే తెలుస్తుంది తప్ప బయటి వారికి కాదు.

భగవంతునికి వైరుధ్యాలను పక్కన పెట్టుకుని చూసే సరదా ఉండవచ్చుని అనేక సార్లు అనిపించింది. మొత్తం సంసారపు శ్రమంతా కొడుకును చూసుకోవటంలోనే గడిచిపోయేటప్పుడు, కూతురు ఎవరి శుశ్రూష లేకుండా తనపాటికి తాను పెరుగుతోంది. బచ్చలింటి మోరినీళ్లలో నాటిన పెద్ద కొబ్బరి చెట్టుగా ఇంటికి ఫలం ఇచ్చేలా ఆమె పెరుగుదల ఉంది. కనుముక్కు తీరువల్ల ఆమె అత్యంత అందగత్తె. పాఠశాలలో ఆమెను మించిన బుద్ధిమంతులు ఇంకొకరు లేరు. ఎక్కువగా మాట్లాడని అమ్మాయికి వయసుకు మించిన పెద్దరికం వచ్చేసింది. ఎలాంటి సాకు చూపకుండా ఇంటి పనులన్నిటిలో నిరంతరం నిమగ్నమయ్యేది. అన్నిటికీ కిరీటం పెట్టినట్టు పదవ తరగతిలో ఆమెకు రాష్ట్రంలోనే నాలుగోర్యాంకు వచ్చింది. జిల్లాకు జిల్లానే ఆమెను చూసి సంబరపడింది. బళ్ళారి జిల్లాలోని చిన్నగ్రామానికి చెందిన అమ్మాయికి రాష్ట్రస్థాయి ర్యాంకు రావడం చిన్న విషయం కాదు. విద్యాధికారులు ఒక పెద్ద సమావేశాన్ని బళ్ళారిలో ఏర్పరిచి, అమ్మాయిని కారులో కూర్చోబెట్టుకుని తీసుకెళ్ళి, పూలదండ వేసి, శాలువా కప్పి, ఐదువేల రూపాయలు బహుమతిగా ఇచ్చారు. మరుసటి రోజు పత్రికలలో ఆ సమావేశం ఫోటోలు పెద్దగా ప్రచురించారు. ఆ పత్రికను చెమర్చిన కళ్ళతో చూసిన సుమిత్రాబాయి, కూతురు బుగ్గలు పుణికి "నీలాంటి పదిమంది పిల్లలను సులభంగా పెంచవచ్చు..." అని, ఆ వాక్యాన్ని పూర్తి చేసే ధైర్యం చాలక నోట కొంగు కుక్కుకుంది. మధ్యాహ్నానికి ఆ పత్రిక ఎలాగో రఘు చేతికి చిక్కటంతో, వాడు దాన్ని తన ఉచ్చలో ముంచివేశాడు.

రఘు రాకవల్ల ఇంటి వాతావరణం ఎలా మారిపోయిందో పరిమళ సూక్ష్మంగా గమనిస్తూ పెరిగింది. తండ్రి వెంకన్నకు విశేషమైన హాస్యప్రజ్ఞ వుండేది. తల్లిని తమాషా పట్టించేలా మాట్లాడటం, కూతురికి తన అనుభవంలో జరిగిన హాస్యప్రసంగాలను రాత్రి పడుకునే ముందు చెప్పేవాడు. అది నిశ్శబ్దంగా మనసులో నిలిచిపోయింది. ఇక తల్లి సుమిత్రకు చక్కగా దాసుల కీర్తనలు పాడుకునే అలవాటు ఉండేది. ఉదయం లేచి ముంగిట్లో ముగ్గులు వేసే సమయం నుంచీ, సంధ్యవేళ దీపాన్ని వెలిగించే వరకూ ఎంత లేదన్నా పదిపదిహేను కీర్తనలు పాడేది. ఆమెది చక్కటి కంఠం. పాడితే మొత్తం వీధికి వినిపించేలా బిగ్గరగా పాడేది. ఆ అలవాటు కూడా ఎలాంటి ప్రశ్నలు లేకుండా ఆగిపోయింది. ఎప్పుడైనా ఒకసారి పరిమళ తల్లిని పాడమని అర్థిస్తే "నా బతుకే జనం పాడుకునే

పాట అయిందమ్మా... ఇంకేమి పాట..." అనేది. చిన్నారి పరిమళలోనూ ఒక ముఖ్యమైన మార్పు వచ్చింది. ఇంతకు మునుపు తల్లిదండ్రులను ఏదైనా కొనివ్వమని అప్పుడప్పుడు అడిగేది. ఆమె కూడా దాన్ని నిలిపివేసింది. జ్వరం వచ్చినా ఒకటి రెండు రోజులు తరువాత తెలియజేసే వయస్సుకు మించిన పరిపక్వత ఆమెకొచ్చింది. కొంతవరకు పరిస్థితిని ధైర్యంగా ఎదుర్కొన్నది సుంద్రజ్జి అని పరిమళకు అనిపించేది. "పూర్వార్జిత కర్మ సమస్య తీరటానికి దేవుడు ఇలాంటివాటిని ఇచ్చి వుంటాడు. అలాగని జీవితంలోని సుఖాన్ని పోగొట్టుకుని కూర్చుంటారా? ఎన్ని రోజులని దుఃఖిస్తారు? రథానికి ఉన్న చక్రాల్లో ఒకటి విరిగిపోతే, కొత్త చక్రాన్ని చేయించుకుని రథాన్ని లాగాలి" అని తమ్ముడిని, కూతురిని దబాయించేది. ఆ మాటల్లో మరొక సూక్ష్మమూ ఉండేది. మరొక మగబిడ్డను కని, ఈ పిల్లవాడిని మర్చిపోండి అనే సందేశమూ ఉండేది. అయితే సుమిత్రాబాయి ఈ విషయంలో ఎంత కఠినంగా మారిందంటే, అటుతరువాత ఎప్పుడూ ఆమె గర్భవతి కాలేదు. అలాంటి పల్లెటూరి వాతావరణంలో తండ్రినే దూరం పెట్టిందో లేదా తనకు తోచిన విధానాన్ని అనుసరించిందోనని పరిమళ ఎన్నో సార్లు ఆలోచించి ఆశ్చర్యపోయింది.

రఘు ఆగమనం ఇంటివాళ్ళందరి మీద ఎంతో ఒత్తిడి తెచ్చినప్పటికీ, తల్లి పడిన కష్టమే ఎక్కువ అని పరిమళకు అనిపించేది. తండ్రి పోస్ట్ మాస్టర్‌గా ఉద్యోగం చేసేవాడు. ఉదయం ఎనిమిది గంటలకు వెళితే సాయంత్రం నాలుగింటికి ఆఫీస్‌పని ముగిసేది. అయితే అతను ఆఫీస్‌పని ముగించుకొని వెంటనే కాలినడకన ఊరికి నాలుగు కిలోమీటర్ల దూరంలో ఉన్న గండి నరసింహస్వామి దేవస్థానానికి వెళ్ళి సాయంత్రం ఏడున్నరకు తిరిగివచ్చే పద్ధతిని అలవాటు చేసుకున్నాడు. "నరసింహస్వామి మన ఇంటిదేవుడు. ఏదో ఒక రోజున నా కొడుకును బాగు చేస్తాడు" అని అప్పుడప్పుడు చెప్పేవాడు. అయితే తండ్రి స్వభావాన్ని గమనించిన పరిమళకు, అది రఘు నుంచి వీలైనంత దూరంగా ఉండటానికి తండ్రి తనకు తెలియకుండానే వాడుతున్న ఉపాయంగా అనిపించేది. రోజంతా స్నానం మలమూత్రాలు, మొండితనం, దుష్టతనం, అవమానం–అన్నిటినీ ఇంటి ఆడవాళ్ళయిన సుమిత్రాబాయి, సుంద్రజ్జిలు భరించేవారు. వయసు పెరుగుతున్న కొద్దీ పరిమళ కూడా అందులో పాలుపంచుకునేది.

చాలామంది వైద్యులు, దేవుళ్ళు, స్వాములు రఘును బాగు చేస్తామని భరోసా ఇచ్చి, ప్రయత్నించి విఫలం కావడం అందరికీ తెలుసు. అయినా సుమిత్రాబాయికి ఏదో ఒక రోజున కొడుకు బాగవుతాడనే నమ్మకం ఉండేది.

అప్పుడప్పుడు ఆ విషయాన్ని కూతురు ముందు కూడా చెప్పుకునేది. పరిమళ ఇంజనీరింగ్‌లో చేరి, ఇంటర్నెట్‌తో పరిచయం చేసుకున్న తరువాత తమ్ముడి స్వభావం గురించి అనేక విషయాలను చదివింది. తన తమ్ముడు మెదడు పెరగని కుర్రవాడని అర్థమైంది. పైగా అది బాగుపరచలేనిదనీ తెలిసింది. అందువల్ల తల్లిదండ్రులు ఇంకా ఆశలు పెట్టుకుని, అప్పుడప్పుడు ఆ విషయాన్ని వ్యక్తపరచడం చూసినప్పుడు అసహనం కలిగేది. ఒకసారి అందరూ భోజనానికి కూర్చున్నప్పుడు మాటల సందర్భంలో, "మంచి రోజులు అందరికీ తప్పకుండా వస్తాయి" అని సుమిత్రాబాయి చెప్పింది. వెంటనే రెచ్చిపోయిన పరిమళ, "నువ్వు ఊరికే ఆశలు పెట్టుకోవద్దమ్మా. రఘు చివరివరకూ ఇలాగే ఉంటాడు. నేను ఇంటర్నెట్‌లో చాలా విషయాలు చదివాను" అని అంది. తరువాత మాటలు లేకుండా వారి భోజనాలు ముగిశాయి. ఎంగిళ్ళు తీసి శుద్ధిచేసిన తర్వాత, పెరట్లో ఆకులను పారవేయడానికి వెళ్ళినప్పుడు తండ్రి వెంకన్న అక్కడే బావికట్టమీద కూతురు కోసం ఎదురుచూస్తూ కూర్చున్నాడు. "ఏం నాన్నా, ఇక్కడ చీకట్లో కూర్చున్నావు?" అని పరిమళ అడిగింది. "ఒక మాట చెప్తాను పరిమళ. మీ అమ్మ బతికివున్నదే రఘు కోసం. ఏదో ఒకరోజున రఘు బాగవుతాడనే ఆశతో. ఆ చిన్న ఆశను నువ్వు చిదిమి వేయవద్దు తల్లీ. పిల్లవాడికి విషం పెట్టి తానూ తాగుతుంది" అని కలవరంతో ఆమెకు చేతులు జోడించి వేడుకున్నాడు. అటుతరువాత పరిమళ ఎప్పుడూ ఆ విషయం గురించి మాట్లాడలేదు.

అయితే సుంద్రజ్జి పదే పదే, "పూర్వార్జిత కర్మ తప్పదు, అనుభవించాలి" అని అంటూ ఉండటం వల్ల భార్యభర్తలిద్దరినీ విచిత్రమైన అపరాధ భావన వేధిస్తూ ఉండేది. ఎక్కడో తమవల్ల ఏదో తప్పు జరిగింది, ఎవరికో తమ వల్ల ఘోరమైన అన్యాయం జరిగింది– ఆ కారణంగానే ఇలాంటి కొడుకును దేవుడు తమకు ఇచ్చాడనే బాధను వాళ్ళిద్దరు అనుభవిస్తున్నారు. అలా కాకపోతే వేరే దంపతులకు లేని ఇలాంటి సంతానం తమకు ఎందుకు కలిగింది? ఇలాంటి దుఃఖాన్ని ఆ భగవంతుడు తమపాలికి ఇవ్వడానికి కారణమేమిటి? అని ఆలోచించేవారు. బాల్యంలో స్నేహితుల వెంబడి అడవికి వెళ్ళినపుడు ఒక నాగుపామును రాళ్ళతో కొట్టి చంపిన సంఘటన వెంకన్నను చాలా వేధించింది. చాలామందితో ఆ విషయాన్ని చెప్పుకున్నాడు. అది విన్నవారు ఏ మాత్రం ఆలోచించకుండా, "అలాగైతే ఇది నాగదోషం అయ్యుండొచ్చు" అని చెప్పేవారు. నాగరాజును వ్యతిరేకం చేసుకుని సుఖపడటం సాధ్యమా? అనే తర్కాన్ని వాళ్ళ

ముందు పెట్టేవారు. వెంకన్న తమ యోగ్యతకు మించిన అనేక సర్పశాంతులను చేయించినప్పటికీ రఘు పరిస్థితి మాత్రం మారలేదు.

అదేవిధంగా సుమిత్రాబాయిని కూడా విచిత్రమైన అనుమానాలు వేధించేవి. బాల్యంలో ఒకసారి టీకాచార్యుల (టీకాచార్య అని పిలువబడే శ్రీజయతీర్థులు ఒక హిందూ తత్వవేత్త, ద్వైత సిద్ధాంత ప్రతిపాదకులైన శ్రీమధ్వాచార్యుల పీఠానికి ఆరవ పీఠాధిపతి) ఆరాధన రోజున ఆమె బహిష్టు అయింది. తన నీడ కూడా మడివంట మీద పడకూడదని సుంద్రమ్మ కఠినమైన నియమాలు విధించటంవల్ల, మౌనంగా గదిలో కూర్చోని తన పాటికి తాను పుస్తకాన్ని చదవడంలో నిమగ్నమైంది. సుంద్రమ్మ ఒంటరిగానే వంట పనులన్నీ చేసుకుంది. అప్పటికింకా ఆమె తండ్రి బతికేవున్నాడు. అతనే దేవుడి పూజ చేసేవాడు. అలాంటి సమయంలో ఎలాగో ఒక కోతి ఇంట్లోకి దూరి కోలాహలం లేపింది. ఆ పెద్దకోతిని చూసి భయపడ్డ సుంద్రమ్మ, "సుమిత్రా, కోతిని తరమవే" అని కేకలు పెట్టింది. ఆ కంగారులో సుమిత్ర గది నుంచి బయటకు వచ్చి, మడికర్ర తీసుకుని కోతిని తరిమింది. అయితే కోతిని తరిమే హడావుడిలో తన పరికిణి నైవేద్యం కోసం పెట్టిన వంటకాలకు తాకిందని సుమిత్రకు అర్థమైంది. మిగిలినవారు కోతి గలాటాలో దాన్ని గమనించలేదు. అయితే ఆ చేదునిజాన్ని చెప్పడానికి సుమిత్రకు భయం వేసింది. ఒకవేళ చెపితే, తన తల్లి మొత్తం వంటను ఇంకొకసారి చేయాల్సి వస్తుంది. తల్లి కష్టపడటం భరించలేక, మౌనంగా తన మనసులోనే ఆ గుట్టును దాచి పెట్టుకుంది. మైలతో కూడిన వంటకాలనే టీకాచార్యులకు నైవేద్యంగా పెట్టారనే భయం కొంతకాలం వేధించింది. అయితే ఆ ఘటనను కొన్ని రోజులలోనే ఆమె మరిచిపోయింది. ఆ టీకాచార్యుల శాపమే ఇప్పుడు తనకు రఘులాంటి కొడుకు పుట్టడానికి కారణమై వుండాలని బలంగా అనిపించసాగింది. తన తప్పు వల్లనే కొడుకు ఇలాంటి అవస్థను అనుభవిస్తున్నాడన్నది ఆమెకు ఎంతో బాధ కలిగించే విషయమైంది. అయితే దాన్ని ఎవరి ముందు చెప్పుకునే ధైర్యం లేదు. తనకు తోచినట్లు టీకాచార్యులకు అనేక పద్ధతుల్లో సేవలు చేసింది. ఉపవాసం చేసింది. అడుగు దండాలు పెట్టింది. లక్షదీపాలు వెలిగించింది – ఊహూం దేనికీ టీకాచార్యులు అనుగ్రహం చూపించలేదు.

అయితే పరిమళ మరొక విధమైన సత్యాన్ని నమ్మడం ప్రారంభించింది. సుంద్రజ్జి తన మేనమామను పెళ్ళిచేసుకుంది. తరువాత తన కూతురిని తమ్ముడికి ఇచ్చి పెళ్ళిచేసింది. ఇలా రక్తసంబంధంలోనే పదే పదే వివాహాలు జరిగితే,

ఇలాంటి పిల్లలు పుట్టే అవకాశాలు ఎక్కువని చాలామంది డాక్టర్లు చెప్పడాన్ని పత్రికలలో, ఇంటర్నెట్లో చదివింది. ఒకసారి సెలవుల్లో ఇంటికి వచ్చినప్పుడు ఈ విషయాన్ని లేవదీసి, రఘు పుట్టుకకు అదే కారణమై వుండొచ్చని చెప్పింది. సుమిత్రాబాయి ఆ విషయాన్ని గంభీరంగా తీసుకోక, "ఇప్పుడు ఏం చేయగలం? వివాహాన్ని వాపసు తీసుకుంటామా?" అని నవ్వి మౌనం వహించింది. అయితే సుంద్రజ్జికి మాత్రం మనుమరాలి మీద కోపం పొంగి వచ్చింది. తన కూతురికి తమ్ముడిని చేసుకున్న తన ప్రవర్తనే అన్నిటికీ కారణమని చెప్పి, తన మనుమరాలు తప్పును తన తలమీద మోపుతోందని ఆమెకు అనుమానం కలిగింది. "చూడూ... నువ్వు ఇలాంటి పిచ్చి పిచ్చి మాటలు మాట్లాడకు పరిమళ. వేలాది సంవత్సరాల నుంచి తమ్ముడికి కూతుర్ని ఇచ్చి పుట్టింటిని దగ్గర చేసుకున్న దేశం మనది. ఎన్నడూ లేనిది ఇప్పుడు అందులో ప్రజలకు దోషం కనిపించడం మొదలైందా? ఈ వైద్యం చదువుకున్న ముండాకొడుకులకి బుర్రలు సరిగ్గా ఉండవు" అని మండిపడింది. పరిమళ ఎక్కువగా వాదించడానికి ప్రయత్నించకుండా మౌనం వహించింది. అయితే మనసులోమాత్రం రక్తసంబంధీకులలోనే జరిగిన వివాహమే ఇలాంటి సంతానానికి కారణమనే విషయాన్ని బలంగా నమ్మసాగింది.

ఇంజనీరింగ్‌లోనూ పరిమళ యూనివర్సిటీలో మూడవ స్థానాన్ని సంపాదించి పాస్ అయింది. చివరి సంవత్సరంలోనే బెంగళూరులోని ఓ సాఫ్ట్‌వేర్ కంపెనీలో ఉద్యోగం దొరికింది. ఎప్పుడూ పేదరికంలోనే నలిగిన తన కుటుంబానికి డబ్బు అవసరం ఉందని గ్రహించిన ఆమె, పై చదువులకు వెళ్ళాలని బుర్ర పాడుచేసుకోకుండా నేరుగా బెంగళూరుకు వచ్చి ఉద్యోగం చేయడం ప్రారంభించింది. ఆమె కంపెనీలో సమాజసేవ కోసమంటూ గుర్తింపు పొందిన ఒక చిన్న గ్రూప్ ఉంది. బెంగళూరులోని ఇతర సాఫ్ట్‌వేర్ కంపెనీలలోనూ ఇలాంటి చిన్నచిన్న గ్రూప్‌లు ఉన్నాయి. వీళ్ళందరూ కలిపి 'అవిస్మార" అనే సంఘాన్ని స్థాపించుకున్నారు. ప్రతినెల ఏదో ఒక అనాథ ఆశ్రమానికి వెళ్ళడం, అంధ విద్యార్థుల పాఠశాలకు వెళ్ళి వారికి అవసరమైన సహాయం చేయడం, క్యాన్సర్‌తో బాధపడుతున్న రోగుల ఆశ్రమానికి వెళ్ళి వారి మాటలను వినడం, ప్రభుత్వ పాఠశాలకు వెళ్ళి పిల్లలకు బ్యాగులు కొనివ్వడం– ఇలాంటి కార్యక్రమాలు చేసేవారు. పరిమళ సహజంగానే ఆ సంఘం చేస్తున్న సమాజపరమైన కార్యక్రమాలను చూసి ఆకర్షితురాలై ఆ గ్రూపులో సభ్యురాలైంది. అక్కడే ఆమెకు సుమిత్‌శుక్లా పరిచయమయ్యాడు.

ఈ గుంపు ఒకసారి ' భరవసె' (భరోసా) అనే చామరాజపేటలో ఉన్న

పాఠశాలకు వెళ్ళింది. ఆ పాఠశాలలో మెదడు ఎదగని ప్రత్యేకమైన పిల్లలకు సాధ్యమైనంతవరకు స్వావలంబనతో జీవించటానికి తర్ఫీదు ఇవ్వడం జరుగుతుంది. వాళ్ళంతట వాళ్ళే టాయిలెట్‌కు వెళ్ళడం, స్నానం చేయడం, భోజనం చేయడం, సాధ్యమైతే ఏదైనా చేతి పనులు చేయటం మొదలైనవాటిని ఈ పాఠశాలలో నేర్పించడం జరిగేది. ఆ పాఠశాల పిల్లలందరిలోనూ తన తమ్ముడు రఘును పరిమళ చూసింది. తన తమ్ముడికీ తర్ఫీదు ఇచ్చి వాడి జీవితాన్ని కొంతవరకు మెరుగుపరచవచ్చనే ఊహ అప్పటిదాకా ఆమెకు రాలేదు. కారణం బళ్ళారి జిల్లాలోని ఊరిలో అలాంటి విషయాలను చెప్పేవారు ఎవరు? చూసినవారు ఎవరు? ఒకసారి సుమిత్రాబాయి తన పదేళ్ళ కొడుకుని చంకలో ఎత్తుకుని వెళ్ళి బాలవాడిలో వదిలి వచ్చింది. వాడిని చూసుకునే అక్కలు సుమిత్రాబాయికి దూరపు బంధువులే. అయితే మధ్యాహ్నానికంతా వాళ్ళు రఘును ఇంటికి తరిమారు. ఎవరో ఒక పిల్లవాడు తన చేతిలో ఉన్న బొమ్మను లాక్కోవడం వల్ల, వాడి భుజాన్ని రక్తం గడ్డకట్టేలా కొరికాడు. "లేదు సుమిత్ర సాధారణమైన పిల్లల్ని మాత్రమే మేము చేర్చుకుంటాం" అని ఆ అక్కవాళ్ళు చెప్పి, "మీ అబ్బాయి 'సాధారణమైన పిల్లవాడు' కాదని తెలియజేసి వెళ్ళారు. ఆ మధ్యాహ్నం భుజానికి గాయమైన ఆ పిల్లవాడి తల్లిదండ్రులు వీళ్ళింటి ముందు పెద్ద గొడవ చేశారు. "పిచ్చివున్న పిల్లవాడిని ఇంట్లో పెట్టుకోండి... లేకపోతే పిచ్చాసుపత్రిలో చేర్చండి. మా పిల్లవాడిని ఎలా కొరికాడో చూడండి. సెప్టిక్ అయితే ఎవరు బాధ్యత తీసుకుంటారు?" అని మొత్తం వీధి వాళ్ళంతా వినేలా కేకలు వేశారు. నేలమీద మట్టి ఎత్తి విసురుతూ వీళ్ళ వంశానికి శాపం పెట్టారు. సుమిత్రాబాయి బయటికి వచ్చి, "తప్పయిందమ్మా... ఇకపై వాడిని బాలవాడికి పంపను" అని చేతులు జోడించేవరకు వాళ్ళు ఆ స్థలాన్ని వదిలి కదల్లేదు. అటు తరువాత సుమిత్ర కొడుకును పాఠశాలకు పంపాలనే కలను కనలేదు.

'భరవసె' (భరోసా) పాఠశాల ప్రధానోపాధ్యాయుల మొబైల్ నెంబర్‌ను అడిగి తీసుకున్న పరిమళ, తరువాతి రోజులలో వారితో నిరంతరం సంప్రదింపులు జరిపింది. ఒకటి రెండు సార్లు తానొక్కతె అక్కడికి వెళ్ళి, తన తమ్ముడి పరిస్థితిని వివరించింది. ఆయన అన్ని విషయాలు వివరంగా అడిగి, కచ్చితంగా ఇప్పటికీ వాడిని తన స్కూల్లో చేర్చవచ్చుననే భరోసా ఇచ్చారు. రోజువారీ జీవితానికి అవసరమైన చిన్నచిన్న నైపుణ్యాలను వాడికి నేర్పించే అవకాశం ఉందని చెప్పారు. ఆ పాఠశాలలో ఉన్న ఇతర పిల్లలను పరిచయం చేసి, వాళ్ళు అక్కడికి వచ్చినప్పటి పరిస్థితికి ఇప్పటి పరిస్థితికి ఉన్న వ్యత్యాసాన్ని తెలియజేశారు. పరిమళకు తాము

రఘు విషయంలో చాలా ఆలస్యం చేశామని బాధ కలిగింది. ఒక వారాంతంలో తన ఊరికి వెళ్ళినపుడు ఈ వివరాలన్నీ తెలిపి, మొత్తం సంసారాన్ని బెంగళూరుకు తరలించే విషయాన్ని ప్రస్తావించింది. ఆమెను ఆశ్చర్యపరుస్తూ తల్లిదండ్రులిద్దరూ వెంటనే అంగీకరించారు. సుంద్రజ్జి మాత్రం "చావుకు దగ్గరగా ఉన్న ఈ వయసులో పట్టణానికి తీసుకువెళ్ళే పాడుబుద్ధి నీకెందుకు?..." అని తమ్ముడితో గొడవ పడింది.

బెంగళూరుకు కుటుంబాన్ని తరలించే సలహాకు సుమిత్రాబాయి, వెంకన్నలు వెంటనే ఒప్పుకోవడానికి అనేక కారణాలున్నాయి. మొదటిది ఇప్పుడు వెంకన్న రిటైర్డ్ అయ్యాడు. రోజంతా ఏమిచేయాలో తెలియక సతమతమవు తున్నాడు. ఇప్పుడు రోజంతా ఇంట్లోనే ఉండటంవల్ల, తన భార్య కొడుకు కోసం పడుతున్న పరిశ్రమ పూర్తిగా అతని అవగాహనకు వచ్చింది. తాను వాటన్నిటి నుంచి తప్పించుకొని ఆఫీస్‌పని, గండి నరసింహస్వామి సేవలో మునిగిపోయాడనే అపరాధ భావన అతన్ని వేధించసాగింది. ఇప్పుడు పాఠశాల ఆలోచన అతన్ని విశేషంగా ఆకర్షించింది. వాడిని పాఠశాలకు తీసుకొనిపోయి, తిరిగి ఇంటికి తీసుకుని వచ్చే బాధ్యతను తానే వహించాలని ఆలోచించసాగాడు. ఈ విధంగానైనా చాలా సంవత్సరాల నుంచి సుమిత్రాబాయి చేసిన త్యాగానికి కొంతవరకైనా రుణం తీర్చుకున్నట్టు అవుతుందని అతనికి అనిపించసాగింది.

సుమిత్రాబాయి ఉద్దేశం మరోలా ఉంది. కూతురి పెళ్ళిబాధ్యత వాళ్ళను వేధిస్తుంది. అప్పటికే ఆమె ఉద్యోగంలో చేరి రెండేళ్ళయ్యింది. పెళ్ళివయసు వచ్చిన కూతురు ఇంట్లో ఉన్నప్పటికీ ఎవరూ పిల్లను అడగటానికి రాలేదన్నది వాళ్ళు సూక్ష్మంగా గమనించారు. దానికి నిస్సందేహంగా తమ కొడుకు రఘు కారణమని వారికి అర్థంకావడం కష్టమైన విషయం కాదు. పైగా వారి కుటుంబానికి మరొక నల్లటిమచ్చ కూడా ఉంది. చాలా సంవత్సరాల కిందట అంటే అప్పటికింకా సుమిత్రాబాయికి పెళ్ళికాలేదు. అప్పుడు ఒక చెడుసంఘటన వాళ్ళింట్లో జరిగింది. వెంకన్నకు లక్ష్మి అనే అక్క ఉండేది. ఆమె సుందరమ్మ కంటే చిన్నది. అయితే వెంకన్నకన్నా ఒకటి రెండు సంవత్సరాలు పెద్దది. వెడల్పయిన పెద్దపెద్దకళ్ళతో ఉన్న ఆమె ఒంటిరంగు నల్లగా ఉన్నప్పటికీ చూడటానికి చాలా అందగత్తె. సుమిత్రాబాయిని అత్యంత ప్రేమతో చూసుకునేది. పిన్నితో కలిసి నీళ్ళు చేదడానికి బావికి, బట్టలు ఉతకడానికి వాగుకు సుమిత్రాబాయి వెళుతుండేది. రాత్రి సమయంలో లక్ష్మిపిన్ని పక్కనే సుమిత్రాబాయి పడుకునేది. ఇలాంటి వెడల్పయిన పెద్ద కళ్ళ అందగత్తెకు ఏమైందో తెలియదు,

చప్పరవీధి సుభానిని ప్రేమించింది. అతనిని చూడటానికి ఆమె తపించడం, అతని ఉత్తరాల కోసం ఎదురుచూడడం, సుమిత్రాబాయి ద్వారా అతనికి ప్రేమలేఖలు పంపించడం చేస్తుండేది. ఈ విషయాన్ని ఎవరికీ చెప్పకూడదని చిన్నారి సుమిత్ర నుంచి లక్ష్మిపిన్ని మాట తీసుకుంది. ఇలాగే రోజురోజుకు లక్ష్మి–సుభానిల వాళ్ళిద్దరి స్నేహం పెరుగుతూ పోయి, చివరికి ఊరివారికీ విషయం తెలిసిపోయింది. ఇంట్లోవారికి ఈ విషయం తెలిసి, లక్ష్మిని కొట్టి, తిట్టి, గదిలో బంధించారు. వీలైనంత త్వరగా ఎవరో ఒకరికి కట్టబెట్టి ఆమెకు పెళ్ళిచేయాలని ప్రయత్నించారు,. దానికి అవకాశం ఇవ్వకుండా వాళ్ళిద్దరూ ఊరువదిలి ముంబైకి పారిపోయారు. “ఈరోజుతో ఆమె రుణం తీరిపోయింది” అని ఇంటివాళ్ళంతా లక్ష్మికి శాపంపెట్టి చేతులు కడుక్కున్నారు. ఇంటివాళ్ళ శాపం తగిలిందో లేదో, రెండేళ్ళలో లక్ష్మి, సుభానిలు ఒక ప్రమాదంలో చనిపోయిన వార్త వీళ్ళకు తెలిసింది. ఎలాగూ సంబంధం తెగిపోయింది, ఇక అంత్యక్రియల్లో భాగం వహించే తీట తమకు ఎందుకని ఇంటివాళ్ళంతా మూడురోజుల సూతకాన్ని ఆచరించి మౌనంగా ఉండిపోయారు. అయితే తన చెల్లెలి మీద ప్రేమతో సుందరమ్మ మాత్రం లక్ష్మి ఫోటోను పెద్దగా చేయించి, నట్టింట్లో ఒకవైపున వేలాడ దీయించింది. దానికి సుమిత్రాబాయి వైరుతో ఒక దండను అల్లి వేసింది. ఆ ఫోటోలోని లక్ష్మి పిన్ని వెడల్పయిన పెద్దకళ్ళను చూసినప్పుడు ఇప్పటికీ సుమిత్రాబాయికి బాధ కలుగుతుంది.

లక్ష్మివల్ల వారి వంశానికి చెడ్డపేరు వచ్చింది. సుమిత్రాబాయికి సరైన సంబంధాలు దొరకడం కష్టమైంది. చివరికి తన తమ్ముడికే ఆమెను ఇచ్చి సుందరమ్మ పెళ్ళి నెరవేర్చింది. ఇది కొంచెం పాత కథే అయినప్పటికీ ఊరిలో “లేచిపోయిన వారి ఇల్లు” అనే వ్యంగ్యంతో కూడిన అపవాదం తమ కుటుంబానికి ఉన్నదని సుమిత్రాబాయికీ తెలుసు. ఊరిలోని పాత తలకాయలంతా ఆ కథను స్పష్టంగా తమ తరువాతి తరాలవారికి సాగించటం జరిగింది. ఆ కారణంగా తన కూతురు పరిమళకు మంచి సంబంధాలు వెతుక్కుంటూ రావటం లేదని సుమిత్రాబాయి వాదన. నగరానికి వెళ్ళి స్థిరపడితే, ఇలాంటి అల్ప విషయాలకు ప్రాముఖ్యత ఇవ్వని గొప్ప మనసు కలిగిన జనం కచ్చితంగా దొరుకుతారని ఒకింత ఆశ ఆమె మనసులో ఉండేది. పైగా కూతురు పెద్ద జీతం వచ్చే ఉద్యోగం చేస్తోంది. పెద్ద ఇల్లు తీసుకుంటుంది. కొద్ది రోజులైనా ప్రశాంతంగా జీవిద్దామనే కోరిక కూడా ఆమెకుంది.

సుంద్రజ్జి మాత్రం ఈ ఆలోచనను తీవ్రంగా వ్యతిరేకించింది. “మీ ఇద్దరికీ

తలలు పాడైపోయాయి. ఆడపిల్లను నమ్ముకుని ఎవరైనా ఊరు వదులుతారా? రేపు ఆమెకు పెళ్ళయి పరాయి ఇంటికి వెళితే ఏం చేస్తారు? పెళ్ళయిన తరువాత కూడా డబ్బులు ఇస్తాను అంటే అత్తింటివారు ఒప్పుకుంటారా? పెద్ద నగరమిది... చిన్నపాటి ఆదాయం ఉన్నవారు ఇక్కడ బతకడం కష్టం. అప్పుడు అన్నీ మూటకట్టుకుని మన ఊరికి తిరిగి వెళ్ళాల్సి వస్తుంది. ఈ వయసులో అవన్నీ అవసరమా?" అని కూతురికి, తమ్ముడికి బుద్ధిమాటలు చెప్పింది. అయినా ఇద్దరూ ఆమె మాటల్ని పట్టించుకోలేదు. ఆ అనుమానం వారికి లేదని కాదు. అయితే ఎందుకో ఈ పాత ఊరును వదిలి ఏదైనా కొత్తఊరికి వెళ్ళాలనే కోరిక వారికి మరీ ఆకర్షణీయంగా కనిపించింది. వెనుకటి చేదుజ్ఞాపకాలన్నీ ఒకసారి తుడిచివేసి, ఒక కొత్త జీవితాన్ని ప్రారంభించాలన్న కోరిక ఆ ముదిమివయసులో వచ్చింది.

చిన్నప్పటినుంచి తల్లిదండ్రులతో కలిసి ఏ ఊరికి వెళ్ళిన జ్ఞాపకం పరిమళకు లేదు. రఘు పుట్టుకకు ముందు మాత్రం వాళ్ళంతా మంత్రాలయానికి వెళ్ళి, రాఘవేంద్ర స్వామి సేవచేసి ఒక వంశోద్ధారకుడిని ఇవ్వమని మొక్కుకున్న సంఘటన మాత్రం పరిమళకు గుర్తుకొస్తుంది. అప్పుడు తండ్రి వెంకన్న తుంగభద్రా నదిలో చక్కగా ఈతకొట్టి, కూతురి చేయి పట్టుకుని ఈత నేర్పించడానికి ప్రయత్నించాడు. అక్కడే దగ్గరలో ఉన్న బండరాయి మీద కూర్చున్న సుమిత్రాబాయి, స్నానం ముగించి తడిసిన చీరతో గౌరీపూజ చేస్తోంది. తండ్రీకూతుళ్ళ ఇద్దరి ఆటను చూస్తూ అప్పుడప్పుడు మందహాసం తొణికిస్తోంది. దూరంలో తుంగభద్ర నది ఒడ్డున అప్పుడే స్నానం చేసిన సుంద్రజ్జి తడి చీరను గాలికి వదిలి ఆరబెట్టుకుంటోంది. ఆ దృశ్యం మాత్రం ఈ రోజుకూ చెదిరి పోకుండా పరిమళ మనసులో నిలిచిపోయింది. తల్లి ముఖంలోని మందహాసం, తండ్రి కేకలు, నీళ్ళకు భయపడ్డ తన అరుపు, దూరంలో చీరకట్టుకున్న సుంద్రజ్జి "ఆలస్యమైంది...ముగించండి... ఈ మఠంలో దేవుడికి కూడా హడావుడిగా భోజనం చేయిస్తారు" అనే అరుపు ఇప్పటికీ ఆమె చెవికి వినిపిస్తున్నట్టు వుంటుంది.

రఘు పుట్టిన తరువాత బంధువుల ఇళ్ళకు వాణ్ణి పిలుచుకుని వెళ్ళే ధైర్యాన్ని, ఆసక్తిని వెంకన్న, సుమిత్రాబాయిలు పోగొట్టుకున్నారు. అందువల్ల ఏ పెళ్ళికి కానీ, వడుగులాంటి కార్యక్రమాలకు కానీ వెళ్ళేవాళ్ళుకాదు. మరీ అవసరం అయితే వెంకన్న ఒక్కడే వెళ్ళివచ్చేవాడు. సుంద్రజ్జి తన పాటికి తాను భజనమండలి లేదా ఏదైనా పెద్దకుటుంబంలోని పరివారంతో తిరుపతి, మంత్రాలయం, ఉడిపి మొదలైన పుణ్యక్షేత్రాలకు వెళ్ళివచ్చేది. అయితే ఎక్కడికీ

వెళ్ళకుండా ఇంట్లో ఉండిపోయినది సుమిత్రాబాయి, పరిమళ, రఘు మాత్రమే. ఇంజనీరింగ్ చివరి సంవత్సరంలో ఇండస్ట్రియల్ టూర్ అని విద్యార్థులందరూ బయలుదేరినప్పుడు పరిమళ మొదటిసారి రైలెక్కింది. ఆ విషయాన్ని ఆమె ఎవరి ముందో చెప్పటంతో, అది ఒక పెద్దజోక్‌గా మారి, టూర్ ముగిసే వరకూ అందరూ ఆమెని వెక్కిరించారు.

ఒకసారి ఊరికి వచ్చిన ఒక స్వామిగారు, వెంకన్న సుమిత్రాబాయిల చేత పాదపూజ చేయించుకుని, "పిల్లవాడికి వడుగు చేయిస్తే బాగవుతాడు" అని చెప్పి వెళ్ళారు. మళ్ళీ ఇంట్లో ఆశల మొలక మొలిచింది. అయితే ప్రజల గుంపును చూస్తే భయపడే రఘు స్వభావం వాళ్ళకు తెలుసు. పైగా హోమం ముందు కూర్చోవాలి, తలమీది జుట్టుతీసి పిలక వదలాలి, గాయత్రి మంత్రాన్ని వినాలి, ప్రతిరోజూ మూడుసార్లు సంధ్యావందనం చేయాలి-ఇవన్నీ ఊహించుకోవడానికి వాళ్ళకు ధైర్యం చాల్లేదు. ఉపనయనానికి సంబంధించిన పత్రికలు పంచి, బంధువులను పిలిపించి, తరువాత అందరి ముందు అవమానం పాలుకాకూడదని నిర్ణయించుకున్నారు. అయితే రఘు పూర్తిగా నయమవుతాడంటే ఉపనయనం చేయడంలో తప్పేమిటి అనే చిన్న ఆశ కూడా గుండెలో ఉంది. ఒకసారి బళ్ళారిలో సామూహిక ఉపనయనం వేడుకను ఎవరో నిర్వహిస్తున్నారనే విషయం తెలిసి, వెంకన్న, సుమిత్రాబాయిలు రఘును తీసుకుని వెళ్ళివచ్చారు. వాళ్ళు తిరిగి రాగానే రఘు భయంతో కుంగిపోయాడు. వాడి ముఖాన్నీ చూడటానికి భయం వేసేలా ఏడ్చాడు. మరుసటి రోజే తన జంధ్యాన్ని తీసి విసిరి వేశాడు.

ఈ కారణాలన్నిటి వల్లనో ఏమో, మొత్తం సంసారం బెంగళూరుకు తరలివెళ్ళటానికి బయలుదేరినప్పుడు అందరిలో ఒక విధమైన సంభ్రమం వుంది. సామానులన్నీ ప్యాక్ చేసి లారీలో వేయించి, తామంతా వెళ్ళటానికి ఒక ఇన్నోవాను పరిమళ అద్దెకు తీసుకుంది. గిరినగర్‌లో ఒక పెద్ద ఇంటిని అద్దెకు తీసుకుంది. వీళ్ళు బెంగళూరు చేరిన తరువాతే లారీ లగేజ్ వచ్చేలా ఏర్పాటు చేసుకున్నారు. అందువల్ల ఎక్కువ లగేజ్ లేకుండా, అందమైన కారులో, ఒక సుందరమైన ఉదయాన బెంగళూరుకు బయలుదేరటానికి సిద్ధమైనప్పుడు ఒక సంతోషపు అల వాళ్ళందరిలోనూ గంతులు వేసింది. అదే కారణంగానో ఏమో సుమిత్రాబాయి ఏదో దాసుల కీర్తనను మెల్లగా ఆలపించసాగింది. దాన్ని వినగానే పరిమళ పురివిప్పి నెమలిలా అయింది. కారు కిటికీ అద్దాలు పైకి ఎక్కించి, శబ్దాలు రాకుండా చేసి, తల్లిని బిగ్గరగా

పాడమని అర్థించింది. సుమిత్ర కూతురి కోరికను నిరాకరించకుండా పాడింది. "నాన్యాక బడవను, నాన్యాక పరదేశి, శ్రీనిధి హరి ఎనగె నీనిరువ తనక..." అనే దాసవాణి నిరాటంకంగా ఆమె నోటినుంచి ప్రవహించి వచ్చింది. "ఒడహుట్టిదవ నీనే, ఒడలిగ్హాకువవ నీనే..." అని చరణం మొదలైనపుడు పరిమళ కూడా తన కీచుకంఠాన్ని తల్లి స్వరంతో కలిపింది. వెంకన్నకు కూడా ఈ పాట కంఠోపాఠంగా వస్తుంది. అయితే పాడే గాత్రం లేనందువల్ల మనస్సులోనే ఆ కీర్తనను పాడుకుంటూ బయటి దృశ్యాన్ని చూస్తున్నాడు. రఘుకూ సంతోషం కలిగివుండాలి. అందుకే "గా...గా..." అంటూ అక్క చేతిని తాకి తాకి సంబరపడుతున్నాడు. కీర్తన చివరలో "ముద్దు సిరి పురందర విఠ్ఠలా నిన్నడి మ్యాలె బిద్దుకొండిరువ ననగ్యాతర భయవు" అని పాడుతున్నప్పుడు, మనసులోని కోపాన్నంతా పోగొట్టుకున్న సుంద్రజ్జి, రెండు చేతులను జోడించి భక్తితో భగవంతుడికి నమస్కరించింది.

❖❖❖

బెంగళూరు అందరికీ అలవాటైపోయింది.

ఉదయం స్నానం చేయగానే కొడుకును వెంటబెట్టుకుని వెంకన్న వెళ్ళిపోయేవాడు. చామరాజపేటలో వాడి పాఠశాల ఉంది. ఇరవై ఒక్క ఏళ్ళ కుర్రవాడిని మొదటిసారిగా పాఠశాలకు తీసుకుని వెళ్ళేటప్పుడు వెంకన్న చిన్నగా వణికాడు. ఇది సరైన నిర్ణయమా లేదా మూర్ఖుడిలా ప్రవర్తిస్తున్నాడా అని భయం అతనిలో ఉంది. అయితే అతని ఊహకు మించి ఆ పాఠశాల రఘుకు సహాయం చేయసాగింది. కేవలం ఆరునెలల్లోనే దాని ప్రభావం ఇంటివాళ్ళందరికీ అర్థం కాసాగింది. రఘు తనకు టాయ్‌లెట్‌కు వస్తుందని సైగ చేసి చెప్పుకోవడం, స్నానానికి అంగీకారం తెలపడం, కొత్తవారిని చూస్తే బెదరకుండా ఉండటం చూసి ఇంటి వాళ్ళందరికీ ధైర్యం ఏర్పడసాగింది. అతను కొన్ని పదబంధాలను పలకడం నేర్చుకున్నాడు. వాడి ఎదుగుదలను చూసి అందరికీ సంతోషం కలిగినా, ఎక్కడో మనసు మూలల్లో ఇంతకు మునుపు వాడికి అలాంటి తర్ఫీదు ఇవ్వకుండా తాము అన్యాయం చేశామనే భావన ఏర్పడేది.

వెంకన్న అక్కడే దగ్గరలో ఉన్న రామకృష్ణాశ్రమానికి ఎక్కువగా అలవాటు పడ్డాడు. రఘును పాఠశాలలో వదలి అక్కడికి వెళ్ళి కాలం గడిపేవాడు. మళ్లీ మధ్యాహ్నం వేళకు రఘును ఇంటికి తీసుకుని వచ్చేవాడు. సాయంకాలం నాలుగు గంటలకు ఆశ్రమానికి వచ్చి, భజన పూర్తిచేసి మహా మంగళహారతి ముగించుకొని ఇంటికి మరలేవాడు. బస్సులో తిరగడం ఇప్పుడు అతనికి అలవాటైంది.

ఆశ్రమంలో చెప్పే ఉపన్యాసాలలో తన జీవితానికి సంబంధించిన విషయాలు ఉన్నాయేమోనని అనిపించేది. అక్కడి పుస్తకాల షాపులో ఒకటి రెండు పుస్తకాలు తెచ్చి చదవటానికి ప్రయత్నించాడు. అయితే ఇన్నేళ్ళు చదివే అభిరుచిని పెంచుకోకపోవడం వల్ల ఇప్పుడు మళ్ళీ మొదలు పెట్టడం సాధ్యం కాలేదు. పుస్తకాన్ని చదవడంకన్నా, ఆశ్రమంలో దొరికే చిన్న చిన్న పనులను శ్రద్ధగా చేయడంలో అతనికి ఎక్కువగా ఆసక్తి కలిగేది. సాయంత్రం భజన తర్వాత భక్తులు కూర్చున్న కుర్చీలను ఎత్తి పెట్టడం, భక్తుల చెప్పులను తీసుకుని టోకెన్ ఇవ్వడం, అందరికీ ప్రసాదం, మంగళహారతిని వారి దగ్గరికే తీసుకుని వెళ్ళి ఇవ్వడం– మొదలైన పనులు అతనికి ఎక్కువ సంతృప్తిని ఇచ్చేవి.

ఇరవై అయిదు సంవత్సరాల తరువాత సుమిత్రాబాయికి చేయడానికి ఏమీ పని లేదన్నట్టు అనిపించి కంగారు పడేది. ఉదయం కొడుకు, భర్త బయటకు వెళితే మళ్ళీ భోజనం సమయానికి వచ్చేవారు. అప్పటి వరకు ఏమి చేయాలో ఆమెకు తోచేది కాదు. ఇంతకు మునుపు కేవలం రఘును చూసుకోవడంలోనే ఆమెకు సమయం గడిచిపోయేది. ఇప్పుడు వాడు సగం రోజు కూడా ఇంట్లో ఉండడనే ఆలోచనే ఒక విధంగా శూన్యాన్ని ఆమెలో ఏర్పరిచేది. నెమ్మదిగా తల్లితో కలిసి దగ్గరలో వున్న దేవాలయాలకు వెళ్ళిరావటం అలవాటు చేసుకుంది. ఒకసారి రాఘవేంద్రస్వామి మఠంలో ఏదో ఆవేశంలో ఒక కీర్తనను పాడింది. వెంటనే భజనమండలి వాళ్ళంతా ఆమె విద్వత్తును గుర్తించి గుంపులో చేర్చుకున్నారు. వందలాది కీర్తనలు మరోసారి సుశ్రావ్య స్వరంతో సుమిత్రాబాయి ద్వారా వెలువడసాగాయి.

కోపంతోనే బళ్ళారిని వదిలి వచ్చిన సుంద్రజ్జి కూడా కాస్త ఎక్కువగానే బెంగళూరుకు అలవడిపోయింది. "నువ్వు ఏమైనా అను సుమిత్రా... బ్రాహ్మణత్వం విషయంలో ఈ ఊరు మన బళ్ళారి ప్రాంతంకన్నా ఒక పాలు ఎక్కువే చూడు... ఏమి పూజాపునస్కారాలు, ఏమి సమారాధనలు, పురాణాలు, ప్రవచనాలు అబ్బబ్బా...ఈ ఊరిలో బ్రాహ్మణుల ఆర్భాటమే ఆర్భాటం చూడమ్మా" అంది. "అవును అమ్మమ్మా అవును. ఆర్భాటం మరీ ఎక్కువైంది" అంటూ పరిమళ వ్యంగ్యంగా మాటల ముత్యాలను రాల్చింది.

అయితే వెంకన్న, సుమిత్రాబాయి కూతురికి వరుడిని వెతకటం ఈ ఊరిలో సులభం కావచ్చని ఎదురు చూడటం మాత్రం అబద్ధమైంది. ఊరికి వచ్చి ఐదు సంవత్సరాలు ప్రయత్నించినా సరియైన సంబంధం కుదరలేదు. అమ్మాయి చూడడానికి లక్షణంగా ఉంది. మంచి జీతం వచ్చే ఉద్యోగంలో

ఉంది. దివ్యమైన నక్షత్రంలో పుట్టింది– అన్నీ సరిగ్గానే ఉన్నాయి. అయితే రఘు విషయం తెలియగానే పెళ్ళికొడుకు వాళ్ళు మౌనం వహించేవారు. "అమ్మాయికి అన్ననో లేదా తమ్ముడో వుండి వుంటే బాగుండేది" అని సూక్ష్మంగా చెప్పేవారు. వెంకన్న, సుమిత్రాబాయిల మరణానంతరం బుద్ధిమాంద్యం కలిగిన పిల్లవాడి బాధ్యత తాము వహించవలసి వస్తుందనే భయం ఆ మాటల్లో దాగివుండేది. కొంతమంది మాత్రం, "రఘు విషయం మీరే చూసుకున్నట్లయితే మాకు అభ్యంతరం లేదు" అని సూటిగానే చెప్పసాగారు. అలాంటి వాళ్ళను పరిమళానే నిరాకరించింది. రఘు బాధ్యత ఎప్పటికైనా తనదే అనే నిర్ణయం ఆమె మనసులోనే చేసుకుంది. ఈ కారణాలన్నిటి వల్ల చూస్తూ చూస్తూ వుండగానే రోజులు దొర్లిపోసాగాయి. భార్యాభర్తలు ఈ విషయంలో పూర్తిగా నిస్సహాయులై పోయారు. విద్యాపీఠంలో పేరు నమోదు చేయడం జరిగింది. మల్లేశ్వరంలోని 'అనన్య'లో ఫోటోతోపాటు జాతకం ఇచ్చి రావడం జరిగింది. ఏదీ సఫలం కాలేదు. ఉన్న ఒక్క కూతురు పెళ్ళిచేయడం తమకు సాధ్యమవుతుందో లేదో అని భార్యాభర్తలు నిరాశ చెందసాగారు.

ఆ కారణం వల్లనే ఏమో సుమిత్ శుక్లా ప్రస్తావనను పరిమళ ప్రస్తావించగానే ఎలాంటి గొడవ చేయకుండా ఇద్దరూ అంగీకరించారు. బహుశా నగర జీవితంతో కొన్ని సంవత్సరాల సహచర్యం ఆ ధైర్యాన్ని వారికి ఇచ్చింది. తమ నగరంలోని స్నేహితుల ఇళ్ళల్లోనే అలాంటి అనేక కులాంతర వివాహాలు జరగటం వాళ్ళు విన్నారు, చూశారు. స్నేహబృందంలో అత్యంత ఆప్తుల దగ్గర ఈ విషయాన్ని సంకోచంతో చెప్పుకున్నప్పుడు, "పిల్లల విషయంలో మనం అడ్డుపడకూడదు. మంచి ఏదో, చెడు ఏదో నిర్ణయించే తెలివితేటలు ఇప్పటి కాలం పిల్లలకు ఉంటుంది. అందులోనూ మీ కూతురు చాలా తెలివైనది. తప్పు చేయదు. ముందుకు సాగండి" అని ప్రోత్సహించారు. సుమిత్ శుక్లా ఫోటోను చూసిన సుమిత్రాబాయి, "దేవుడు నా బిడ్డకు మంచి చేయాలి" అని ఆశీర్వదించి అంగీకారం తెలిపింది. వెంకన్న మాత్రం, "మేము చనిపోయిన తరువాత రఘు బాధ్యత ..." అని ఆర్ద్రంగా ఏదో చెప్పడానికి ప్రయత్నించాడు. "నాకు తెలుసు నాన్నా, మీరు ఊరుకోండి" అని పరిమళ తండ్రిని గదమాయించింది. "సాఫ్ట్‌వేర్ జనమంతా అమెరికా వెళ్ళి సెటిల్ అవుతారుకదమ్మా... మీరు అలాగే చేస్తే వాడిగతి ఏమిటి?" అని తన అనుమానాన్ని బయటపెట్టాడు. "వాణ్ణికూడా అక్కడికే తీసుకుని వెళతాం. మీరు విచారించకండి. ఈ దేశంలోకన్నా అక్కడ అలాంటివాళ్ళను చాలా జాగ్రత్తగా చూసుకుంటారు" అని అంది.

అయితే సుంద్రజ్జి మాత్రం ఇలాంటి సంకరానికి అస్సలు ఒప్పుకోలేదు. "ఇప్పటికే ఈ పాడుముండ లక్ష్మి వల్ల ఇంటికి చెడ్డపేరు వచ్చింది. దాన్ని తుడిచి వేయడానికి ఊరువదిలి రావలసివచ్చింది. ఆమె చేసిన పాపానికి మీ భార్యా-భర్తలు చాలాకాలం ఈ యాతనను అనుభవించారు. మళ్ళీ ఒక వర్ణసంకరంలాంటి పాపం చేయడానికి పూనుకోకండి. దేవుడు మెచ్చడు" అని కేకలు వేసింది. ఆమె మాటల్ని ఎవరూ వినిపించుకునే స్థితిలో కానీ అంగీకరించే స్థితిలో కానీ లేరు. చివరికి తన ప్రయత్నంలో విఫలమైన సుంద్రజ్జి "ముసలితనం వచ్చిన తర్వాత బతికివుండకూడదురా నాయనా" అని మూలలో కూర్చోని వలవల ఏడ్చింది.

❖❖❖

ఒక ప్రత్యేకమైన ఆదివారం పరిమళ, ఆమె కుటుంబం, సుమిత్‌ను-అతని తల్లిదండ్రులను ఆహ్వానించడానికి సిద్ధమైంది. తొమ్మిది గజాల పట్టుచీర గోచిపోసి కట్టుకుని, పొడవైన కుంకుమ, చెంపలకు పసుపు పూసుకుని సుమిత్రాబాయి సంబరంగా అతిథులకు ఉప్మా, రవ్వకేసరి, పొట్లకాయతో బజ్జీలు చేసింది. కాసెపోసి కట్టిన ధోవతి, పైన ఒక జుబ్బా ధరించి, నుదురుమీద గోపీచందనపు ముద్రలు, అంగారం అక్షతలను పెట్టుకొన్న వెంకన్నకూడా వసారాను అందంగా సర్దాడు. అయితే సుంద్రజ్జి మాత్రం "నన్ను ఈ పాపకార్యంలో భాగం చేయొద్దమ్మా.. నా పాలికి నన్ను వదిలేయండి" అని చెప్పి కాసింత పత్తి, పాలు, సున్నం తీసుకుని ఒత్తులను చేయటానికి బాల్కనీ చేరుకుంది. "రఘును పక్కింట్లో వదిలిరానా?" అని సుమిత్రాబాయి కూతురును అడిగింది. "వద్దమ్మా వాళ్ళు ఇప్పటికే నన్ను చూశారు" అని పరిమళ జవాబిచ్చింది. రఘుకు చక్కటి దుస్తులు తొడిగించి, "ఈ రోజు ఇంటికి ఎవరో వస్తున్నారు... వాళ్ళు చాలా మంచివాళ్ళు...నువ్వు గొడవ చేయవుకదా?" అని పరిమళ తమ్ముడిని ప్రేమగా అడిగింది.... "గా...గా..." అని వాడు ముఖాన్ని విపార్చాడు. కొత్త బట్టలు వాడికి సంతోషాన్ని కలిగించాయి.

ఆ రోజు దాస్‌ప్రకాష్ హోటల్లో రఘు విషయాన్ని తెలిపిన వెంటనే సుమిత్ జవాబు ఇవ్వలేదు. కొద్దిసేపు మాటలులేనట్టు మౌనంగా వుండిపోయాడు. తరువాత ఏదో కలచివేసినట్టు "ఇన్ని రోజులు ఎందుకు చెప్పలేదు?" అని కోపంగా అడిగాడు. దానికి ఏ విధంగా జవాబు ఇవ్వాలో పరిమళకు అర్థం కాలేదు. అతను మాత్రం తన ఇంటి విషయాలను వివరంగా తెలియజేశాడు. తానూ తల్లీ-తండ్రి, సుంద్రజ్జి గురించి వివరంగానే చెప్పింది. అయితే రఘు

విషయాన్ని మాత్రం చెప్పలేదు. చెబితే సుమిత్‌ను పోగొట్టుకునే భయం, సంకోచం తనలో మొదటినుంచీ ఉందనే చేదునిజం ఆమె మనసును సూదిలా గుచ్చుతోంది. ఆ బాధ నుంచి తప్పించుకోవాలనే ఏమో ఆరోజు నిర్ణయించు కున్నదానిలా దాస్‌ప్రకాష్ హోటల్లో ఆమె అన్ని విషయాలు చెప్పేసింది. రఘు బాధ్యత ఎప్పటికైనా తనదేనని నొక్కి చెప్పింది. అతను ఒప్పుకున్నా, ఒప్పుకోకపోయినా తన లోపలి ఒత్తిడిని చెప్పుకుని తేలికపడాలని ఆమె కోరుకుంది. ఆ తరువాత ఇద్దరి మధ్య ఎక్కువగా మాటలు జరగలేదు. మౌనంగా కాఫీ తాగుతూ, ఎంజీ రోడ్డులో వెళ్తున్న వాహనాలను చూస్తూ కూర్చుండిపోయారు. చివరికి సుమిత్ "నేను మమ్మీ–డాడీలతో మాట్లాడతాను" అని బయల్దేరడానికి లేచి నిల్చున్నాడు. అతని చేయి పట్టుకొని నిలిపిన పరిమళ "ఇంతకు నీ అభిప్రాయం ఏమిటి?" అని నిర్ణయించే బాధ్యతను అతని మీద వేసింది. "నాకు నువ్వు ముఖ్యం" అని స్పష్టంగా చెప్పి వెళ్ళిపోయాడు. అయితే మరుసటి రోజు ఉదయానికంతా అతని నుంచి మెసేజ్ వచ్చింది. "మమ్మీ–డాడీ ఇద్దరూ అంగీకరించారు. ఆ మాత్రం మానవత్వం లేకపోతే ఎలా అని అడిగారు" అని రాశాడు. పరిమళకు పెద్ద ఎడారిని కాలినడకన దాటి వచ్చినంత సంతోషం కలిగింది.

చెప్పిన సమయానికి సరిగ్గా సుమిత్ కారు ఇంటి ముందుకొచ్చి ఆగింది. సుమిత్ తల్లిదండ్రులకు అంతగా కన్నడ రాదు. వెంకన్న–సుమిత్రాబాయిలకు హిందీ కొంతవరకు తెలిసినప్పటికీ మాట్లాడడానికి రాదు. అయినా ఆతిథ్యానికి ఇవేవి అడ్డుకాలేదు. సుమిత్, పరిమళల అనువాదాల సహాయంతో అందరూ ఒకరితో మరొకరు సంభాషణలు జరిపారు. వెంకన్న తాను ఇంతకు ముందు చేసిన పోస్ట్‌మాస్టర్ వృత్తి గురించి చెప్పుకున్నాడు. ప్రతిస్పందనగా నందకిషోర్ తాను సైన్యంలో వున్నప్పుడు పోస్ట్‌మ్యానే సాక్షాత్తు దేవుడిలా కనిపించేవాడని వివరించారు. వెంకన్నకు తన వృత్తి గురించి అతను అంత గౌరవంగా మాట్లాడటం సంతోషాన్ని తెచ్చింది.

కేవలం స్టీల్ పాత్రలోనే టిఫిన్, కాఫీ ఇచ్చే దక్షిణ భారత సంప్రదాయం వైశాలి శుక్లాకు ప్రత్యేకంగా అనిపించింది. అధికమైన ఆడంబర ప్రదర్శన లేకుండా అత్యంత సరళంగా ఉన్న ఇంటి అలంకారం, వాతావరణం, మాటలు, ప్రవర్తన వాళ్ళకు నచ్చాయి. "ఉప్మా మరికొంత వడ్డించుకోండి. బజ్జీలు కావాలేమో అడగవే పరిమళా?" అని సుమిత్రాబాయి కన్నడలోనే అడిగింది. "బజ్జీ బహుత్ అచ్ఛాహై" అని ఆమె సుమిత్రాబాయిని పొగిడింది."అయ్యో అదేమైనా గొప్ప

విషయమా?..." అని పొగడ్తలను నిరాకరించిన సుమిత్రాబాయి సంతోషపడింది.

అక్కడే గోడకు ఒరిగి కూర్చున్న రఘు దగ్గరికి సుమిత్ వెళ్ళాడు. పరిమళ కూడా అతనికి తోడుగా వచ్చింది. రఘు కాస్త బెదిరిన కారణంగా అక్కకు దగ్గరికి జరిగాడు. సుమిత్ తన జేబునుంచి ఒక పెద్ద క్యాడ్బరీ చాక్లెట్ తీసి అతని ముందు పట్టుకున్నాడు. ఇరవై ఐదేళ్ళ రఘు ముఖం చాక్లెట్‌ను చూడగానే వికసించింది. దాన్ని తీసుకోవడానికి సంకోచించి అక్క వైపు చూశాడు. "తీసుకో" అని పరిమళ అతనిలో ధైర్యం నింపింది. తన ఎడమచేతిని చాపి దాన్ని తీసుకున్నాడు. అక్కకు దాన్ని తిరిగిచ్చి "గా... గా..." అన్నాడు. పరిమళ ఆ చాక్లెట్ రేపర్‌ను తీసి రెండు ముక్కలు చేసి ఇచ్చింది. చాక్లెట్ ముక్కను నోట వేసుకున్న రఘు సంతోషంతో తినసాగాడు. సుమిత్ ఒకసారి అతని తలను నిమిరాడు. రఘు వ్యతిరేకించలేదు. అయితే తింటున్న చాక్లెట్ వల్ల జొల్లు కారసాగింది. పరిమళ తన చేతిగుడ్డతో అతడి జొల్లును తుడిచింది. దూరంలో నిలుచున్న సుమిత్రాబాయి ఈ దృశ్యం చూసి కళ్ళల్లో నీళ్ళు తిరగడం వల్ల, ఏదో సాకుతో వంటింట్లోకి వెళ్ళింది.

కోపగించుకుని బాల్కనీలో కూర్చున్న అక్క జ్ఞాపకం వెంకన్నను వేధించింది. అందువల్ల కూతురుకు ఆ విషయం గుర్తు చేస్తున్నట్టు, "వెళ్ళి నమస్కారం చేసి రండి" అని చెప్పాడు. తండ్రి ఉద్దేశాన్ని గ్రహించిన పరిమళం సుమిత్‌ను పిలుచుకొని బాల్కనీ వైపు నడిచింది. ఒక గదిని దాటి బాల్కనీకి వెళ్ళాలి. గదిలో పరిమళ, "నమస్కారం చేయడం ఎలాగో తెలుసా?" అని అడిగింది "లెక్కలేనన్ని తమిళ సినిమాలు చూశాను" అని అతను ఆమె చెవి పట్టుకుని నలిపాడు. నీలిరంగు పట్టుచీర కట్టుకొని, నగలు వేసుకున్న పరిమళ ఆ రోజు అతన్ని బాగా ఆకర్షించింది.

బాల్కనీలో ఒక ప్లాస్టిక్ కుర్చీ వేసుకుని కూర్చొని, పత్తితో ఒత్తులు పేనుతున్న సుంద్రజ్జికి వీళ్ళిద్దరూ అక్కడికి రావడం తెలిసినా వారివైపు దృష్టి సారించలేదు. "ఇద్దరం నమస్కారం చేస్తాం. ఆశీర్వదించండి" అంది. "అయ్యో నా ఆశీర్వాదం వల్ల ఏమి మారుతుందిలే పరిమళా? ఇద్దరికీ అనవసరంగా మోకాలు నొప్పి" అని కోపాన్ని ప్రదర్శించింది. పరిమళ వదల్లేదు. ఇద్దరూ ఆమె దగ్గరికి వెళ్ళారు. తక్షణం జాగ్రత్తపడిన సుంద్రజ్జి "కాస్త ఆగండి. ఉత్తరం దిక్కున కూర్చున్నాను. తూర్పువైపు తిరుగుతాను ఆగండి" అని తను కూర్చున్న కుర్చీ సమేతంగా దిశ మార్చుకుంది. ఇద్దరూ నమస్కారం చేశారు. వాళ్ళిద్దరి తలను స్పృశిస్తూ సుంద్రజ్జి "వందేళ్లు సుఖంగా బతకండి" అని ఆశీర్వదించింది.

ఇద్దరు తలలెత్తి చూశారు... సుంద్రజ్జి కుర్రవాడిని సూక్ష్మంగా గమనించింది. ఆ కళ్ళను చూడగానే ఆమె ఉలిక్కిపడింది. అతని ముఖాన్ని తన దోసిట్లో తీసుకుని మరింత సూటిగా అతని కళ్ళను పరిశీలించింది. "నువ్వు లక్ష్మి కొడుకువా?" అని ఆశ్చర్యంగా అడిగింది. అతనికి ముందుగానే సరిగ్గా కన్నడ రాదు. ఇక సుంద్రజ్జి మాటలేమి అర్థమవుతాయి? ఇటు పరిమళకూ ఆ మాటలు అర్థం కాలేదు. "ఏం మాట్లాడుతున్నావు సుంద్రజ్జి?" అని అడిగింది. "లక్ష్మి కళ్ళు నాకు బాగా తెలుసునే పరమళా. అలాంటి అపురూపమైన కళ్ళు అందరికీ ఉండవు. అవే కళ్ళు. అయితే లక్ష్మికి కొడుకు ఉన్నాడని తెలియదమ్మా" అని అంది.

❖❖❖

నిరాకరణ అన్నది ఈ రూపంలో రావచ్చని ఎవరూ ఊహించలేదు. ఎన్నో సంవత్సరాలుగా ప్రేమించిన పరిమళ ఇప్పుడు ఈ సంబంధం కుదరటం అసాధ్యమని చెప్పేసింది. "అత్త కొడుకు అవుతాడు. ఎందుకు వద్దంటున్నావు?" అని సుమిత్రాబాయి రకరకాలుగా నచ్చచెప్పింది. "ఇంట్లో ఒక రఘు చాలమ్మా. నువ్వు పడిన కష్టాలను నేను జీవితంలో అనుభవించలేదు. ఇప్పటికే ఇద్దరు మేనమామలను పెళ్ళిచేసుకున్న కుటుంబం మనది. ఇక నేను రక్తసంబంధీకులతో పెళ్ళిచేసుకోలేను" అని చెప్పేసింది. సుంద్రజ్జి ఇప్పుడు మరో పక్షం వహించింది. "ఈ పాడు ఆలోచన ఎవరు నీ బుర్రలో నింపారు? ఏదో మీ తల్లిదండ్రుల పూర్వార్జిత కర్మ, అనుభవించారు. లోకంలో అత్తకొడుకును పెళ్ళిచేసుకున్నవారు ఎవరూ సుఖంగా లేరా? లేదా పరాయివాడిని పెళ్ళిచేసుకున్న ఆడది బుద్ధిమాంద్యం కలిగిన కొడుకును కనలేదా?" అని మనుమరాలితో గొడవ పడింది. పరిమళ జవాబు ఇవ్వలేదు. సుమిత్రాబాయి ఏకాంతంలో ఒకసారి, "ఇప్పటికే నీకు ఇరవై ఎనిమిది వచ్చింది. ఒంటరిగానే మిగిలిపోతావా?" అని ప్రశ్నించింది. దానికి పరిమళ "పోమ్మా, మరొక కుర్రవాడు తప్పకుండా దొరుకుతాడు. రక్తసంబంధంలో చేసుకోకూడదన్నది మాత్రమే నా అభిప్రాయం" అని జవాబిచ్చింది.

ఈ మొత్తం నాటకీయతవల్ల నిప్పుల్లో పడ్డ పువ్వులా నలిగినవాడు సుమిత్ శుక్లా. ఇప్పటివరకు తెరచాటున ఉన్న ఒక విషయం ఉన్నట్టుండి తన ముప్పయి ఏళ్ళ వయసులో ప్రత్యక్షం కావడం అతనికి షాకింగ్‌గా ఉంది. అతని తల్లిదండ్రులకు ఈ విషయం ఇలా బయటపడటం వ్యథను కలిగించింది. తల్లి చెప్పినట్టు తాను చివరి ఫుల్కా కానేకాదని, బయటనుంచి కొని తెచ్చిన

ఫుల్కా అని అర్థం చేసుకున్న అతని మనసు తీవ్రంగా రోదించింది. పరిమళ అనే ఈ అమ్మాయి తన జీవితంలో రాకపోయి ఉంటే తాను ఎంతో ప్రశాంతంగా బతికేవాడినని అనిపించి దుఃఖం కలగసాగింది. ఎవరి దగ్గర తన అసహనాన్ని, కోపాన్ని, సంకటాన్ని, నిరాశలను చెప్పుకోవాలో అర్థంకాలేదు, శుక్లా దంపతులు తమ కొడుకును ఈ సంకట సమయంలో రక్షించుకోవడానికి ఎంతగానో కష్టపడవలసి వచ్చింది.

మూడవ కాన్పులోనూ ఆడపిల్ల పుట్టడంతో, వైశాలి శుక్లా మరొకసారి గర్భం ధరించడం కచ్చితంగా ప్రమాదకరమని డాక్టర్ చెప్పినప్పుడు వాళ్ళు ఒక మగబిడ్డను దత్తత తీసుకున్నారు. వాళ్ళు దత్తత తీసుకున్న బిడ్డ వివరాలు ఎక్కువగా తెలియదు. బిడ్డ తల్లిదండ్రులు కర్ణాటకకు చెందినవారనీ, ఒక ప్రమాదంలో వాళ్ళు చనిపోవడం వల్ల అనాథ అయిన పిల్లవాడిని ఎవరో తమ ఆశ్రమంలో చేర్చారని ఆశ్రమంవాళ్ళు చెప్పారు. అయితే శుక్లా దంపతులు ఎలాంటి భేదభావం లేకుండా ఆ బిడ్డను తమ సొంత బిడ్డ అన్నట్టు పెంచారు. అతను కన్నడ అమ్మాయినే ఇష్టపడి పెళ్ళిచేసుకుంటానని అన్నప్పుడు ఒక విధంగా అది దేవుడు నిర్ణయించిన సరైన జంట అని భావించారు. అయితే పరిమళ చేసైన నిరాకరణకు వారి దగ్గర పరిష్కారం లేదు.

పదే పదే పరిమళను కలిసి తన బాధను చెప్పుకోవటానికి సుమిత్ ప్రయత్నించాడు. ఆమె తన నిర్ణయంలో కఠినంగా మారిపోయింది. "నీకు అందులోని కష్టం తెలియదు సుమిత్... నీకు రఘులాంటి తమ్ముడు ఎప్పుడూ లేడు... ప్లీజ్, బలవంతం చేయకు" అని చెప్పేసింది. ఇంటర్నెట్లో ఈ విషయంగా అవసరమైనంతగా చదివి తెలుసుకున్న సుమిత్, "ఇప్పుడు వైద్యరంగం ఎంతో అభివృద్ధి చెందింది. అలాంటి పిల్లలు కలగకుండా ముందు జాగ్రత్తలు తీసుకోవచ్చు. కేవలం పన్నెండు శాతం మాత్రమే అలాంటి పిల్లలు పుట్టడానికి అవకాశం ఉందని చెబుతారు" అని ఆమె మనసు మార్చడానికి ప్రయత్నించాడు. అయినా ఆమె ఒప్పుకోలేదు. విపరీతమైన భయం ఆమెలో నిండివుందని అతనికి అనిపించింది. "మనకు సొంత పిల్లలు కలగకుండా, ఎవరినైనా దత్తత తీసుకుని బతుకుదామా?" అని ఆమె సూచించిన సలహాను అతను అంగీకరించలేదు. తనదైన ఒక కొడుకు ఉండాలని ఏ తండ్రి కోరుకోడు? ఊరికే ఇప్పుడు అంగీకరించినట్లు ప్రవర్తించి పెళ్ళిచేసుకొని, తరువాత మరో విధంగా ప్రవర్తించే నిజాయితీ లేని మనిషి కాదతను. చివరికి తన ప్రయత్నంలో విఫలమైన సుమిత్, "నువ్వొక మానవత్వం లేని రాక్షసివి" అని కోపంతో అరిచి వెళ్ళిపోయాడు.

అటుతరువాత పరిమళ అతనితో అన్ని రకాల మాటలు, కలయికలు, ఈ-మెయిల్, మెసేజ్‌లు ఆపేసింది. కొన్ని సంవత్సరాల స్నేహాన్ని తెంచుకోవడం అంత సులభంగా లేదు. ఆ నిరాకరణ ఆమెను దహించి వేస్తోంది. అయినా ఆమె తన కాఠిన్యాన్ని సడలపరచలేదు. రోజులు దొర్లుతున్న కొద్దీ వాళ్ళిద్దరి స్నేహపు లంకె తెగిపోయింది. ఒక సంవత్సరం తరువాత ఒకరోజున సుమిత్ శుక్లా వివాహ ఆహ్వాన పత్రిక పరిమళ ఇన్ బాక్స్‌లో వచ్చి పడింది. పరిమళ దాన్ని చదవకుండానే డిలీట్ చేసింది.

ఎక్కడో మనసులోని ఒక మూలలో విచిత్రమైన అనుమానం ఆమెను వేధించసాగింది. ఇంతటి కాఠిన్యం తనకు ఎక్కడి నుంచి వచ్చింది? తన తమ్ముడు రఘుతోపాటు తాను పెరగటమే దానికి కారణమా? రఘు పుట్టిన తరువాత చక్కగా పాడటం హఠాత్తుగా ఒకరోజు నిలిపేసిన తల్లి మొండితనానికి ప్రతిరూపమా?

ఆలోచించిన కొద్దీ మనస్సు మరింత చేదుగా మారుతోంది.

❖❖❖

26 సెప్టెంబర్ 2015

ఎర్ర చిలుక

నేను పాఠశాలలో చాలా బుద్ధిమంతుడని పేరుపొందిన కుర్రవాడిని. ఎన్నడూ మొదటి స్థానాన్ని వదలుకోని నేను అమ్మకు గర్వం కలిగించే కొడుకును. ఉపాధ్యాయులందరికీ కంటి వెలుగును. అలాంటి సమయంలో ఒక రోజు కన్నడ మాస్టారు "తలలో పేడ నింపుకున్నావేంరా..." అని విద్యార్థులందరి ముందు నన్ను తిట్టారు. నా కళ్ళ నుంచి బొటాబొటా కన్నీళ్ళు రాలాయి.

ఆ రోజు ఎందుకో బండ్రి మాస్టారుగారికి పాఠం చెప్పాలనిపించలేదు. పిల్లలందర్నీ "మా పొలం" అనే అంశం గురించి ఒక పుట వ్యాసం రాయండని చెప్పి చేతిలో బెత్తం పట్టుకుని అటు నుంచి ఇటు, ఇటు నుంచి అటు పచార్లు చేయసాగారు.

మా నాన్నకు ఎనిమిది ఎకరాల పొలం ఉండేది. అయితే ఎన్నడూ మా నాన్న నన్ను పొలానికి తీసుకునిపోలేదు. ప్రైవేటు కంపెనీలో గుమాస్తా ఉద్యోగం చేస్తున్న నాన్న, తాను ఎన్నడైనా పొలానికి వెళ్ళాడో లేదో నాకు గుర్తులేదు. అలాగని వ్యాసం రాయకుండా ఊరకే కూర్చోవడానికి సాధ్యమా? బస్సులో వెళ్ళేటప్పుడు మా ఊరి పొలాలను చూసినప్పటికీ మా పొలాలు మరీ అంత సాధారణంగా ఉంటాయని రాయటానికి ససేమిరా నాకు మనసొప్పలేదు. నాకు తోచినదానికంతా కాస్త ఉప్పు–కారం కలిపి రాశాను. మాస్టారు ఒక పుట రాయమని చెబితే నేను రెండు పుటలు రాశాను. నేను రాసిన వ్యాసం ఇలా ఉంది:

"మా పొలంలో ఉల్లిగడ్డలు పండుతాయి. ప్రతి చెట్టూ మామిడి చెట్టంత పెద్దగా ఉంది. ఆకుఆకుకూ ఉల్లిగడ్డలు కాస్తాయి. ఒకే మొక్కకు రంగురంగుల

ఉల్లిగడ్డలు కాస్తాయి. కేవలం తెల్లటివి, ఎర్రటివి మాత్రమే కాదు. నీలం, పసుపు, ఆకుపచ్చ, నలుపు రంగు ఉల్లిగడ్డలూ మా పొలంలో పండుతాయి. ఈ మొక్కల మధ్యనున్న దారిలో అడుగడుగుకూ తామర పువ్వులను పెంచాం. పొలంలో తిరిగేటప్పుడు నేలమీద కాలు పెట్టడానికి అవకాశమే లేదు. తామర పువ్వుల మీద కాలుపెడుతూ మేము మా పొలంలో తిరిగేవాళ్ళం. అప్పుడప్పుడు లక్ష్మి, సరస్వతి, బ్రహ్మ మొదలైనవారు మా పొలానికి పుష్పక విమానంలో వచ్చేవారు. వచ్చి తామరపువ్వుల మీద కూర్చునేవారు. వీణ వాయించడం, పాటలు పాడటం, జపాలు చేసుకోవడం–ఇలాంటివి ఏవైనా చేస్తూవుంటారు. ఒక్కొక్కసారి లక్ష్మి చేయి పైకెత్తి బంగారు నాణేలను కురిపిస్తుంటుంది.

పిల్లల కోసం మా నాన్న ఎన్నో చాక్లెట్ల చెట్లను పెంచాడు. ఈ చెట్లలో చేతికి అందే ఎత్తులో చాక్లెట్లు కాస్తాయి. శొంఠి పిప్పరమెంట్, పార్లె పచ్చటి చాక్లెట్, కంబరకట్ట, క్యాడ్ బరీసు... అన్నీ గుత్తులుగుత్తులుగా కాస్తాయి. కేవలం మేము మాత్రమే కాదు, ఒక్కొక్కసారి లక్ష్మి, సరస్వతి, బ్రహ్మ కూడా పాడటం, జపం చేయడం విసుగేసినప్పుడు చాక్లెట్లు తెంచుకుని తింటారు. ఒక్కొక్కరికి పదిపదహారు చేతులు ఉండటం వల్ల ఒక్కొక్కసారి మొక్కలకున్న అన్నీ చాక్లెట్లనూ తెంచుకుని బుక్కుతారు. ఇక బ్రహ్మ అయితే నాలుగు నోళ్ళతో తింటాడు. సరస్వతి తన హంసకు కూడా చాక్లెట్ తినిపిస్తుంది.

మా పొలం మధ్యలో ఒక చిన్న సముద్రం ఉంది. మా పొలాలకంతా ఈ నీటినే వాడుతాం. మేము సంతోషంగా ఈ సముద్రంలో ఈతకొడతాం. అప్పుడప్పుడు ఈ సముద్రంలో పెద్దపెద్ద ఓడలు వస్తాయి. ఓడల్లో వచ్చిన జనం మేము పండించిన పంటలను కొనుక్కుని అమెరికా, ఇంగ్లాండు, చైనా దేశాలను వెళతారు".

ఇది చదివిన ఏ మాస్టారుకు మాత్రం బుర్రపాడవ్వదు? నా చెవిని పిండి, వీపు మీద దబదబమని రెండు దెబ్బలు వేశారు. మొత్తం విద్యార్థుల బృందానికి నేను రాసింది చదివి వినిపించారు.

"ఒరే! చెట్లకు ఉల్లిగడ్డలు కాస్తాయా? ఈ బళ్ళారి జిల్లా మధ్యలో సముద్రం వచ్చిందేంరా? ఎప్పుడైనా పొలానికి వెళ్ళావా లేదా...?" అని తిట్టారు.

పిల్లలంతా నా అజ్ఞానానికి పొట్టచెక్కలయ్యేలా పడీపడీ నవ్వారు.

మాస్టారుగారు నా వ్యాసానికి ఇంటూ గుర్తు వేసి, పెద్ద సున్నా చుట్టి పేపర్లు తిరిగిచ్చారు. నాకు చాలా అవమానంగా అనిపించింది.

ఇంటికి రాగానే పలక ఉన్న సంచిని మూలకు విసిరి, ఏడుస్తూ కూర్చున్నాను.

మా అమ్మ నా దగ్గరికివచ్చి, నన్ను ముద్దు చేస్తూ, "ఎందుకు నాన్న, ఏమైంది బంగారూ?" అని చాలాసేపు ఓదార్చిన తరువాత జరిగిన సంఘటనను వివరంగా చెప్పి, వ్యాసం రాసిన కాయితాల్ని ఆమె చేతికి ఇచ్చాను. దాన్ని చదవగానే అమ్మ కూడా నవ్వటం మొదలుపెట్టింది. అది చూసి నాకు కోపం వచ్చి, "నువ్వు నవ్వకు..." అని అంటూ నా చిట్టిచేతులతో అమ్మను కొట్టసాగాను. ఆమె నవ్వటం ఆపి, తన నుదురు కొట్టుకుని, "వందలాది ఎకరాల పొలం దున్ని, విత్తనాలు నాటిన ఇంటి పిల్లలకు ఎలాంటి గతి పట్టింది కదారా" అని గింజుకుంది. తరువాత "నువ్వెందుకు ఏడుస్తావు నా చిట్టి తండ్రీ... నీకు తెలిసింది రాశావు..." అని చెప్పి, చక్కటి మీగడ పెరుగులో అటుకులను కలిపి, దాని మీద రుచికరమైన చట్నీపొడిని వేసి ఇచ్చింది. చిన్నచిన్న ఉండలు చేసుకుని పెరుగటుకులను చప్పరించసాగాను.

నాన్న వచ్చాడు. అమ్మ విషయం చెప్పి, కాయితాలను నాన్నకు ఇచ్చింది. దాన్ని చదివిన నాన్న, "అంతా నీ వల్లనే..." అని అమ్మను తిట్టాడు.

"నేనేం చేశానండి?' అని అమ్మ జగడానికి నుంచుంది.

"మాధ్వుల ఇల్లు. ఉల్లిగడ్డలు నిషేధమంటూ ఇంటికి ఉల్లిగడ్డలు తీసుకుని రాకుండా చేశావు. పిల్లలకు ఉల్లిగడ్డలు ఎలా పండుతాయో ఎలా తెలుస్తుంది? ఇంట్లో ఎప్పుడు చూసినా పూజలు, పునస్కారాలు, దేవుడు, దెయ్యం అంటూ కూర్చుంటావు. ఆ కారణంగా వాడు బ్రహ్మ, లక్ష్మి, సరస్వతి అని రాస్తూ కూర్చున్నాడు. బ్రహ్మ నాలుగు నోళ్ళతో చాక్లెట్లు తింటాడని హరికథలు చెప్పే హరిదాసులా రాశాడు. ఉల్లిగడ్డలు నేలలో పండుతాయని కూడా తెలియదు ముండాకొడుక్కి" అని కోప్పడి, మాట్లాడకుండా పెరుగటుకులు తింటున్న నా తలమీద ఒక మొట్టికాయ వేశాడు. నేను చిన్నగా రాగం తీశాను. అయితే తినటం మాత్రం కొనసాగించాను. అటుకులు చాలా రుచిగా ఉన్నాయి.

"వాడినెందుకు ఏడ్పిస్తారు. ఇంట్లో ఆ పాడు ఉల్లిగడ్డలు తెచ్చిన వెంటనే పిల్లలకు అవి ఎలా పండుతాయో చూపించటానికి సాధ్యమా? అబ్బబ్బా అంటే ఎవరో చచ్చిపోయారేమో అన్నట్టు ఏడుస్తూ వాటిని కోయటమెలాగో చెప్పవచ్చు. అంతే. రేపు ఆ తలచెడిన మాస్టారు "మా ఇంటి కోడి" అని వ్యాసం రాసుకుని రమ్మంటే ఏం చేస్తారు? కాల్చి దాన్ని తినాలనే మీ నోటి చపలత్వానికి పిల్లల్ని ఎందుకు నెపం చేస్తారు? బయట ఏమేమో బాగా మేసి వస్తారని నాకూ తెలుసు. ఇంటి మగవాళ్ళు పిల్లల్ని అప్పుడప్పుడు బయటికి పిల్చుకునిపోయి ప్రపంచాన్ని చూపించాలి. రోజంతా ఆ పాడు ఆఫీసులో గూటం కొట్టుకుని కూర్చుంటారు.

పిల్లలకు ఎలా తెలుస్తాయి? ఏదో నేను దేవుళ్ళు – శక్తివంతులు అని నేర్పినందుకు బిడ్డ అదంతా చక్కగా వ్యాసంలో రాశాడు. బ్రహ్మ, లక్ష్మి, సరస్వతులను తామరపూల మీద కూర్చోబెట్టాలని వాడికి తెలుసు చూడండి. ఈశ్వరుడిని పిల్చుకుని వచ్చాడేమో చెప్పండి?" అని అమ్మ నా పురాణ జ్ఞానాన్ని పొగడసాగింది.

అమ్మానాన్నల జగడం కొద్దిసేపు అలాగే సాగింది. నా పెరుగటుకులలోని పెరుగు మరింత చిక్కబడి, ఇప్పుడు అది ముద్దగా మారింది. నా ఆకలి అప్పటికే తీరింది. అందువల్ల పెరుగటుకుల ముద్దతో రెండు బొమ్మలు చేసి, ఒకటి అమ్మ, మరొకటి నాన్న అని మనస్సులో పిల్చుకున్నాను. అమ్మ బొమ్మకు చట్నీపొడితో పెద్దకుంకుమ పెట్టి, పెద్ద నోరు చెక్కాను. నా జుట్టులోంచి ఒక వెంట్రుక పీకి నాన్నకు మీసంగా అతికించాను. చెవులను పెద్దగా దిద్దాను. రెండు బొమ్మల చేత డిష్కుం డిష్కుం చేయించసాగాను.

ఓ అరగంట తరువాత నాన్నకు ఆకలి వేసినట్టుంది. ఆయన ఎదుటే నేను రుచికరమైన పెరుగటుకులు తింటుండటం చూసి ఆయన పొట్టలో నిప్పు పెట్టినట్టుగా ఉండాలి. దాంతో ఎక్కువగా వాదించకుండా, "పోనీలే, పెరుగటుకులు నాకూ కలిపివ్వు" అని వాదన ముగించాడు. పెరుగటుకులు కలిపి నాన్నకు తినటానికి ఇచ్చిన అమ్మ, "ఈ ఆదివారమైనా పిల్లల్ని పొలానికి తీసుకుని వెళ్ళండి" అని ఉత్తర్వులు జారీ చేసింది. మీగడ పెరుగటుకులు చూసి ప్రసన్నవదనుడైన నాన్న "అలాగే" అని ఒప్పుకున్నాడు.

ఓ రెండు ముద్దలు తిని ఆకలిని నియంత్రించుకున్న నాన్న మరోసారి నా వ్యాసాన్ని గుర్తుకు తెచ్చుకుని, "పొలాల మధ్య సముద్రం ఉందని రాశాడు కదా నీ సుపుత్రుడు" అని తల బాదుకున్నాడు.

"బళ్ళారి పిల్లలకు సముద్రం అంటే ఎలా ఉంటుందో తెలియటం సాధ్యమా? ఒకసారి ఉడిపి కృష్ణయ్య దగ్గరికి తీసుకుని పోండని వెయ్యిసార్లు మీ దగ్గర మొత్తుకున్నాను. నా మాటలు మీరెక్కడ వింటారు?" అని అమ్మ వంటింటి నుంచే అరిచింది.

నేను అమ్మ కుంకుమ కాపాడి, నాన్న మీసాలను బోడించి, ఇద్దరినీ గుటుక్కున మింగాను.

❖❖❖

మా తాతకు వందలాది ఎకరాల పొలం ఉండేదట. కోతలు ముగిసి ఇంటికి ధాన్యం తెచ్చేటప్పుడు ఇంటి నుంచి అరకిలోమీటర్ దూరం వరకూ ధాన్యాన్ని నింపుకున్న బండ్లు వరుసలో నిలబడి ఉండేవట. అమ్మ పెళ్ళయి

వచ్చిన కొత్తలో ఈ ధాన్యం సంచులకు పసుపు, కుంకుమ పెట్టి, పువ్వులు వేసి, పూజ చేసిందట. ఇప్పటికీ ఇంట్లో ఒక చిన్నగది ఉంది. ఇక్కడే ధాన్యపు సంచులన్నీ సేకరించి పెడతారు. ఆ గదికి చాలా చిన్న తలుపు ఉంది. ఎవరైనా కానీ, ఆ గదిలోకి ప్రవేశించాలంటే తల వంచుకుని లోపలికి వెళ్ళాలి. ధాన్యానికి శిరస్సు వంచే వాటిని వాడుకోవాలన్నది అసలు కారణమట. ఇప్పుడు అక్కడ ధాన్యం నిలువ ఉంచే పద్ధతి లేకపోయినప్పటికీ ఆ చిన్న తలుపు అలాగే ఉండిపోయింది. కొత్తగా ఇంటికి వచ్చినవాళ్ళు ఆ గది గుమ్మానికి నుదురు కొట్టుకోవడం సాధారణమైపోయినా నాన్న ఎన్నడూ ఆ తలుపును మార్చి పెద్ద తలుపును చేయించటానికి ప్రయత్నించలేదు. ఆ చిన్నగది గుమ్మానికి పూలతీగల చెక్కడాలు ఉన్నాయి. తలుపు మీద ఒక చేత్తో చెరుకుగడ పట్టుకుని, మరొక చేత్తో ధాన్యం కురిపిస్తున్న ధాన్యలక్ష్మి చిత్రాన్ని చెక్కారు. ఇంట్లోని చిన్న పిల్లలు ఆ గదిలోనే ఆడుకునేవారట. అయినా వాళ్ళు ఆడుకునే ఆట ఎలాంటిది? ఓ పది సేర్ల బియ్యమో, జొన్నలో గదిమధ్యలో రాశిగా పోయటం, వాటిని తలమీద పోసుకోవటం, ఒకరిమీద ఒకరు చిమ్ముకుంటూ–ఇలా ఆడుకునేవారట. ఆట ముగిసిన తరువాత ఆ ధాన్యాన్ని ఎత్తిపెట్టేవారట. మరుసటి రోజు ఆటకు అదే ధాన్యాన్ని రాశిగా పోసేవారట.

తాతకు ఆరుగురు మగపిల్లలు. నలుగురు ఆడపిల్లలు. పెద్దకొడుకును డాక్టరగా చూడాలని తాత కలలు కన్నాడట. అయితే ఆయన దురదృష్టానికి కొడుకు అంత తెలివైనవాడు కాడు. అయితే తాతయ్య అతడి మూర్ఖత్వాన్ని భరించలేకపోయాడు. అతను ఎలాగో ఎం.బి.బి.ఎస్.లో చేరినా దాన్నిపూర్తి చేసే సూచనలు కనిపించలేదు. అయితే అతను మహా విలాసజీవి. తన తండ్రిని బెదిరించి, భయపెట్టి డబ్బులు తెప్పించుకునేవాడు. ఆ కారణంగా తాత సగానికి సగం భూమి అమ్మాల్సి వచ్చింది. దాంతోపాటు ఆడపిల్లల పెళ్ళిళ్ళకు మరికొంత భూమి చేజారిపోయింది. చివరికి కేవలం ఎనిమిది ఎకరాల పొలం మిగిలింది. ఆస్తి పంపకాలు జరిగే సమయానికి ఎవరికీ పొలం మీద అంతటి ఆసక్తి వుండలేదు. ఆ పొలాల నుంచి పెద్దగా పంటలూ లేవు. ఊళ్ళోనే వుంటారనే ఏకైక కారణానికి నాన్నకు ఆ పొలాన్ని బలవంతంగా అంటగట్టి, దానికి బదులుగా వాళ్ళు డబ్బు, వెండి, బంగారం తీసుకుని వెళ్ళిపోయారు. అందువల్లనే అమ్మ ఇప్పటికి నాన్నను మాటల మధ్యలో–“భోళా శంకరుడు...” అని ఎత్తిపొడుస్తూ వుంటుంది.

నాన్న పొలాలను అంతగా పట్టించుకోలేదు. ప్రైవేట్ కంపెనీలో గుమాస్తా ఉద్యోగం చేస్తున్న నాన్న రాత్రీపగలనక కష్టపడేవాడు. వేళకాని వేళలోనూ నాన్నకు

బాస్ నుంచి పిలుపు వచ్చేది. ఎంత కష్టపడ్డా వచ్చే ఆదాయం మాత్రం చాలా తక్కువగా ఉండేది. రెండు పూటలు భోజనానికి ఇబ్బంది లేదన్న విషయం మాత్రం మనస్సుకు కాస్త నెమ్మదిని కలిగించేది. అయితే పొలాన్ని తానే దున్ని, విత్తి, పండించడం సాధ్యమయ్యే విషయం కాదు. మొదటి ప్రయత్నంలోనే ఎస్.ఎస్.ఎల్.సి. పాసుకావటం వల్ల పొలం పనులు చేయటం తన యోగ్యతకు తక్కువని లోలోపల భావించాడేమోనని నాకు ఇప్పుడు అనుమానం కలుగుతోంది.

నాన్న పొలాన్ని ఈరప్ప అనే రైతుకు గుత్తకు ఇచ్చాడు. ఈరప్ప చాలా బీదవాడు. నరసక్క అతడి భార్య. అతనికి నలుగురు పిల్లలు. అతడి గుడిసె మా ఇంటికి దగ్గర్లోనే ఉండేది. భార్యాభర్తలిద్దరూ మా ఇంటి పనులకు వచ్చేవారు. నరసక్క మా ఇంటి పాత్రలను కడిగేది. ఇంటికి సున్నం, రంగులు పూసేది. దంచడం, విసరడంలాంటి పనులు చేసేది. ఇంటి వంట చెరుకు కోసం ఈరప్ప కట్టెలు కొట్టిపెట్టేవాడు. నాన్న ఇప్పించే సరుకులను మోసుకొచ్చి ఇంట్లో వేసేవాడు. మేము ఎప్పుడైనా గండి నరసింహస్వామి దేవస్థానానికి వెళ్ళాల్సి వస్తే బండి కట్టేవాడు. పొలాన్ని వ్యవసాయం చేసుకోవటానికి అతనికి ఇచ్చినందుకు ప్రతిఫలంగా సంవత్సరానికి పండిన పంటలో ఒకటో రెండో మూటల ధాన్యాన్ని తెచ్చి 'ఇనాము' అంటూ అప్పగించేవాడు. "పండింది ఇంతేనా?" అని అమ్మ గొణిగేది. ఈరప్ప-నరసక్కలు ఇద్దరూ పొలంలో ఏమీ పండటం లేదనో, ఈ సారి వర్షాలు సరిగ్గా రాలేదనో మొరపెట్టుకునేవారు. వాళ్ళు మమ్మల్ని మోసం చేయడం లేదని మా తల్లితండ్రులు ఇద్దరికీ తెలుసు. ఇంట్లో మిగిలిపోయిన చద్దన్నం ఉంటే అత్యంత ప్రేమతో ఇంటికి తీసుకునిపోయి తినేవాళ్ళు. ఒకవేళ చారు పాచిపోయినా వద్దనకుండా తీసుకెళ్ళేవారు. చెమటలు కారుస్తూ బండి కట్టెలు కొడితే ఈరప్పకు దొరికేవి కేవలం అయిదు రూపాయలే. ఆ మాత్రానికే అతను సంతోషపడేవాడు.

నరసక్క పొలంలో పండుతున్న ప్రత్యేకమైన ఆక్కూరలను తన కొంగులో కట్టుకుని వచ్చి అమ్మ ముందు పోసేది. ఇప్పుడు చూడటానికి కూడా అలాంటి ఆక్కూరలు ఎక్కడా దొరకవు. అంతటి ప్రత్యేకమైన ఆకులవి. ఆ తాజా ఆకులతో అమ్మ చేసే పొడికూర, పులుసుకూర, ముద్ద కూరలను తలుచుకుంటే ఇప్పటికీ నోట నీరూరుతుంది.

ఈరప్ప పెద్దకొడుకు కుమారస్వామి నేను చదివే పాఠశాలలోనే చదివేవాడు. మహాతుంటరివాడని మొత్తం బడిలోనే పేరు పొందాడు. చదువులో మొద్దయినా, కబడ్డీ, ఖోఖో ఆటల్లో ఎప్పుడూ ముందుండేవాడు. నా క్లాస్‌మేట్ అయినప్పటికీ

మా ఇద్దరి మధ్యన సహవాసం తక్కువనే చెప్పాలి. అమ్మ నా పాత దుస్తులను తొడుక్కోవటానికి వాడికి ఇచ్చేది. అవి అప్పటి వరకు నేను వేసుకున్న దుస్తులని నా స్నేహితులకు తెలుసు. ఆ దుస్తులనే వాడు వేసుకుని వచ్చినపుడు, "అరే... నీ అంగీ, నీ నిక్కరూ" అని నా స్నేహితులు నాకు చూపించేవారు. నాకూ ఆ మాటల వల్ల విచిత్రమైన గర్వం కలిగేది. అయితే కుమారస్వామిలో మాత్రం నిస్సహాయమైన కోపం కనిపించేది!

❖❖❖

ఆ రోజు ఉదయం నేను లేచే సమయానికంతా "కటక్...కటక్..' అని చప్పుడు వినిపిస్తోంది. ఈరప్ప కట్టెలు కొట్టడానికి వచ్చాడని అర్థమైంది. పళ్లు తోముకోవడమూ, పాలు తాగడమూ మరిచి నేను పెరట్లోకి పరుగుతీశాను. ఈరప్ప కథల ఖజానా. తాను అడవిలో, పొలంలో తిరిగేటప్పుడు జరిగిన ఉత్తేజకరమైన సంఘటనలను నాకు రసవత్తరంగా చెప్పేవాడు. అతను చెబుతున్నది అబద్ధమని లోలోపల అనిపిస్తున్నప్పటికీ, దాన్ని అధిగమించే ఆకర్షణ అతడి కథలకు ఉండేది.

"దగ్గరగా కూర్చోకు చిన్నస్వామి, చెక్కపేళ్ళు పైకెగురుతాయి. అదిగో అక్కడ కూర్చో..." అని కట్టెలు కొడుతున్న గొడ్డలితో మేడకు దారితీసే మెట్లను చూపించాడు. నేను మౌనంగా అక్కడికి వెళ్ళి కూర్చున్నాను. అతడు కట్టెలు కొడుతున్న దృశ్యాన్ని చూడటమే ఒక అందం. ఈరన్నది నల్లటి బిగువైన శరీర సౌష్ఠవం. ఛాతీ మీదంతా రోమాలు పెరిగివున్నాయి. కుడి భుజానికి ఒక నల్లరంగు దారం బిగువుగా కట్టుకునివున్నాడు. అది ఎంత బిగువుగా ఉండేదంటే అతని చర్మాన్ని అది ఏ క్షణంలోనైనా కోయవచ్చనే భయం నాకు కలిగేది. ఆ దారానికి ఒక వెండి తాయత్తు ఉండేది. గొడ్డలి పైకెత్తి దించేటప్పుడు ఆ సద్దుతోపాటు అతను 'హయ్క్కి..' అని విచిత్రమైన సద్దు వెలువడించేవాడు. అనేకసార్లు పెద్ద మొద్దుకు దెబ్బలు పడిన తరువాతే అది చీలేది. ఒక్కొక్కసారి కర్రమొద్దు చాలా గట్టిగా వుంటే ఎన్ని దెబ్బలు పడినా అది చీలేది కాదు. అప్పుడు ఈరప్ప–ఆ మొద్దు చేయి చేయి కలిపి యుద్ధం చేస్తున్నట్టు నాకు అనిపించేది. చివరికి మొద్దు ఓడిపోయేది. ఒక్కసారి మొద్దు చీలితే దాన్ని చిన్నచిన్న ముక్కలు చేయటం మొదలుపెట్టేవాడు. అప్పుడు వెలువడుతున్న చప్పుడు వేరుగా ఉండేది. అతడి ఒంటి నుంచి ధారాపాతంగా చెమట కారుతుండటం వల్ల అతను కట్టుకున్న పంచె కూడా సగానికి సగం తడిసి ముద్దయ్యేది.

నన్ను చూస్తే అతడికీ ఇష్టమే. నన్ను పలకరించాలనే సాకుతోనో, గొడ్డలిని

పదును పెట్టే నెపంతోనో కట్టెలు కొట్టే కష్టమైన పనికి కాస్సేపు విరామం ఇచ్చేవాడు. నా దగ్గరికి వస్తే చాలు, అతడి చెమటవాసన ముక్కు మూసుకునేటంత గాఢంగా అనిపించేది.

"నిన్న అది మళ్ళీ పొలంలోకి వచ్చింది చిన్నధనీ" అని మాటలు మొదలుపెట్టాడు.

ఏదో గొప్ప రహస్యం చెబుతున్నవాడిలా అతని స్వరం గుసగుసగా పలికింది. నాలో కథ వినాలనే కుతూహలం తోసుకుంటూ వచ్చింది. అతడు చెబుతున్న 'అది' ఏమిటో నాకు తెలిసిందే.

"ఏ సమయంలో వచ్చింది?" అని భయం ధ్వనిస్తున్న స్వరంతో అడిగాను.

"మా పనంతా ముగించేసరికి సాయంత్రం అయిపోయింది చిన్నధనీ. కాస్సేపు అలసట తీర్చుకుని పోదామని అక్కడే పొలం గట్టుమీదే పడుకున్నాను. వెంటనే నిద్ర పట్టింది. కొద్దిసేపటి తరువాత మెలుకువ వచ్చింది. కళ్ళు తెరిచి చూశాను. చిన్నగా వర్షం పడుతుండటం కనిపించింది. నాగుల చవితి పండుగ, జడివాన పట్టుకున్నట్టుందని అనుకుంటుండగా 'అరెరే, నా మీద ఎందుకు చుక్క వాన పడటం లేదు' అని తలెత్తి చూశాను ధనీ. దానవ్వ, ఏడు పడగలు విప్పుకుని పెద్ద రావి చెట్టులా నుంచోనివుంది. దాని పద్నాలుగు కళ్ళు నక్షత్రాల్లా తళతళా మెరుస్తూ ఉంటే ఆకాశమే మా చేతికి అందేటంత దగ్గరికి వచ్చినట్టు అనిపించింది. దాని పద్నాలుగు నాలుకలు ఇంత పొడవునా చాపుకుని గాలిపటాల్లా ఎగురుతూ ఉన్నాయి. అది ఒళ్ళు ఎలా కదిలిస్తూ ఉందంటే ఇటువైపు కావాలంటే ఇటువైపు వాలుతోంది. అటువైపు కావాలంటే అటువైపు వాలుతోంది. ఒకసారి బుస్సుమంటే చాలు, ఒక పెద్ద గుంత ఏర్పడేటంత నేలమీది మన్ను గాలికి లేచి మరొక చోట పడుతోంది. దానమ్మా, రెండు చెట్లంత లావుగా ఉంది దాని పొట్ట. కేవలం తోకమీద మొత్తం దేహాన్ని నిలుపుతోంది. అంత పెద్దసర్పం నా తలమీద పడగ విప్పి నుంచుందంటే, అప్పుడు నా పరిస్థితి ఎలా ఉంటుందో మీరే చెప్పండి?" అన్నాడు.

నా ఊపిరి చప్పుడు నాకే వినిపించేటంత బిగ్గరగా మారింది.

"తరువాత?" అంటూ కళ్ళు విప్పార్చుకుని అడిగాను.

ఈరప్ప కథ కొనసాగించడానికి నిరాకరించాడు. నిరాసక్తితో రెండు చేతులెత్తి, ఒళ్ళు విరుచుకుని, ఒకసారి ఆవులించి "లోటా కాఫీ ఇప్పించుకునిరా చిన్నధనీ. గొంతు ఎండిపోతోంది" అని మొదలుపెట్టాడు. నాకు కోపం వచ్చింది. "కథ మొత్తం చెప్పెయ్. అటుతరువాత కాఫీ తాగుదువుగానీ" అని బతిమిలాడాను.

"కథ అనకండి చిన్నధనీ. నిజంగా చూశాను" అని హెచ్చరించాడు. అయినా కాఫీ తెచ్చి ఇవ్వకుండా ఏ కథ కొనసాగించనన్నట్టు కూర్చుండిపోయాడు. విధిలేక ఇంట్లోకి పరుగెట్టాను. అమ్మ గొణుగుతూ కాఫీ ఇచ్చింది. "ఇక మధ్యాహ్నం వరకు కాఫీ ఇవ్వనన్నానని చెప్పు" అని హెచ్చరించింది. అతను చప్పుడు చేస్తూ కాఫీ తాగేవరకు మౌనంగా చూస్తూ కూర్చున్నాను. కాఫీ లోటాను పూర్తిగా పైకెత్తి తాగి ముగించిన తరువాత, బావిలోంచి ఒక బిందె నీళ్ళు తోడి, దాంతో లోటా కడిగి, బృందావనం ముందు బోర్లా పెట్టాడు. తిరిగొచ్చి యథాప్రకారం కట్టెలు చీల్చటం మొదలుపెట్టాడు. నాకు సగం కథే విన్నాననే బాధ.

అతడి దగ్గరికి వెళ్ళి, "తరువాత ఏమైందో చెప్పు ఈరప్పా?" అని బతిమిలాడాను.

గొడ్డలిని భుజం మీద పెట్టుకున్న ఈరప్ప, "ఇంకేముంది ధనీ, పోవే దిక్కులేనిదానా, నా పొలంలో కాలుపెట్టొద్దు" అని కొడవలి ఎత్తి చూపి దబాయిస్తూ తిట్టాను. అది పడగ దించి, మెల్లగా పాకుతూ వెళ్ళిపోయింది. తరువాత నేను నడుచుకుంటూ ఇంటికి వచ్చేశాను" అని హడావుడిగా కథ ముగించాడు. కథలో ఏవేవో ఊహించుకున్న నాకు నిజానికి విసుగు వేసింది. కథ అంత తొందరగా పూర్తవుతుందని నేను అనుకోలేదు.

"నీకు భయం వేయలేదా ఈరప్ప?" అని అడిగాను.

ఈరప్ప అత్యంత గంభీరంగా ముఖం పెట్టి, "నాకెందుకు భయం వేస్తుంది ధనీ, ఏ రోజైనా నేను ఎవరికైనా మోసం చేశానా?" అని ప్రశ్నించాడు.

లేదని తలూపాను.

"ఎవరితోనైనా అబద్ధం చెప్పానా?"

లేదని తలూపాను.

"ఎవరి ఇల్లయినా కూలదోశానా?"

మరొకసారి తల అడ్డంగా ఊపాను.

"అలాంటప్పుడు ఆ పాము నన్ను కరవటం ఎలా సాధ్యం ధనీ? మంచి మనుషులను చూస్తే అది భయపడుతుంది. విష్ణుపరమాత్ముడు దానిమీద పడుకుని వున్నప్పుడు అడుగుతాడు కదా? అప్పుడు జవాబు చెప్పగలదా?" అని సవాలు విసిరాడు.

ఈరప్ప సాక్షాత్తు భీమసేనుడిలా నాకు కనిపించాడు.

"నేను తిట్టినా అది పోతుందా?" అని అడిగాను.

"ఒకసారి పొలానికి రా ధనీ, నీ మాట వింటుందో లేదో చూద్దువుగానీ"

అని ఆహ్వానించాడు.

నాకు కచ్చితంగా అలాంటి వ్యక్తిత్వ పరీక్ష ఎదుర్కునే ఆసక్తి లేదు.

"అదికాదు ఈరప్ప, అంత పెద్దపాము మన పొలంలోనే ఎందుకు తిరుగుతోంది?" అని మరో ప్రశ్న వేశాను.

ఈరప్ప దగ్గర దానికీ జవాబు ఉంది. "కేవలం మన పొలమొకటే కాదు ధనీ. అందరి పొలాల్లోకీ పోతుంది. అంతేకాదు. మన ఊరి చుట్టుపక్కలున్న కొండలు, అడవులు, కాలువలు–అన్ని వైపులా తిరుగుతోంది. మన ఊరు పుణ్యం చేసుకుంది ధనీ. ఈ ఊర్లో ఎక్కడంటే అక్కడ నిధిని పూడ్చిపెట్టారు. భూమాత పొట్టను ఎక్కడా గెలికినా బంగారు బిందెలు దొరుకుతాయి, దాన్ని చెడ్డవాళ్ళు తీసుకోకూడదని పాము కాపలా కాస్తోంది" అన్నాడు. మళ్ళీ–

"చూస్తూ ఉండు స్వామి. ఇప్పటికే ఆ పాము నా మాటల్ని కొద్ది కొద్దిగా వింటూవుంది. మరికొద్ది రోజుల్లో దాన్ని పూర్తిగా మాలిమి చేసుకుంటాను. అటు తరువాత దాని పడగమీద కూర్చుని సవారి చేస్తూ ఊరంతా తిరుగుతాను. 'నిధి ఎక్కడుందో చెప్పు' అని దాన్ని ఆజ్ఞాపిస్తాను. అది చూపించిన చోట తవ్వి, బంగారం తీసుకుని, దాని పడగమీద ఎక్కి వస్తాను. గొప్ప ధనవంతుడిని అవుతాను. మొత్తం ఊరంతా నా దగ్గర పని చేయాలి. మన దేశానికి రాజవుతాను" అని మీసం తిప్పాడు.

మా ఊరి భూమిలో నిధిని పూడ్చిపెట్టిన రహస్యం, దాన్ని కాపలా కాసే ఏడుపడగల సర్పం, దాని పడగమీద కూర్చుని సవారి చేసే ఈరప్ప –ఈ విషయాలన్నీ నాకు రోమాంచం కలిగించాయి.

ఆ రాత్రి భోజనానికి కూర్చున్నప్పుడు అమ్మ మరొకసారి పిల్లల్ని పొలానికి పిల్చుకునిపోయే విషయాన్ని నాన్నకు గుర్తు చేసింది. "నేను పొలానికి రాను" అని నేను వెంటనే అన్నాను. "ఎందుకలా అంటావురా?" అని అమ్మ అడిగింది. నెమ్మదిగా అమ్మకు ఏడు పడగల పాము కథను చెప్పి, మా ఊళ్ళోని నేలలో నిధిని పూడ్చిపెట్టిన విషయాన్ని తెలిపాను. అమ్మ నుదురు కొట్టుకుని, "పిల్లలకు రెండు పూటలు కడుపు నిండా తిండి పెట్టలేక ఊరిజనం తనకలాడుతున్నారు. ఇక ఈ నిధి ఒకటి. కట్టెలు కొట్టరా అంటే పిల్లలకు కథలు చెబుతూ కాలహరణం చేస్తున్నాడు ఆ ముండాకొడుకు" అని తిట్టింది.

❖❖❖

పొలానికి వెళ్ళటానికి జాతరకు వెళ్ళేటంతటి ఉత్సాహంతో సిద్ధమయ్యాం. అక్క పట్టుబట్టి ఎర్రరంగు పట్టులంగా, నీలిరంగు జాకెట్టు తొడుక్కుంది. చెవులకు

జూకాలు పెట్టుకుంది. పాపిట్లో పాపిటబిళ్ళ వేలాడదీసుకుంది. ఆమె వేషభూషణాలు చూసి అమ్మ కోపగించుకుంది.

"పొలానికి పాతబట్టలు వేసుకుని వెళ్ళవే, ఇదేమిటిది ఇలా అలంకరించుకున్నావు? బట్టల్ని మురికి చేసుకునిరా, నీ పని చెప్తాను" అని హెచ్చరించింది. అక్క వింటే కదా? నేను కూడా చక్కటి అంగీ, నిక్కరు వేసుకున్నాను. అయితే ఎందుకన్నా మంచిదని ఇంట్లో ఉన్న కొడవలి తీసుకున్నాను. నాన్న తిట్టి దాన్ని ఇంట్లోనే యధాస్థానంలో పెట్టాడు. నాన్న, నేను, అక్క పొలానికి బయలుదేరాం. అమ్మ మాత్రం ఇంటిపని అని కారణం చూపి పొలానికి రావటానికి నిరాకరించింది. అయితే అక్క చేతికి పువ్వులు, పసుపు, కుంకుమ, నేతిదీపాలు ఇచ్చి, "భూమాతకు పూజ చేసుకుని రండి. చాలా రోజులైంది" అని చెప్పి పంపింది. పొలంలో తినటానికి చట్నీపొడి కలిపిన అటుకులు మూటకట్టి ఇచ్చింది.

ఊరి నుంచి అయిదు కిలోమీటర్ల దూరంలో మా పొలం ఉంది. రాజభవనం దారిలో నడుస్తూ, శివపుర చెరువుగట్టు మీదుగా నడిచి, జాలహళ్ళిని చేరుకుని ఆ ఊళ్ళోవున్న సూగంబావి పక్కనుంచి వెళితే మా పొలానికి దారి కనిపిస్తుందని నాన్న చెప్పాడు. తారురోడ్డు గుండా వెళితే చాలా దూరం నడవాల్సి వస్తుందని ఓ అడ్డదారిని ఎన్నుకున్నాం. ఊరికన్నా ఎక్కువ ఆకాశం, గాలి, వెలుతురు ఉండే బయలుప్రదేశానికి రావటం వల్ల అక్కయ్య, నేను ఇద్దరం చాలా సంతోషంగా ఉన్నాం. పాటలు పాడుతూ, గంతులు వేస్తూ నాన్న వెంబడి అడుగులు వేయసాగాం.

శివపుర చెరువు దగ్గరికి వచ్చేసరికి అక్కకు దాహం వేసింది. ముగ్గురమూ నెమ్మదిగా అడుగులు వేస్తూ వెళ్ళి చెరువు నీళ్ళు తాగాం. నాన్నకు ఈ చెరువుమీద ఎంతో ప్రేమ ఉండేది. ఎందుకంటే దూరంలో ఉన్న మా ఇంటి బావికీ, ఈ చెరువుకూ ప్రత్యేకమైన సంబంధం ఉంది. ఈ చెరువు నిండితే మా ఇంటి బావికూడా నిండేది. ఈ చెరువు ఎండిపోతే మా ఇంటి బావికూడా ఎండిపోయేది. మా అందరికి తాగేనీళ్ళను సమకూర్చే దేవుడిలాంటి ఈ చెరువును నాన్న గౌరవంతో చూసేవాడు. ఊళ్లో వర్షం వస్తే చాలు. నాన్న కంటపడిన వారందరిని చెరువు నిండిందా అని విచారించేవాడు.

చెరువులో చాలా చేపలు ఉన్నాయి. అవి ఈత కొట్టడం స్పష్టంగా కనిపించేంతగా నీళ్ళు తేటగా ఉన్నాయి. అటు నుంచి ఇటు, ఇటు నుంచి అటు అవి గుంపులుగా పరుగెడుతుంటే నేను, అక్కయ్య వాటి వెంబడి పరుగెత్తసాగాం. ఒక పిడికెడు చట్నీపొడి కలిపిన అటుకులను నేను నీళ్ళలో వేశాను. చేపలు

పరుగునవచ్చి వాటిని తినసాగాయి.

'చాలా కారంగా ఉన్న అటుకులవి. చేపలకు కారం వల్ల పొలమారితే ఏం చేస్తావు?" అని అక్క చేపల పట్ల జాలి చూపించింది. అందుకు నేను, "హ్హా..హ్హా..హ్హా... కారం అనిపిస్తే అవి నీళ్ళు తాగుతాయి. ఆ మాత్రం తెలియదా?" అని నవ్వాను. నాన్నకూడా నా మాటలకు బిగ్గరగా నవ్వాడు. అక్కకు అవమానంగా అనిపించింది. "అక్కకు ఎదురు చెప్తావా నువ్వు. వచ్చే జన్మలో చేపగా పుడతావు చూడు" అని రాబోయే జన్మ గురించి భయపెట్టింది. నేను ఆమె మాటలకు భయపడతానా ? "చేపగా పుడితే మంచిదే. ఉదయం లేచిన వెంటనే పళ్ళు తోముకో. స్నానం చెయ్' అనే నస తప్పుతుంది" అన్నాను.

"అంతేకాదు నాన్నా, మాట ఎత్తితే నిక్కర్‌లో గలీజు చేసుకుంటావు కదా? అప్పుడు అమ్మ కడవలో నీళ్ళు పట్టుకుని రావడం కూడా తప్పుతుంది" అని గట్టిగా నవ్వడం మొదలుపెట్టింది.

ఇప్పుడు నాకు అవమానం అనిపించింది.

అక్కను తరుముకుంటూ ఆమె వెంట పరుగుతీశాను.

"జారి పడతావ్రా" అని నాన్న కేకలు పెట్టసాగాడు.

❖❖❖

తమాషా విషయం ఏమిటంటే మా నాన్న పొలం దారి మరిచిపోయాడు. ఎన్ని సంవత్సరాల క్రితం అక్కడికి వచ్చాడో ఎవరికి తెలుసు? అంతా మారిపోయింది. ఏవో పొలాలకు కంచె వేసి, అడ్డదారులను మూసేశారు. మేము మరేదో దారిలో సాగి, "ఇక్కడే ఉండాలి. అక్కడ చింత చెట్టు ఉంటుంది... దాని దగ్గర్లోనే ఒక ఎండిపోయిన మోడు చెట్టు ఉండాలి..." అని నాన్న ఏదో మొండి ధైర్యంతో ఏవేవో అసంబద్ధమైన గుర్తులను జ్ఞాపకం చేసుకుని అనేక దారులలో మమ్మల్ని నడిపించినప్పటికీ మా పొలం కనిపించలేదు. చివరికి నాన్న ఎవరైనా కనిపిస్తే అడుగుదామని నిర్ణయించుకున్నాడు.

దూరంలో దంపతులు రావటం కనిపించింది. ఇద్దరూ తలల మీద కట్టెలతో మోసుకుని వస్తున్నారు. వాళ్ళు వచ్చే దిక్కులోనే నడిచాం. నేను అప్పటికే కాలునొప్పని గొడవ చేయసాగాను. బరువైన మోపులు మోసి వాళ్ళిద్దరు అలసిపోయినట్టున్నారు. అందువల్ల ఇద్దరూ మోపులను కిందికి దింపి మాతో మాటలు కలిపారు.

"మా పొలానికి ఎలా వెళ్ళాలో తెలుసేమప్పా?" అని నాన్న అసందర్భంగా ప్రశ్నించాడు. నాన్న ప్రశ్నకు ఆడమనిషి కొంగు నోట పెట్టుకుని ఫక్కున నవ్వింది.

ఆమె భర్త ఆమెను కసిరి ఊరుకోబెట్టాడు.

"మీ పొలం ఇక్కడుందా ధనీ" అని అతను మమ్మల్ని ప్రశ్నించాడు. నాన్న యథాప్రకారం చింతచెట్టు, దానిపక్కనున్న మోడువారిన చెట్టు, మట్టిదిబ్బ, ఎనిమిది ఎకరాల పొలం మొదలైన వివరాలు చెప్పాడు. అతను నాన్న చెప్పిన విషయాలను లెక్కవేసి ఏదో దిక్కులో వెళ్ళాలని చెప్పాడు. అయితే అతడి భార్య ఆ దిక్కులో కానే కాదని మరొక దిక్కులో వెళ్ళాలని సూచించసాగింది. ఆ విషయంగా ఆ భార్యాభర్తలు పోట్లాడుకోసాగారు. మేము కలవరపడి వాళ్ళిద్దరి జగడాన్ని చూడసాగాం. చివరికి నాకొక ఉపాయం తోచింది. "ఈరప్ప పొలం ఎక్కడుంది? అతని కొడుకు కుమారస్వామి నాతోపాటు పాఠశాలలో చదువుతాడు" అని అడిగాను. వెంటనే వాళ్ళిద్దరూ "ఈరప్ప పొలమా ధనీ? ముందే చెప్పివుండొచ్చుకదా? ఇక్కడే వుందది" అని ఒక్క గొంతుతో చెప్పి పొలం వైపు చేయిచాపి చూపించారు. నాన్నకూ గుర్తు దొరికింది. వాళ్ళిద్దరికీ నమస్కారాలు చెప్పి, కట్టెల మోపును ఎత్తుకోవడంలో వాళ్ళకు సహాయం చేసి మేము ముందుకు సాగాం.

పొలం చేరటానికి ముందు నాన్న, "పొలం మనది. ఈరప్పదెలా అవుతుంది?" అని ఎవరి మీది కోపంతోనో అన్నాడు.

నేను మాట్లాకుండా మౌనం వహించాను.

❖❖❖

పొలంలో ఈరప్ప, కుమారస్వామి ఇద్దరూ మాకోసం ఎదురుచూస్తున్నారు. పొలంలో పండిన వేరుశనక్కాయలను కాల్చి, దాంతోపాటు బెల్లమూ మా కోసం తీసిపెట్టారు. మా ఇద్దరినీ కుమారస్వామి పొలమంతా తిప్పాడు. సగం పొలంలో జొన్నలు, మిగిలిన సగంలో వేరుశనగ వేశారు. శ్రావణ మాసం కారణంగా అప్పటికే పైరు ఇంతెత్తుకు పెరిగింది. కుమారస్వామి తను నాటిన జొన్న మొక్కలను చూపించాడు. వాటి నుంచి కంకులను తెంచి మాకు తినమని ఇచ్చాడు. పొలం అంచులో మిరప మొక్కలనూ, కొన్ని కాయగూరల మొక్కలనూ వేశారు. మొత్తం పొలానికి కంచె వేయటం జరిగింది. మూలలో కొన్ని ఉల్లిగడ్డల మొక్కలున్నాయి. నాన్న ఒకదాన్ని పెరికి నా కళ్ళముందు పట్టుకుని, ఉల్లిగడ్డలు చెట్లకు కాయవు. అర్థమైందా?" అన్నాడు.

నేను మౌనంగా తలూపాను. కుమారస్వామి ముసిముసిగా నవ్వాడు.

నాకూ, అక్కకూ పొలం చాలా సంతోషాన్ని కలిగించింది. ఇద్దరమూ మా మనస్సుకు నచ్చినట్టు మొక్కలమధ్య పరుగెత్తాం. దాగుడుమూతలు ఆడుకున్నాం. అప్పుడు ఒక సంఘటన జరిగింది. దాక్కోవాలని అక్క కొద్ది దూరంలో ఉన్న చెట్ల

దగ్గరికి పరుగెత్తింది. ఆమె కాలిగజ్జెల సద్దు చేస్తూ వెళ్ళడం ఆలస్యం, కొన్ని చిలుకలు రంయ్‌మని ఆకాశంలోకి చప్పుడు చేస్తూ ఎగిరాయి. ఒక చిలుక అక్క తల మీదుగా ఎగిరిపోయింది. ఆ చప్పుడుకు అక్క బెదిరి గట్టిగా కేక వేసింది. మేమందరమూ ఆమె దగ్గరికి పరుగెత్తాం. పరిస్థితిని అర్థం చేసుకున్న అందరమూ నవ్వసాగారు. అక్క, నేను మాత్రం రోమాంచం చెందాం. సమీపంలో అనేక చిలుకలు ఎగిరిపోవటం ఆశ్చర్యాన్ని కలిగించింది. మా ఆశ్చర్యాన్ని చూసిన కుమారస్వామి మరికొంత దూరం వెళ్ళి గట్టిగా కేక వేశాడు. ఎక్కడెక్కడో చెట్లలో కూర్చున్న వందలాది చిలుకలు ఒక్కసారిగా గాలిలో ఎగిరాయి. ఆకాశంలో పచ్చటి మబ్బు కమ్ముకున్నట్టు అనిపించింది. అవన్నీ ఒక్క గొంతుకతో ఒకేసారి అరవటంతో విచిత్రమైన శబ్దం ఏర్పడింది. ఎక్కడో కలలో విహరిస్తున్న వాతావరణం అక్కడ సృష్టింపబడింది. నేను, అక్క ఇద్దరం చప్పట్లు కొట్టి సంబరపడ్డాం.

మా సంతోషాన్ని రెట్టింపు చేసే ఉద్దేశంతో ఈరప్ప మరొక పని చేశాడు. మా అందరిని చప్పుడు చేయొద్దని చెప్పి, చప్పుడు చేయకుండా అడుగులు వేస్తూ కొంత దూరం వెళ్ళి, తన తువ్వాలును ఒక చెట్టు మీదికి విసిరి ఒక చిలుకను పట్టుకున్నాడు. దొరికిన చిలుక కాళ్ళను పట్టుకుని నాదగ్గరికి వచ్చాడు. అది అతడి పట్టునుంచి విడిపించుకోవటానికి చాలాసేపు పెనుగులాడి చివరికి అలసి, మౌనంగా మెడను అటూ ఇటూ తిప్పుతూ చూడసాగింది. ఒళ్ళంతా రకరకాల పచ్చరంగు రెక్కలు కలిగిన ఆ చిలుక ఎర్రటిముక్కు చాలా ఆకర్షణీయంగాఉంది. చిట్టిపాపలా తన కళ్ళను అటూ ఇటూ తిప్పుతూ భయంతో మమ్మల్ని చూస్తోంది.

కుమారస్వామి ఒక పచ్చిమిరపకాయ తుంచుకుని వచ్చి దానికి ఇచ్చాడు. అది సంతోషంతో చప్పరిస్తూ తిన్నది. "పచ్చిమిరపకాయ తింటుంది. అందుకే దాని ఒళ్ళంతా పచ్చగా ఉంది" అని అక్క తన వివరణ ఇచ్చింది. "కారం మిరపకాయలు కొరికి తింటుంది. అందుకే దాని ముక్కు ఎర్రగా ఉంది" అని నేనూ నా ఊహను చేర్చాను.

ఈరప్ప దాన్ని ముట్టుకోమని నాతో అన్నాడు. నాకు లోలోపల భయం. అయినా ముట్టుకోవాలన్న ఆశతో దాని రెక్కను తాకి గబుక్కున చేయి వెనక్కి తీసేసుకున్నాను. ఆ చిలుక వెంటనే తన ముక్కుతో నేను ముట్టిన ప్రదేశాన్ని రుద్దుకుని శుభ్రం చేసుకుంది. దాని మరొక రెక్కను అక్క ముట్టుకుంది. వెంటనే ఆ చిలుక ఆ భాగాన్ని కూడా ముక్కుతో రుద్దుకుని శుభ్రపరుచుకుంది. కుమారస్వామి దాని ఒళ్ళు నిమిరాడు. అది మరొకసారి ఎక్కడెక్కడ సాధ్యమో అక్కడంతా ముక్కుతో ఒళ్ళు రుద్దుకుంది. అది తనదేహాన్ని శుభ్రంగా పెట్టుకోవడానికి పడుతున్న శ్రమ

అత్యంత ప్రత్యేకంగా ఉంది. ఈరప్ప దానికి తగిన వివరణ ఇచ్చాడు: "చిలుక చాలా కాంతివంతంగా ఉంటుంది చిన్నధనీ. ఒక్కింత మురికి అయినా చాలు, రుద్దుకుని బాగుచేసుకోకపోతే దానికి తిన్న తిండి అరగదు" అన్నాడు.

వెంటనే నేను, "చూడు ఈరప్పా, నువ్వూ ఉన్నావు. రోజూ స్నానం చేయవు. దగ్గరికొస్తే చెడ్డవాసన" అన్నాను.

ఆ మాటలకు ఈరప్ప నవ్వేశాడు.

"చిన్న ధనీ, నేను పొలం దున్ని పంట పండిస్తాను. నా కొడుకూ, నేనూ పండించింది ఈ చిలుక వచ్చి తినిపోతుంది. నాకూ ఎవరైనా తినటానికి పండించి ఇస్తే, నేను రోజూ స్నానం చేస్తాను" అన్నాడు.

అందరూ అతని మాటలకు నవ్వేశారు.

"నువ్వేమో చిలుకను చూసి సంతోషపడతావు చిన్నధనీ. నాకేమో దాన్ని చూస్తే కోపం పొంగుకుని వస్తుంది. నాకొడుకు, పండించిందంతా తిని పంటనంతా పాడుచేస్తుందది. పచ్చరంగులో ఉంటుంది. తరుముదామంటే చెట్లలో ఎక్కడ కూర్చునివుంటుందో కూడా అర్థం కాదు" అని తన సమస్య చెప్పాడు.

అతని సమస్యకు నేనొక చక్కటి ఉపాయం చెప్పాను.

"ఈసారి పొలానికి వచ్చినప్పుడు నేను నా రంగుల పెట్టె తెస్తాను. నువ్వు ఒక్కొక్క చిలుకను పట్టివ్వు. వాటికి ఒళ్ళంతా ఎర్రరంగు పూసేస్తాను. అన్నీ చిలుకలను ఎర్రగా చేసేద్దాం. తరువాత అవి పొలానికి వస్తే చాలు. ఎక్కడ కూర్చున్నా నీకు కనిపిస్తాయి" అన్నాను. నా తలలోంచి వచ్చిన ఆ పిచ్చి ఉపాయానికి అందరూ పడీపడీ నవ్వారు. అక్క మాత్రం ఆ కల్పనను చాలా ఇష్టపడింది. "పచ్చని చెట్టులో ఎర్రటి చిలుకలు కూర్చుంటే చూడటానికి ఎంత అందంగా ఉంటుందో కదా? చెట్టు నిండా మందారం పువ్వులు విరిసినట్టు కనిపిస్తుంది" అని రెండు చేతులను బుగ్గల మీద పెట్టుకుని కలలోకి జారినట్టు ఎక్కడో చూస్తూ అంది.

ఈరప్ప చిలుకను వదిలేశాడు.

అది సంతోషంతో కేరింతలు కొడుతూ ఆకాశంలోకి ఎగిరి మాయమైంది.

అక్క భూమాతకు పూజచేసే హడావుడిలో మునిగింది. అప్పుడు నేను ఈరప్పను దూరంగా తీసుకునిపోయి, "అది ఎక్కడికి వచ్చింది?" అని గుసగుసగా అడిగాను. "ఏది చిన్న ధనీ" అని కావాలనే అతను బిగ్గరగా అడిగాడు. "అదే ఏడుపడగల పాము" అని గుర్తు చేశాను. "అదా ధనీ, ఎక్కడని చెప్పాలప్పా, పొలమంతా తిరుగుతుంది. ఒక రోజు మొక్కల మధ్య పడుకునివుంటుంది. మరొక రోజు దెయ్యంలా అక్కడుండే చింతచెట్టు–దాన్ని చుట్టుకుని ఆ చెట్టుకు

గొడుగు పట్టినట్టు దానిమీద పడగ విప్పుకుని కూర్చునివుంటుంది. ఒక్కొక్కసారి ఆ 'కురిమట్టి' కొండ నెత్తిమీద కలశం పెట్టినట్టు కూర్చుని ఉంటుంది. ఇప్పుడు గుర్తు చేసుకుంటే చాలు, ఇక్కడే ఎక్కడో దగ్గర్లోనే ఉండి, వచ్చినా రావచ్చు" అని అన్నాడు.

అంతలో మొక్కల మధ్యలో ఏదో చప్పుడైంది.

నేను భయంతో ఈరప్ప చేయి పట్టుకున్నాను. అతన్ని ఆనుకునే నుంచున్నాను. బెదురుచూపులతో చప్పుడు వచ్చిన వైపే చూడసాగాను. ఏదో జంతువు మా దగ్గరికి వస్తోంది. చప్పుడు క్షణక్షణానికి బిగ్గరగా మారుతోంది. పాము పడగమీద కూర్చుని సవారి చేసే ధైర్యమున్న ఈరప్పకు ఆ పాము ఏమీ చేయదనే ధైర్యముంది. అయితే నాకు?

మొక్కల మధ్యలోంచి అక్క వచ్చింది.

"నువ్వా..." అని నిరుత్సాహంగా అన్నాను. అక్క చక్కటి నవ్వు నవ్వి, "నేనే... ఇదిగో ప్రసాదం, తీసుకోండి" అని బళ్ళారి మరమరాలు, కొబ్బరి ముక్కలను, సన్నకారాలు కలిపిన ప్రత్యేకమైన ప్రసాదాన్ని మా దోసిట్లో పోసింది. నేను గబగబా తినసాగాను. "ఇంకొంచెం పెట్టుచెల్లమ్మా" అనిఈరప్ప మరొక పిడికెడు ప్రసాదాన్ని పెట్టించుకున్నాడు. అక్క అటు మరుగవ్వగానే, "పాముకు ప్రసాదం అంటే చాలా ఇష్టం ధనీ. దానికోసమే మరొక పిడికెడు ఇప్పించుకున్నాను" అని చెప్పి నవ్వాడు.

"అంతా అబద్ధం" అంటూ నేను నా చిట్టి చేతులతో అతడిని కొట్టసాగాను.

నేను కొడుతున్నట్టల్లా అతని నవ్వు బిగ్గరగా మారుతూ పోయింది.

❖❖❖

నేను ఇంజనీరింగ్ పరీక్షలు రాసి ఊరికి మరలి వచ్చినపుడు మళ్ళీ పొలం ప్రశ్న ముందుకొచ్చింది.

పరీక్షల మధ్యలోనే నాన్న ఒకసారి ఫోన్ చేశాడు. వార్డన్ రూమ్‌లో మాత్రమే ఫోన్ ఉంది. మొదట ఒకసారి ఫోన్‌చేసి నన్ను పిలవమని చెప్పాడు. నాకూ అటువైపు నుంచి ఎలాంటి వార్త కాచుకుని ఉందో తెలియక గుండె దడదడమని కొట్టుకోసాగింది. సుమారు అరగంట అయినా నాన్నకు లైను దొరకలేదు. నేనే ఫోన్ చేయాలంటే నాదగ్గర డబ్బుల్లేవు. మా ఇంట్లో ఫోన్ లేదు.

చివరికి ఫోన్ రింగైన వెంటనే, "అంతా క్షేమమే కదా నాన్నా?" అని ముందుగా నేనే ఆవేశం వచ్చిన వాడిలా అడిగాను.

"మీ అక్క పెళ్ళి నిశ్చయం చేసుకుని వచ్చాను" అని నాన్న సంతోషంతో

చెప్పాడు.

అతడి కంఠస్వరం వినగానే అతని కళ్ళనుంచి నీళ్ళు రాలుతున్నాయని నాకు అర్థమైంది.

"వరుడిది సింధనూరు. గోపన్న మాస్టారుకు దూరపు బంధువు. అతనే మధ్యవర్తిగా నిలబడి మమ్మల్ని తీసుకెళ్ళాడు. మన యోగ్యతకు మించిన కట్నకానుకలు అడిగారు. వద్దని అంటున్నా అందరూ కలిసి ఒప్పించారు. ఇప్పుడు అదంతా ఎలా నిభాయించాలో అర్థంకాక రాత్రి నిద్ర పట్టలేదురా. నీ దగ్గర అడుగుదామనుకుంటే, నువ్వు చదువుకోవటానికి తీసుకున్న అప్పే చాలా ఉంది" అని తన గోడు వెళ్ళబోసుకున్నాడు.

"పోన్లే నాన్న, ఎలాగో సమకూర్చుదాం. మంచి కుటుంబమైతే చాలు. అక్క సుఖంగా ఉంటుంది" అని నచ్చజెప్పాను.

ఊరికివచ్చిన తరువాత నాన్న పొలం అమ్మే విషయాన్ని నా ముందుపెట్టాడు. ఊళ్ళోని రాజకీయనాయకుడొకడు మా పొలాన్ని కొనటానికి ఒప్పుకున్నాడట. మొదట్లో అలాంటి పొలం తమకు వద్దువద్దని నిరాకరించినప్పటికీ, నాన్న తన సంసార తాపత్రయాలు, కూతురి పెళ్ళి సమస్యలు రకరకాలుగా వారికి దయ కలిగేలా చెప్పుకున్న మీదటే కొనటానికి అంగీకరించారట. అయితే అంతా కలిపి యాభై వేలకన్నా ఒక్కపైసా ఎక్కువ ఇవ్వమని పుల్ల విరిచినట్టు చెప్పారట. గోపన్న, కాసీంసాబ్‌లు అదే పెద్ద మొత్తమని చెప్పి నాన్నను ఒప్పించారు. "పెద్దల నుంచి వచ్చిన ఆస్తిని అమ్మాలంటే బాధగా ఉందిరా..." అని నాన్న తన బాధను నా ముందు చెప్పుకున్నాడు. చివరికి నా ముందు పొలం అమ్మకపు పత్రాలు పట్టుకుని, "నీకు చెందాల్సిన ఆస్తి అది. పిత్రార్జితంగా వచ్చింది. ఇప్పుడు నువ్వు పెద్దవాడివయ్యావు. నువ్వు సంతకం చేయకపోతే అమ్మటానికి కుదరదు. అక్క పెళ్ళి కోసం నేను ఏమీ సంపాదించి దాచి పెట్టలేదురా. అపార్థం చేసుకోకుండా ఈ పత్రాల మీద సంతకం పెట్టు" అని వేడుకున్నాడు. నాన్న నా ముందు అలా అంగలార్చడం అత్యంత సంకోచంగా, బాధగా అనిపించి, మారుమాట్లాడకుండా ఇంటూ గుర్తు వేసిన చోట సంతకాలు పెట్టాను. సంతకం చేసిన పత్రాలను నాన్న చేతికి ఇచ్చి అతని రెండు చేతులను నా చేతులతో పట్టుకున్నాను. నాన్న చిన్నగా వణుకుతున్నాడు.

పరీక్షలు ముగించుకుని ఊరికి వచ్చిన మరుసటి రోజు సాయంత్రమే నాన్న ఈరప్పను పిలిపించారు. ఎప్పుడు నేనే అతని ఇంటికి పరుగెత్తుతున్నప్పటికీ, ఈ సారి నన్ను వద్దని ఓ చిన్నపిల్లవాడి ద్వారా చెప్పి పంపారు. ఈరప్ప ఎందుకో

అర్థం కాక వెంటనే ఇంటికి పరుగున వచ్చాడు. ఇంట్లో నాన్నతోపాటు గోపన్న మాస్టరు, కాసీంసాబ్ ఉండటం చూసి ఏదో ముఖ్యమైన విషయం కావచ్చని అర్థం చేసుకుని ఓ మూలలో ఆశ్చర్యంగా కళ్ళు విపార్చుకుని కూర్చున్నాడు. ఇంట్లో వెలుతురు వస్తుండటమే తక్కువ. చీకట్లో కూర్చున్నా అతడి కళ్ళు తళతళ మెరుస్తున్నాయి.

గోపన్న మాస్టారు మాటలు మొదలుపెట్టాడు. ముందుగా అక్క పెళ్ళి శుభవార్త చెప్పి, తరువాత ఈ పెళ్ళి కోసం అవసరమైన ఖర్చును వివరించి, పొలం అమ్మే విషయాన్ని తెలిపారు. "ఇన్ని సంవత్సరాలు దాన్ని దున్ని, విత్తి చూసుకున్న వాడివి నువ్వు. నీ కడుపు కొట్టే చెడుఆలోచన ఇక్కడ ఎవరికీ లేదు. ఇదిగో, నీకు ఇంత అని ఇస్తున్నాం. దాన్ని తీసుకుని మంగళ కార్యం నిర్విఘ్నంగా జరిగేలా ఈ పత్రాల మీద వేలిముద్ర వెయ్" అని చెప్పి అయిదువేల రూపాయలను అతని చేతిలో పెట్టారు. అంత పెద్ద మొత్తం ఈరప్ప ఎన్నడూ చూడలేదు. దాన్ని చేతితో పట్టుకోవడానికీ అతనికి భయం వేసింది. అతని శరీరమంతా వణుకుతోంది. ఆ డబ్బును లెక్కపెట్టడానికీ అతనికి తెలియటంలేదు. ఎక్కువగా మాట్లాడకుండా ఈరప్ప పత్రాల్లో అవసరమైన చోటంతా వేలిముద్రలు ఒత్తాడు. తన బొటనవేలికి అంటిన ఇంకును తన పంచెకు తుడుచుకున్నాడు.

కాసీంసాబ్ కాస్త ముందాలోచనతో "నీ కొడుకు కుమారస్వామి చేత కూడా సంతకాలు చేయిద్దాం. అతడిని పిలిపించు" అన్నాడు. ఈరప్పను పిలవటానికి వెళ్ళిన కుర్రవాడే కుమారస్వామిని పిల్చుకుని వచ్చాడు. కుమారస్వామి నా కన్నా ఎత్తుగా, దృఢమైన శరీర సౌష్ఠం కలిగివున్నాడు. అతను బి.ఏ.లో చేరినప్పటికీ చదువు కొనసాగించలేక తండ్రితోపాటు పొలం పనులు చేసుకుంటున్నాడు. ప్యాంటు, టీ షర్టు వేసుకున్నాడు. టీ షర్టు గుండీ ఊడిపోయింది. ఇంట్లో అంతమంది చేరివుండటం చూసి అనుమానంగా నా వైపు చూశాడు. స్నేహ పూర్వకంగా నవ్వనూ లేదు. నేను మౌనంగా తల వంచుకున్నాను.

గోపన్న మాస్టారు మరొకసారి అంతా వివరంగా చెప్పి అతని ముందు పెన్ను, పేపర్లు తోసి సంతకం చేయమన్నారు. కుమారస్వామి అంతా చదివాడు. తరువాత పత్రాలమీద సంతకం చేయకుండా వాటిని నాన్న ముందుకు తోశాడు."పొలం అమ్మితే మేమేం చేయాలి ధనీ" అని ధైర్యంగా అడిగాడు. కాసీంసాబ్ అయిదువేల రూపాయలు గురించి ప్రస్తావించాడు. ఈరప్ప ఆ డబ్బును కొడుకుకు చూపించాడు. కుమారస్వామి అది చూసి సంతోషపడలేదు. "ఈ అయిదు వేల రూపాయలు ఎన్ని రోజులకు వస్తాయి ధనీ. మాకు పొలమే

కావాలి. ఈ డబ్బు మీరే ఉంచుకోండి"అన్నాడు.

ఈరప్పకు కొడుకు ప్రవర్తన నచ్చలేదు. పెద్దల ఎదుట నోరు తెరిచేటంత అహంకారాన్ని కొడుకు చూపించాడుకదా అని కోపం పొంగి వచ్చింది. "ముడ్డి మూసుకుని సంతకం చేయరా కొమ్మి... తెలివిగా మాట్లాడకు. నాలుగు అక్షరాలు నేర్చుకున్నందుకు లేనిపోని దర్పాలు చూపించకు. నీకన్నా ఎక్కువగా చదువుకున్నవాళ్ళు ఉన్నారు" అని దబాయించాడు. కుమారస్వామి తండ్రి మాటలకు విలువ ఇవ్వకుండా "నీకదంతా అర్థం కాదు. ఊరకే కూర్చో" అని ఎదురు చెప్పాడు. అందరి ముందు తనకు ఎదురు చెప్పిన కొడుకు మీద ఈరప్పకు కోపం ముంచుకొచ్చింది. అక్కడే తలుపు సందులో పెట్టిన మడిబట్టలను తీయడానికి ఉపయోగించే కర్రను తీసుకున్నాడు. తొడమీద పెట్టి రెండు చేతులతో దాన్ని రెండు ముక్కలు చేసి కొడుకును దబదబా బాదసాగాడు.

కుమారస్వామి అలాంటి దెబ్బలను ఊహించలేదు. బాధతో కేకలు పెడుతూ ఇల్లంతా పరుగెత్తసాగాడు. "బిడ్డను కొట్టకురా ముండాకొడకా" అని అమ్మ వంటింటి నుంచే అరవసాగింది. మిగిలిన వారంతా భయంతో ఆ దృశ్యాన్ని చూడసాగారు. పదిపదిహేను దెబ్బలు పడ్డ తరువాత కుమారస్వామి కర్రను తండ్రి చేతినుంచి లాక్కుని దాన్నిపెరట్లోని బావి వైపు విసిరాడు. ఈరప్ప తన శక్తంతా పోగొట్టుకున్న వాడిలా కూలబడ్డాడు.

"మాస్టారుగారూ, ఆ పత్రాలు ఇవ్వండి. ఎక్కడ సంతకాలు చేయాలో చెప్పండి" అని కుమారస్వామి బాధతోటే గోపన్న మాస్టారును అడిగాడు. గోపన్న మాస్టారు భయంతోటే పత్రాలు అతడి ముందు పెట్టాడు. వణుకుతున్న చేత్తో ఎక్కడ సంతకాలు చేయాలో చూపించాడు. కుమారస్వామి మారుమాట్లాడకుండా అన్ని పత్రాల మీద సంతకాలు చేశాడు. అటు తరువాత ఒక్క మాట మాట్లాడకుండా పెద్దపెద్ద అంగలు వేస్తూ ఇంటి నుంచి బయటికి నడిచాడు.

కొద్దిసేపు ఎవరూ మాట్లాడలేదు. గోపన్న మాస్టారు నెమ్మదిగా పత్రాలన్నీ కూలంకషంగా పరిశీలించి నాన్నకు చూపించారు. కాసీంసాబు వాతావరణాన్ని తేలికపరచడానికి, "అందరికి కాఫీ ఇవ్వమ్మా" అని అమ్మను అడిగాడు. అమ్మ కంచెంలో కాఫీ లోటాలను పెట్టుకుని వచ్చి అందరి ముందు ఒక్కొక్క లోటాను పెట్టింది. ఈరప్ప మాత్రం కాఫీ తాగలేదు. మాట్లాడకుండా అందరికి నమస్కరించి వెళ్ళిపోయాడు. అతను తాగకుండా వదిలివేసిన కాఫీ మీద ఈగలు ముసురుకున్నాయి. ఈరప్ప మొట్టమొదటిసారి మా ఇంటి కాఫీని నిరాకరించాడు.

ఆ రాత్రి బాగా తాగి వచ్చిన ఈరప్ప మా ఇంటి ముందు ముంగిట్లో

పాటలు పాడుతూ, గంతులు వేయసాగాడు. నేను ముంగిట్లోకి వస్తే, "చిన్నధనీ, మీ నాన్నపెద్దమనిషి... అయిదువేల రూపాయలు ఇచ్చేశాడు" అని బిగ్గరగా అన్నాడు. అతని పాటలు, గంతులు రానురానూ మరీ ఎక్కువై మాకెవరికీ ఏమీ చేయాలో పాలుపోలేదు. నాన్న తలుపులు వేసి, దీపాలు ఆర్పి, అందరిని పడుకోమని చెప్పాడు. చాలాసేపటి వరకు నాకు నిద్రపట్టలేదు. రాత్రి ఏదో సమయంలో నరసక్క, కుమారస్వామి ఇద్దరూ వచ్చి ఈరప్పను పిల్చుకుని పోయారు.

మరుసటి రోజు మధ్యాహ్నానికంతా ఈరప్ప ఒక నునుపైన కొత్త కర్రను తెచ్చి అమ్మ ముందు పెట్టి, "నిన్న కోపంతో విరిచేశానమ్మా..." అని బాధపడ్డాడు.

❖❖❖

సుమారు ఇరవై ఏళ్ళ తరువాత నేను మళ్ళీ మా ఊరికివెళ్ళాను. మా ఊరు అని చెప్పుకోవటానికి కేవలం జ్ఞాపకాలు మాత్రమే ఆ ఊరిలో ఉన్నాయే తప్ప ఇంకేమీ లేవు. పొలాలను నాన్నే అమ్మేశాడు. అమ్మానాన్నలు చనిపోయిన రెండేళ్ళకు నేను నుంచున్నపాటున ఇంటిని అమ్మేశాను. బెంగళూరులో ఇల్లు కొనుక్కున్న తరువాత ఊళ్ళోని ఇల్లు నాకు అత్యంత అల్పమైన ఆస్తిగా కనిపించేది. దాన్ని అమ్మి వచ్చిన డబ్బుతో బెంగళూరులో ఒక అందమైన ఇంటిని కొనటానికీ కుదరదని సహోద్యోగుల ముందు తమాషా చేసేవాడిని.

ఈసారి ఊరికి బయలుదేరడానికి ఒక ప్రత్యేకమైన కారణముంది. మా పాఠశాల వార్షికోత్సవానికి నన్ను ముఖ్యఅతిథిగా పిలిచారు. బంద్రి మాస్టారుగారు స్వయంగా ఫోన్ చేసి, "తప్పించకయ్యా, ఇది మీ స్కూలు. ఇది మీ కార్యక్రమం. మరిచిపోకుండా రా. పిల్లలకు సాఫ్ట్‌వేర్ ఇంజనీర్లు కావటం ఎలాగో కాస్త వారికి సలహాలు, సూచనలు ఇవ్వు" అని అభ్యర్థించారు. బెత్తం పట్టుకుని పాఠం చెప్పిన మాస్టార్లకు కుదరదని చెప్పటానికి వీలవుతుందా? ప్రేమతోనే అంగీకరించాను.

నాతోపాటు చదువుకున్న మిత్రుడు మంజునాథ ఇప్పుడు అక్కడే ఒక స్టీలు ఫ్యాక్టరీలో పని చేస్తున్నాడు. తన ఇంట్లోనే బస చేయాలని నాకు గట్టిగా చెప్పాడు. అతడితో రెండు రోజులు కాలం గడపవచ్చని నాకూ సంతోషం కలిగింది. అతనికి పెళ్ళయి ఇప్పుడు ఒక ముద్దులొలికే కూతురుంది. స్టీల్ ఫ్యాక్టరీవాళ్ళు అతని కుటుంబానికి సకల సౌకర్యాలు కలిగిన ఒక ఇల్లు కూడా ఇచ్చారు.

పాఠశాల యథాప్రకారం మునుపట్లా ఉన్నప్పటికీ కొన్ని ప్రత్యేకమైన మార్పులు జరిగాయి. అమ్మాయిలందరూ చుడీదారులు వేసుకున్నారు. లంగా చోళీ ధరించిన అమ్మాయి ఒక్కతె కూడా నాకు కనిపించలేదు. నా బాల్యంలో ఒక ఉత్తర భారతానికి చెందిన అమ్మాయి పాఠశాలకు చుడీదారు వేసుకుని వచ్చినందుకు

ప్రధానోపాధ్యాయుడు ఆమెను తిట్టి ఇంటికి పంపేయటం, ఆమె ఏడుస్తూ ఇంటికి వెళ్ళటం– పిల్లల ముందు చెప్పి నవ్వించాను. వస్తు ప్రదర్శనలో పిల్లలందరూ నాకు ఇంగ్లీషులో వివరించడానికి ఇబ్బంది పడసాగారు. "కన్నడలో చెప్పండ్రా" అంటే "మాస్టారుగారు ఇంగ్లీషులోనే చెప్పాలని చెప్పారు సార్" అని తమ నిస్సహాయతను ప్రదర్శించారు. ఈ రెండింటికన్నా ప్రత్యేకంగా కనిపించిన మరొక మార్పు ఏమిటంటే మొత్తం పాఠశాలలోని పిల్లలకు వైభవమైన విందు భోజనం ఏర్పాటు చేశారు. బాల్యంలో మాకందరికి రెండు చాక్లెట్లు, అబ్బబ్బా అంటే కాస్త లడ్డు బూందిని ఇచ్చేవారు. "ఇంత డబ్బు ఎక్కడి నుంచి వచ్చింది?" అని మిత్రుడిని అడిగాను."మైన్స్" అని మెల్లగా అన్నాడు. తరువాత మిగతా విషయాలు వద్దన్నట్టు మౌనంగా ఉండిపోయాడు. నాతోపాటు మైన్స్ యజమాని ఒకరు వేదికను పంచుకున్నారు.

కార్యక్రమాన్ని ముగించుకున్న తరువాత నన్ను మళ్ళీ హంపి ఎక్స్‌ప్రెస్‌కు ఎక్కించటానికి నా మిత్రుడు తన కారులోనే నన్ను హొసపేటకు తీసుకునిపోయాడు. దారి అత్యంత భయంకరంగా ఉంది. మైన్ లారీలు రోజూ తిరుగుతుండటం వల్ల రోడ్డులన్నీ ఎన్నడో మాయమయ్యాయి. లోతైన గుంటలు కారును తలకిందులుగా చేసేటంత పెద్దగా ఉన్నాయి. దారంతా ఎర్రటిధూళితో మూసుకునిపోయింది. చింతచెట్టు, చింత పండు, మైలురాళ్ళు, పొదలు, రైలు స్తంభాలు– అన్నీ ఎర్రటి ఎరుపులో ఉన్నాయి. గతంలో నేను చూసిన అదే రోడ్డును గుర్తు చేసుకుంటే గుండె ముక్కలయ్యేలా ఉంది.

శివపుర దేవస్థానాన్ని దాటిన వెంటనే నాకు మా పొలం గుర్తొచ్చింది. "మంజూ, కాస్త కారాపు. ఇక్కడే మా పొలాలు వుండేవి" అని అన్నాను. మంజు కారాపి, "నిజంగానా?" అని అడిగాడు. "అవున్రా, మానాన్నకు ఎనిమిది ఎకరాల పొలం వుండేది... మా అక్క పెళ్ళికి అమ్మేశాడు" అన్నాను.

"ఛ...ఛ... ఎంత పని చేశార్రా? పొలం పెట్టుకుని ఉంటే ఇప్పుడు ఎకరాకు కోటిరూపాయలు దొరికేవి. ఈ నేలంతటా మైన్స్ పడ్డాయి" అని గింజుకున్నాడు. ఒక్క క్షణం ఎనిమిది కోట్లు నా ముందు గిరికీలు కొట్టాయి. నేను 'అబ్బబ్బా...' అనుకునే నా సాఫ్ట్‌వేర్ సంపాదన ఆ కోట్ల ముందు అత్యల్పంగా కనిపించింది. ఒక్క క్షణం అన్నిటినీ పోగొట్టుకున్నట్టు బాధకలిగింది. అయితే డబ్బు కన్నా ముఖ్యమైన విషయాలు జగత్తులో ఉన్నాయనే అనుభవం నాకు ఇప్పటికే అనేకసార్లు జరిగాయి. ఆ కారణంగా మనస్సును అదుపులోకి తెచ్చుకున్నాను. "మంజూ, అంతా మన రాతలో ఉన్నట్టు జరుగుతుంది. అప్పుడు

పొలం అమ్మినందువల్ల అక్క పెళ్ళి చక్కగా చేయడానికి సాధ్యమైంది. ఇప్పుడు అక్కకు ఇద్దరు ముద్దులొలికే పిల్లలు. ఒకరు ఎనిమిదవ తరగతి, మరొకరు పదవ తరగతి చదువుతున్నారు. బావ కూడా సంసారాన్ని చక్కగా చూసుకుంటున్నాడు. వాళ్ళింటికి వెళితే సంతోషం కలుగుతుంది. ఈ ఎనిమిది కోట్లు ఆ సంతోషాన్ని తెచ్చియిచ్చేవని ఏం గ్యారెంటి?" అని అన్నాను. "ఇప్పటికే గొప్ప వేదాంతిలా బాగా మాట్లాడుతున్నావు నువ్వు" అని మంజు నన్ను వెక్కిరించాడు. చింత చెట్టు కింద మా కారు నిలిపి ధూళి కమ్ముకున్న దార్లో నడుస్తూ మా పొలం వైపు బయలుదేరాం.

అక్కడి దృశ్యాన్ని చూసి నేను దిగ్భ్రాంతి చెందాను. అక్కడ పొలాలే లేవు. కేవలం ఎర్రటి ధూళితో నిండిన బయలు. అడుగు పెడితే తామరపూలు వుండవలసిన నా పొలంలో ఆ తామరపూలు రక్తాన్ని చిందించినట్టు కనిపిస్తోంది. పొలాల్లో లోతైన గుంతలు తవ్వారు. దృష్టిసారించినంత మేరా మైనింగ్ చేస్తున్నారు. అక్కడ మొదట్లో విత్తనాలు చల్లి పంట పండించేవారని కొత్తవారికి చెబితే దేవుడిసాక్షిగా నమ్మేలాలేదు. వెదికినా ఒకింత పచ్చదనం కనుచూపుమేరలో కనిపించటం లేదు. వందలాది యంత్రాలు మొత్తం బయలులో ఏకధాటిగా పనులు చేస్తున్నాయి. మట్టిని తీసుకునిపోవటానికి వేలాది లారీలు సముద్రంలా నుంచున్నాయి. ఇక్కడి మట్టిని చైనాకు సాగిస్తారట. కేవలం ఒక బుట్ట మట్టికి యాభై రూపాయలట. పని చేస్తున్న జనం ఒళ్ళంతా మట్టిని మెత్తుకుని వున్నారు. వారు ఊపిరి పీల్చే గాలిలో ధూళి తప్ప ఇంకేమీ ఉండటానికి అవకాశం లేదు.

అలాంటి గుంతలతో కూడిన నేలలోనూ అవలీలగా తిరుగుతూ పనులు చేస్తున్న ఆ దైత్య యంత్రాలు నన్ను ఆకర్షించాయి. ఏదైనా ఒక యంత్రాన్ని దగ్గరి నుంచి చూడాలని అనుకున్నాను. మిత్రుడు అక్కడే వెళుతున్న ఓ యంత్రం దగ్గరికి తీసుకునిపోయాడు. బోగాణిలాంటి దైత్య తొట్టిని తన లోహపు చేతి చివరన కలిగివున్న ఆ యంత్రం, తన చుట్టూ ఏ భాగానికైనా వాలగలిగేది. ఒకసారి నేలకు ఆ తొట్టికి ఉన్న పదునైన పళ్ళను తాకిస్తే చాలు, మొత్తం నేల నిస్సహాయంగా దానికి లొంగిపోయేది. తన తొట్టినిండా ఎర్రటిమట్టిని నింపుకుని, దాన్ని అలాగే పైకెత్తుకునిపోయి, ఆ మట్టినంతా లారీలోపలికి వొంపి, ఖాళీయై తన మొత్తం పళ్ళను చూపిస్తూ ఆగేది. ఆ యంత్రం చేసే అన్నిపనులు కొన్ని బటన్‌లతో నిర్వహిస్తున్న ఒక వ్యక్తి దానిమీద సవారి చేస్తున్నట్టు కూర్చున్నాడు. అత్యంత ఎత్తులో అతను కూర్చున్న కారణంగా ఒక చుక్కలా కనిపిస్తున్నాడు. నా మిత్రుడు నా కెమరాలో దాని కదలికలన్నీ రికార్డ్ చేస్తున్నాడు. అది తన బోగాణిని బాగా

పైకి ఎత్తి లారీలో మట్టిని కురిపించే దృశ్యం చాలా బాగా వచ్చింది. నా మిత్రుడికి కెమరాకున్న చిట్టి తెరమీద చూపించాను. "బుసలు కొట్టే ఏడు పడగల సర్పంలా ఉందికదా మహానుభావా!" అని అన్నాడు.

అతని పోలిక విని ఒక్క క్షణం ఉలిక్కిపడ్డాను. "ఏమన్నావ్?" అని అతడిని అడిగినపుడు నా కంఠస్వరం నాకు తెలియకుండానే తారాస్థాయికి చేరింది. "ఎందుకు అరుస్తున్నావు? ఏడుపడగల సర్పాన్ని చూసినట్టు అవుతోందని అన్నాను. పురాణాల్లో దాని ప్రస్తావన ఉందికదా, విష్ణువు పక్కలా చేసుకుని పడుకుంటాడు కదా, అదే" అన్నాడు.

వెంటనే ఈరప్ప గుర్తుకు వచ్చాడు. ఒకసారి చుట్టూ దృష్టిసారించాను.

సర్పాలు మా ఊరి భూమినంతా ఆక్రమించాయి. భూమిలోపల ఉన్న నిధినంతా తొలచి తొలచి కనిపించని దేశాలకు పంపిస్తున్నాయి. మా ఊరిని ఖాళీ చేస్తున్నాయి. ఎవరినో దేశాన్ని కొనుక్కునేంత శ్రీమంతులుగా చేస్తున్నాయి. మిగిలినవారిని మట్టితినే హీనమైన స్థితికి దిగజారుస్తున్నాయి.

బాల్యంలో ఈరప్ప చెప్పింది కచ్చితంగా కట్టుకథ కాదు.

అలాంటి దైత్యాకారపు యంత్రాన్ని నడిపే ఆ వ్యక్తి ఫోటో తీయాలని మిత్రుడికి చెప్పాను. మిత్రుడు ఓ కేక పెట్టి, పైనున్న వ్యక్తిని కిందకు రమ్మని సైగ చేశాడు. ఆ వ్యక్తి పెద్ద చెట్టునుంచి కోతి ఎలా అవలీలగా దిగుతుందో అలా ఆ యంత్రం నుంచి దిగి వచ్చాడు. అతని ఒళ్ళంతా ఎర్రటిమట్టితో కమ్ముకునివుంది. తలమీది జుత్తూ దూళితో ఎర్రబడింది. అతడిని ఆ యంత్రం మట్టిని తీసే పళ్ళ తొట్టి దగ్గర నిలబెట్టి అనేక ఫోటోలు తీశాను. తరువాత జేబులోంచి పది రూపాయల నోటొకటి తీసి అతనికి ఇచ్చి, "చాలా థాంక్స్... చాలా బాగా మెషిన్ నడుపుతున్నావు. నీ పేరేమి?" అని అత్యంత మృదువుగా అడిగాను. ఆ వ్యక్తి చిన్నగా నవ్వాడు. అతడి దంతాలు కూడా ఎర్రగా ఉన్నాయి. "నన్ను గుర్తు పట్టలేదా ధనీ? కుమారస్వామి... ఈరప్ప కొడుకును ధనీ" అన్నాడు. నా మీద పిడుగు పడినట్లయింది. ఆ రోజు తండ్రిని తనతోపాటు కోపంతో వెంటబెట్టుకుని తీసుకునిపోయిన కుమారస్వామిని నేను ఇప్పుడే చూస్తున్నాను.

"బాగున్నావా కుమారస్వామి?" అని ఎండిపోయిన గొంతుతో అన్నాను.

"ఊఁ ధనీ, నువ్వు ఎలా ఉన్నావప్పా? పెద్ద ఉద్యోగం చేస్తున్నావని గోపన్న మాస్టారు కొడుకు చెప్పాడు" అన్నాడు.

"పర్వాలేదు, నీ జీవనం ఎలా సాగుతోంది?"

"పర్వాలేదు ధనీ, ఈ మెషిన్ ఎలా నడపాలో నేర్పించారు. నెలకు మూడువేల

రూపాయలు జీతం ఇస్తారు. పెళ్ళి చేసుకున్నాను. ఇద్దరు పిల్లలు. ఇంగ్లీషు మీడియంలో చేర్చాను. భార్యకూడా మైన్స్‌లో పనికి పోతుంది"

"ఈరప్ప ఎలా ఉన్నాడు కుమారస్వామి?"

"నాన్న చనిపోయి పదేళ్ళు అయింది ధనీ. మీ పొలం పోయిన తరువాత ఏమీ పని ఉండలేదు. విపరీతంగా తాగడం మొదలుపెట్టాడు. ఎక్కువ రోజులు బతకలేదు"

"నరసక్క బతికి ఉందా?"

"ఊఁ! ఇంకా గట్టిగానే ఉంది" అని నవ్వాడు.

"ఇంకా పని చేస్తోందా?"

"చేస్తానంటుంది. నేనే వద్దన్నాను. ఇంట్లో ఒక కలర్ టీవీ కొని పెట్టాను. రోజంతా సీరియల్ చూస్తూ ఉంటుంది. చూపు బాగానే ఉంది"

మంజునాథ కొద్దిసేపు అతడితో మాట్లాడాడు. అతనితో ఒక ఫోటోను నేను తీయించుకున్నాను. తన ఒంటిమీది మట్టి నాకెక్కడ అంటుకుంటుందోననే భయంతో కుమారస్వామి నాకు తగలకుండా కొద్దిదూరంలో ముడుచుకుని నిలబడి కెమెరాకు ఫోజు ఇచ్చాడు. నా మొబైల్ నెంబర్‌ను అడిగి తీసుకుని, తన మొబైల్లో భద్రపరుచుకున్నాడు.

చూస్తూ చూస్తుండగానే ఆకాశంలో ఏదో శబ్దం వినిపించింది. తలెత్తి చూస్తే హెలిక్యాప్టర్ ఒక పుష్పక విమానంలా నేలమీదికి దిగుతోంది. జనమంతా ఆ హెలిక్యాప్టర్ వైపు పరుగెత్తారు. "మా మైన్స్ యజమాని వచ్చాడప్పా... వెళతాను. మీరు తొందరగా వెళ్ళిపోండి. కెమరా పట్టుకుని వచ్చే పట్టణం జనాన్ని చూస్తే అతను మండిపడతాడు" అని కుమారస్వామి కూడా అటువైపు పరుగెత్తాడు. హెలిక్యాప్టర్ నుంచి ముగ్గురు గనుల యజమానులు దిగారు. ఎండకు మెరిసేలాంటి తెల్లటి దుస్తులను వాళ్ళు ధరించారు. ధూళి లోపలికి పోకుండా ముక్కుకు గుడ్డ ఫిల్టర్‌లను వేసుకున్నారు. కాస్సేపు జనంతో మాట్లాడి మళ్ళీ దుమ్ము రేపుకుంటూ తమ పుష్పక విమానంలో వాళ్ళంతా వెళ్ళిపోయారు. "అతను పెద్ద కాంట్రాక్టర్. మొత్తం రాష్ట్రాన్నే కొనుక్కునేటంతటి శ్రీమంతుడతను. అయిదు హెలిక్యాప్టర్లు కొనుక్కున్నాడు" అని మంజు వివరాలు ఇచ్చాడు. అక్కడ ఎక్కువ సేపు నిలబడటానికి నాకు కచ్చితంగా ఇష్టముండలేదు. మిత్రుడిని వెంటబెట్టుకుని కారు దగ్గరికి నడిచాను. "నీతోపాటు చదువుకున్నప్పటికీ అతను నిన్ను ఇంకా ధనీ అనే పిలుస్తున్నాడు కదా?" అని మంజు ఆశ్చర్యపడ్డాడు.

కారు మీద, కారు దగ్గరున్న చింత చెట్టు మీద అనేక రకాల విచిత్రమైన

పక్షులు కూర్చున్నాయి. మిత్రుడికి సద్దు చేయవద్దని చెప్పిచెట్టు చాటునుంచి వాటిని చూస్తూ ఫోటో క్లిక్ చేశాను. "ఇవెలాంటి ఎర్రటి పక్షులు మంజూ? చిన్నప్పుడు చూడనే లేదు" అని మిత్రుడిని గుసగుసగా అడిగాను. మిత్రుడు ఫకాలున నవ్వేశాడు. "చిలుకలు మహానుభావా, గుర్తుపట్టలేదా? మైన్స్ దుమ్ము మెత్తుకుని ఎర్రబడ్డాయి. అంతే..." అని వాస్తవ విషయాన్ని తెలిపాడు. పొట్టలో విచిత్రమైన సంకటం కలిగింది. దృష్టిసారించి చూశాను. అవును, అవి చిలుకలే. అనుమానం లేదు. ఎర్రటి ధూళి మెత్తుకున్నాయి. అంతే. "చిలుక స్వచ్ఛమైన ప్రాణికదా... మురికినంతా శుభ్రం చేసుకునేదికదా?" అని అడిగాడు. "ఎంతని శుభ్రం చేసుకోవడానికి సాధ్యం అవుతుంది? ఎండ కురిసినట్టు ఎర్రటి ధూళి ఈ ఊళ్ళో కురుస్తుంది. నీళ్ళలో మునిగి శుభ్రంగా కడుక్కోవడానికి చెరువుకూడా లేదిప్పుడు. ఆ చెరువును కూడా మైన్స్‌గా మార్చి తవ్వేశారు. అపురూపానికి వర్షం వచ్చినా ఎర్రటి నీళ్ళు కురుస్తాయి. తమాషా ఏమిటో తెలుసా? ఆ పక్షుల రెట్ట కూడా ఎర్రగా ఉంటుంది. కడుపుకు ఏం తింటాయో ఆ భగవంతుడికే తెలుసు" అని చెప్పాడు.

ఎందుకో భయం వేయసాగింది. నేను పుట్టి పెరిగిన నా ప్రియమైన ఊరు నాకు నరకంగా అనిపించసాగింది. అక్కడి నుంచి తప్పించుకుని పారిపోవాలనిపించింది. నేరుగా కారువైపు బిగ్గరగా అరుస్తూ పోయి చిలుకలన్నిటిని తరిమి కారులో కూర్చున్నాను. ఒకే ఒక ఎర్రటి చిలుక నా కంట పడినా నా తల పేలిపోతుందని అనిపించింది.

మిత్రుడు అత్యంత జాగ్రత్తగా కారును నడపసాగాడు. నాకు ఏమీ మాట్లాడాలని అనిపించ లేదు. మొబైల్ స్క్రీన్ చూశాం. రోడ్డు పాడైపోయివున్నా సమస్య లేదు. సిగ్నల్ పూర్తిగా కవరేజ్‌లో ఉంది. అక్కకు ఒక మెసేజ్ టైప్ చేయసాగాను. "అక్కా, ఎర్రచిలుకలను ఈ రోజు చూశాను. చెట్లలో అవి కూర్చుంటే మందార పువ్వులు విరిసినట్టు కనిపించదక్కా. చర్మం వొలిచి అంగడిలో వేలాడదీసిన మాంసం ముక్కల్లా కనిపిస్తాయి" అని రాసి పంపాను. అక్కకు నా ఎస్.ఎం.ఎస్. తలాతోక అర్థంకాక ఎక్కడ ఫోన్ చేస్తుందోననే భయంతో మొబైల్‌ను ఆఫ్ చేసి చేత్తో దాన్ని గట్టిగా పట్టుకున్నాను. దాన్ని ఆఫ్ చేసినప్పటికీ ఏ క్షణంలోనైనా అది మ్రోగవచ్చని నాకు భయం వేయసాగింది.

❖❖❖

29 ఆగస్ట్ 2008

అమృతదళాలు

నలభై దగ్గర్లో ఉన్న అంబాబాయి అనే సంప్రదాయపరురాలైన బ్రాహ్మణ ముత్తయిదువ, నోట ఒక్క నీటి చుక్కనూ వేసుకోక ఈ రోజుకు సరిగ్గా ఒక నెల గడిచింది. సమస్య ఏమిటంటే ఆమె ఆరోగ్యంలో ఏ ఇబ్బందులు లేకుండా దృఢంగా ఉంది!

ఆమె భర్త హళ్ళాచార్యులకు బుర్రపాడైపోయింది. యాభై ఏళ్ళ జీవితంలో ఇలాంటి విచిత్రమైన సమస్యను ఎన్నడూ ఎదుర్కోలేదు. భార్యా-భర్తలిద్దరూ చాలా పేదరికపు సంసారంలోనే బతికారు. చిన్న ఊళ్ళో పౌరోహిత్యం వృత్తి చేసుకుంటున్న వారికి ఐశ్వర్యం ఎలా వస్తుంది? ఒక పూట భోజనానికి ఉంటే, మరోపూట ఉపవాసం వారికి అలవాటైపోయింది. ఎన్నోసార్లు వంట చేయడానికి వస్తువులు లేకుండా, ద్వాదశి రోజున ఉపవాసం చేసిన అనుభవం ఇద్దరికీ వుంది. ఇదే ఊళ్ళో పుణ్యనది తుంగభద్ర ప్రవహిస్తూ ఉండటం వల్ల, ఏ సమయానికి ఆమె దగ్గరికి పోయినా కడుపు నింపేటంత అమృతంలాంటి నీళ్ళను ఇస్తుంది. ఆ కారణంగానే వాళ్ళు అదృష్టవంతులు అని చెప్పవచ్చు.

అయితే ఇప్పుడు కాలం మారింది. కొద్దివరకు బ్రాహ్మణ కుటుంబాల జీవనస్థాయి పెరిగింది. ఆ కారణంగానే మాటకొక సత్యనారాయణస్వామి పూజ, అష్టోత్తరం, గురుమంత్రం-మొదలైన వాటిని గృహస్థులు ఏర్పరుచుకుని పురోహిత దంపతులను భోజనానికి పిలిచే సంప్రదాయం మొదలైంది. ధారాళంగా దక్షిణ ఇవ్వడం, ఒకింత ఎక్కువగానే ధాన్యపు గింజలు కట్టివ్వడం జరిగేది. ఆ కారణంవల్లనే హళ్ళాచార్యులు-అంబాబాయి దంపతుల ఉపవాసాలు పూర్తిగా

తగ్గిపోయాయి. "దేవుడు మంచిరోజులను ఇవ్వడం మొదలుపెట్టాడు" అని ఒకటి రెండుసార్లు మనస్సులోనే అనుకున్నారు. అలా అనుకోవడంతో దిష్టి తగిలిందేమో అన్నట్టు అంబాబాయి ఏమీ తినటానికి సాధ్యంకానట్టు కూర్చుండి పోయింది.

అంబాబాయి తనకన్నా పెద్ద పొట్ట కలిగినదని హళ్ళాచార్యులకు ఎప్పుడూ అసూయగా ఉండేది. విస్తరిముందు కూర్చుంటే చాలు, చక్కగా నాలుగు హొళిగలు నమిలేసేది. "సంకోచించకు అంబాబాయి" అని పదేపదే చెబుతూ ఆడవాళ్ళు పాలు-నెయ్యి కాస్త ఎక్కువగానే వడ్డించేవారు. "అన్నం అంటే అన్నపూర్ణదేవినే నా తల్లీ ... దేవుడి ముందు కూర్చున్న మనిషి సంకోచించటం సాధ్యమా? మరో గరిటె పాయసం వడ్డించు, చక్కగా భోంచేయండి" అని అనేవారు. అంబాబాయి కూడా సంకోచం లేకుండా అన్నిటినీ రెండు రెండుసార్లు వడ్డించుకుని భోజనం చేస్తుండేది. దృఢమైన దేహంకల అంబాబాయి ఎవరి సహాయం లేకుండా వందబిందెల నీళ్ళుచేది ఇంట్లోని అండా, గచ్చులను నింపే శక్తిశాలి. వందమందికి ఒక్కతే వంటచేసి వడ్డించగలిగేది. రోకలి పట్టుకుని అటుకులు దంచడానికి నిలబడితే సాక్షాత్ ఓబవ్వలా (హైదర్ అలీ సైన్యంతో ఒంటరిగా పోరాడిన వీరవనిత) కనిపించేది.

దానికి వ్యతిరేకంగా ఉండేది హళ్ళాచార్యుల శరీర ప్రకృతి. ఒళ్ళంతా నింపుకున్న అంబాబాయి పక్కన ఇతను నడుస్తుంటే వెదురు బొమ్మ పక్కన నందికోలు నృత్యం చేస్తున్నట్టు కనిపించేది. భోజనంలో ఒక హొళిగ పైన మరో ముక్క తింటే చాలు. నది ఒడ్డుకు నాలుగు సార్లు తిరగాల్సి వచ్చేది. విపరీతమైన పేదరికం వల్ల తినాల్సిన వయస్సులో ఏమీ దొరకేదికాదు. ఇప్పుడు దేవుడు ఇచ్చే సమయంలో దేహం సహకరించేది కాదు. దేవుడి పూజను శాస్త్రోక్తంగా చేయడం తప్ప, మిగిలిన పనులన్నీ అంబాబాయే చేసేది. ఆయన శారీరక ప్రకృతి అవగాహన ఉన్నందువల్లనే భోజనానికి పిలిచినవాళ్ళు జాగ్రత్తగా ఉండేవారు. "మీకు ఎంత కావాలో అంతే అడగండి ఆచారిగారు... ఎలాంటి ఒత్తిడి పెట్టం. మీ ఆరోగ్యం మాకు ముఖ్యం" అని నిస్సంకోచంగా చెప్పి నోరు కట్టించేవారు. పక్కనే నెయ్యి-పాలతో హొళిగను తినే అంబాబాయిని చూసినపుడు 'భర్తకన్నా భార్య ఎక్కువ తినకూడదని ఏదైనా శాస్త్రంలో రాసివుంటే బాగుండేది. ఎందుకో ఎవరికి ఆ విషయం స్ఫురించినట్టు లేదు' అని విసుక్కునేవారు.

ఈ దంపతులకు ఇద్దరు పిల్లలు. పెద్దవాడు ముకుంద. ఇప్పుడు బి.ఎ. చదువుతున్నాడు. రెండోవాడు జగన్నాథ. పదవ తరగతి చదువుతున్నాడు.

వీళ్ళిద్దరు కాకుండా హళ్ళాచార్యుల వితంతువు తల్లి రాధక్క కూడా ఇంట్లో వుండేది. ఇంటి మూలలో కూర్చున్నప్పటికీ మొత్తం కుటుంబం తన ఆజ్ఞానుసారం నడవాలని ఆమె ఆశ. ఆమెకు అప్పటికే డెబ్బయి అయిదు దాటింది. పని చేయడానికి చేతనయ్యేదికాదు. పెళ్ళయి వచ్చిన కొత్తలో విపరీతంగా భయపడుతున్న అంబాబాయి, ఇప్పుడు దబాయించి ఆమెను మౌనంగా కూర్చోబెట్టేటంత తెలివైనదైంది. అయితే కుటుంబంలో పెద్దప్రాణమని గౌరవం ఉన్న కారణంగా ఆమెకు ఏ విధంగానూ కొరత కలగకుండా చూసుకునేది.

మొత్తం సంసారానికి హళ్ళాచార్యుల పౌరోహిత్యమే ఏకైక సంపాదన. అది చాలేది కాదు. ఆ కారణంగానే చాలా ఇళ్ళల్లో చేసినట్టే ఖర్చులేకుండా చేసుకునే విధానాలను అంబాబాయి కనుక్కున్నది. ఇంటి పెరట్లో కాయగూరలు పెంచడం, భోజనానికి కావలసిన మోదుగ ఆకులను గడ్డిపుల్లలను చీల్చి గుచ్చి విస్తర్లు తయారు చేయటం, పౌరోహిత్యానికి పిలిచిన ఇంటివారి పిల్లలు గత ఏడాది నోట్ పుస్తకాలలో వాడకుండా, ఖాళీగా వదిలేసిన కాగితాలు బతిమాలి తెచ్చి నోట్ పుస్తకాలు కుట్టి ఇవ్వడం, రవిక, చొక్కా-నిక్కరులను తానే కుట్టడం, రాగి చెంబులో నిప్పులు నింపుకుని పిల్లల చొక్కా-నిక్కరులను ఇస్త్రీ చేసి ఇవ్వడం-మొదలైన పనులను చేసేది. చేతిలోంచి డబ్బులు పెట్టకుండా సంసారాన్ని నిభాయించడానికి సకల ప్రయత్నాలనూ చేసేది. వాటి వరుసలో ఈ మధ్యన కొత్తగా అడవికి వెళ్ళి పుల్లలు తీసుకుని రావటమూ చేరుకుంది.

“బ్రాహ్మణులు అడవికివెళ్ళి కట్టెపుల్లలు తీసుకుని రావడం ఎక్కడా వినలేదమ్మా... ఇదేమి పాడు అలవాటు తగిలించుకున్నావు” అని రాధక్క కుర్చున్నచోటే గొణిగింది. “అలాగైతే లంబాడి ఆడవాళ్ళకు డబ్బు నువ్విస్తావా?” అని అంబాబాయి ఎదురు ప్రశ్న వేసి నోరు మూయించింది. ఇంట్లో వంటను కట్టెలతోనే చేయాలి. పురోహిత వంశం కావటం వల్ల కిరసనాయిల్ స్టౌ వాడటానికి లేదు. నదికి ఆవల ఒడ్డులో కావలసినంత అడవి ఉంది. అయితే వెళ్ళి తెచ్చుకునే అలవాటు బ్రాహ్మణ ఇళ్ళల్లో లేదు. లంబాడి స్త్రీలు తల మీద మోపులు మోసుకుని అమ్మటానికి వచ్చేవాళ్ళు. దాన్నే కొనేవారు. ఈ మధ్యన వాళ్ళు ఇష్టమొచ్చినట్టు డబ్బులు అడగటం ప్రారంభించారు. ఈ సమయంలోనే పక్క వీదిలోని కురువ తాయక్క అంబాబాయిని అడవికి పిలుచుకుని పోయి, కట్టెలను సంగ్రహించి తీసుకుని రావటానికి ఒప్పుకుంది.

పౌరోహిత్యం లేని రోజున మాత్రం అంబాబాయి అడవికి వెళ్ళేది. వేకువజామునే లేచి వెళితే పొద్దెక్కేలోపు ఒక మోపు కట్టెలు తెచ్చేది. మొదట్లో

చిన్న మోపు మాత్రమే తీసుకుని రాగలిగేది. ఇప్పుడు రోజులు గడుస్తున్నట్టే పెద్ద మోపును మోసుకొచ్చేంతగా పరిణతి చెందింది. నెలకు రెండుసార్లు వెళ్ళివస్తే సరిపోయేది.

అడవి అనేక సౌకర్యాలను ఆమెకు పరిచయం చేసింది. మోదుగ ఆకులు, సీతాఫలం-వెలక్కాయ మొదలైన పళ్ళు, తొక్కు కోసం చింతకాయలు, కొండపిండి ఆకులు, మూడాకుల కూర, అరుదుగా గంధపు చెక్క, ఈశ్వరీ పుష్పాలు... ఇలా కావలసినంత సౌకర్యాల నిధిని నింపుకున్న భవనంలా అడవి అంబాబాయికి కనిపించింది. అయినా బ్రాహ్మణులు ఎందుకు అడవికి వెళ్ళిరారని ఆమెకు ఆశ్చర్యం కలిగేది. ఒక్కోసారి తాయక్క భర్తకూడా తోడుగా వస్తే, తేనెటీగలు తరిమి, తేనెను వడపోసి ఇచ్చేవాడు.

కొత్తదనాన్ని కనుక్కునే స్వభావం అంబాబాయికి చిన్నప్పటి నుంచీ వుంది. తనతోటి అమ్మాయిలు ఇంటి ఆడవాళ్ళ నుంచి నేర్చుకున్న తరతరాల ముగ్గులనే ముంగిట్లో వేస్తుంటే, ఈమె మాత్రం అవే చుక్కలను వాడి కొత్త చిత్రాన్ని వేసేది. భజనల్లోనూ పాతకాలంనాటి పాటలను ఊరివాళ్ళంతా పాడుతుంటే, ఈమె అదే పాటకు వేరే సాహిత్యాన్ని కూర్చి కొత్త పాటగా మార్చేది. వంట చేసే వయసు వచ్చిన తరువాత, తనదైన అనుభవంతో కొత్త రుచులను ఆలోచించి వంట చేసేది. తాను చేసే ప్రయోగాల్లో ప్రతిసారి సఫలమయ్యేది కాదు. విఫలమైనప్పుడు పెద్దల చేత తిట్టించుకునేది. అయితే ఏదైనా విజయవంతమై ఎవరైనా పొగిడితే చాలు, అది మరిన్ని ప్రయోగాలకు ఆమెను ప్రేరేపించేది. పెళ్ళయిన తరువాత హళ్ళాచార్యులకు ఆమె అన్వేషణా పిచ్చి విపరీతమనిపించి, ఆ రాత్రి చీకట్లోనే "ఛూ...పోవే" అని సిగ్గుపడేవారు. వసారా మూలలో పడుకున్న రాధక్క కొడుకు గొణుగుడు విని "రామ రామ' అని చెంపలు వాయించుకుని పక్కకు తిరిగేది.

అడవిలోకి ప్రవేశించటం మొదలుపెట్టిన తరువాత చెప్పాలా? అక్కడ వందలాది విషయాలు అంబాబాయిని ప్రత్యేకంగా ఆకర్షించి పిలువసాగాయి. కొత్త పువ్వులు, తీగలు, ఆకులు, కట్టెలు, పళ్ళు, క్రిములు, మృగాలు, మట్టి, చెరువు, నీళ్ళు - అన్నీ విశేషమనిపించేవి. ఇంత సంపదను దాచుకున్న అడవి ఊరికి దగ్గరే ఉన్నప్పటికీ ఎందుకు ఎవరూ ఉపయోగాన్ని పొందటం లేదని ఆశ్చర్యం కలిగేది. వారానికి ఒకట్రెండుసార్లు వెళ్ళి వస్తే చాలు, ఇంటికి ఎంత అనుకూలం అవుతుందో అనిపించేది. అయితే ఆమె మాటలను ఆమె తోటివారు చెవిన వేసుకునేవాళ్ళుకాదు. "బ్రాహ్మణులు అడవికి వెళ్ళటం మేమైతే

వినలేదమ్మా" అని ముక్కు మీద వేలు వేసుకునేవారు.

అడవిలో కనిపించే వేలాది రకాల ఆకులు, మొక్కలు అంబాబాయి ప్రయోగానికి కారణమయ్యాయి. రకరకాల ఆకుల రుచి చూసి, వాటితో పొడి కూర, లేదా మామూలు కూర చేయడం సాధ్యమా అని ప్రయత్నించసాగింది. "జాగ్రత్తక్కా, ఏదైనా విషపు ఆకులు అయితే ప్రాణాలు పోతాయి. రాక్షస ఆకులు అడవిలో ఉంటాయి" అని తాయక్క హెచ్చరించేది. ఆమె హెచ్చరిక చిన్నగా భయం పుట్టించినప్పటికీ, ఆమె అన్వేషణా స్వభావం దాన్ని నిర్లక్ష్యం చేసింది. అయితే కొత్త ఆకులను నేరుగా తినకుండా, వాటితో కూర చేసి, రోజూ ఇంటికి వచ్చే వీధి కుక్కకు అన్నంతోపాటు కలిపి పెట్టేది. అది వ్యతిరేకించకుండా తింటే, దాన్ని తన మీద మొదట ప్రయోగించుకునేది. నచ్చితే, మరుసటి రోజు తన ఆరోగ్యానికి ఏమీ కాకపోతే, భర్త, పిల్లలకు వంటచేసి వడ్డించేది. వాళ్ళు భోజనం చేసిన తరువాత కొత్తకూర సంగతిని చెప్పేది. తన మహాన్వేషణను పేటెంట్ చేసుకున్నట్టు, ఆ కొత్తకూరకొక ప్రత్యేకమైన పేరు పెట్టేది. గుండ్రటి ఆకులున్న కూరకు 'చంద్రదళాలు' అనీ, అయిదు జంట ఆకుల్లోనే దొరికే ఆకులకు 'అరచేతి ఆకులు' అని, గాఢ ఆకుపచ్చ రంగు ఆకులను 'అడవి ఆకులు' అని నామకరణం చేసింది. చంద్రదళాలు ఇంటివారందరికి నచ్చింది. నాలుగైదుసార్లు దాన్ని చేయించుకుని తిన్నారు. భర్త మాత్రం "అవి విశ్వామిత్రుని సృష్టి అయివుంటే ఏం చేస్తావు?" అని గాభరాపడి అడిగాడు. "నాకొక శకుంతల పుడుతుందని అనుకుంటాను" అని అంబాబాయి ముసిముసిగా నవ్వింది.

ఈ సారి అంబాబాయి ప్రయోగం ఎవరూ ఊహించని రీతిలో బెడిసికొట్టింది. ఆ రోజు అడవికి తాయక్క కూడా రాలేదు. ఇంటికి బంధువులు వచ్చారని చెప్పింది, ఇంట్లో కట్టెలు లేవు. పైగా మోదుగాకులు కోసుకుని రావాలి. ఆ కారణంగా అంబాబాయి ఉదయమే లేచి, ఒక్కతే వెళ్ళింది. ఎనిమిది గంటల సమయంలో తిరిగొచ్చి, భర్త చేసే దేవుడి పూజకు సిద్ధం చేసివ్వాలని ఆలోచించింది. ఎండిన కట్టెపుల్లలు కావలసినన్ని దొరికాయి. వాటిని పేర్చి, ఒక చిన్న మోపుగా కట్టింది. ఒకిన్ని మోదుగాకులు తెంచుకుని, తాను తెచ్చిన గోనెసంచిలో నింపుకుంది. అక్కడే ప్రవహిస్తున్న ఏటి నీటిని తాగి, ఊరికి వెనుతిరగటానికి ముందు అలసట తీర్చుకోవడం కోసం ఒక బండరాయి మీద కూర్చుంది. ప్రవహిస్తున్న స్వచ్ఛమైన నీటిలో కాళ్ళు జారవిడిచింది. చిన్నిచిన్ని చేపలు కాళ్ళను తాకి, చక్కిలిగింతలు పెడుతుంటే సంతోషం కలిగేది. ఆ ఏటి నీళ్ళు నేరుగా తుంగభద్రలో కలిసేవి. ప్రకృతి ఒడిలో పసిబిడ్డ అయిన అంబాబాయి

మనస్సు ఏదో సంతోషంతో ఎగిరిగంతులేస్తోంది. ఆ సమయంలోనే ఆ చిన్న గుహ ఆమెకు కనిపించింది. గతంలో ఎన్నడూ ఆ గుహను చూసిన జ్ఞాపకం ఆమెకు లేదు. లోపలి నుంచి అదోలాంటి ప్రత్యేకమైన పచ్చటి కాంతి చిమ్ముతోంది. ఆ కాంతి ఆమెను ఆకర్షించింది.

గుహ ద్వారం చాలా చిన్నది కావటం వల్ల, తల వంచుకుని లోపలికి వెళ్ళాల్సి వచ్చింది. అయితే లోపల గుహప్రాంగణం విశాలంగా ఉంది. ఎక్కడో జలజలమని నీళ్ళు ప్రవహించే శబ్దం వినిపిస్తోంది. కొన్ని వెలుతురు కిరణాలు అక్కడక్కడ పడుతుండటం వల్ల గుహ లోపలి భాగం నెమ్మదిగా స్పష్టమవుతోంది. ఎవరో అక్కడ నివసిస్తుండవచ్చు అనే భావన ఏర్పడుతోంది. అయితే అక్కడ ఎవరూ కనిపించలేదు, అయితే ఒక విధమైన పవిత్రమైన అనుభవం ఆమెకు కలుగుతోంది. కొన్ని చిలుకలు అక్కడ ఎగురుతున్నాయి. ఈమె ప్రవేశం అవుతుండగానే ఒక ప్రత్యేక శబ్దాన్ని వెలువరించి, అవి స్వాగతం పలికాయి. తన పాదాల చప్పుడు కాకుండా ఒక్కొక్క అడుగును పెడుతూ అంబాబాయి ముందుకు సాగింది. ఆ గుహగోడలకు ఒక ప్రత్యేకమైన తీగ వ్యాపించివుంది. గాఢమైన పచ్చరంగులోని ఆ తీగ గుహనంతా ఆవరించినందువల్ల, వెలుతురు కిరణాలు వాటి మీద పడి పచ్చరంగు బయటికి చిమ్ముతోంది. గుహ మొత్తం ఆ పచ్చదనపు దీపపు వెలుతురులో ప్రజ్వలించినట్టు కనిపిస్తోంది. పచ్చదనం దీపం వెలుగులో ప్రజ్వలించినట్టు కనిపిస్తోంది. ఆ తీగకున్న ఆకులు ఐదు వేళ్ళను చాపిన అరచేతి ఆకారాన్ని కలిగివున్నాయి. ఆ అరచేతి మధ్యలో పూవును పట్టుకున్నట్టు, ఒక ఎర్రటి రంగు చిన్నపువ్వు ఆకుల మధ్యన వికసించింది. ఆ పువ్వులవల్ల మొత్తం గోడ మొత్తం ఎర్రరంగు నక్షత్రాలు మెరుస్తున్నట్టు కనిపిస్తోంది.

అంబాబాయికి ఆ పవిత్రమైన తీగను ముట్టటానికి భయం వేసింది. అయితే సమ్మోహనమైన దాని రూపం ఆమెను దగ్గరికి పిలిచింది. నెమ్మదిగా అడుగు పెట్టి, ఒక ఆకును తెంచింది. పాలవంటి ద్రవమొకటి తీగ నుంచి స్రవించింది. ఆ పాలచుక్కలను చూపుడు వేలు చివరతో తీసుకుని, తన ముక్కు దగ్గరికి తీసుకుని ఆఘ్రాణించింది. అదోలాంటి మత్తుకులోనైనట్టు ఒళ్ళు రోమాంచమైంది. మళ్ళీ ఈ జగత్తుకు తిరిగి రావటానికి కొన్ని క్షణాలు పట్టాయి.

కొన్ని ఆకులను తెంచి ఒడిలో వేసుకుంది. ఎక్కువగా తెంచుకోవడానికి భయం వేసింది. ఎవరో ఊపిరి తీసుకుంటున్న శబ్దం. దాంతోపాటు అడుగుల చప్పుడూ వినిపించింది. ఇంకా అక్కడ ఉండే ధైర్యం అంబాబాయికి కలగలేదు. చప్పుడు చేయకుండా వెనక్కు అడుగులు వేస్తూ, గుహ నుంచి బయటికి

వచ్చేసింది.

ఎప్పటిలాగే మొదటి రోజు కొన్ని ఆకులు ఉడికించి వండి వీధి కుక్కకు పెట్టింది. అది మరుసటిరోజు ఆరోగ్యంగానే కనిపించింది. అయితే కొత్తగా అన్నం, చపాతి పెడితే తినలేదు. రెండు రోజుల తరువాత అంబాబాయి ఆ ఆకులతో కూర చేసుకుని తానొక్కతే తిన్నది. కొంచెం వగరు అనిపించినా, రుచిగా ఉంది. దాని పరిమళం ఏదో తీపి వంటకాన్ని గుర్తుచేసేలా ఉంది. ఆ కూరను కొంచెం కూడా వదలకుండా అన్నంలో కలుపుకుని తిన్నది. ఇంటివాళ్ళెవరికీ దాన్ని వడ్డించకూడదని నిర్ణయించుకుంది. రెండు రోజులు తనకు ఏమీ జరగకపోతే మిగతావారికి వండి వడ్డించవచ్చని నిర్ణయించుకుంది.

అయితే అంబాబాయికి తానొక పెద్దసమస్యలో చిక్కుకున్నదని ఆ సమయంలో తెలియలేదు.

❖❖❖

అంబాబాయికి ఆకలి కట్టివేసినట్టయ్యింది. ఏమీ తినాలని అనిపించనే లేదు. ఉదయం ఫలహారం, మధ్యాహ్నం భోజనం, సాయంత్రం అటుకులు, రాత్రి భోజనం ఏదీ వద్దనిపించింది. మిగతా విషయాలు అటుండనీ, రోజుకు మూడుసార్లు ఇష్టంగా చేసుకుంటున్న కాఫీ కూడా వద్దనిపించింది. గుక్కెడు నీళ్ళు కూడా వద్దనిపించాయి. రోజంతా నిరాహారంతో కూడిన ఏకాదశి ఉపవాసం చేసినట్టుగా ఉండిపోయింది. ఎందుకైనా ఆ కూర తిని అసౌకర్యం చేసుకున్నానా అని కలవరపడసాగింది. అయినా మనస్సుకు ధైర్యం తెచ్చుకుని, ఒక రోజు ఉపవాసం ఉంటే ఏమవుతుంది. రేపు ఎలాగూ ఆకలి వేస్తుంది. అప్పుడు తింటే సరిపోతుంది. వాంతి–భేది– తలనొప్పివంటి వేమీ కలగలేదుకదా? అలాంటప్పుడు అవి మంచి ఆకులే అని నిర్ణయించుకుంది.

రెండో రోజు కూడా అదే పునరావృతమైంది. చుక్కనీళ్ళు తాగటానికి మనస్కరించలేదు. అయినా బలవంతంగా ఒక అరటిపండు తిన్నది. అయితే తిన్న రెండు నిముషాల్లో వాంతిగా బయటికి వచ్చింది. దాంతో మళ్ళీ బలవంతంగా తినటానికి లేదా ఏదైనా తాగటానికి ప్రయత్నించకుండా మౌనంగా ఉండిపోయింది.

రెండు రోజులుగా తాను శౌచానికి వెళ్ళలేదని అర్థమైంది. సామాన్యంగా తెల్లవారేలోగా ఎవరినైనా ఇరుగుపొరుగు ఇంటివారిని తోడుచేసుకుని నది ఒడ్డుకు వెళ్ళిరావటం అలవాటు. ఈ రెండు రోజులనుంచి వెళ్ళాలనే ఒత్తిడి కలగలేదు. బలవంతంగా తానొక్కతే సంధ్య వేళ నది ఒడ్డుకు వెళ్ళి కూర్చుని

ముక్కింది. రెండు రోజుల నుంచీ తాను మూత్ర విసర్జనకూ వెళ్ళలేదనే నిజాన్ని గుర్తు చేసుకుని బెదిరిపోయింది.

ఆ రాత్రి విచిత్రమైన భయంతో హళ్ళాచార్యులకు తన బాధను చెప్పుకుంది. "రెండు రోజుల నుంచీ భోజనమూ చేయలేదు. దొడ్డి, మూత్రవిసర్జన చేయలేదు. ఎందుకో కలవరం కలుగుతోందండీ" అంది. నిద్రమబ్బులో ఉన్న హళ్ళాచార్యులు ఆ సమస్యకు గంభీరంగా ప్రతిస్పందించే మనఃస్థితిలో లేరు. "భోజనం సహించలేదంటే మంచిదే. డబ్బులు మిగిలాయి. రోజూ బయలు ప్రదేశానికి వెళ్ళే ఇబ్బంది ఆగిందంటే సంతోషించు" అని తిరస్కారంగా చెప్పి మళ్ళీ అని నిద్రపోయారు.

అయితే అంత సులభంగా ఆమె ఆకలి, శౌచం సమస్య నిరక్ష్యం చేసేలా హళ్ళాచార్యులకు కనిపించలేదు. అది వారి ఆర్థిక ఆదాయపు మూలానికి గొడ్డలి పెట్టనే విషయం ఒకటి రెండు రోజుల్లోనే అర్థమైంది. మూడవ రోజున దంపతులను శ్రీమంతుల ఇంటివారు భోజనానికి ఆహ్వానించారు. అయితే అరిటాకు ముందు కూర్చున్న అంబాబాయి ఏం తింటుంది? బలవంతంగా కుక్కుకున్నా బయటికి వస్తుందనే విషయం రెండు రోజుల క్రితమే గుర్తించింది. అందువల్ల ఒక ముద్ద కూడా తినకుండా, మౌనంగా అరిటాకు ముందు కూర్చుంది. ఇంటివాళ్ళు ఎంత బలవంతం చేసినా భోజనం చేసే ధైర్యం చేయలేదు. తల్లి శ్రాద్ధాన్ని చేసిన యజమాని ఆహ్వానం మేరకు వచ్చిన ముత్తయిదువ ఒక్క మెతుకూ తినకుండా వెళ్ళడం అత్యంత విషాదకరమైన విషయమైంది.

సాయంత్రానికంతా ఈ విషయం ఊరంతా దండోరా కొట్టినట్టు వ్యాపించింది. బంధువులు, ప్రీతిపాత్రులు, వీరి అభివృద్ధిని చూసినవారు అందరూ వచ్చి అంబాబాయిని పలకరించి వెళ్ళారు. అందరికీ జరిగిన విషయం చెప్పి చెప్పి విసుగొచ్చేసింది. కొంతమంది తాము చేసిన ఏదో ప్రత్యేకమైన వంటకాన్ని కట్టుకొచ్చి తినిపించడానికి ప్రయత్నించారు. ఊహూ, అంబాబాయి ముట్టనే లేదు. బలవంతంగా తినిపిస్తే, రెండు నిముషాల్లో వాంతికి వచ్చేసేది. ఈ ఉత్తేజకరమైన వార్త నోటి నుంచి నోటికి వ్యాపిస్తూ పోయింది.

అప్పటి నుంచి హళ్ళాచార్యులకు పూజలకు ఆహ్వానాలు రావటమూ నిలిచి పోయాయి. ఒక్క మెతుకు భోజనాన్నీ తినని ముత్తయిదువు వల్ల ఎవరికి సంతోషం కలుగుతుంది? ఎవరూ హళ్ళాచార్యుల సహవాసానికి పోలేదు. వేరే ఊరి నుంచి పురోహితులను పిలిపించుకుని పూజా కార్యాలను పూర్తి చేసుకోసాగారు. ఈ వేడి హళ్ళచార్యులకు తాకసాగింది. "ఎలాంటి పరిస్థితి

తెచ్చుకున్నావే?" అని భార్యమీద కోప్పడారు. ఆమె మాత్రం ఏం చేస్తుంది? చివరికి డాక్టర్ దగ్గరికి తీసుకుని వెళ్ళారు.

డాక్టర్ అంబాబాయిని పరీక్షించారు. ఆమెలో ఏ సమస్య కనిపించలేదు. కళ్ళలోకి బ్యాటరీ లైట్ వేసి పరీక్షించినపుడు శరీరంలో రక్త ప్రమాణమూ చక్కగా ఉందని తెలిసింది. ఈ రోజుకూ అంబాబాయి ఇంటికి బావినీళ్ళు చేది వేస్తుందని తెలిసిన తరువాత ఆమెలో చైతన్యం కుంగిపోలేదని అర్థమైంది. అలాంటప్పుడు ఏ పరిష్కారాన్ని ఇవ్వాలి. అయినా ఏదైనా మాత్ర రాసి యిస్తే, దాన్ని వేసుకున్న రెండు నిముషాల్లో అది వాంతి రూపంలో బయటికి వచ్చేది. చివరికి జరిగిన సంఘటనను విపులంగా అడిగినపుడు, అంబాబాయి తాను అడవి నుంచి తెచ్చిన ఆకుల గురించి నోరు తెరిచి చెప్పింది. "ఆ ఆకుల పేరైనా తెలుసా?" అని డాక్టర్ అడిగారు. ఆ సమయంలోనూ ఆ కొత్త ఆకులకు ఒక అందమైన పేరు పెట్టాలని అంబాబాయికి అనిపించింది. ఒక్కక్షణం ఆలోచించి, "అమృత దళాలు' అంది. "ఇదేం పేరమ్మా? విననే లేదు. ఒక పని చేయండి. రేపు ఆ ఆకుల రెండు దళాలను తీసుకుని రండి. బళ్ళారికి పంపించి, మరో డాక్టర్‌తో చర్చిస్తాను" అని అన్నారు.

మరుసటి రోజు తాయక్కను తోడు చేసుకుని, అమృతదళాలను వెతకడానికి అంబాబాయి బయలుదేరింది. దారిపొడుగునా గుహ, గుహలోపలి తీగలు, సూర్యకిరణాలు, ఊపిరి తీసుకునే చప్పుడు- అన్నీ వివరించింది. "ఇన్ని సంవత్సరాలైనా అది నా కంట పడనేలేదుకదమ్మా?" అని తాయక్క ఆశ్చర్యంతో కూడిన స్వరంతో, చుబుకాన్ని చేతుల్లో పట్టుకుని వయ్యారంగా ఉద్గరించింది.

అమృతదళాల మాట ఉండనీ, ఆ గుహకూడా వాళ్ళిద్దరి కంటికి కనిపించలేదు. ఎంత వెతికినా అలాంటి ఏ స్థలమూ అంబాబాయికి కనిపించ లేదు. "కలేమైనా కన్నావేమమ్మా?" అని తాయక్క అనుమానపడసాగింది. "అయ్యో తల్లీ... నువ్వూ కూడా నన్ను నమ్మవా? ఇక్కడే ఉండిందమ్మా ఆ గుహ. లోపలికి వెళితే పచ్చటి దీపం వెలిగించి పెట్టినట్టు కాంతి కనిపించింది" అని అంబాబాయి మొత్తుకుంది. సాయంత్రం వరకూ వాళ్ళు ఆ గుహ కోసంవెతికారు. అది కనిపించలేదు. చివరికి నిరాశతో ఊరికి మరలారు.

భోజనం-శౌచం లేదనటం తప్ప వేరే ఎలాంటి శారీరక సమస్య కూడా అంబాబాయిలో కనిపించలేదు. చక్కగా తిరుగుతూ, ఇంటిపనులు చేసుకుంటూ ఉండిపోయింది. అయితే మానసిక సమస్య? సమస్త ప్రపంచం లొట్టలేసుకుంటూ భోజనం చేస్తుండగా ఈమె మాత్రం మౌనంగా వాళ్ళను చూస్తూ ఎలా

కూర్చుంటుంది? దేవుడు ఇచ్చిన నాలుక, పళ్ళు, జొల్లు– దేనికీ పనిలేకుండాపోతే ఎలా? అన్నిటికన్నా ముఖ్యంగా ఏ బ్రాహ్మణుడూ ఈ దంపతులను భోజనానికి ఆహ్వానించకపోవటంతో, పౌరోహిత్యం వల్ల వచ్చే ఆదాయమే ఆగిపోయింది.

సమస్య గంభీరంగా మారసాగింది. ఊరి నుంచి ఊరికి అంబాబాయి విచిత్రమైన సమస్య గాలివార్తలా వ్యాపించింది. పొరుగూళ్ళ నుంచీ చాలామంది వచ్చి ఆమెను పలకరించి వెళ్ళటం సహజమైంది. తనను ఉత్సవ మూర్తిలా వీక్షించే పొరుగూరి జనాన్ని చూసి అంబాబాయి కోపంతో వాళ్ళను తిట్టి పంపేది.

ఒక రోజు ఆమెకు చాలా దుఃఖం కలిగించేటటువంటి సంఘటన జరిగింది. అంబాబాయికి ఊళ్ళోని గురురాజ హోటల్లో చేసే మసాలా దోశ అంటే చాలా ఇష్టం. పౌరోహిత్యం చేసుకునే ఈ సంసారం హోటల్లో ఫలహారాలు చేసే స్థితిలో లేదు. అయితే అంబాబాయి దానికొక ఉపాయం కనుక్కుంది. ఇంట్లో భర్త, పెద్దకొడుకు లేని సమయంలో తన చిన్నకొడుకు జగన్నాథ చేతికి డబ్బిచ్చి మసాలా దోశను తెప్పించుకునేది. తల్లిపట్ల గాఢమైన ప్రేమ ఉన్న కొడుకు పరుగున వెళ్ళి, ఎవరికీ తెలియకుండా దోశను దాచుకుని తెచ్చి తల్లికి అప్పగించేవాడు. మూలలో కూర్చున్న రాధక్కకు ఈ విషయం తెలుసు. "ఇలాంటి పాపపు పని చేయకే అంబా..." అని గొణుక్కునేది. ఆమె మాటను చెవిన వేసుకోక, అంబాబాయి, పెరట్లోకి వెళ్ళి గప్‌చుప్‌గా మసాలా దోశ తినేసేది. తరువాత కట్టుకొచ్చిన పేపర్, విస్తరి, దారం అన్నిటినీ బచ్చలింటి మూలలో వేసి కాల్చివేసేది. ఆ సమయంలో జగన్నాథ ఇంటి ముంగిట్లో నిలుచుని, ఎవరూ ఇంటికి రాకుండా చూసుకునేవాడు.

తల్లికి వచ్చిన ఈ కొత్త పరిస్థితి చూసి ఆ చిన్నారికి లోలోపల బాధవేసేది. కచ్చితంగా భట్టుగారి హోటల్ దోశను చూస్తే తల్లి ఊరుకోదని వాడికి అనిపించింది. ఉల్లిపాయలు, ఆలూ, వెల్లుల్లి చేసిన ఆ కూరను, కరకరలాడే ఆ మసాలా దోశ ముక్కతో తీసుకుని తినటం తల్లికి ప్రాణమని వాడికి తెలుసు. అందువల్ల ఒక రోజు ఎలాగో తన సొంత డబ్బును సంపాదించుకుని, మసాలా దోశ పార్సెల్ కట్టుకుని ఇంటికి వచ్చాడు. వాడు దగ్గరకి రాగానే వాసనతోటే అంబాబాయికి కొడుకు మసాలా దోశ కట్టించుకుని వచ్చాడని సంతోషంతో పొంగిపోయింది. తల్లీ–కొడుకులు ఇద్దరూ పెరట్లోకి వెళ్ళారు. అక్కడున్న వేప చెట్టుకింద కూర్చుని, కొడుకు పొట్లాన్ని విప్పి, దోశ మధ్య భాగంలోని కరకరలాడే ముక్కను విరిచి, అందులో మసాలా కూర పెట్టి తన చిట్టి చేతులతో తల్లి నోట పెట్టాడు. ఆమెకు వద్దనిపిస్తోంది. అయినా కొడుకు ప్రేమకు కరిగి, దాన్ని

తిన్నది. కొడుకు సంతోషంతో నవ్వాడు. అయితే ఆ సంతోషమంతా రెండు నిముషాలే. తిన్న మసాలా దోశ, కూర అంతా ఒక్క క్షణమూ పొట్టలో ఉండక వాంతి అయిపోయింది. తల్లి అవస్థ చూసి జగన్నాథ అయ్యో అనుకున్నాడు. అంబాబాయి విపరీతమైన దుఃఖంతో ఏడవసాగింది.

ఒక రోజు తాయక్క వేయించిన కోడి ముక్కను అరిటాకులో పెట్టుకుని వచ్చి, "అక్కా రా" అని అంబాబాయిని పిలిచింది. ఇద్దరూ కలిసి వీధి కుక్కను వెతుక్కుంటూ వెళ్ళారు. రోజూ వచ్చే ఆ కుక్క ఈ మధ్య అంబాబాయి ఇంటికి రానేలేదు. వీధి వీధి తిరుగుతూ ఆ కుక్క కోసం వెతికారు. అది దొరకనే లేదు. చివరికి ఊరి బయటి దుర్గమ్మ గుడి దగ్గరున్న చింత చెట్టు నీడలో పడుకునివుండటం కనిపించింది. ఇద్దరూ దాని దగ్గరికి వెళ్ళారు. వాళ్ళను గుర్తు పట్టిన కుక్క, లేచి నిలబడి, తోక ఊపింది. తాయక్క ప్రేమగా దాని ఒంటిని నిమిరి, కోడి ముక్కను దాని ముందు పెట్టింది. కుక్క దాన్ని వాసన చూసింది. తరువాత తాయక్కను ఒకసారి, అంబక్కను ఒకసారి విచిత్రమైన నిస్సహాయతలో చూసింది. తరువాత దాన్ని తినకుండా కొంచెం దూరంగా జరిగి, పడుకుని కళ్ళు మూసుకుంది. అంబాబాయికి దాని అవస్థ బాగా అర్థమైంది. "మూగజీవికి ఎలాంటి పరిస్థితి తెచ్చిపెట్టాను కదా తాయక్క! దేవుడు నన్ను క్షమించడమ్మా?" అని అంబాబాయి రోదించింది.

ఇలాంటి కష్టాల రోజులలోనే 'చేపల బాబా' ఆ ఊరికి వచ్చాడు.

❖❖❖

చేపల బాబా ఆ ఊరి వాళ్ళందరికీ పరిచితుడే. మూడు నెలలకొకసారో, ఆరునెలలకొకసారో వచ్చేవాడు. సుమారు పదిహేను–ఇరవై రోజులు ఆ ఊరిలో ఉండి, మళ్ళీ మరో ఊరికి వెళ్ళిపోయేవాడు.

చేపల బాబా తన సంచారానికి భూమార్గాన్ని వాడేవాడు కాదు. అతనెప్పుడూ నడిచేవాడు కాదు. నదిమార్గం ద్వారానే ఒక ఊరి నుంచి మరో ఊరికి ఈతకొడుతూ వెళ్ళేవాడు. నదిలేని ఊరిలో అతను ఎన్నడూ కాలు పెట్టేవాడుకాదు. నది లేని ఊరు నివసించటానికి యోగ్యమైనది కాదని అతను చెప్పేవాడు. తుంగభద్రలో ఈతకొడుతూ సాగి, హగరి నదిని చేరేవాడు. కొన్నిసార్లు అలాగే ఉత్తరం వైపు ఈతకొడుతూ వెళ్ళి కృష్ణ, ఘటప్రభ, మలప్రభ, ధోని, భీమా మొదలైన నదుల ఊళ్ళకు వెళ్ళేవాడు. నదులే తమ జనులను కలుపుతాయని భావోద్వేగంతో చెప్పేవాడు. ఉదయం సూర్యోదయానికి ముందు ఈతకొడుతూ వచ్చి ఆ ఊరి నది ఒడ్డున కూర్చునేవాడు. ఉదయం శౌచానికి,

స్నానానికీ, బట్టలు ఉతకడానికి నదికి వచ్చిన జనం, చేపల బాబా వచ్చిన విషయాన్ని మొత్తం ఊళ్ళో వ్యాపింపజేసేవారు.

చేపలా ఈతకొట్టే బాబాకు 'చేపల బాబా' అని పేరుపెట్టడం సమంజసంగా ఉంది. అయితే అతని–చేప సహవాసం మరింత ప్రత్యేకంగా ఉండేది. చేపలతో మాట్లాడే శక్తి అతనికి ఉందని జనమంతా దృఢంగా నమ్మేవారు. అతనెప్పుడూ ఆ విషయంగా ఎవరి ముందూ చెప్పలేదు. అయితే ప్రజల నమ్మకానికి ఒక కారణముంది. చేపల బాబా సకల రోగాలకు ఔషధాలు ఇచ్చేవాడు. ఆ ఔషధం కేవలం చేప రూపంలో ఉండేది. ఆ రోగహరణం కోసమే ప్రజలు బాబా రాకకోసం ఎదురుచూసేవారు.

ఏ రోగమైనా కానీ దానికి పరిష్కారం చేపల బాబా దగ్గర ఉండేది. చికిత్సకు ఒక రోజు ముందు రోగి అతని దగ్గర కూర్చుని తన సమస్యనంతా చెప్పుకోవలసి వచ్చేది. వాటన్నిటిని బాబా జాగ్రత్తగా వినేవాడు. తరువాత ఒకటి రెండు ప్రశ్నలు అడిగి, జవాబులు తెలుసుకునేవాడు. అటు తరువాత కొద్దిసేపు రోగిని ధ్యానం చేయమని చెప్పి, తానూ తోడుగా ధ్యానం చేసేవాడు. ధ్యానం ముగిసిన తరువాత "రేపు సాయంత్రం రావాలి" అని చెప్పి పంపేవాడు. రోజుకు కేవలం ఒకరి రోగాన్ని మాత్రం పరిహరించేవాడు. ఎన్నడూ డెబ్బయి ఏళ్ళు దాటిన వారికి ఔషధం ఇచ్చేవాడు కాదు. "యమధర్మరాజును సవాలు చేసే శక్తి నాకు లేదు" అని చెప్పేవాడు.

మరుసటి రోజు మసకచీకటిలోనే నదిలో దూకేవాడు. ఎక్కడెక్కడ ఈతకొట్టేవాడో ఎవరికీ తెలియదు. నదిలోని సుడిగుండం, మొసలి, జలపాతం– ఏ ఒక్కటీ అతని ఈతవేగానికి ఆటంకం కలిగించేది కాదు. ఇలా ఈత కొట్టేటప్పుడు అతను అనేక చేపలతో మాట్లాడి, రోగి సమస్యను ఆద్యంతం చెప్పేవాడనే వదంతి ఉండేది. ఆ చేపలూ ఇతనితో మాట్లాడి రోగం వివరాలన్నీ తెలుసుకుని, తమలో తాము చర్చించేవి. చివరికి అవన్నీ చేరి నిర్ణయానికి వచ్చి, ఒక ప్రత్యేకమైన లేత చేపను అతనికి కానుకగా ఇచ్చేవి. ఆ చిట్టిచేప అతని వెంబడే ఈతకొడుతూ ఒడ్డుకు వచ్చేది. ఒడ్డు మీది రాతి మంటపంలో ఒక రోలు ఉండేది. ఆ రోలును శుభ్రం చేసి, స్వచ్ఛమైన తుంగభద్ర నీళ్ళను అందులో పోసేవాడు. చేపలన్నీ కలిసి కానుకగా ఇచ్చిన చిట్టి చేపను దోసిట్లోని నీటితో సహా రోలులోని నీటిలో వేసేవాడు. సాయంత్రం వరకు ఆ చేప అక్కడే తేలుతూ ఉండేది. దానికి ప్రత్యేకమైన ఆహారాన్ని చేపల బాబా పెట్టేవాడు.

సంధ్యవేళ రోగి రాతిమంటపానికి వచ్చేవాడు. సామాన్యంగా రోగి వెంట

ఆ ఇంటివాళ్ళూ ఉండేవారు. సుమారు అరగంట సేపు మత్స్యావతారపు విష్ణువు పూజను చేపల బాబా చేసేవాడు. తరువాత రోట్లో తేలుతున్న ఆ చేపను రెండు వేళ్ళతో తీసుకుని ఎత్తిపట్టుకునేవాడు.తానంతట తానే రోగహరణానికి అంగీకరించి వచ్చిన చిట్టిచేపనే అయినప్పటికీ, నీటి సహవాసం తప్పిన వెంటనే గిలగిలా తన్నుకునేది. రోగిని నోరు తెరవమని చెప్పేవాడు. గిలగిల్లాడే చేపను చేతిలో పట్టుకునే ఏదో మంత్రాన్ని జపించేవాడు. తరువాత బతికివున్న చిట్టిచేపను రోగి నోట వదిలి, అది బయటికి రాకుండా అతని నోటిని ఒక చేత్తో మూసేవాడు. ప్రాణాలతో ఉన్న చేప రోగి శరీరంలో చేరుకునేది. తరువాత రోగిని అక్కడే రాతి బండ మీద పడుకోబెట్టి, అతని పొట్టమీద చేయి పెట్టి ఏదో సంభాషణ జరిపేవాడు. చూస్తూ కూర్చున్నవారికి అతను పొట్టలోని చేపతో మాట్లాడుతున్నట్టు కనిపించేది. ఆ చేపకు అనేక ఆజ్ఞలను ఇస్తున్నట్టు అనిపించేది. కొద్దిసమయం తరువాత శాంతించిన చేపల బాబా, రోగిని ఇంటికి వెళ్ళమని చెప్పేవాడు. కొద్ది రోజుల్లో రోగం తగ్గిపోయేది. ఎలాంటి రోగమైనా నయమయ్యేది.

కేవలం ఇంతే అయితే చేపల బాబా తమ ఊరిలో ఎన్ని రోజులున్నా ప్రజలకు సమస్య ఉండేది కాదు. అయితే చేపల బాబా మహా తిండిపోతు. ప్రతి రోజూ అతని రెండు పూటలు భోజనం పెట్టే బాధ్యత ప్రజలది. అతని జీర్ణశక్తి విపరీతమైంది. పల్చటి శరీరంగల చేపల బాబా, అంత భోజనాన్ని ఎక్కడ దాచుకుంటాడో ఆభగవంతుడికే తెలియాలి! బకాసురుడిలా తినేవాడు. పదిహేను హోళిగలు, అర్ధసేరు నెయ్యి, ఒక సేరు బియ్యంతో వండిన అన్నం, సాంబారు, చట్నీ, రెండు కోళ్ళు, దొరికేటట్టయితే మేక మాంసం–ఇలా రుచికరమైన ఆహారాన్ని అతను హక్కుతో అడిగి తెప్పించుకునేవాడు. అతని రోగహరణ శక్తిని తెలిసిన ఊరిజనం, అతని తిండిపోతుతనాన్ని భరించాల్సి వచ్చింది. అందువల్ల దుబారా అయిన పరవాలేదు, అతనికి భోజనం ఏర్పాటు చేసేవారు. రోజుకొక ఇంటివారు అతని ఆకలిని తీర్చే బాధ్యతను వహించేవారు. ఒక వేళ వాళ్ళు తీసుకెళ్ళిన ఆహారం అతనికి చాలకపోతే, వాళ్ళ మీద విపరీతంగా కోపం తెచ్చుకుని రోగికి శాపం పెడతానని బెదిరించేవాడు. అందువల్ల అతనికి ఆహారాన్ని సమకూర్చడం ఊరివారికి పెద్ద తలనొప్పిగా మారింది.

ఊళ్ళో రోగాలు ఉన్నంత వరకూ ఏదో విధంగా అతనికి ఆహార సరాఫరాను ప్రజలు నిర్వహించేవారు. ఒక రోజు ఒక రోగికన్నా ఎక్కువ మందిని బాబా చూసేవాడు కాదు. రోటిలో ఎన్నడూ ఒకదానికన్నా ఎక్కువ చేపలు వుండటానికి సాధ్యంలేదని చెప్పేవాడు. అందువల్ల ఊరి రోగుల సమస్యలన్నీ

ముగిసేవరకూ తనకు భోజనసమస్య ఉండేదికాదు. అయితే ఒకసారి రోగులందరూ ముగిసిన తరువాత ఊరి ప్రజలకు అతనికి సమకూర్చుతున్న ఆహార సరాఫరా అసహనం కలిగించేది. ఎన్ని రోజులు ఈ విధంగా మరొకరికి ఆహారం సమకూర్చగలరు? ఏ రోజు ఈ బాబా తిరిగి వెళ్ళిపోతాడు అని ఎదురుచూసేవారు. వారి మనోభావం చేపల బాబాకు తెలిసిపోయేది. అది అతనికి బాధ కలిగించేది.

ఊరి ప్రజల సహనపు హద్దు దాటిపోయిన తరువాత, బాబాను ముందరి ఊరికి సాగనంపడానికి ఉపాయాన్ని వాళ్ళు కనుగొన్నారు. ఊరివాళ్ళంతా సమావేశమై, బాబాను ఎప్పుడు సాగనంపాలో నిర్ణయించేవారు. ఆ రోజు ప్రత్యేకమైన భోజనం అతనికి పెట్టి, అతను తిని, తేన్చి, చేతులు కడుక్కున్న తరువాత, కొన్ని తమలపాకులు, ఒక కొబ్బరి చిప్ప, అరటిపళ్ళు, వక్కలు, సున్నం అతనికి ఇచ్చి చేతులు జోడించి నిలబడేవారు. ఈ తాంబూలం అందుకున్న మరుక్షణం మరో ఊరికి వెళ్ళాలి అనే విషయం చేపల బాబాకు తెలుసు. వెంటనే ఆకువక్కలు వేసుకుని, అరటిపండు తిని, నదిలో దూకి, ముందరి ఊరికి వెళ్ళిపోయేవాడు. కొన్నిసార్లు ఎదురుచూడకుండా తాంబూలం అతని చేతికి చేరినపుడు, అతని కన్నీటి చుక్కలు దాని మీద పడేవి. అయినా ధైర్యం కోల్పోకుండా వెంటనే తేరుకుని, ఊరివారిని ఆశీర్వదించి, నదిలోకి దూకేవాడు.

సుఖమన్నది ఎన్నడూ శాశ్వతం కాదు. మళ్ళీ కొన్ని నెలలలోనే ఊరి ప్రజల్లో రోగాలు తలెత్తేవి. అప్పుడు అందరూ చేపల బాబా ఆగమనం కోసం ఎదురుచూసేవారు.

❖❖❖

ఆ రోజు విపరీతంగా జనం నది ఒడ్డున రాతిమంటపంలో చేరారు. ఒక బంగారం రంగు చేప ఆగకుండా పాదరసం చురుకుతో రోటినీటిలో ఈతకొడుతూ వుంది.

అంబాబాయి రోగాన్ని చేపల బాబా బాగుచేస్తాడనే వార్త కార్చిచ్చు ఆ చుట్టుపక్కల ఊళ్ళకంతా వ్యాపించింది. అంబాబాయి రోగంకాని రోగం వివరాలు వాళ్ళందరినీ కుతూహలంలోకి తోసింది. గతంలో తాము ఎన్నడూ వినని ఆ స్థితి గురించి ఒక విధమైన జాలీ, కుతూహలమూ, భయమూ వాళ్ళల్లో ఉన్నాయి. ఆ కారణంగానే వందలాది జనం మంటపంలో గుమిగూడారు.

రాధక్క–ఈ చేపల బాబా చేసే రోగహరణం బ్రాహ్మణులకు సరికాదు, వెళ్ళకు అని కోడలిమీద లేనిపోని ఒత్తిడి పెట్టింది. ఓ బ్రాహ్మణ ముత్తయిదువ

బహిరంగంగా అందరి ముందు చేపను మింగిన విషయం వార్త కాకుండా వుంటుందా? ఇకపై ఎవరు తన కొడుకును పౌరోహిత్యానికి పిలుస్తారు? అతడి గతి ఏమిటి? నువ్వు ఇక మొండితనం చేస్తే నా కొడుకుకు మరో పెళ్ళి చేస్తాను- అని కూర్చున్న చోటి నుంచే హెచ్చరించింది. అయితే అంబాబాయి ఆ బెదిరింపును పట్టించుకోలేదు. మొత్తం ప్రపంచమే వండుకుని, తిని, జీర్ణించుకుని, బయటికి విసర్జించి-సంతోషంగాఉన్నప్పుడు,తానొక్కతే ఆ సుఖం లేకుండా జీవించటమెలా? నాలుక రుచి అన్నది మరిచిపోయి తోలుచెప్పులా మొరటుగా మారిపోయింది. సమస్త ప్రపంచంలో తానొక్కతి మాత్రం సమస్త ఆహార సుఖాన్ని త్యజించి వుండటం ఎంతటి క్రూరత్వం? నా బ్రాహ్మణత్వం పాడైపోయినా బాధ లేదు. నేను మళ్ళీ భోంచేయాలి. రుచికరంగా ఉన్న పదార్థాలను తినాలి. అందరిలా శౌచానికి, మూత్రవిసర్జకు పోవాలి. నాకు ఈ అమృతదళాలు వద్దు. ఇది అమృతం కానేకాదు. విషపు దళాలు. నేను పొరబాటుగా నామకరణం చేశాను. నాకు ఈ కనకమయమైన అంతఃపురంతో సహవాసం అక్కర్లేదు. ఊపిరి కట్టివేస్తోంది. నేను బయటికి రావాల్సిందే. అని సవాలు చేసి చేపల బాబాను కలిసి వచ్చింది. ఒక రోజు భోజనం బాధ్యతను మోసుకుని. తాయక్క సహాయంతో మాంసాహారాన్ని తయారు చేసి, అతనికి అందించి, అతని మందు కోసం ఎదురుచూస్తూ కూర్చుంది.

ఎందరో వైద్యులు ప్రయత్నించి చేతులు ఎత్తేసిన రోగిని ఎదుట కూర్చోబెట్టుకున్న చేపల బాబా కాస్త అధీరుడయ్యాడు. అయితే తన మీద నమ్మకం పోగొట్టుకోలేదు. మత్స్యదేవుడు ఎన్నడూ తనకు మోసం చేయడని అతనికి తెలుసు. అందువల్ల మనస్సును నిగ్రహిస్తూ దేవుడిపూజ చేశాడు. చుట్టూ చేరిన ప్రజలకు ఈ సారి బాబా ఓడిపోవచ్చుననే పాడు కుతూహలం వుంది. ఇప్పటివరకూ ఎన్నడూ ఓటమి పొందని చేపల బాబా ఇప్పుడు అపజయాన్ని ఎదుర్కోగలడా అనే అల్పస్థాయి కోరికకూడా మనసులో ఉంది.

సరియైన సమయానికి బంగారు రంగు చేపను రెండు వేళ్ళతో పట్టుకుని, తలమీద చేయి పెట్టుకుని, కళ్ళు మూసుకుని ప్రార్థించాడు. సూర్య కిరణాలకు ఆ బంగారు చేప తళతళ మెరుస్తూ విలవిలా తన్నుకుంది. తరువాత అంబాబాయిని నోరు తెరవమని సూచించాడు. మనసులోనే భగవంతుడిని ప్రార్థించిన అంబాబాయి నోరు తెరిచింది. దూరంగా కూర్చుని భార్యను చూస్తున్న హాళ్ళాచార్యులు, తన కంటిముందు ఓ విషాద సంఘటన జరుగుతుండటాన్ని నిస్సహాయంగా చూడసాగారు. అక్కడ చేరిన వందలాది జనం, మాటలు

మరిచి, నోట మాటరాక, ముందేమి జరుగుతుందోనని ఎదురుచూస్తున్నారు. మంటపం పక్కన తుంగమ్మ చప్పుడు చేస్తూ ప్రవహిస్తోంది. దూరంలోని మాతంగ పర్వతం వైపు నుంచి చల్లటి గాలి వీస్తోంది. సంధ్యా సూర్యుడు అస్తమిస్తున్న దశలో వున్నప్పటికీ, ఈ ఘటనను చూడటానికి కుతూహలంగా ఉన్నాడు.

అంబాబాయి చేపను మింగింది. చేపల బాబా ఆమెను బండరాయి మీద పడుకోబెట్టాడు. ఆమె తెల్లటి, నున్నటిబొడ్డు మీద చేయిపెట్టి, కళ్ళు మూసుకుని, ఏదో సంభాషణ జరుపుతుంటే, అంబాబాయికి పొట్టంతటా చేప ఈతకొట్టినట్టు అనిపించసాగింది. ప్రజలంతా తదేకచిత్తులై చూడసాగారు. బాబా మరియు బంగారుచేప సంవాదం సుమారు మూడు నిముషాల కాలం జరిగింది. అంతే! ఉన్నట్టుండి అంబాబాయికి తేనుపు రావటంతో కూర్చుని వాంతి చేసుకుంది. ఆమె వాంతి అంతా బాబా ముందు పరుచుకుంది. ఆ వాంతిలో పడిన చేప నేల మీద గిలగిలా తన్నుకుని నిశ్చలమైంది. అంబాబాయి రోగనివారణలో చేపల బాబా ఓడిపోయాడని గుమిగూడిన ప్రజలందరికి అర్థమైంది. వాళ్ళంతా గుసగుసగా మాట్లాడుకోసాగారు.

అయితే చేపల బాబా ఎలాంటి అయోమయానికి లోనైనట్టు కనిపించలేదు. గిలగిలా తన్నుకుని చచ్చిన చేపను అరచేతిలో పెట్టుకున్నాడు. ఒక లింగము వచ్చి చేతిలో కూర్చున్నట్టు భక్తితో కళ్ళు మూసుకున్నాడు. తరువాత ఆ చేప దేహాన్ని తన చిటికెన వేలి పొడుగాటి గోరుతో గుచ్చి, చీల్చి రెండు భాగాలు చేసి, దాని పొట్ట నుంచి ఆకుపచ్చని గుండ్రటి ముద్దలాంటి వస్తువును తీశాడు. దానకి విశేషమైన కాంతి ఉంది. దాన్ని చూసిన వెంటనే అంబాబాయికి అది అమృతదళాల ముద్దని అర్థమైపోయింది. బహుశా చేపల బాబాకూ అది అర్థమైవుండాలి. అతని ముఖంలో ప్రసన్న భావం వికసించింది. చుట్టూ చేరిన జనులను ఒకసారి గెలిచిన భావంతో చూశాడు. అక్కడ ఆ రాత్రి భోజనం కోసం పేర్చిపెట్టిన మాంసపు వంట పాత్రలను ఉదాసీనంగా గమనించాడు. ప్రజలు చూస్తూ చూస్తూవుండగా నదిలో దూకి ఈతకొట్టసాగాడు.

సమస్త ఊరి ప్రజలు జరిగిన సంఘటన అర్థాన్ని జీర్ణించుకోలేక తనకలాడుతున్నారు.

❖❖❖

10 మార్చి 2017

నియమాలకవతల

ఒక విధంగా చూస్తే వెంకయ్యను మా కంపెనీలో ఉద్యోగిగా చేర్చుకోవటం నియమాలను ఉల్లంఘించినట్టు అవుతుంది. ఎందుకంటే అతనికి ఇంజనీరింగ్‌లో వచ్చిన మార్కుల శాతం డెబ్బయికన్నా తక్కువే. పదవ తరగతిలో, పియుసిలో మంచి మార్కులే సంపాదించినా, ఎందుకో ఇంజనీరింగ్ చివరి రెండు సంవత్సరాలలో కుంటుపడ్డాడు. అయితే రూల్స్‌ను కొన్ని ప్రత్యేకమైన సందర్భాలలో, కంపెనీ బాగుకోసం సడలించవచ్చుననే మరొక రూలూ మాకుంది. కంపెనీ అత్యంత ఉన్నత పదవిలో ఉన్న కొందరు మాత్రం అలాంటి నిర్ణయాలను తీసుకోవచ్చు. అయితే దాని ఫలితాంశపు బాధ్యతను వాళ్ళు మోసుకోవలసి వస్తుంది. ఎంపికైన అభ్యర్థి పనిచేయటంలో విఫలుడైతే, దానికి మేనేజ్‌మెంట్ ఎదుట క్షమాపణ చెప్పాలి. ఆ కారణంగానే నేను అతడిని ఇంటర్వ్యూలో ఎంపిక చేసి చేర్చుకున్నప్పటికీ, లోపల భయం ఉండేది. అయితే ఇంతకు ముందు నేను చేసిన నా ఎంపిక పట్ల నాకు ఎప్పుడూ గర్వమే. పొరబడిన సందర్భాలు లేనేలేవన్నంత తక్కువగా ఉన్నాయి. అందుల్లనే వెంకయ్య విషయంలోనూ అదే ధైర్యంతో ఉన్నాను.

వెంకయ్య తూర్పు గోదావరి జిల్లావాడు. రాజమండ్రి దగ్గర్లోని ఒక పల్లె నుంచి వచ్చాడు. అత్యంత పేదరికం నేపథ్యం నుంచి వచ్చినవాడు. అతని తండ్రి గొర్రెలను సాకే వృత్తికి చెందినవాడు. ఇంట్లో చాలామంది పిల్లలున్నప్పటికీ, వేరే ఎవరూ చదువు కొనసాగించలేదు. మగపిల్లలందరూ ఏడవ తరగతి మెట్లు ఎక్కడంలోనే అలసిపోయారు. పాఠశాలకు దండం పెట్టి, తండ్రి వృత్తినే

కొనసాగించారు. ఆడపిల్లలకు పన్నెండేళ్ళు నిండిన వెంటనే పెళ్ళిళ్ళు చేయడం జరిగింది. అయితే చివరి కొడుకైన వెంకయ్యకు మాత్రం ఎలాగో చదవు అబ్బింది. ఇంజనీరింగ్ చదివి బెంగళూరులో ఉద్యోగం సంపాదించుకున్నాడు.

మా కంపెనీలో చేరే సమయానికే ఒక చిన్న కంపెనీలో నాలుగేళ్ళు ఉద్యోగం చేశాడు. అక్కడ విపరీతమైన బాధ్యతను అతని భుజాల మీద మోపటం జరిగింది. అయితే జీతం మాత్రం దానికి తగినంతగా వాళ్ళు ఇవ్వటం లేదు. కానీ విదేశాలకు పంపుతామని ఆశ చూపించేవారు. తెలుగు కుర్రవాళ్ళందరికీ ఉన్నట్టే వెంకయ్యకూ విదేశాలకు వెళ్ళాలనే విపరీతమైన పిచ్చి ఉండేది. ఆ కారణంగానే అన్నిటినీ భరిస్తూ రోజులు వెళ్ళదీస్తున్నాడు. అయితే సంవత్సరాలు గడిచినా కంపెనీ పెద్దలు అతని విదేశీ కలను నిజం చేయటంలో సహకరించ లేదు. అనేకసార్లు అతను కంపెనీ ముఖ్యులకు మనవి చేసుకున్నా, ఏదో సాకుచెప్పి వాయిదా వేస్తూ పోయారు. విసిగిపోయిన అతను కొత్త ఉద్యోగం వెతుకుతూ మా కంపెనీ ఇంటర్వ్యూకు వచ్చాడు. అతని ఇంజనీరింగ్ డిగ్రీలో వచ్చిన విపరీతమైన తక్కువ మార్కులవల్ల, పెద్ద కంపెనీలు తమ గడపలో అతన్ని అడుగు పెట్టనివ్వలేదు. ప్రారంభంలోని సాంకేతిక ఇంటర్వ్యూను నా కింది ఉద్యోగులే జరిపి, చివరి రౌండ్‌కు చెందిన 'చివరి ఎంపిక' కోసం నా దగ్గరికి ఇంటర్వ్యూకు పంపారు.

వెంకయ్య మాటల కచ్చితత్వం నాకు ఇంటర్వ్యూలోనే చాలా నచ్చింది. తెలిసినదాన్ని గర్వంగా చెబుతున్నట్టే, తెలియనిదాన్ని "తెలియదు" అని భయం లేకుండా చెప్పే అతని స్వభావం నాకు ప్రత్యేకంగా కనిపించింది. అలాంటి ప్రవర్తన పరిపక్వత వల్ల మాత్రమే దక్కుతుంది. "నాకు తెలియదు" అని చెప్పటం అత్యంత కష్టమైన విషయం. విపరీతమైన సంకోచంతో ఆ మాటలు మేము చెబుతాం. అయితే అన్నీ విషయాలు అందరికి తెలిసి ఉండవలసిన అవసరం లేదు. అది మనకు అర్థమైతే, అలాంటి సంకోచం నుంచి బయటపడతాం. మన అనుభవానికి తగినట్టు అనేక విషయాలు మనకు తెలుసు అనే ధైర్యమూ మనకు ఉన్నప్పుడు మాత్రమే, తెలియని విషయాలకు 'తెలియదు' అని భయం లేకుండా చెప్పడం సాధ్యమవుతుంది. అదే కారణంగానే అలాంటివారు తెలిసిన విషయాలను చాలా స్పష్టంగా, కచ్చితంగా వివరిస్తారు. వారి భాష, వివరణా శక్తికన్నా అధికమై, వాళ్ళు మాట్లాడేటప్పుడు చూపించే శారీరక కదలికలు, స్వరంలోని హెచ్చుతగ్గులు, విషయాన్ని ప్రతిపాదించటంలో అధిక పాత్రను వహిస్తాయి. ఆ కారణంగానే వెంకయ్యకు ఇంగ్లీషు భాష అంత చక్కగా

తెలియకపోయినప్పటికీ ప్రశ్నలకు అతను ఇచ్చే జవాబులు నన్ను ఎక్కువగా సంతృప్తి పరుస్తున్నాయి. అయినా డిగ్రీ మార్కులు తక్కువగా ఉన్నాయని మేము గమనించామని అతనికి తెలియాలి, ఆ కారణం వల్ల జీతంలో కాస్త కోతపెట్టడానికి అవకాశం మాకు ఉందనే దూరాలోచనతో గొణుగుతూ నా అనుమానాన్ని వ్యక్తపరిచాను.

"మిస్టర్ వెంకయ్యా, మా కంపెనీలో ప్రవేశం పొందే అభ్యర్థికి డిగ్రీలో కనీసం 70 శాతం మార్కులు వచ్చివుండాలి. మీ మార్కులు ఆ కండీషన్‌ను సంతృప్తిపరచలేదు. ఇప్పుడు నన్ను ఏం చేయమంటారు?" అని అతని ముఖాన్ని గమనిస్తూ కూర్చున్నాను.

"సార్, మీకు చెప్పగలిగేటంతటి గొప్పవాణ్ణి నేను కాదు. విద్య అన్నది కేవలం డిగ్రీ మార్కుల మెమో కాదుకదా సార్? డిగ్రీ తరువాతి నాలుగేళ్ళల్లో నేను మూడు డిగ్రీలకు సరిపడినంత జ్ఞానాన్ని సంపాదించాను. దయచేసి దాన్ని పరిగణించండి" అని దీనంగా అన్నాడు.

"మీరు చెప్పింది అంగీకరిస్తాను. అయినా నియమోల్లంఘన అన్నది చేయవచ్చునా?"

"ఏ మాత్రం కాస్త మంచి జరుగుతుందంటే నియమానికి వ్యతిరేకంగా పనిచేయటంలో తప్పులేదుకదా సార్? అదీ ప్రైవేట్ కంపెనీలలో అలాంటివాటికి అవకాశాలు ఉండనే ఉంటాయి"

అతని మాటలు నచ్చుతున్నాయి. నియమాలు ఇనప చువ్వలై మన నడకకే అడ్డుపడేలా ఉండకూడదు. అనైతికతకు దిగజారేటంతటి నియమాల ఉల్లంఘన చేయడం సముదాయపు హితాన్ని దృష్టిలో పెట్టుకుని చూస్తే తప్పయినప్పటికీ, అప్పుడప్పుడు మంచికోసం గీత దాటడం సమంజసమే.

అయినా ఈ ఎంపిక పట్ల నాకు ఒక విధమైన భయం ఉండేది. ఇంటర్వ్యూలన్నీ పూర్తిచేసిన తరువాత "రేపు ఫలితాలు తెలియజేస్తాం" అని గోడమీద పిల్లివాటంలా చెప్పి, అతన్ని రిసెప్షన్ తలుపుల వరకు సాగనంపడానికి తీసుకునిపోయాను. అయితే విచిత్రమనిపించేలా రిసెప్షన్ హాల్లో ఒక ప్రత్యేక సంఘటన జరిగింది. ఆ సంఘటన అతన్ని నేను ఉద్యోగంలో తీసుకోవాల్సిందే అనే నిర్ణయించేటంత శక్తివంతంగా ఉంది.

❖❖❖

అప్పటికే రాత్రి ఎనిమిది గంటలైంది. కార్యాలయం సిబ్బంది అంతా ఇళ్ళకు వెళ్ళిపోయారు. రిసెప్షనిస్ట్ కూడా వెళ్ళిపోయింది. అయితే మా

కంపెనీలోని కంప్యూటరేతర పనులను చూసుకునే రంగన్నగారు మాత్రం రిసెప్షన్ హాలు మధ్యభాగంలో లోహపు వంకరటింకర ముక్కలను ముందు పరుచుకుని, చింతాక్రాంతులై కూర్చునివున్నారు. ఏదో ఒక గంభీరమైన సమస్యలో మునిగి పోయినట్లు కనిపిస్తున్నారు. యాభైకి దగ్గర్లో ఉన్న రంగన్నగారు మా కార్యాలయంలో చాలా సీనియర్ ఉద్యోగి. ప్రభుత్వ అధికారులతో మాట్లాడటం, కంపెనీకి అవసరమైన మంజూరులను చేయించడం ఆయనకు బాగా తెలుసు. అందువల్లనే కంపెనీ ప్రారంభపు రోజులలో ఆయన అవసరం మాకు విపరీతంగా ఉండేది. అయితే కంపెనీ మొదలైన రెండుమూడేళ్ళకంతా ప్రభుత్వంతో సహవాసం తగ్గుతూ పోవటంవల్ల ఆయన అవసరం తగ్గిపోయింది. అయితే అంతటి మంచి ఉద్యోగిని పోగొట్టుకునే ఆలోచన మా మేనేజ్‌మెంట్‌కు లేదు. అందువల్ల కంపెనీ రోజువారీ జరగాల్సిన ఇతర పనులను చూసుకునేలా ఆయనను ఒప్పించటం జరిగింది. కంపెనీ ఉద్యోగులకు మంచి కాఫీ కావాలన్నా ఆయనే, కంపెనీ వార్షికోత్సవానికి ఫైవ్ స్టార్ హోటల్ సభాంగణం కావాలన్నా ఆయనే. అత్యంత సులభంగా ఆయన తన కొత్త బాధ్యతకు అలవడ్డారు.

"ఇదేమిటి రంగన్నగారు, ఆ ఇనుపముక్కలను పెట్టుకుని కూర్చున్నారు? ఏమిటివి, బొమ్మలాట ఆడేలా కనిపిస్తోంది" అని నేను అడిగాను.

"అయ్యోసార్, ఎంత మాట అన్నారు. అవి కన్నడ అక్షరాలు సార్, ఇనుప ముక్కలు కావు" అని పశ్చాత్తాపపు కంఠంతో అన్నారు. అప్పుడు నాకు ఆ ఇనుప ముక్కలు ఏమిటో స్పష్టమయ్యాయి.

వెనుకటి 'రాజ్యోత్సవ' సమయంలో కంపెనీ గేటు దగ్గర గోడ మీద కన్నడలో నేమ్‌ప్లేట్ లేదని కన్నడ భాషా ఉద్యమకారుల గుంపొకటి వచ్చి, తీవ్రంగా గొడవ చేసి పోయింది. ఉద్యమకారులు కొన్ని రాళ్ళను కంపెనీ గాజు గోడలకు విసిరి, ఇంగ్లీషు అక్షరాలకు మసిపూసి పోయారు. దాన్ని బాగుచేయడానికి బాగా ఖర్చు అయ్యింది. ఆ కారణంగానే వీలైనంత తొందరగా కన్నడ అక్ష రాలలోనూ నేమ్‌ప్లేట్‌ను పెట్టాలని కంపెనీ యజమాని నుంచి ఉత్తర్వులు వచ్చాయి.

కన్నడలో కొన్ని కథలు-వ్యాసాలు రాసిన కారణంగా, కన్నడకు సంబంధించిన ఏ విషయానికైనా ఆఫీసులోని వారందరూ నా దగ్గరికే వచ్చేవారు. ఆఫీసులోని ఏ ప్రాజెక్ట్‌కైనా ఆ ప్రాంతానికి చెందిన కన్నడ పేరు పెట్టాలని నిర్ణయించినపుడూ నా దగ్గరికే వచ్చేవారు. ప్రభుత్వానికి పంపాల్సిన ఏ ఉత్తరాన్నయినా కన్నడలో అనువదించి టైప్ చేసివ్వాలన్నా నా దగ్గరికే వచ్చేవారు. ఆ కారణంగానే నేమ్‌ప్లేట్ విషయమూ నా దగ్గరికే వచ్చింది.

కంపెనీ ఇంగ్లీషు నేమ్‌ప్లేట్‌ను ముంబయిలోని ఓ కంపెనీలో చేయించటం

జరిగింది. తళతళమని మెరిసే లోహంతో అక్షరాలను చెక్కిపంపారు. బెంగుళూరులో అదే పనిచేసే కంపెనీకన్నా చాలా తక్కువ వెలలో దాన్ని చేసిన ముంబయి కంపెనీ, అక్షరాలన్నీ ఒక సంచిలో వేసి కొరియర్ చేసింది. వాటన్నిటినీ చాలా సులభంగా కాంపౌండ్ గోడకు అతికించి పని ముగించాం. ముంబయి కంపెనీని నెట్‌లో వెతికిన కారణంగా రంగన్నగారిని అందరూ పొగిడారు. ఇప్పుడు కూడా కన్నడ అక్షరాలనూ ఆయనే చేయించి ఇవ్వాలని లండన్‌లో కూర్చున్న కంపెనీ యజమాని ఆదేశించాడు. నాకు అయ్యో అనిపించింది. అయితే ముంబయి కంపెనీవాళ్ళు ఉత్సాహం చూపించారు. మీరు ఫాంట్, కన్నడ వాక్యాలను పంపిస్తే చాలు. మా మిషన్‌లు ఏ భాషలోనైనా తారతమ్యం లేకుండా పనిచేస్తాయి అని భరోసా ఇచ్చారు. అయితే గోడకు అక్షరాలను అతికించే పని మాత్రం మీరే చేసుకోవాలి, దాని కోసం మా ఉద్యోగులను పంపడానికి సాధ్యంకాదు; అది దుబారా ఖర్చు-అని తెలిపారు. కన్నడ అక్షరాలను జోడించడం ఏమంత ఘనకార్యం అని మేమంతా అంగీకరించాం. నేను కంపెనీ పేరు, ప్రకటన నినాదం, చిరునామా మరితర విషయాలన్నీ అనువదించి, కన్నడ సాంకేతికతను ఉపయోగించి కంప్యూటర్‌లో అక్షరాలు రూపొందించి, పంపాను. వాళ్ళు మాట ఇచ్చిన విధంగానే ఆ మ్యాటర్‌ను లోహపు పలకలలో చెక్కించి పంపారు.

మేమెవరం ఊహించని రీతిలో ఒక సమస్య ఎదురైంది. ఇంగ్లీషు భాషలా కన్నడ అక్షరాలు సంపూర్ణమైన చిత్రరచనలు కావు. ఒత్తు అక్షరాలు, అల్ప ప్రాణులు మహా ప్రాణులు మొదలైనవి చేరి అక్షరాలు ముక్కలు ముక్కలుగా నైలాన్ సంచిలో చేరుకుని కొరియర్‌లో వచ్చాయి. ఉదాహరణకు 'స' అనే అక్షరం కింది భాగం ఒక ముక్కయితే, పైభాగం-అంటే 'తలకట్టు' మరొక ముక్క. 'ప' అక్షరం పై భాగం ముక్కకు 'స' అక్షరం పైభాగం ముక్కకూ వ్యత్యాసాన్ని ఎలా గుర్తించాలి? 'ఠ' అనే అక్షరంలోని మధ్యలో ఉన్న చుక్కను 'ర' అక్షరం నుంచి వేరుచేయడం ఎలా? 'క్ష' అక్షరం కింది భాగం ఎక్కడుంది? 'వ్వ' అనే ఒత్తక్షరం కింది '్వ' 'వ' అక్షరం నుంచి వేరుచేయడం ఎలా? తాతయ్య 'కర్ర' (కర్రను కన్నడలో 'కోలు' అంటారు) కన్నడ పదంలోని 'కో' దీర్ఘాన్ని తిరగవేసి చూసినపుడు పిన్‌కోడ్‌లోని '9' గా కనిపించి అయోమయం కలగకుండా ఉంటుందా? ఇలాంటి ఏ సమస్యను ఊహించని ముంబయి కంపెనీవారు ఊరకే కంప్యూటర్‌కు మా మ్యాటర్‌ను ఫీడ్ చేసి, అది కత్తిరించిన అక్షరాల ముక్కలను పోగుచేసి పంపేశారు. ఒక భాషకూ మరొక భాషకూ ఉన్న సూక్ష్మాలను మనిషి గుర్తించగలడే తప్ప, యంత్రాలు ఎలా గుర్తిస్తాయి?

"మీరు ఏదైనా సహాయం చేయండిసార్. నాకైతే ఇది సాధ్యం కాదు. నేనైతే దీన్ని పరిష్కరించలేను" అని రంగన్నగారు వేడుకున్నారు. నేను మౌనంగా

ఆ ముక్కల వైపు చూశాను. రిసెప్షన్ వసారాలో ధగధగమనే వెలుతురులో ఆ లోహపు ముక్కలు తళతళమని మెరుస్తున్నాయి. నాకు పొట్టలో ఒక విధంగా కలచివేసింది. అక్షరాలను ఎప్పుడూ మొత్తంగా చూసిన నేను వాటిని ముక్కలు ముక్కలుగా, తలకిందులుగా చూసినపుడు ఓ ప్రాణం ప్రమాదంలో చనిపోయి, అవయవాలు చెల్లాచెదురైనట్టు అనిపించి భయం వేసింది. ఆ ముక్కలను చేతిలో పట్టుకున్నప్పుడు నా చేయి వణకసాగింది. కన్నడ పట్ల ప్రత్యేకమైన ఆసక్తి, కన్నడ అక్షరాలలో చైతన్యాన్ని చూసే నాకు ఆ దృశ్యం సంకటాన్ని కలిగించింది. ఆ కారణంగానే ఏమో "ఇదంతా నాకు చేతకాదుసార్. కంపెనీవాళ్ళనే రమ్మని చెప్పండి" అని వెంటనే అన్నాను.

"మీరే ఇలా అంటే ఎలా సార్? సోమవారం బెంగళూరులో బంద్ ఉంది. కన్నడ పోరాట సంఘాలు బంద్‌కు పిలుపునిచ్చాయి. కన్నడ బోర్డు లేకపోతే ఆ సంఘాలు గొడవ చేస్తాయి. ఈ రోజు రేపట్లోగా మనమే ఎలాగైనా ఆ పని పూర్తి చేయాలి" అని రంగన్న మొత్తుకున్నాడు.

ఆ సమయంలో మాతోపాటు ఉన్న వెంకయ్య "సార్, నేను ప్రయత్నించనా?" అని అడిగాడు. ఈ తెలుగు కుర్రవాడు మా కన్నడ మ్యాటర్‌కు ఏ సహాయం చేయగలడు? అని ముందుగా నాకు అనుమానం కలిగింది. అయితే ఎవరి ప్రయత్నాన్నయినా ఆపడం తప్పని జీవితం నాకు నేర్పింది. "ట్రై చెయ్. లెట్ అజ్ సీ" అన్నాను. అతను ఫైల్‌ను అక్కడే రిసెప్షన్ టేబుల్ మీద పెట్టి చక్కగా పద్మాసనం వేసుకుని నేలమీద కూర్చున్నాడు. రంగన్నగారి నుంచి మ్యాటర్ ఉన్న ప్రింట్ ఔట్‌ను తీసుకున్నాడు. కళ్ళార్పకుండా అతనివైపే చూస్తున్నామనే బెదురు లేకుండా, అత్యంత ప్రశాంతమైన స్థితిలో అన్నిటినీ పదిహేను నిముషాల్లో జతపరిచాడు. ఆ పదిహేను నిముషాల్లోనే నేను అతనికి మా కంపెనీలో ఉద్యోగం ఇవ్వడానికి నిర్ణయించుకున్నాను.

చిక్కుముడిని విప్పటం అంత సులభమైన పనికాదు. దానికి ప్రత్యేకమైన సహనం, ఉత్సాహం, నైపుణ్యం అవసరం. ఆ విధమైన ఆసక్తి ఉన్నవారు మంచి కంప్యూటర్ ప్రోగ్రామర్ అవుతారని నా అనుభవంలో కనుక్కున్నాను. ఆ కారణంగానే సామాన్యంగా ఐటి కంపెనీల ఇంటర్వ్యూలలో పొడుపు కథల్లాంటి పజిల్స్ అడిగే అలవాటు ఉంది. వెంకయ్య విషయంలో అది ప్రత్యక్షంగా నిరూపించబడింది. అందువల్ల ఎలాంటి అనుమానమూ లేకుండా అతనికి మా కంపెనీలో ఉద్యోగం ఇవ్వడానికి ఆ పదిహేను నిముషాల్లో మనస్సు నిర్ణయించింది. రూల్స్ ఉల్లంఘించాల్సిన అవసరం ఈ సందర్భంలో ఉండింది.

బాల్యంలోని ఒక సన్నివేశం నాకు ఎప్పుడూ గుర్తుకొస్తూ ఉంటుంది. ప్రతి సంవత్సరం వచ్చే అనంత పద్మనాభ వ్రతం రోజున ఒక ఎర్రటి దారాన్ని

ఇంటివాళ్ళంతా కుడిచేతికి కట్టుకోవడం సంప్రదాయం. బంధుబలగమంతా ఒక ప్లాస్టిక్ డబ్బాలో పెట్టుకునేవాళ్ళు. ఆ దారాలు ఒకదానిలో ఒకటి చేరుకునేవి. చిక్కుముడిగా మారిపోయేది. వాటిని విడిపించటానికి పండుగ హడావుడిలో ఎవరికీ సమయం ఉండేదికాదు. సహనమూ ఉండేదికాదు. అయితే మా ఇంట్లో కాశవ్వ అనే అనాథ వితంతువు ఉండేది. బాల్యంలోనే భర్తను కోల్పోయిన ఆమె, మా ఇంట్లోనే పనులు చేసుకుంటూ బతికింది. ఆమెకు ఈ చిక్కుముడులను విడిపించటంలో ప్రత్యేకమైన ఆసక్తి ఉండేది. ఇంటి ముంగిట్లో ఉన్న మల్లెపందిరి కింది అరుగు మీద కూర్చుని దాస పదాలు పాడుకుంటూ, ఆమె ఆ చిక్కుముడిని విప్పేది. నాకూ చిక్కుముడులు విడిపించటంలో అత్యంత ఆసక్తి ఉండేది. అందువల్ల ఆమెతోపాటు కూర్చుని ఒక్కొక్క పోగును చిక్కుముడిని నుంచి విడిపించి వేరుగా పెట్టేవాడిని. సుమారు ఒక గంటసేపట్లో మేమిద్దరం కలిసి యాభైకన్నా ఎక్కువ దారాలను విడిపించేవాళ్ళం. మొదట కొన్ని దారాలను కష్టపడి విడిపిస్తే చాలు. మిగిలినవాటిని విడిపించటంలో అంత సమస్య ఉండేదికాదు. ఇంటి వాళ్ళంతా ఒక్కొక్కరుగా వచ్చి, విడిపించి పెట్టిన పవిత్ర దారాన్ని తమ కుడి మణికట్టుకు కట్టుకుని వెళ్ళేవారు. అందరూ దారం కట్టుకున్న తరువాత, చివరిదాన్ని కాశవ్వ నా చేతికి కట్టేది. వితంతువు కావటం వల్ల ఆమె పవిత్రమైన దారాన్ని ధరించటానికి లేదు. అందుకే నా చేతికి కట్టిన తరువాత తలను నిమిరి, "చిక్కుముడిని విడిపించే నైపుణ్యం నీకు ఉంది. భవిష్యత్తులో పెద్ద ఉద్యోగం చేస్తావు. ఎన్నడూ చిక్కుముడిని విప్పే పని నుంచి తప్పించుకోకు. నా మాటలు గుర్తుంచుకో" అని దీవించింది. ఇప్పటికీ కాశవ్వను గుర్తు చేసుకుంటే చాలు. నా కళ్ళు తడితేరుతాయి. ఆమెకు కంప్యూటర్ ప్రోగ్రామింగ్ నేర్పితే అద్భుతమైనదాన్ని సాధిస్తుందని అనిపిస్తుంటుంది. అయితే మరణించేవరకు ముద్ద అన్నం కోసం దీనంగా ఆమె జీవితం గడిపింది. చెడు కాలం మన తెలివితేటలనే ఆపోశన తీసుకుంటుంది.

❖❖❖

అక్షరాలను కాంపౌండ్ గోడకు అతికించే పని రంగన్నకు అప్పగించి, మేమిద్దరమూ బయటికి నడిచాం. సామాన్యంగా రిసెప్షన్ గుమ్మం దగ్గరే అభ్యర్థులకు వీడ్కోలు చెప్పే నేను, ఈ సంతోషంలో వెంకయ్యతోపాటు అతను బైక్ నిలిపిన స్థలం వరకూ నడుస్తూ వెళ్ళాను. అతను ఎంత సులభంగా కన్నడ అక్షరాలను జోడించాడుకదా అనే ఆశ్చర్యం నా మనసునంతా ఆక్రమించుకుంది. అతని పట్ల ప్రత్యేకమైన అభిమానమూ ఏర్పడింది.

"మీకు కన్నడ అక్షరాలు ఎలా తెలుసు వెంకయ్య?" అని కుతూహలంతో అడిగాను. వాతావరణం చల్లగా ఉంది. పౌర్ణమి కావటం వల్ల ఎక్కడ చూసినా వెన్నెల పరుచుకుని ఉంది. నా ప్రశ్నకు వెంకయ్య సిగ్గుతో నవ్వాడు. నల్లటి

నలుపు, సన్నటి దేహం, ఎత్తయిన ఆకారంతో వెంకయ్య చూడటానికి ఆకర్షణీయంగా ఉన్నాడు.

"చాలా సినిమాలు చూస్తాను సార్. చిన్నప్పటి నుంచీ నాకు అన్నీ వాల్‌పోస్టర్లను చదివే అలవాటు. బెంగళూరుకు వచ్చిన తరువాత కన్నడ సినిమా పోస్టర్లు ఎక్కువగా కనిపించేవి. వాటినే చదవటం ప్రారంభించాను. కన్నడ–తెలుగు అక్షరాలకు పెద్ద తేడా ఏమీ లేదు. కేవలం ఒత్తులు, కొమ్ములు, దీర్ఘాల చిహ్నాలు కాస్త భిన్నంగా ఉంటాయి. కన్నడ అక్షరాలు ఎక్కడ కనిపించినా, మనసు వాటిని చదివేసేది. అందువల్ల అలవాటైంది.

అతను బైక్ ఎక్కి కూర్చున్న తరువాత మరో ప్రశ్న అడిగాను.

"ఇంత తెలివైనవాడివి. అలాంటప్పుడు ఇంజనీరింగ్‌లో తక్కువ మార్కులు ఎందుకు వచ్చాయి?" అని సహజంగా, అతనికి అవమానం కలగని తీరులో నవ్వుతూ అడిగాను. ఆ ప్రశ్నకు ఆతను సిగ్గుపడ్డాడు.

"ఇంజనీరింగ్ మూడో సంవత్సరం ఒక అమ్మాయి ప్రేమలో చిక్కుకున్నాను సార్. చదువులో కాస్త ఆసక్తి తగ్గింది. ఆమె తప్ప ఇంకేమీ అక్కర్లేదని అనిపించింది. ఆ అమ్మాయి తల్లిదండ్రులకు తెలిసింది. ఆమెను కట్టడి చేయటం మొదలు పెట్టారు. మరొకరితో పెళ్ళి చేయడానికి ఏర్పాట్లు చేయసాగారు. ఆ తరువాత నాకు ఆమెను పోగొట్టుకుంటాననే భయం కలిగింది. స్నేహితుల సహాయం తీసుకుని ఆమెను నిర్బంధించిన గది నుంచి విడిపించుకుని ఇద్దరమూ పారిపోయాం. సింహాచలం నరసింహస్వామి సన్నిధిలో స్నేహితుల సాక్ష్యంగా ఒకరికొకరు పూలదండలు మార్చుకుని వివాహం చేసుకోవాలని నిర్ణయించుకుని ముహూర్తం ఫిక్స్ చేశాం. స్నేహితులంతా విశాఖపట్టణానికి వచ్చి మాతో కలిశారు. ఆ ఊరికి సింహాచలం చాలా దగ్గర సార్. అమ్మాయి తల్లిదండ్రులు మా ఇద్దరిని చంపడానికి రౌడీలను నియమించారని స్నేహితులు చెప్పి, పెళ్ళికి తొందరపెట్టారు. దేవాలయానికి వెళ్ళిన తరువాత ఆ అమ్మాయి మనస్సు మార్చుకుంది. ఒక్కలా ఏడ్వసాగింది. తల్లిదండ్రుల అంగీకారం లేకుండా నేను పెళ్ళి చేసుకోను. పిరికిదానిలా నేను పెళ్ళి చేసుకోనని చెప్పసాగింది. ఏడుస్తున్న ఆమెను ఎలా పెళ్ళి చేసుకోవాలి? చివరికి పెళ్ళిని కాన్సిల్ చేసి, ఊరికి తిరిగివచ్చాం. అయితే కొద్దిరోజుల్లోనే ఆమె తల్లిదండ్రులు చూసిన అబ్బాయిని పెళ్ళి చేసుకుని నన్ను మరిచిపోయింది సార్. నన్ను మోసం చేసింది. అవి నాకు కష్టమైన రోజులు" అని కంటతడి పెట్టాడు.

ఆ కథంతా ఓపికగా విన్న నేను, "వెంకయ్యా, తెలుగు సినిమాలు విపరీతంగా చూడటం మంచిది కాదండి..." అని చెప్పి, కన్నుగీటి, కరచాలనం చేసి, తిరిగి ఆఫీసు వైపు నడిచాను.

అతనికి మంచి జీతం ఇవ్వాలని మనసులోనే నిర్ణయించుకున్నాను. ఒక

విధమైన ఉల్లాసంతో మనసు నర్తిస్తోంది.

❖❖❖

కాలేజిలోనే అమ్మాయిని ప్రేమించి, పెళ్ళికి ఒప్పించి, లేవదీసుకునిపోయిన వెంకయ్య సహజంగానే కంపెనీలోనూ అత్యంత ఉత్సాహంతో అందరి దృష్టిని ఆకర్షించాడు. వెంకయ్య అనే పేరు అందరి నోట –'వెంక్స్' అని పునర్నామకరణం జరిగింది. కంపెనీలో చేరిన ఒకటి రెండు రోజుల్లోనే అందరిని పరిచయం చేసుకున్నాడు. ఎన్నో సంవత్సరాల నుంచీ పరిచయస్థుడన్నట్టు సహోద్యోగులు అప్పుడప్పుడు అతని దగ్గరికి వచ్చి పలకరించేవారు. అయిదవ అంతస్తులో కూర్చుంటున్న వెంకయ్యకు ఇంట్లో చేసిన కొత్త రుచులు చవిచూపించాలనే సాకుతో గ్రౌండ్ ఫ్లోర్ నుంచి అమ్మాయిలు వచ్చేవారు. మధ్యాహ్నం భోజనం సమయంలో దాదాపు అతను కూర్చున్న బల్ల దగ్గర ఒక పెద్ద గుంపే చేరేది. నవ్వులు, కేకలు, ఆర్భాటాలు –అక్కడ వినిపించేవి.

ఉద్యోగంలోనూ అతని నైపుణ్యం ప్రత్యేకమైనది. ఇచ్చిన పనులను ఎలాంటి సాకులు చెప్పకుండా చాలా వేగంగా పూర్తి చేసేవాడు. ఏ సమయంలో అతను పనిచేసేవాడో అని మాకు అనుమానం కలిగేలా చేసేవాడు. ఇతర ఉద్యోగులకూ అవసరమైన సహాయం చేసేవాడు. బాల్యంలో పల్లెలో పెరిగి, తెలుగు మీడియంలో చదివినవాడు కావటంవల్ల అతని ఇంగ్లీషు అంత బాగుండేది కాదు. అయితే సాఫ్ట్‌వేర్ కంపెనీలో ఉద్యోగం చేయడానికి ఇంగ్లీషు అవసరమే లేదన్నట్టు ప్రవర్తించేవాడు. అతనికి ఇంగ్లీషు భాష చక్కగా రాకపోయినప్పటికీ, కన్నడ, తమిళు, మలయాళం, తప్పులతడకగా హిందీ వచ్చేది. అందరితోనూ వాళ్ళ వాళ్ళ మాతృభాషలో పలకరించి వచ్చేవాడు. ప్రతి శుక్రవారం సాయంత్రాలలో జరుగుతున్న అంత్యాక్షరి పాటలలో, ఇంతకు ముందు కేవలం బాలివుడ్ భాషలోని పాటలకు మాత్రమే ప్రవేశం ఉండటాన్ని పూర్తిగా వ్యతిరేకించి, భారతీయ భాషలన్నిటికీ అవకాశం ఉండాలని పట్టుబట్టి సాధించాడు. "జోకె... నాను బళ్ళియ మించు..." అనే అచ్చమైన కన్నడ పాటతోపాటు ఏదో మణిపురి పాట. మార్వాడి పాటలు కంపెనీలో వినిపించసాగాయి.

సంవత్సరానికి ఒకటి రెండు రోజులు మా కంపెనీలో 'ఎథ్నిక్ డే' ఆచరించే పద్ధతి ఉంది. అమ్మాయిలు సామాన్యంగా పట్టుచీరలు కట్టుకుని వస్తే, దక్షిణ భారతీయ అబ్బాయిలు పంచెలనూ, ఉత్తర భారతీయ అబ్బాయిలు జుబ్బా–పైజామాలను వేసుకుని రావటం సహజంగా ఉండేది. మీ రాష్ట్రాన్ని, మీ ఇంటి సంస్కృతిని ప్రతిబింబించే దుస్తులు ఆ రోజు ప్రదర్శించాలని అందరికి మెయిల్ చేసేవాళ్ళం. చివరికి అందరం ఓటు వేసి అత్యంత అందమైన దుస్తులు ఎవరివో నిర్ణయించి, వారికి కొంత సొమ్మును బహుమతిగా ఇవ్వటం చాలా

ఏళ్ళ నుంచి సాగుతూ వచ్చిన పద్ధతి. అయితే వెంకయ్య వచ్చిన తరువాత మొదటి 'ఎథిక్స్ డే' విషయాలు తలకిందులు అయ్యాయి. అన్నిటికీ వెంకయ్య వేషమే కారణమన్నది తోసిపుచ్చలేం.

❖❖❖

ఆ రోజు ఉదయం సెక్యూరిటీ వాళ్ళ నుంచి ఫోన్ వచ్చింది. "అర్జెంట్‌గా ఇక్కడికి రండి" అని వేడుకున్నారు. "అంత అర్జెంట్‌గా రావలసిన విషయం ఏముందండి?" అంటే "వెంకయ్య గొర్రెలను తీసుకుని ఆఫీసుకు వచ్చాడు సార్... వాటిని ఆఫీసులోకి వదలాలని అంటున్నాడు" అని గోలపెట్టారు. ఈ వెంకయ్య గొర్రెలను ఆఫీసుకు తెచ్చాడని విని నా బుర్ర పాడైపోయింది. అయినా కుతూహలంతో కంపెనీ గేటువైపు బయలుదేరాను. ఆ రోజు నేను కాసెపోసి పంచె కట్టుకుని, ఎర్రటి శాలువాను కప్పుకుని, ధాంబికంగా నామాలూ-ముద్రలూ వేసుకుని వచ్చాను. అవి నా ఎథ్నిక్ డే దుస్తులు. ఆ రోజంతా నా తండ్రి నా ఒంట్లో చేరుకున్న భావన కలిగేది. నాన్నగారి రోజువారీ ఉడుపులు అయినప్పటికీ వాటిని ధరించే అలవాటు నాకు అంతగా లేదు. అందువల్ల నడిచేటప్పుడు ఎక్కడ పంచె అడ్డువచ్చి పడిపోతానేమోననే భయంతో నెమ్మదిగా అడుగులు వేస్తున్నాను. గుండెల మీద కప్పుకున్న నునుపైన పట్టు శాలువా జారిపోయి, నా నగ్నమైన ఛాతీ ఎక్కడ కనిపిస్తుందోననే భయంతో దాన్ని పదే పదే సర్దుకునేవాడిని. ఒకరిద్దరు కుర్రవాళ్ళు, "భట్టుగారు, తీర్థం ఇవ్వండి" అని అరచేయి నా ముందు చాపి తమాషా చేసి నన్ను సంతోష పెట్టారు.

గేటు దగ్గర నిలబడ్డ వెంకయ్యను పట్టుకోవడానికి నాకు కొంత సమయం పట్టింది. మోకాళ్ళ వరకు గోచిపోసికట్టిన అత్యంత మురికి పంచె, బలమైన మాంసఖండాలను కలిగిన కాళ్ళకు వెండి కడియాలు, రోమభరితమైన ఎదమీద కప్పుకున్న చిరిగిన కంబళి, దానిమీద పెద్దమిడి కలిగిన గొడ్డలి, మెడలో కాశీదారంలో కట్టిన పులిగోరు పతకం, కుడిభుజానికి ఎర్రటి దారంతో అత్యంత బిగువుగా కట్టిన వెండి తాయెత్తు, పంచెలో దోపుకున్న వెదురు పిల్లనగ్రోవి, అన్నింటిని మించి మరో చేతిలో పగ్గంతో కట్టి తెచ్చిన మూడు గొర్రెలు- అతని వేషం ప్రత్యేకంగా ఉంది. అపరిచితుడి వశానికి దొరికిన ఆ గొర్రెలు ఒకే విధంగా 'మ్యా' అని అరుస్తున్నాయి. వాటిని ఎక్కడి నుంచి పట్టుకుని ఎలా తెచ్చాడో ఆ భగవంతుడికే తెలుసు. దార్లో వెళుతున్నవాళ్ళు, ఆఫీసు ఇతర ఉద్యోగులు అతని చుట్టూ గుమిగూడారు.

"ఇదేమి అవతారమండి?" అని నేను ఆశ్చర్యంగా అడిగాను.

"మా నాన్న గొర్రెలు కాసేవాడు సార్. అచ్చం ఇలాగే గొర్రెలు కాయడానికి వెళ్ళేవాడు. సంకోచం లేకుండా చెప్పాడు.

"ఎథ్నిక్ డేకు- నాకెందుకో ఈ వేషం మరీ విపరీతంగా ఉందండి" అని నేను గొణుక్కున్నాను.

"మీరు మీ తండ్రిలా నామాలూ-ముద్రలూ వేసుకుని వచ్చారు. నేను మా నాన్నలా గొర్రెలు పట్టుకుని వచ్చాను" అని సంకోచం లేకుండా అన్నాడు. నా నోరు మూతబడింది.

అంతలో సెక్యూరిటీ అతను, "ఇతన్ని లోపలికి వదలాలా సార్?" అని అసలు సమస్యను ముందుపెట్టాడు.

"గొర్రెలు బయట కట్టివేసి, మీరు మాత్రం ఆఫీసులోకి రండి" అని సలహా ఇచ్చాను. వెంకయ్య దానికి ఒప్పుకోలేదు.

గొర్రెల లేకుండా గొర్రెల కాపరి ఎలా లోపలికి వస్తాడు సార్? వీధిలో తోడేళ్ళు వచ్చి గొర్రెలను పట్టుకుంటే నా గతి ఏమిటి?" అని చేతిలోని గొడ్డలిని ఝళిపించి చెప్పాడు.

"వెంకయ్య అధిక ప్రసంగం వద్దు. గొర్రెలను ఆఫీసులో వదలడానికి ఎలా కుదురుతుంది? అది కంపెనీ రూల్స్‌కు విరుద్ధం"

"నామాలూ-ముద్రలూ ఆఫీసులో వచ్చేటట్లయితే, గొర్రెలు కూడా రావచ్చులేండి సార్" అన్నాడు.

చుట్టూ చేరిన సహోద్యోగులు "ఎస్...ఎస్..." అని అతన్ని మరింత ప్రోత్సహించారు.

"అది కంపెనీ నియమాన్ని దెబ్బతీస్తుంది"

"అవసరమైనపుడు నియమాలను సడలించాలి సార్?"

ఇతడితో ఎందుకు వాదించాలని నాకు కోపం వచ్చింది. అయినా వెన్నలోని వెంట్రుకను నాజూకుగా తీసేవాడిలా సందర్భాన్ని ఎదుర్కోవలసి వచ్చింది. ఆ కారణంగా ఒక సలహా ఇచ్చాను. గొర్రెలు కంపెనీ కాంపౌండ్‌లో తిరుగుతుండనీ, ఎలాగూ కావలసినంత పచ్చటి మొక్కలను పెంచాం. వాటిని తిని హాయిగా తిరగనీ. వెంకయ్య మాత్రమే ఆఫీసులోకి రావాలని అతన్ని ఒప్పించాను. అందరూ నా సలహాకు సమ్మతి సూచించారు.

"సార్, చేతిలో వెపన్ పట్టుకుని వచ్చాడు. ఏం చేయాలి?" అని సెక్యూరిటి అడిగాడు. వెంకయ్య, మరోసారి గొడ్డలిని ఝళిపించి "దీన్ని వెపన్ అనకు... మా నాన్నకు అవమానం కలుగుతుంది" అని సెక్యూరిటిని తిట్టాడు.

"అదొక్కటి ఉండనీలేండి" అని రూలును సడలించాను.

రిసెప్షన్ హాల్లో అడుగు పెట్టినవాడు తన భుజం మీది కంబళిని తీసి జాడించాడు. ఒక మణుగు దుమ్ము గాలిలో ఎగిసింది. ధగధగమని మెరిసే దీపాల వెలుతురులో ఆ ధూళికణాలు సంతోషంతో ఎగిరాయి.

ఆ రోజంతా ఎవరూ సరిగ్గా పనిచేయలేదు. కాంపౌండ్ లాన్‌లో తిరుగుతున్న ఆ మూడు గొర్రెలు, వాటి దగ్గర గొడ్డలి పెట్టుకుని కూర్చుని, పొగాకును ఎండిన ఆకులో వేసుకుని, చుట్టిన ఇంత లావు చుట్ట పీల్చిన వెంకయ్య చుట్టూ చేరి, 'హౌ క్యూట్ యూ వెంక్స్', 'వెంక్స్ యూ ఆర్ సో స్మార్ట్', 'ఐ లవ్ ఇట్'– అని చీరకట్టుకుని వచ్చిన లలనామణులు అంటున్నారు. అతనితో చాలామంది ఫోటోలు తీసుకుని సంతోషంతో మురిసిపోతున్నారు. మొత్తం ఆఫీసు నందగోకులమై పోయింది.

ఎలాంటి అనుమానం లేకుండా దాదాపు 95% ఓట్లను సంపాదించిన వెంకయ్య అత్యుత్తమ దుస్తుల పురస్కారం తన సొంతం చేసుకున్నాడు. తన గొడ్డలి, గొర్రెలు, పిల్లన గ్రోవి సమేతంగా వేదిక మీదికి వచ్చి బహుమానాన్ని అందుకున్నాడు. పైగా బహుమానానికి వచ్చిన సొమ్మును సహోద్యోగులకు చక్కటి పార్టీ ఇవ్వడానికీ, ఆ మూడు గొర్రెలను కోసి మాంసం భోజనం పెట్టిస్తాననీ ప్రకటించాడు. కంపెనీ ఉద్యోగులు అందరూ "సూపర్..." అని అరిచి తమ సమ్మతిని సూచించారు. ఆ అరిచిన ఆర్భాటానికి బెదిరిన గొర్రెలు –'మ్యా' అని అరిచాయి.

ఈ ఎథ్నిక్ డే సహవాసం వద్దని నేను వందసార్లయినా పశ్చాత్తాపం పడ్డాను. కంపెనీ రూల్స్‌ను మరింత కఠినం చేయాలని నిర్ణయించాను.

❖❖❖

తెలుగు కుర్రవాళ్ళందరిలాగే వెంకయ్యకూ విదేశాలకు వెళ్ళి రావాలనే కోరిక ఉంది. ఈ కోరిక మొత్తం తెలుగు ప్రజల సంస్కృతిలో అంటువ్యాధిలా వ్యాపించింది. విదేశాలకు వెళ్ళి వస్తే అమ్మాయి తండ్రి నుంచి ఎక్కువ డబ్బులు గుంజవచ్చనే తర్కం దాని నేపథ్యంలో ఉంది. అయితే ఈ తర్కం నేపథ్యంలోకి జారిపోయి విదేశీ ప్రయాణం వ్యక్తి గొప్పదనానికి ప్రతీక అనే విధంగా సమర్థింపులూ జరుగుతాయి. విదేశాలకు తెలుగు అమ్మాయిలు వెళ్ళి వస్తే, తన వరకట్నాన్ని కొంతవరకూ తానే సంపాదించుకోవచ్చనే కారణం వల్ల అమ్మాయిలు కూడా విదేశీ ప్రయాణానికి అంగలార్చుతారు.

నేను ఇంగ్లాండ్ దేశ వ్యవహారాలు చూసుకునేవాడిని. ఆ దేశానికి ఎవరిని పంపాలన్నా నేనే అంతిమ నిర్ణయం ఇవ్వాలి. ఆ కారణంగానే చాలా మంది ఉద్యోగులు నా చుట్టూ తేనెటీగల్లా తిరుగుతుంటారు. నన్ను అనవసరంగా పొగడటం, ఏవైనా గిఫ్టులు తెచ్చి యివ్వటం, నా ప్రాజెక్టులలో ప్రత్యేకమైన ఆసక్తి చూపించటం మొదలైనవి చేస్తుండేవారు. వెంకయ్య కూడా దీనికి మినహాయింపు కాదు. 'ఎలాగైనా నన్ను విదేశానికి పంపేయండి. వచ్చే డౌరీలో ఐదు పర్సెంట్ ఇస్తాను" అని సూటిగానే చెప్పి నా చేత తిట్టించుకున్నాడు.

వెంకయ్య సాంకేతిక నైపుణ్యం కలవాడు. ఏ పని ఇచ్చినా చక్కగా చేసేవాడు. అతని ఇంగ్లీషు భాష-రాత ఏమీ బాగుండదు. సరిగ్గా ఈ-మెయిల్ రాయటానికి కూడా ఇబ్బంది పడేవాడు. ఏదైనా కోచింగ్ క్లాసులో చేరి ఇంగ్లీషు నేర్చుకోమని అంటే అలాంటి ఆసక్తి చూపించేవాడు కాదు. "అక్కడి ప్రాజెక్ట్ మేనేజర్ ఎలాగూ తెలుగు లేదా కన్నడ వాడైవుంటాడు. అతనితో అతని భాషలోనే మాట్లాడుతాను. క్లయింట్స్ వ్యవహారాలను అతను ఇంగ్లీషులో చూసుకుంటాడు. మీరెందుకు విచారిస్తారు?' అని నాకే ఉపదేశాలు ఇవ్వసాగాడు.

చివరికి ఒక ప్రాజెక్ట్‌కు అతడ్ని ఎంపిక చేసి పంపించాను. "థాంక్స్ బాస్, మీకు పార్టీ ఇవ్వాలనే కోరిక ఉంది. అయితే బాటిల్ ముట్టను, మాంసం తినను అనే మిమ్మల్ని ఎలా సంతోషపరచాలో అర్థం కావటం లేదు" అని నా సాత్వికతను ఎగతాళి చేసి బయలుదేరాడు.

"అక్కడ ఏదైనా గొర్రె, గొడ్డలి పట్టుకుని ఆఫీసుకు వెళ్ళేవు? ఊచలు లెక్కపెట్టేలా చేస్తారు. నాలా బాటిల్ ముట్టను, మాంసం తినను అనే జనం అక్కడ ఉండరు. జాగ్రత్త..." అని అతన్ని హెచ్చరించి పంపాను.

"డోంట్ వరీ బాస్... ఎవ్వరి థింగ్ విల్ బి ఓ.కే." అని అభయమిచ్చి ఇంగ్లాండ్‌కు ఎగిరిపోయాడు.

ఊహించినట్టే అక్కడ కూడా విజయాన్ని సాధించాడు. గ్రాహకులైతే అతని పనిలోని చక్కదనానికి ఆశ్చర్యపోయారు. నేను ఇంగ్లీషు భాష అడ్డంకి కావచ్చని భావించాను. అయితే అతను ఏ విధంగా వాళ్ళతో మాట్లాడుతున్నాడో దేవుడికే తెలుసు. అందరూ అతడిని వీక్ ఎండ్‌లో పార్టీలకు పిక్‌నిక్‌లకు తీసుకుని పోతున్నారని వార్తలు రాసాగాయి. అతనికి ఒక అమ్మాయితో స్నేహం పెరుగుతోందని ఒక ఈ-మైయిల్ నాకు వచ్చింది. "వరకట్నం కోసం నోరు తెరుచుకుని కూర్చున్నాడు. ఇలాంటి సమయంలో అతను ప్రేమించే తప్పు చేయడు" అని నేను దాన్ని గంభీరంగా తీసుకోవటానికి ప్రయత్నించలేదు. ఆరు నెలలకని వెళ్ళినవాడి వ్యవధిని గ్రాహకులు ఒత్తిడి పెట్టి రెండేళ్ళకు పెంచారు.

ఆరునెలల్లో అతని ఇంగ్లాండ్ వ్యామోహం తీరిపోయింది. పదే పదే ఫోన్ చేసి "ఇది చిన్న దేశం. బోర్ కొడుతూ ఉంది. నన్ను అమెరికాకు పంపించండి" అని ఒత్తిడి పెట్టసాగాడు. ఇంగ్లాండ్‌కు వెళ్ళి వచ్చిన కుర్రవాళ్ళకన్నా అమెరికాకు వెళ్ళి వచ్చిన కుర్రవాడికి ఎక్కువ వరకట్నం దొరుకుతుందని చెప్పాడు. అయితే నేను అతని అభ్యర్థనను ప్రోత్సహించలేదు. మా కంపెనీ ఇంగ్లాండ్ యాజమాన్యానికి చెందింది. అందువల్ల అమెరికా గ్రాహకులు అరుదుగా ఉండేవారు. అప్పుడప్పుడు ఏవైనా దొరికినా కేవలం కొందరికి మాత్రమే అక్కడికి వెళ్ళే అవకాశం దొరుకుతుంది. పైగా ఇప్పటి కస్టమర్స్ వెంకయ్య పని పట్ల సంతృప్తి చెందారు.

అతని కాలవ్యవధిని రెండేళ్ళకు పెంచారు. అక్కడ కొంతకాలం పనిచేయకుండా కేవలం మన స్వార్థాన్నే ప్రధానంగా చేసుకుని మరొక దేశానికి ఎగిరిపోతే ఎలా? ఎంతగా డబ్బు వ్యవహారమైనప్పటికీ కాస్తయినా నిజాయితీ లేకపోతే ఎలా? ఆ కారణం వల్ల నేను అతని కోరికను సమర్థించలేదు. "ఎలాగూ నాకు వరకట్నంలో ఐదు పర్సెంట్ ఇవ్వాలికదా? దాన్ని వదిలెయ్. డొరి సరిపోతుంది" అని నేను రెచ్చగొట్టి మౌనం వహించాను.

ఈ సమయంలోనే ఒక ప్రమాదం జరిగింది. వెంకయ్య తండ్రి ఆరోగ్యం క్షీణించింది. ఆయన చనిపోతాడేమోనని వెంకయ్యకు ఫోన్ చేసి, వెంటనే రావాలని ఒత్తిడి పెట్టసాగారు. వెంకయ్య ఊరికి వాపస్ వస్తానని మొండితనం చేయసాగాడు. నాకు ఈ సందిగ్ధం గొంతుకు వచ్చింది. వద్దంటే ఒక బాధ. రమ్మంటే మరొక బాధ. విమాన ప్రయాణానికి ఎంత లేదన్నా లక్ష వరకు డబ్బు ఖర్చవుతుంది. ఆ ఐ.టి. గోల్డన్ డేస్‌లో అదంతా కంపెనీ భరించేది. పైగా అతనికి రోజుకు ఎంత లేదన్నా నాలుగు వందల పౌండ్లను గ్రాహకులు ఇచ్చేవాళ్ళు. సెలవు తీసుకుంటే ఆ డబ్బు ఇచ్చేవారు కాదు. ఆ ఖర్చును భర్తీ చేయటం ఎలా? చివరికి ఆలోచించి "మూడు వారాలు మాత్రమే వెళ్ళు. తరువాత చూద్దాం" అని అనుమతి ఇచ్చాను

అదే ఆఖరు. మళ్ళీ మాట్లాడటానికి అతను నాకు దొరకనే లేదు.

❖❖❖

వెంకయ్య అడ్రెస్ లేకుండా పోయాడు. అతనికి ఫోన్ చేస్తే అది స్విచ్ ఆఫ్ అని వచ్చింది. ఇంటి చిరునామాను ఇంటర్వ్యూ సమయంలో ఇచ్చాడు. అక్కడికి కొరియర్‌లో ఉత్తరం పంపితే దానికీ జవాబు లేదు. అతని స్నేహితులను సంప్రదిస్తే, తమకేమీ తెలియదని చెప్పారు. ఎవరైనా మా ఉద్యోగినే ఆ ఊరికి పంపుదామనే ఆలోచన వచ్చింది. అయితే అది మరీ గూఢచారి పని అవుతుందని అర్థమై ఊరకయ్యాను. వేరే కంపెనీలలో చేరివుండొచ్చనే అనుమానంతో, తెలిసిన ఒకరిద్దరు హెచ్.ఆర్. మేనేజర్లను విచారించాను. ఏ క్లూ-దొరకలేదు. అయినా మేము రిలీవింగ్ లెటర్ ఇవ్వకుండా, మరో పెద్ద కంపెనీ అతన్ని చేర్చుకోవటం కాస్త కష్టమనే విషయం నాకు తెలుసు.

కస్టమర్స్ ఒకేలా అతని గురించి అడగసాగారు. మొదట్లో సౌజన్యానికి వెంకయ్య తండ్రి ఎలా ఉన్నాడని అడిగి తరువాత సూటిగా అతను ఎప్పుడు వస్తాడని విచారించారు. కొన్ని రోజులు ఏవేవో సాకులు చెప్పినా చివరికి నిజాన్ని చెప్పాల్సి వచ్చింది. ఉన్నట్టుండి ఒక వ్యక్తి అడ్రెస్ లేకుండా పోవటమంటే ఏమిటి? అని వాళ్ళు నా మాటలు నమ్మనే లేదు. ప్రాజెక్ట్‌లో బాగా నిమగ్నమైన వెంకయ్య గైరుహాజరు వారికి బాగా ఇబ్బందిని కలిగిస్తోంది.

ఒక నెల ఎదురుచూసి, తరువాత మరొకడిని ఆ స్థానంలో పంపించాను.

మా కంపెనీలో ఉన్న అతని ఉద్యోగ స్థానాన్ని తొలగించాం.

❖❖❖

సుమారు మూడు నెలల తరువాత అతని జిల్లాకు చెందిన సహోద్యోగి శ్రీనివాసులు నాతో వ్యకిగతంగా మాట్లాడాలనే ఉత్సాహాన్ని చూపించాడు. వెంకయ్య గురించి కొన్ని అనుమానాలు మా ముందు పెట్టాలని అన్నాడు. వెంటనే కలవడానికి అతనికి అవకాశం ఇచ్చాను. మూడునెలల పాత తెలుగు దినపత్రికను పట్టుకుని శ్రీనివాసులు నా గదికి వచ్చాడు. ఆ తెలుగు దినపత్రికను నా ముందు పరిచి, ఐదవ పుటలో ప్రచురితమైన ఒక ప్రకటనను చదవమని విన్నవించుకున్నాడు. బళ్ళారివాడినైన నాకు చక్కగా తెలుగు చదవటం వచ్చు.

మద్రాసుకు చెందిన విలేకరి దాన్ని రాశాడు. అమెరికాకు వెళ్ళాలనే తీవ్రమైన కోరిక కలిగిన చాలామంది తెలుగు ఉద్యోగులు వీసా కోసం అమెరికా ఎంబసికి వెళ్ళినపుడు జరిగన సంఘటనకు సంబంధించిన వార్త అది. వీసా కోసం వచ్చి అభ్యర్థుల డిగ్రీ సర్టిఫికెట్లను పరిశీలించారు. అవి నకిలీ అని విశ్వవిద్యాలయం కచ్చితపరిచిన వెంటనే పోలీస్‌శాఖకు ఫోన్ చేశారు. ఆ కారణంగా హఠాత్తుగా దాడి చేసిన పోలీసులు, అలాంటి నకిలీ డిగ్రీలు పొందిన పదిహేను మందిని పట్టుకుని కోయంబత్తూరు సెంట్రల్ జైలుకు పంపించారు. వీసా పొందాలనే దురాశతో వచ్చిన పదిహేనుమంది కుర్రవాళ్ళు ఊచలు లెక్కపెడుతున్నారు. జైళ్ళోకి తోయటానికి ముందు వాళ్ళను వరుసగా నిలబెట్టి ఒక ఫోటో తీశారు. అందరూ సూటు, బూటు, టై కట్టుకున్నారు. ఆ ఫోటోతోపాటు ఈ వార్త ప్రచురితమైంది.

ఆ ఫోటో అంత స్పష్టంగా లేదు. చాలా అధమ స్థాయి ముద్రణాపత్రికలో ఏ ఫోటోలు స్పష్టంగా ఉండవు. ఇది మరీ చిన్న ఫోటో. అయినా శ్రీనివాసులు ఆ పదిహేను మందిలో మధ్యలో ఉన్న వ్యక్తి మీద వేలుపెట్టి "ఇతను వెంకయ్య సార్. సందేహం లేదు." అని చెప్పాడు. విషయాన్ని అర్థం చేసుకోవటానికే నాకు భయం వేసింది. ఆ ఫోటోను తదేకంగా చూశాను. అది వెంకయ్యదేనని అనిపించింది. ఎందుకో మనస్సుకు చాలా బాధ కలిగింది.

❖❖❖

ఘటనలు కచ్చితంగా ఎలా జరిగివుండవచ్చో నాకు అర్థం కాలేదు. అయితే ఐటి ప్రపంచంలో కొన్ని సంవత్సరాలు ఉద్యోగం చేసివుండటం వల్ల స్థూలంగా జరిగిన సంఘటనలను ఊహించి అల్లటం నాకు సాధ్యమైంది. కాలేజి చివరి సంవత్సరంలో ప్రేమ వలలో చిక్కుకున్న వెంకయ్య, మంచి మార్కులు సంపాదించలేదు. అయినా ఎలాగో సంబాళించుకుని ఒక ఉద్యోగాన్ని సంపాదించుకున్నాడు. తరువాతి రోజుల్లో ప్రేమనిషా నుంచి బయటికొచ్చి ఉద్యోగంలో పూర్తిగా నిమగ్నమయ్యాడు. ఉద్యోగంలో అభివృద్ధి చెందాడు.

జీవితంలో విజయం సాధించినట్టల్లా అతని ఆత్మస్థైర్యం పెరుగుతూ పోయి అది అహంకారం మట్టాన్ని చేరింది. నైతికత హద్దులు దాటి, డబ్బు దాహానికి నోరు తెరుచుకుని నిలుచుంది.

మా కంపెనీ ద్వారా అమెరికాకు వెళ్ళటానికి సాధ్యం లేదని తెలిసిన తరువాత, ఇతర మార్గాలను అన్వేషించాడు. అయితే తన తక్కువమార్కుల డిగ్రీ కొత్త ఉద్యోగ ప్రయత్నాలకు అడ్డుపడుతుందని అతనికి అర్థమైంది. ఆ కారణంగానే ఏదో అడ్డదారి పట్టుకుని, దూరశిక్షణ ఇచ్చే అవినీతి విశ్వవిద్యాలయం నుంచి ఎక్కువ మార్కుల డిగ్రీని సంపాదించాడు. ఎలాగూ ఉద్యోగంలో తాను సమర్థుడని అతనికి తెలుసు. అలాంటప్పుడు ఈ పనికిమాలిన డిగ్రీని నకలు చేయించటానికి ఎందుకు భయపడాలి?-అని అతని అభిప్రాయం. అనేక ప్రయత్నాల తరువాత ఒక మంచి కంపెనీలో ఉద్యోగం దొరికింది. వాళ్ళు అమెరికాకు పంపటానికి అంగీకరించారు. అందుకోసం వెంటనే హెచ్1 వీసా తీసుకోవాలని చెప్పారు. ఇంగ్లాండ్‌లో అమెరికా వీసాను భారతీయులకు ఇవ్వరు. ఆ కారణంగా భారత్‌కు అతను రావాల్సి వచ్చింది. తండ్రి ఆరోగ్యం బాగలేదని నాటకమాడి వచ్చాడు. వీసా దొరికిన వెంటనే అమెరికాకు ఎగిరిపోయి, నాకో ఈ-మెయిల్ ద్వారా రాజీనామా పంపించాలనే కుట్ర అతనిది. అయితే అనుకోకుండా అమెరికా ఎంబసి జరిపిన దాడికి దొరికిపోయి, జైల్లో ఊచలు లెక్కపెట్టాల్సి వచ్చింది. మళ్ళీ నన్ను సంప్రదించడానికి సంకోచం అడ్డుపడి వుండాలి.

కోయంబత్తూరు సెంట్రల్ జైలుకు వెళ్ళి ఒకసారి వెంకయ్యను పలకరించి వద్దామని చాలాసార్లు అనుకున్నాను. అయితే తెలివితేటలు ఉండీ అనైతికతకు పాల్పడే స్వభావం నాకు నచ్చదు. అందువల్ల వెళ్ళకూడదని నిర్ణయించుకున్నాను. డిగ్రీ సర్టిఫికెట్టును నకలు చేయడం ఘోరమైన మోసమే. అందువల్ల అతనికి బెయిల్ కూడా సులభంగా దొరకలేదని అనిపించింది.

రూల్స్‌ను బ్రేక్ చేసే ఆసక్తిని అతను పదే పదే చూపించేవాడు. అందులో చాలా వరకూ విజయం సాధించాడు. అయితే ఈ సారి దొరికిపోయాడు. పదిహేనుమంది గ్రూపు ఫోటో మధ్యలో సూటుబూటు టై వేసుకొన్న వెంకయ్య ఫోటో, చాలా రోజులు నన్ను వేధించింది. అతని ప్రత్యేకమైన నైపుణ్యం, ఉత్సాహం, సాహసమయ వ్యక్తిత్వం చూసిన నాకు, ఎందుకో ఎక్కడో ఏదో సరిగ్గా లేదు అని బాధ కలిగేది.

❖❖❖

3 మార్చి 2017

చీలిన లోటా

కోడి కూయటానికీ వ్యవధి ఇవ్వనట్టు రమాబాయి తెలతెల్లవారగానే లేస్తుంది. లేచినప్పటి నుంచీ రాత్రి పడుకునేవరకు ఒకేవిధంగా వాగుతూనే ఉంటుంది. "లేవరా ఎబ్రాసి, లేచినవారి వీడ పడుకున్నవారిని చుట్టుకుంటుందట" అని కుమారుడు గురురాజును తిట్టి, అతని దుప్పటిని లాగుతుంది. ముఖం కడుక్కుని రాగానే, "కాళ్ళకు నమస్కారం చేయాలి. లేవండి" అని భర్త హులికుంటిని దబాయిస్తుంది. హులికుంటి కళ్ళు నులుముకుంటూనే లేస్తాడు. అతని కాళ్ళకు నమస్కారం చేసినందుకు, ఆవులిస్తూనే ఆశీర్వాదం చేసినట్టు చెయ్యి ఎత్తుతాడు. మళ్ళీ ముసుకు లాక్కుని పడుకుంటాడు.

గబగబా కసువు చిమ్మి, ముంగిట్లో నీళ్ళు చల్లి, ఆకాశానికి ఒక బిందె నీళ్ళు - విసిరి, "ఎబ్రాసి మొహమా, లెయ్" అని సూర్యున్ని ఉమ్ముతుంది. ఆమె నోటి వాగుడుకు భయపడిన సూర్యుడు కొద్దికొద్దిగానే ధైర్యం తెచ్చుకుంటూ పైకిపాకుతాడు. ముంగిట్లో ముగ్గు వేసేటప్పుడు ముల్లా పిలుపు మొదలవుతుంది. "వారమైనా ఇంకా ఎందుకో ముల్లాకు జలుబు తగ్గలేదు" అని కలవరపడుతూ ముగ్గు పూర్తిచేస్తుంది. లోపలికి వచ్చిన రమాబాయి నిన్నటి అంట్లు కడుగుతూ కూర్చుంటుంది. ఆ పాత్రల చప్పుడుకు నిద్రకొనసాగించటం సాధ్యంకాక హులికుంటి మెల్లగా లేచి బయట అరుగు మీద మునివేళ్ళ మీద కూర్చుని, గణేశ్ బీడి కాల్చటం మొదలుపెడతాడు. రమాబాయి పాత్రలను ఉదయించిన సూర్యుడు సిగ్గుపడేలా తళతళమని రుద్ది, చాయ్ చెయ్యటానికి పొయ్యి మీద పెడుతుంది. తానొక కప్పుతాగి, బయట కూర్చున్న హులికుంటి ముందొక

కప్పు చాయ్ పెట్టి "ఈ బీడి కాల్చి కాల్చి ఏదో ఒకరోజు నన్ను ముండమోయిస్తావు నువ్వు" అని అపశకునపు మాటలు పలుకుతుంది. హులికుంటి ఒక్క గుక్క చాయ్ తాగి, మీసాలకు ఒకింత చాయ్ అంటుకోవడంతో పెదవుల అంచులో నవ్వుతాడు. కొడుకు గురురాజ ఇంకా పడుకునివుండటం చూసి కోపం నెత్తికెక్కినట్టయి, వాణ్ణి బలవంతంగా లేపి , కూర్చోబెట్టి, పక్కబట్టలను మడిచి పెట్టింది. "గురురాజ "చాయ్..." అని రాగం తీశాడు. "మీ నాన్నలా పాచి నోటితో చాయ్ తాగటం మిగిలివుంది నాయనా... వెళ్ళి నోరు పుక్కిలించుకునిరా" అని తల్లి అరవటంతో, గురురాజ ఎదురు మాట్లాడకుండా బచ్చలింటికి పరిగెడుతాడు. నిన్న సాయంత్రం రాఘవేంద్ర స్వామి మఠానికి చెందిన పద్దక్క పంపిన నిత్యమల్లె పువ్వులను తడి బట్టలోంచి తీసి మాలకడుతూ కూర్చుంటుంది. కొంచెం మాల కట్టాక చెయ్యి నొప్పెట్టడంతో "ఈ సన్యాసి మగవాడికి పువ్వులు ముడుచుకునే పిచ్చి ఎందుకో నాకు తెలియదు చూడప్పా" అని సాక్షాత్ రాఘవేంద్రస్వామికీ చురుకు తగిలిస్తుంది. ఆ సమయానికి గురురాజ ఉప్పుతో పళ్ళు తోముకుని, బచ్చలింటికి వచ్చి నాలుగు చెంబుల నీళ్ళు చల్లి, బయటికి వచ్చి తల్లి ముందు 'ఈ...' అని పల్లు చూపిస్తాడు. ముప్పయి రెండు పళ్ళు తమ స్వస్థానంలో ఉన్నాయో లేదోనని రమాబాయి పరీక్షిస్తుంది.

కాళమ్మ వీధిలోని, ముప్పయి రూపాయల అద్దెకు వున్న, కిటికీ లేని, పొగగొట్టం, గవాక్షాలు ఉన్నటువంటి ఆ రెండు గదుల ఆ ఇంట్లో ఈ విధంగా వెలుతురు ప్రసరించటం మొదలవుతుంది.

❖❖❖

ప్రతి రోజుకన్నా ఈ రోజు రమాబాయి ఎక్కువ ఆందోళనలో ఉండటానికి కారణం, నిన్న ఆమె ఇంటికి వచ్చిన పదిహేను పైసల పోస్ట్ కార్డు. రమాబాయి అన్న వరదన్న రాసిన ఉత్తరమది. దూరంలోని విశాఖపట్టణం నుంచి వచ్చింది. నాలుగు చివరలకు పసుపు పూసుకుని, ఉత్తరం మధ్య రెండు వరుసల నడుమ అయిదవ కుంకుమ బొట్టు పూసుకున్న దాని సారాంశం వరదన్న కూతురి వివాహ శుభవార్తకు సంబంధించింది. ఆంధ్రలోని కుటుంబానికి కూతుర్ని ఇచ్చాడు. వివాహం మరో వారంలో, తిరుపతిలో ఉంది.

రమాబాయి వరదన్న పోషణలోనే పెరిగింది. ఆమె చిన్నతనంలోనే తల్లి చనిపోయిందట. తండ్రి జ్ఞాపకం ఇద్దరికీ లేదు. వంశపారంపర్యంగా వచ్చిన ఒకటి రెండు ఎకరాల వరిమడులు ఉన్నాయి. కంప్లి దగ్గరలో, తుంగభద్రా నది ఒడ్డున ఉన్న ఆ పొలాలు వీరి తిండికి, బట్టకు కొరత కలగకుండా

చూసుకున్నాయి. వరదన్న వయసులో పదేళ్ళు పెద్దవాడు. చెల్లెలిని చాలా ప్రేమగా చూసుకున్నాడు. ఇప్పటికీ రమాబాయి దుఃఖంలో ఉన్నప్పుడు "వరదన్నా..." అని ఏడుస్తుందే తప్ప, "అమ్మా..." అని ఏడవదు.

వరదన్న పెళ్ళి చేసుకుంది ఆంధ్ర అమ్మాయిని. బళ్ళారికి ఏదో పనిమీద వచ్చిన సుబ్రహ్మణ్యంగారు కుర్రవాడికి గవర్నమెంట్ ఉద్యోగం ఇప్పించటమే కాకుండా, కూతుర్ని పెళ్ళిచేసుకునే ఒప్పందాన్నీ చేసుకున్నారు. వరదన్న పెళ్ళయిన తరువాత ఒకటి రెండు సంవత్సరాలు మాత్రమే బళ్ళారిలో ఉన్నాడు. అటు తరువాత వదిన పట్టుబట్టి అతడిని ఆంధ్రాలోని ఊళ్ళకు బదిలీ చేయించింది. హులికుంటితో పెళ్ళయ్యేవరకూ రమాబాయి కూడా అన్న వెళ్ళిన ప్రాంతాలకంతా తోడుగానే ఉంది. కర్నూలు, అనంతపురం, ఆదోని అంటూ వరదన్న ఊళ్ళను మార్చుతుండేవాడు.

రమాబాయికి పెళ్ళి అంత సులభంగా కాలేదు. రంగులో నలుపు, ఎత్తు పళ్ళు, మడికర్రలా ఎత్తుగా ఉన్న రమాబాయి ఎవరికి నచ్చేది కాదు. వరదన్న బళ్ళారివైపు పదేపదే వెళ్ళి, వాళ్ళ వీళ్ళ దగ్గర చెల్లెలి పెళ్ళి ప్రస్తావన తెచ్చేవాడు. వదిన మాత్రం "మా వైపు వాళ్ళు ఎవరూ ఈమెను ఒప్పుకోరు..." అని ఏమిటో ఆంధ్ర అహంకారాన్ని ప్రదర్శించి ఏ సంబంధాన్ని సూచించటానికి ప్రయత్నించ లేదు. వచ్చిన పెళ్ళికొడుకులంతా నిరాకరించటం మొదలుపెట్టిన తరువాత వరదన్నకూ తన చెల్లెలు అందవికారి అని అనిపించటం మొదలైంది. దాంతో అతను ధైర్యం కోల్పోయేవాడు.

ఇలాంటి రోజుల్లోనే ఒకసారి వరదన్న తమ ఇంటిదేవుడైన గండి నరసింహస్వామి జాతరకు వెళ్ళినపుడు ఎవరో హులికుంటి గురించి ప్రస్తావించారు. ఒకప్పుడు హులికుంటి వంశస్థులు ఆ ప్రాంతం మొత్తానికి ధనవంతులట. అయితే భార్యను కోల్పోయిన హులికుంటి తండ్రికి కూడ్లిగి వేశ్యల వ్యసనం పట్టుకుందట. ఆ కారణంగా ఆస్తంతా హారతి కర్పూరంలా కరిగిపోయిందట. చివరికి చెప్పుకోవటానికీ సంకోచం కలిగించే గుహ్యరోగానికి బలై అతని తండ్రి చనిపోయాడు. ఉన్న కొద్దిపాటి ఆస్తిని అప్పులవాళ్ళు పంచుకున్నారు. హులికుంటి రోడ్డునపడ్డాడు. అలాంటి సమయంలోనే ఎవరో పుణ్యాత్ములు అతడిని కొమ్మన్నగారి "శ్రీ వెంకటేశ్వర ముద్రణాలయం"లో చేర్చారు. చదువుకు మంగళం పాడిన హులికుంటి పూర్తిగా కొమ్మన్న అంగడివాడయ్యాడు.

హులికుంటికూడా సన్నగా, నల్లగా ఉన్నప్పటికీ రమాబాయికన్నా పొట్టివాడు. తన పరిస్థితి గురించి స్పష్టంగా తెలిసిన హులికుంటి వెంటనే

రమాబాయిని అంగీకరించాడు. వదినకూడా దెయ్యం పట్టినదానిలా పెళ్ళికి తొందరపెట్టింది. “ఒప్పుకున్నావా... ఒప్పుకున్నావా...” అని నాలుగైదుసార్లు వదిన అడగటంతో రమాబాయి మౌనంగా తలూపింది. వరదన్నకు ఈ సంబంధం ఏ మాత్రం నచ్చలేదు. అయితే ఈ సంబంధాన్ని నిరాకరిస్తే భవిష్యత్తులో మరిన్ని తిరస్కారాలను చవిచూడవలసి వస్తుందోననే భయం. ఒక రోజు ఉదయం రమాబాయి బావి నుంచి నీళ్ళు చేది, నిత్యమల్లె మొక్కకు నీళ్ళు పోస్తున్నప్పుడు ఆమె దగ్గరికి వెళ్ళాడు. “నీకన్నా కొంచెం పొట్టిగా వున్నాడుకదమ్మా...” అని నసిగాడు. కడవలోని నీళ్ళను పూర్తిగా మొక్కలకు పోసిన రమాబాయి “అతను మగవాడేకదా?... అది చాలు... వామన రూపంలో వచ్చిన దేవుడని అనుకుంటాను” అని భావరహితంగా చెప్పేసింది. వరదన్న నివ్వెరపోయి నిలుచున్నాడు. “నాకున్నట్టు ఎత్తుపళ్ళు లేవులే వరదన్నా” అని నవ్వింది. వరదన్న కూడా నవ్వాడు.

గండి నరసింహస్వామి సమక్షంలోనే పెళ్ళి జరిగింది. రమాబాయి కన్యాదానం చేయడానికి వరదన్న, వదిన పీటల మీద కూర్చున్నారు. అయితే హులికుంటి తరఫున పీటల మీద కూర్చోవటానికి ఎవరు లేరు. కొమ్మన్న పెళ్ళి కోసం రెండు జతల పంచెలు, ఒక అంగీ, అమ్మాయికొక చీర ఇచ్చినప్పటికీ వేరే కులస్థుడు కావటంతో పీటల మీద కూర్చోవటానికి సాధ్యం లేకపోయింది. పీటల మీద కూర్చోని పెళ్ళి చేసి ఇచ్చేవాళ్ళు లేకపోతే ఎలా? అని పురోహితుడు పట్టుబట్టారు. హులికుంటి పెళ్ళికోసం వచ్చిన దంపతులనే “మీరు పీటల మీద కూర్చుంటారా? మీరు పీటల మీద కుర్చుంటారా?...” అని వేడుకున్నాడు. పెళ్ళికి అక్షింతలు వేసి, భోజనం చేసి వెళదామని వచ్చిన దంపతులు ఈ అభ్యర్థనకు కంగారుపడి నిరాకరించారు. చివరికి రాఘవేంద్రస్వామి మఠం అర్చకులైన ఎడవట్టు వెంకన్నాచారి, పద్దక్కలు పీటల మీద కూర్చున్నారు. “మేము ఊరి పురోహితులం. ఆ కారణంగా అందరూ మా పిల్లలే!” అని పద్దక్క చెప్పేసింది. ఇద్దరి తరఫున వరదన్న కూతురు రోహిణినే పెళ్ళిలో కలశం పట్టుకుంది.

రమాబాయి, హులికుంటిలు ఇద్దరూ రాగిదోశతో తేనె చేరినట్టు కలిసిపోయారు. తనవాళ్ళు ఎవరూ లేకుండా అనాథలా బతుకుతున్న హులికుంటి ఇలా ప్రేమించే ఒక మనిషి దొరకటంతో కరిగిపోయాడు. తనను పూర్తిగా రమాబాయికి సమర్పించుకున్నాడు. రమాబాయి కూడా రెక్కలు విప్పుకున్న పక్షి అయ్యింది. వదిన నీడలో శరీరాన్ని పిడికిలిలా చేసుకుని జీవిస్తున్న రమాబాయికి ఇక్కడ దొరికిన విస్తృత స్వాతంత్ర్యం ఆమెలోని అసలు గుణమైన గయ్యాళితనాన్ని

బయటపెట్టింది. మూడు రోజులుగా ఇంటికి పాలుపోస్తున్న గౌరక్కతో "నువ్వు ఇలా పాలలో నీళ్ళు కలుపుతుంటే నేను నీకు ఇచ్చే డబ్బులో నీళ్ళు పోస్తాను..." అని దబాయించింది. గౌరక్క ఆమె నోటికి బెదిరి మరుసటి రోజు నుంచి చిక్కటి పాలు పోయసాగింది. రమాబాయి మొత్తం ఇంటి బాధ్యతను తన భుజాల మీదికి తీసుకుంది. ఇంటి ముందు పెద్దపెద్ద ముగ్గులు కళకళలాడసాగాయి. ఎప్పుడూ తెల్లపైజామా-జుబ్బా వేసుకునే హులికుంటికి రంగుల చొక్కా కుట్టించింది. "సిగ్గు వేస్తుంది..." అని హులికుంటి బతిమిలాడినా వదలకుండా అతను ఆ చొక్కా వేసుకుని ముద్రణాలయానికి పంపటంలో సఫలమైంది.

పెళ్ళయిన తర్వాత వరదన్నతో సంబంధమూ తగ్గుతూపోయింది. దూరపు ఊరైన విజయవాడ, గుంటూరు రాజమండ్రిలో ఉన్నప్పుడు వాళ్ళ మామ అతనికొక బస్సుకొనడానికి సహాయంచేశాడు. రాజమండ్రి నుంచి విశాఖపట్నానికి రోజూ రెండుసార్లు బస్సు తిరగ సాగింది. లక్ష్మీదేవి కళ్ళు తెరిచింది. సంవత్సరం ముగిసేలోపు మరొక బస్సు కొనుక్కుని, ప్రభుత్వ ఉద్యోగానికి రాజీనామా ఇచ్చాడు. ఇప్పుడు పది బస్సులు పెట్టుకున్నాడు. మామకూడా చనిపోయిన తర్వాత ఆయన ఆస్తికూడా అతని ఆస్తిలో కలిసిపోయింది. బంధువులలో వరదరావుగారు అయిపోయాడు. ముడ్డి గోక్కోటానికి కూడా వ్యవధి లేనంతగా బిజీ కావడంవల్ల బళ్ళారికి వెళ్ళడానికి కుదరటంలేదు. "నీకు ఎప్పుడు చూడాలనిపిస్తే వెంటనే బయలుదేరి వచ్చేయ్" అని రమాబాయికి ఉత్తరం రాసి చేతులు దులుపుకున్నాడు. రమాబాయికి ఎందుకో వెళ్ళాలని బలంగా అనిపించలేదు. కొడుకు కాన్పు సమయంలోనూ వెళ్ళలేదు. ఇరుగుపొరుగువారి సహాయం తీసుకుని మళ్ళీ గానుగెద్దులా పనికి నిలబడింది.

రోహిణి పెద్దమనిషి అయినప్పుడు రావలసిందేనని వరదన్న ఉత్తరం రాశాడు. ముగ్గురు వెళ్ళారు. వరదన్న ధనవంతుడు అయ్యాడని రమాబాయికి తెలిసినప్పటికీ ఆ స్థాయిలో అతను అభివృద్ధి చెందుతాడని ఆమె ఊహించలేదు. ఊరికే అపరిచితుల్లా ఇంట్లో ఉండి, తిని, పడుకుని రెండు రోజులు గడపవలసి వచ్చింది. ప్రతి పనికి పనిమనుషులు ఉన్నారు. హులికుంటికైతే తెలుగుభాష కూడా రాదు. మౌనంగా వాళ్ళ ముఖాలు చూస్తూ కూర్చున్నాడు. పెరట్లోకి వెళ్ళి గొంతుకూర్చొని బీడీ కాల్చుతున్నప్పుడు, ఎవరో వరదన్న బంధువులు వచ్చి ఒక సిగరెట్ ఇచ్చి వెళ్ళారు.

వరదన్న మరో రెండు రోజులు ఉండి వెళ్ళమని చెల్లెల్ని బలవంతం చేసినప్పటికీ, మరుసటి రోజు ఉదయమే జరిగిన ఒక సంఘటనవల్ల ఆ సంసారం

ఆ రోజే బయలుదేరటానికి సిద్ధమైంది. అన్నా–వదినలకు ఇవ్వాలని ధోవతి–చీరలు ఊరి నుంచి రమాబాయి తీసుకుని వచ్చింది. దాని మడతలు విప్పి వదిన ఉతకటానికి వేసింది. పనిమనిషి మిగిలిన బట్టలతోపాటు దాన్ని నానబెట్టింది. ఎర్రచీర పూర్తిగా రంగు వదిలింది. వేడుకకు వచ్చిన అందరి దుస్తులకూ ఎర్రరంగు అంటుకుంది. అందరూ గుసగుసగా మాట్లాడటం చూసి రమాబాయికి ప్రాణం పోయినట్టయి పెరట్లోకి వచ్చింది. అక్కడ తాడుమీద ఆరవేసిన బట్టలన్నీ, ఆమె నాసిరకపు ఎర్రచీర రంగును పూసుకుని ఎగురుతున్నాయి. వాటి మధ్య నిలబడ్డప్పుడు ఎంతో అవమానం కలిగినట్టయి నేలమీద కూలబడింది. ఆ రోజే బళ్ళారికి వెళ్ళడానికి మూటాముల్లె సర్దుకుంది. వరదన్న కూడా ఆపలేదు.

ఇప్పుడు రోహిణి పెళ్ళి. వేరే ఊర్లో పెళ్ళని చెప్పివుంటే రమాబాయి వెళ్ళడానికి ఇష్టపడేది కాదేమో. అయితే సాక్షాత్తు వెంకటేశ్వరుడి దర్శనం చేసుకునే సదావకాశం. తమంతట తామే తిరుపతికి వెళ్ళడం కలలోని మాట. ఎలాగైనా సరే వెళ్ళాల్సిందే.

❖❖❖

ఉదయం తొమ్మిదికి ఉపాహారం చేసి ఉద్యోగానికి బయలుదేరితే హులికుంటి రాత్రి తొమ్మిదిగంటల వరకు కష్టపడాల్సిందే. మధ్యాహ్నం ధారావాడ ఆకాశవాణి కేంద్రం నుంచి సినిమా పాటలు మొదలయ్యే సమయానికి ఒకసారి భోజనానికి ఇంటికి వచ్చి, భోంచేసి చిన్నగా ఒక కునుకు తీసి, శ్రీలంక ఆకాశవాణి కేంద్రం నుంచి మీనాక్షి పొన్నదొరె తెలుగు పాటలు మొదలుపెట్టే సమయానికి మళ్ళీ తిరిగి బయలుదేరేవాడు. రోజంతా నిలబడి అక్షరాలు జోడించడం, మిషన్ను కాలితో ఒత్తడమూ చేస్తుండటం వల్ల అతనికి సదా మోకాలు నొప్పి వుండేది. ఇంటికి వస్తే చాలు, అరుగుమీద కూర్చొని టీ తాగేవాడు. ఏ చిన్నపని కూడా చేసేవాడు కాదు. రమాబాయి సణుగుతున్నప్పటికీ దానికి ఎదురు చెప్పకుండా మౌనంగా వింటూ వుండేవాడు. ఎప్పుడో అరుదుగా ఆమె సణుగుడు ఆగినపుడు, ఎక్కడికి వెళ్ళిందో అని ఇంట్లోకి తొంగి చూసేవాడు.

ఈరోజు రమాబాయి అతనిపై పెద్దబాధ్యతను మోపింది. పెళ్ళికి వెళ్ళటానికి మూడు రోజులు సెలవు, పైగా ఖర్చుకు కొంత డబ్బును కొమ్మన్నను అడగమని చెప్పింది. ఉగాది పండుగ రోజు కూడా పనిచేయించే కొమ్మన్న ఇలా మూడు రోజులు సెలవు ఇవ్వడం కష్టం. నెల జీతం ఇవ్వడానికే రెండు మూడు రోజులు తిప్పుకునే కొమ్మన్న దగ్గర అడ్వాన్స్ అడగడం ఎలా?

బస్టాండ్‌లో పూలు, కొబ్బరికాయ, రెండు నిమ్మకాయలు, అగరొత్తులు తీసుకున్న తరువాతే హులికుంటి పనిలోకి వెళ్తాడు. మిషన్‌ను ప్రారంభించడానికి మునుపు కొమ్మన్న దానికి రోజూ పూజచేస్తాడు. ఆ సమయానికే నిన్నటి వాడిన పూలు, నిమ్మకాయ ముక్కలను హులికుంటి తీసేసి శుభ్రం చేసి పెడతాడు. స్నానం చేసి వచ్చిన కొమ్మన్న పూలు వేసి, నిమ్మకాయను రెండు ముక్కలు చేసి అటువైపు ఒకటి ఇటువైపు ఒకటి పెట్టి, అగరొత్తులు వెలిగించి, కొబ్బరికాయ కొట్టి, ఒక ముక్కను హులికుంటికి ముందుగా ఇస్తాడు. తరువాత మిగిలిన మరో ఇద్దరు కుర్రవాళ్ళకు ప్రసాదం సమర్పించడం జరుగుతుంది.

పూజ ముగిసిన తరువాత హులికుంటి నెమ్మదిగా, "కొమ్మన్నా, పెళ్ళికి ఊరికి వెళ్ళాలి" అన్నాడు

"ఎవరి పెళ్లి"

"ఈమె అన్న కూతురి పెళ్ళి. అన్న అంటే ఈమెకు చాలా ప్రాణం"

"ఎన్ని రోజులు?"

"మూడు రోజులు... అలాగే చేతి ఖర్చులకు కొంచెం అడ్వాన్స్ కావాలి"

కొమ్మన్న మళ్ళీ మాట్లాడలేదు. హులికుంటి ఇంకేమి చెప్పాలో తోచక తన పనిలో నిమగ్నమయ్యాడు. మధ్యలో ఏదో పెళ్ళిపత్రిక చిత్తుప్రతిని చూపించినప్పుడు అందులో ఒక తప్పు కనిపించింది. వరుడి పేరు 'మంజునాథ' అన్నది 'మంజునాత' (కన్నడలో నాత అంటే కంపు అని అర్థం) అని పడింది. "వరుడ్ని కంపు కొట్టిస్తున్నావుకదరా..." అని కొమ్మన్న మండిపడ్డాడు.

మధ్యాహ్నం భోజనానికి వెళ్ళేటప్పుడు మరొకసారి సంకోచిస్తూ గుర్తుచేశాడు. కొమ్మన్న "ఆమె అన్న కూతురు పెళ్ళి అంటే ఆమె వెళ్ళిరావాలి. నువ్వు ఇక్కడ పనిచెయ్... ఇవి పెళ్ళిరోజులు.. పెళ్ళిపత్రికలు ముద్రించే పని ఎవరు చూసుకుంటారు?" అని నిరాకరించాడు. ఎందుకో హులికుంటికి చాలా బాధ కలిగింది. ముఖం వేలాడేసుకుని ఇంటివైపు కదిలాడు.

"ఏ ఊళ్ళో పెళ్ళి?" అని కొమ్మన్న అడిగాడు.

"తిరుపతి..." అని హులికుంటి చెప్పటమే ఆలస్యం, "ఏడుకొండలవాడా" అని కొమ్మన్న లేచి, నిలబడి చేతులు జోడించాడు. "ముందుగానే చెప్పటానికి నీకేం రోగం? తిరుపతికి వెళతానన్నవారికి వద్దని చెప్పేలా చేశావు. వెంకట రమణ... తప్పయింది... తప్పయింది..." అని చెంపలు వాయించుకున్నాడు. మూడు రోజులు సెలవులు ఇవ్వటమే కాకుండా ఐదువందల రూపాయలు ఇచ్చి, "ఇది అడ్వాన్సు అనుకోవద్దు... దారి ఖర్చులకు... డబ్బు మిగిలితే

హుండిలో వెయ్యి. రెండు లడ్లు, రెండు వడలు, కాశీదారం, ఒక ఫోటో తీసుకునిరా” అని చెప్పాడు. పెళ్ళికి వెళ్ళాల్సిన విషయం ఇంత సులభంగా పరిష్కరింపబడినందుకు హులికుంటి చాలా సంతోషపడ్డాడు.

❖❖❖

హులికుంటి ఆదాయం మాత్రమే ముగ్గురున్న ఆ సంసార నిర్వహణకు చాలదనే కారణంగా రమాబాయి కారం చుట్టలు, చెగోడీలు, నిప్పట్లు చేసి అమ్మేది. తూకం వేసేటప్పుడు కారంచుట్ట ముక్క తుంచి కచ్చితంగా సరితూచని కారణంగా చాలామంది ఆమె దగ్గర కొంటారు. ఏదో ప్రత్యేకమైన రుచి ఆ కారంచుట్టలకు ఉన్నాయన్నది నిజం.

కొమ్మన్న తిరుపతికి పోవటానికి సెలవు ఇవ్వటమే కాకుండా, ఐదువందల రూపాయలు ఇచ్చిన విషయం ఆ రోజు రమాబాయికి సంతోషం కలిగించింది. ఆ కారణంగానే ఏమో, కారం చుట్టలు చేయడానికి పిండిని కొంచెం ఎక్కువగానే కలిపింది. ఎవరికైనా విషయాన్ని చెప్పుకోవాలన్న తపన, అయితే ఏదో అల్ప కారణానికి ప్రయాణం రద్దయితే అందరి ముందు అవమానం పడవలసి వస్తుందని భయం. అందువల్ల తనంతటతానే ఎవరికీ చెప్పటానికి ప్రయత్నించలేదు. నాలుగు చెగోడీలను నూనెలో వేయించిందో లేదో పత్తిబుట్టను పట్టుకుని కాశవ్వ వచ్చింది. కొమ్మన్న ప్రింటింగ్ ప్రెస్‌కు వెళ్ళిన విషయం తెలుసుకున్న తరువాత కాశవ్వ రమాబాయితో ఒక అరగంట కబుర్లు చెప్పటానికి వస్తుంది.

అవీ ఇవీ మాట్లాడుతూ “నిన్న ఏదో ఉత్తరం వచ్చినట్టుందికదా!” అని కాశవ్వనే విషయానికి నాంది పలికింది. “ఊఁ అన్న కూతురి పెళ్ళి. ఈయనేమో వెళదామని గంతులేస్తున్నారు. కొమ్మన్న కూడా ధారాళంగా వెళ్ళండి అన్నాడు. ఎందుకో నాకే అంతగా ఇష్టంలేదు” అని నిరాసక్తితో జవాబిచ్చింది.

“ఏ ఊళ్ళో పెళ్ళి”

“తిరుపతి”

కాశవ్వ ఏదో గుర్తొచ్చినట్టు, “ఏయ్ రమా, మీది ‘దొంగ కానుక’ వంశం. తెలుసుకదా? ఏదైనా దొంగతనం చేసే మీరు తిరుపతికి వెళ్ళాలి. లేకపోతే ఆ ఇంటి యజమాని రక్తం కక్కుకుని చస్తాడు” అని చెప్పి భయపెట్టింది.

రమాబాయికి ఇది మాత్రం తెలియదు.

“అదేనమ్మా నేను చెప్పింది. మీ ఇంట్లో పెద్దవాళ్ళు అంటూ ఎవరూ మిగల్లేదు. నీకైనా ఎలా తెలుస్తుందో చెప్పు?” అని చెప్పి హులికుంటి ‘దొంగకానుక’ వంశపు నియమాలనూ, దానికి సంబంధించిన కథనూ

చెప్పసాగింది. రమాబాయి పొయ్యిలోని మంటను చిన్నగా చేసి, కథ వినసాగింది.

"హులికుంటి ముత్తాతకు ముత్తాత పేరు భీమసేన. చక్కగా శరీరసౌష్ఠవాన్ని పెంచిన, "తాలీంఖానా' మనిషి. అతనొక్కడే శ్రీరామనవమి రోజున శ్రీరాముని రథాన్ని లాగగలిగేటంతటి శక్తికలిగినవాడు. అలాంటి గొప్ప మగవాడికి పెళ్ళయింది. చక్కటి మల్లెపూవులాంటి అమ్మాయి దొరికింది. ఈ భీమసేనుని సంతోషం గురించి చెప్పాలా? ఎక్కడపడితే అక్కడికి భార్యను వెంటబెట్టుకుని తిరిగాడు. ఒకసారి గండి నరసింహస్వామి జాతరకు చక్కగా అలంకరించుకున్న భార్యను తీసుకుని వెళ్ళాడు. గరుడస్తంభానికి నూనె పూసి, దాన్ని ఎక్కి దీపాన్ని వెలిగించే పోటీ పెట్టారు. వయసు కుర్రవాళ్ళంతా సగం స్తంభం ఎక్కేలోపు జారిపడ్డారు. భార్య ముందు తన పౌరుషాన్ని ప్రదర్శించాలని భీమసేన చొక్కా-పంచె తీసేసి, లంగోటా బిగించుకుని, స్తంభం ఎక్కడం మొదలుపెట్టాడు. జనం గుంపుగూడింది.

కొంచెం ఎక్కడం, ఒకింత జారటం, మళ్ళీ ఎక్కడం భార్య వైపు ఒకసారి చూడటం, ఆమె ఒక విధంగా నవ్వటం. ఇతనికి ఆ నవ్వు మరింత ఉత్సాహాన్ని ఇవ్వటం, మళ్ళీ ఎక్కటం-ఇలా స్తంభం ఎక్కి దీపం వెలిగించి, దీపానికి వేసిన బంతిపూల జయమాలను తీసి తన మెడలో వేసుకున్నాడు. ప్రజలంతా జయజయ ధ్వానాలు చేశారు. గర్వంతో తన భార్యవైపు చూశాడు. ఆమె మైమరిచి చప్పట్లు కొడుతోంది. అయితే అంత ఎత్తులో నిలబడ్డ భీమసేనునికి తన భార్య జడను ఎవరో కత్తిరించి, దానికి పెట్టిన జడబిళ్ళను దొంగలించటం కనిపించింది. వెంటనే గరుడస్తంభం నుంచి రంయ్‌మని జారి భార్యవైపు పరుగెత్తాడు. అయితే అతను భార్యను చేరుకునేలోపు ప్రమాదం జరిగిపోయింది. దొంగ జడ కత్తిరించి, దానికి తగిలించిన బంగారాన్ని లాక్కుని జుట్టును అక్కడే వదిలి పారిపోసాగాడు. తల తేలికైనట్టు అతని భార్య తల కదిలించగానే పొట్టి జుట్టంతా ఆమె తలచుట్టూ పరుచుకుని ఆమె వికారంగా కనిపించింది. జరిగిన సంఘటన అర్థం కాగానే ఆమె కేకలు పెట్టసాగింది.

భీమసేన జింకలా పరుగెత్తసాగాడు. దొంగ బక్కపల్చటివాడు కావటం వల్ల భీమసేనుని కన్నా వేగంగా పరుగెత్తసాగాడు. వాగు ఒడ్డున పురివిప్పుకుని నృత్యం చేస్తున్న కొన్ని నెమళ్ళు హఠాత్తుగా మానవుడి ప్రవేశం వల్ల గాభరాపడి వికృతంగా అరుస్తూ ఎగిరిపోయాయి. రెండు కొండల మధ్యనున్న ఇరుకు త్రోవలో పరుగుతీసినా భీమసేన వదల్లేదు. ఇంకా పరుగెత్తే శక్తి దొంగకు

లేదు. చివరికి దొరికిపోయాడు. దొంగను పట్టుకుని నాలుగైదు దెబ్బలు వేసి, అతడు కట్టుకున్న పంచెతోటే అతన్ని కట్టివేసి, భుజం మీద గదలా మోసుకుని వచ్చాడు.

జాతరలో ఏడుస్తూ కూర్చున్న భార్య ముందు ఆ దొంగను విసిరిన భీమసేన చెర్నాకోలతో అతని ఒంటినుంచి రక్తం కారేలా కొట్టాడు. భీమసేనుడి ఆర్భాటాన్ని చూసి భయపడిన అతని భార్య "చాలు... చాలు" అని అతన్ని ఆపింది. అయితే ఓ దొంగ దొరికాడని తెలుసుకున్న జనం గుంపు అక్కడ చేరింది. ప్రతిఒక్కరూ ఎప్పుడో ఒకసారి దొంగతనంలో ఏదో ఒకటి పోగొట్టుకున్నవారే కావటం వల్ల, అక్కడ చేరిన జనమంతా తలా ఒక దెబ్బ వేశారు. కొందరైతే ఏదో వ్యక్తిగతమైన తమ ఆక్రోశాన్ని తీర్చుకునేవారిలా దొంగను నేలంతా దొర్లిస్తూ కొట్టారు. రాను రాను భీమసేనుని నియంత్రణలోంచి ఆ దొంగ ప్రజల చేతికి చిక్కాడు. జాతరలో గంతులు వేయాలని మగవాళ్ళు తాగివున్నారు. వాళ్ళ ఆవేశమంతా దిగేలోపు దొంగ చివరి ఊపిరి పీల్చాడు.

ఆ దొంగ పేరు శ్రీరాములు. దూరంలోని గుంతకల్లుకు చెందినవాడు. బళ్ళారి చుట్టుపక్కల ఎక్కడ జాతర, ఉరుసులు (ముస్లిం సాధువుల పుణ్యతిథి రోజున జరిగే జాతర) ఉంటే అక్కడికి వెళ్ళి దొంగతనం చేసేవాడు. అయితే శ్రీ రాములులో ఒక ప్రత్యేకమైన గుణముంది. అతను తిరుపతి తిమ్మప్ప (వెంకటేశ్వరస్వామి) పరమభక్తుడు. ఏ దొంగతనం చేసినా అందులో సగం తిరుపతి హుండిలో వేసేవాడు. బంగారం గొలుసు దొంగిలించినా సరే, పట్టుచీర దొంగిలించినా సరే, తిమ్మప్ప కృపాకటాక్షం వల్లనే తాను ఎన్నడూ దొంగతనం చేస్తూ దొరికిపోలేదని అతని నమ్మకం. తిమ్మప్పకూ తన భక్తుని మీద ఎంతో అభిమానం ఉంది. తన ప్రియమైన భక్తుడు చివరలో ఇలా మరణించడం తిమ్మప్పకు అత్యంత దుఃఖాన్ని కలిగించింది. భీమసేనునికి తన కోపపు రుచిని చూపించటానికి సమయం కోసం ఎదురుచూడసాగాడు.

భీమసేనునికి ఒక ముద్దులొలికే కొడుకు పుట్టాడు. కాన్పు సమయంలో ఏదో సమస్య వచ్చింది. "మగబిడ్డ పుడితే వాడి పుట్టు వెంట్రకలు నీ సన్నిధిలో తీయిస్తాను. ఆడపిల్ల పుడితే నీకు కళ్యాణోత్సవం చేయిస్తాను" అని భీమసేన మొక్కుకున్నాడు. దేవుని దయవల్ల తల్లీ–కొడుకులు బతికి బట్టకట్టారు. కొడుకు పున్నమి చంద్రుడిలా పెరగసాగాడు. మూడేళ్ళు వచ్చే సమయానికి వాడి జుట్టు కంటిమీద పడసాగాయి, "మగపిల్లవాడికి ఎంతకాలం జడ వేయాలి?" అని అతడి తల్లి గొణగసాగింది. చివరికొక రోజున భీమసేన తిరుపతికి

కుటుంబసమేతంగా మొక్కుబడి తీర్చటానికి బయలుదేరాడు. తిరుపతి తిమ్మప్ప స్పృహలోకి వచ్చాడు. తాను చాలా రోజుల నుంచి ఎదురుచూస్తున్న ఘడియ కోసం ఆత్రంగా ఎదురుచూడసాగాడు.

భీమసేన తిరుపతి మెట్లు ఎక్కడానికి అడుగు వేయబోయాడు. అంతే! ఆ మెట్లు పూర్తిగా అన్నంలా కనిపించింది. ఇదేమి కనికట్టు అని కళ్ళు నులుముకున్నాడు. భార్య నెమ్మదిగా నాలుగు మెట్లు ఎక్కింది. భీమసేన మరోసారి కాలెత్తి అడుగు వేయబోయాడు. ఊహూఁ మెట్లు అంతా అన్నం. మొదటి మెట్టు వదిలి రెండో మెట్టు మీద కాలు పెట్టడానికి చూశాడు. ఊహూఁ అదీ కేవలం అన్నం. భార్య నాలుగుమెట్ల పైనుంచి "రండి, ఎందుకు అక్కడే నిలబడ్డారు?" అని పిలిచింది. భీమసేన కళ్ళెత్తి చూశాడు. అక్కడ ఏముంది? మొత్తం తిరుపతి కొండనే అన్నమై కనిపించింది. రాళ్ళు, మొక్కలు, చెట్లు, గోపురం-అంతా అన్నం. ఆ అన్నపూర్ణను తొక్కి కొండెక్కే ధైర్యం అతనికి లేదు. కొండపాదాల దగ్గరే కూలబడి కూర్చున్నాడు. భార్య కిందికి దిగి వచ్చింది.

మూడు పగళ్ళు, మూడురాత్రుళ్ళు భీమసేన కొండెక్కడానికి ప్రయత్నించినా సాధ్యం కాలేదు. కొండ ఎక్కకుండా మొక్కు తీర్చడం ఎలా? మొక్కు తీర్చకుండా తిరిగి బళ్లారికి వెళ్ళటం ఎలా? భీమసేన కంగారుపడ్డాడు. చివరికి గోవిందరాజ పట్టణం దగ్గర కూర్చున్న ఒక సన్యాసి దగ్గరికి వెళ్ళి తన సంకటాన్ని చెప్పుకున్నాడు. కళ్ళుమూసుకుని ధ్యానించిన సన్యాసి సమస్తమూ అర్థం చేసుకున్నాడు. సన్యాసి కళ్ళుమూసుకోగానే, "అతను బంగారు దొంగతనం చేస్తే, నువ్వు ప్రాణాపహరణం చేశావు. నువ్వు చేసిన పాపం క్షమించరానిది. ప్రాయశ్చిత్తం చేసుకోవాలి" అని చెప్పాడు. "అది ఎలాంటి ప్రాయశ్చిత్తమో మీరే చెప్పాలి" అని భీమసేన వేడుకున్నాడు. "దేవుడికి దొంగకానుక సమర్పించాలి. ఒక చిన్న దొంగతనం చేసి దాన్ని దేవుడి హుండిలో వేయాలి. అలా దొంగతనం చేసేటప్పుడు నీకు అతను గుర్తుకురావాలి" అని చెప్పి సన్యాసి వెళ్ళిపోయాడు.

అత్యంత ఐశ్వర్యవంతమైన జీవితం గడిపిన భీమసేన దొంగతనం ఎలా చేయగలడు? అయితే మరోదారి కనిపించలేదు. దేవుడి శాపం నుంచి ఎలా తప్పించుకోగలడు? మరుసటి రోజు దేవుడి సామాన్లు అమ్మే దుకాణంలో వందలాది రూపాయల పూజాసామాన్లు కొని, నెమ్మదిగా ఒక చిన్నగంటను దొంగతనం చేశాడు. ఒళ్ళంతా చెమటలు పట్టాయి. ఘడియ ఘడియకు శ్రీరాములు గుర్తుకొచ్చాడు.

చేత్తో గంట వాయిస్తూ, వెంకటేశ్వరున్ని స్మరిస్తూ ముందుకు వెళ్ళినట్లల్లా

తిరుపతి తిమ్మప్ప దారి వదిలాడు. హుండీలో ఆ గంట వేయగానే గర్భగుడిలో అతని ముఖంలో చిరునవ్వు ఏర్పడింది.

"ఇదే చూడమ్మా మీ వంశం కథ. ఆ రోజు నుంచీ మీ వంశస్థులు ఎవరు తిరుపతికి వెళ్ళినా ఒక చిన్న దొంగతనం చేసి, దాన్ని దేవుడి హుండీలో వేయాలి. అలా చేయకుండా వెళితే తిమ్మప్ప దారి వదలడు" అని కాశవ్వ కథ చెప్పి ముగించింది. వంద పత్తి వొత్తులు పేనింది.

రమాబాయికి ఎందుకో చింతపట్టుకుంది. "నేనెక్కడని దొంగతనానికి పోవాలి కాశవ్వ?" అని కలవరంతో అడిగింది. "అయ్యయ్యమ్మా, నువ్వెందుకు దొంగతనానికి వెళ్ళాలి? సాక్షాత్తు లక్ష్మీదేవిలాంటి దానివి. అలాంటి పాడుపనులు ఇంటి మగవాళ్ళు చేయాలి. కాముని పున్నమికి దొంగతనం చేస్తారుకదా? అలా ఇది కూడా" అని ముత్తయిదుతనపు గొప్పదనాన్ని వివరించింది.

ఆ సమయంలో గురురాజ "బుర్ర్ర్..." అని బస్సు నడుపుతున్నట్టు చేస్తూ పాఠశాల నుంచి వచ్చాడు. తల్లి చెగోడీలు చేస్తుండటం చూడగానే నోట నీరూరింది. తన పలక పెట్టుకున్న సంచిని 'రంయ్' మని విసిరాడు. అది నేరుగా వెళ్ళి మూలలో పేర్చిపెట్టిన పక్కచుట్టల మీద పడింది. "రారా చిలుక... చేగోడీలు ఇస్తా... " అని రాగయుక్తంగా పాడుతూ, ఇంకా కాలుతున్న చెగోడీలను జేబులో వేసుకుని, ఒకటి నోట్లో వేసుకుని, "హో...హో..." అంటూ తినసాగాడు. "తూకానికి తక్కువ పడుతుందిరా..." అని రమాబాయి ప్రేమతో ఒక దెబ్బ వేసింది. మరో చెగోడీ తీసుకుని నిక్కరు జేబులో వేసుకున్నాడు. కాళ్ళూచేతులు కడుక్కోకుండా, నేరుగా చెగోడీలకు చేయి వేయటం చూసిన కాశవ్వ, "పాడు ముండాకొడుకా..." అని తిట్టింది. గురురాజ కాశవ్వ ముందు గొంతుకూర్చోని, కరకరమని శబ్దం చేస్తూ మొత్తం చెగోడీని తిని, "కిలాడి జోడి... జోడి... మా అవ్వ బోడి... బోడి..." అని రాగయుక్తంగా పాడి ఆమె చేతికి దొరకకుండా చెంగున దూకి పారిపోయాడు.

❖❖❖

ఉదయం తాళింపు మరమరాలు తినగానే తండ్రి–కొడుకులు కలిసి దొంగతనానికి బయలుదేరారు. "ఏమీ భయపడకండి. పద్దక్కకు మేము అంతా చెప్పాం" అని రమాబాయి చెప్పినప్పటికీ హులికుంటి గొణిగాడు. ఈ తిరుపతి సహవాసమే వద్దని అనిపించింది.

ఎడవట్టు వెంకన్నాచారి తమ జాగటిని పెట్టుకుని వసారాలో కూర్చున్నారు. పద్దక్క లోపల కూర చేస్తూ వుండటంవల్ల మెంతి కూర, బేడలు చక్కగా వేయిస్తున్న

ఘుమఘుమల వాసన ఇల్లంతా వ్యాపించింది. తండ్రి–కొడుకులు లోపలికి రాగానే "ఏం వచ్చారు?" అని వెంకన్నాచారి అడిగారు. "పద్దక్క ఉన్నారా?" అని హులికుంటి అడిగాడు. లోపలి నుంచి పద్దక్క హులికుంటి గొంతు వినగానే బయటికి వచ్చింది.

"రండి, రండి దొంగతనానికి వస్తారని రమాబాయి ఉదయమే చెప్పింది" అని నవ్వుతూ పలకరించింది. వెంకన్నచారి తబ్బిబ్బయ్యారు. దొంగతనం ఎందుకు చేస్తారు?" బెదురుతూ అడిగారు. "అదంతా తరువాత చెప్తాను. మొదట ఆ పాడు జాగటి వదిలి బయటికి వెళ్ళండి" అని భర్తను బయటికి తోసింది.

"హులికుంటి మీకు ఏది నచ్చితే దాన్నే తీసుకుని వెళ్ళండి. సంకోచించ కండి. అయితే ఆ దేవుడి వెండి విగ్రహాలు మడిలో ఉన్నాయి. ముట్టి మైల పరచకండి" అని ఉదారంగానూ, హెచ్చరికతోనూ పద్దక్క చెప్పి, బయటికి వెళ్ళింది. ఇంట్లో తండ్రి–కొడుకులు మిగిలారు.

హులికుంటిలో చిన్నగా వణుకు మొదలైంది. ఏమి తీసుకోవాలా అని చుట్టూ చూపులు సారించాడు. గోడకు వేలాడదీసిన జాగటి, మూలలో పెట్టిన రుబ్బురోలు, దండెం మీద ఆరవేసిన మడిబట్టలు, సర్దిపెట్టిన తళతళలాడే రాగి, ఇత్తడి పాత్రలు, సేమ్యాలు వేలాడదీసిన తంతి, పాత్రలో ఉడుకుతున్న చింత చిగురు, దేవుడి అరుగు మీద పల్చటి ఆకులో వేసిన శ్రీచక్రం, కల్పవృక్షం, కామధేనువు ముగ్గులు. ఏమి తీసుకోవాలో హులికుంటికు అర్థం కాలేదు. గూట్లో వెంకన్నాచారి కుమారుడు విష్ణు కాల్చటానికి పెట్టుకున్న ఒక సిగరెట్ ప్యాకు అతనికి ఎక్కువ ఆకర్షణీయంగా కనిపించసాగింది.

గురురాజకు తమ ఇంట్లో ఏమి లేవో వాటన్నటినీ ఇక్కడి నుంచి తీసుకోవాలనిపించింది. మూలలో కూర్చున్న రేడియో, ఠంగ్‌మని గంటకొట్టే గడియారం, గూట్లో పెట్టిన గోలీల సంచి, గూట్లో ముద్దుగా కూర్చున్న రంగుల వినాయకుడు, పైకప్పు నుంచి వేలాడదీసిన రంగుల చిలుకల పందిరి, వసారాలో ఉన్న తూగుటుయ్యాల, అన్నిటికన్నా అధికంగా బచ్చలింట్లో ఉన్న వాడి తండ్రి కొనివ్వని టూత్ పేస్ట్, బ్రష్!

హులికుంటి అత్యంత తక్కువ ఖరీదుచేసే, అత్యంత అల్పమైన వస్తువు కోసం, చివరికి దేవుడి కట్టమీద నున్నటి ముగ్గుపిండి నింపి పెట్టిన ఒక చిన్న స్టీలు లోటా అతని కంటపడింది. అది మధ్యలో చిన్నగా చీలివుంది. అదే దొంగతనానికి అత్యంత యోగ్యమైన వస్తువని అతనికి అనిపించింది. అందులో ఉన్న ముగ్గు పిండిని, అక్కడే మూలలో చల్లి, ఆ చిన్న లోటాను పైజామా

జేబులోకి తోశాడు. గురురాజ బల్లమీద పెట్టిన కూలింగ్ గ్లాస్‌ను చూపించి, "దాన్ని తీసుకుందాం నాన్నా" అని ఆశపడ్డాడు. "తిరుపతి తిమ్మప్పకు కళ్ళు కనిపించకుండా నామాలు పెట్టివుంటారు రాజా, అతను కూలింగ్ గ్లాస్ తీసుకుని ఏం చేస్తాడు" అని చెప్పి, వాడి చేయి పట్టుకుని బయటికి వచ్చాడు.

పద్దక్క–వెంకన్నల కళ్ళు వీరి ఒంటి మీదంతా ప్రసరించాయి. "వెళ్ళి వస్తాం" అని హులికుంటి చేతులు జోడించి ఇంటిదారి పట్టాడు. పద్దక్క పరుగున లోపలికి వెళ్ళి మొత్తం ఇంటిని వెతికింది. చల్లిన ముగ్గు పిండిని చూసిన తరువాత అతను తీసుకున్న వస్తువేమిటో తెలిసింది. "పిచ్చిముండాకొడుకు" అని హులికుంటి అమాయకత్వాన్ని నోరారా పొగిడింది.

హులికుంటి ఇంటికి వెళ్ళగానే ఆ చీలిన లోటాను రమాబాయి ఒడిలో వేసి, బయట అరుగు మీద కూర్చుని బీడి కాల్చసాగాడు. తన భర్త దొంగతనం చేసి తెచ్చిన ఆ అరుదైన వస్తువును చూసి రమాబాయి తలబాదుకుంది.

"దొంగతనం చేసేటప్పుడు ఎవరైనా గుర్తుకొచ్చారా?"

"ఊః ... కేవలం పోలీసులే కళ్ళముందుకు వస్తున్నారు"

"అయ్యో దేవుడా.... దొంగతనం చేస్తూ శ్రీరాములుని తలుచుకోవాలని మీకు చెప్పటం మర్చిపోయానుకదా!" అని రమాబాయి చేతులు నులుముకుంది.

❖❖❖

సాయంత్రం పనులన్నీ పూర్తయిన తరువాత రమాబాయి చెగోడీలు కట్టిన పొట్లాన్ని ఒక చేతిలోను, ఉదయం నుంచి కట్టిన నిత్యమల్లెల పొట్లాన్ని మరో చేతిలోనూ పట్టుకుని, చెగోడీల పొట్లం కోతుల కంటపడకుండా కొంగు కప్పి, పద్దక్క ఇంటికి వచ్చింది. పూలపొట్లాన్ని దేవుడి అరుగు మీద పెట్టి, చెగోడీల పొట్లాన్ని వంటింటి మూలలో పెట్టి, బచ్చలింటిలో నీళ్ళు చిమ్మరించుకుని చేతులు కడుక్కుని, పెరట్లోకి వచ్చింది.

పనిమనిషి నరసక్క ఆ రోజు పని ఎగ్గొట్టినందువల్ల పద్దక్క పాత్రలన్ని ముందేసుకుని కూర్చుంది. "లేవండి పద్దక్క, మీరేమి కడుగుతారు. వదలండి... లేవండి... లేవండి..." అని పద్దక్కను లేపింది. చింతపండు, ముగ్గుపిండి వేసి పాత్రలన్ని తళతళమని కడిగేటప్పుడు, తులసికట్టను ఆనుకుని కూర్చున్న పద్దక్క "దేవుడు వరం ఇస్తానని ప్రత్యక్షం అయితే ఒక కట్టబీడి అడిగి తృప్తి చెందుతాడు" అని హులికుంటి అమాయకపు స్వభావాన్ని వర్ణించింది. రమాబాయి బావి నుంచి రెండు కడవల నీళ్ళు చేది, పాత్రలన్ని కడిగి, పల్చటి వస్త్రంతో పాత్రల మీది నీటిని తుడిచి, తన ఇల్లేమో అన్నట్టు సహజంగా పాత్రలను వాటి స్థానంలో

పెట్టింది.

ఒక అరగంట అవీ ఇవీ ఇద్దరూ మాట్లాడుకున్నారు. పద్దక్క తాగటానికి ఒక లోటా పంచామృతం ఇచ్చింది. సాయంత్రం కావటంతో పంచామృతం కాస్త పులుపెక్కింది. అయినా రుచిగా ఉంది. దాన్ని తాగిన తరువాత లోటాను కడిగిపెట్టిన రమాబాయి అడగాలా, వద్దా అనే సంకోచంతో "పద్దక్క, ఒక విషయం అడుగుతాను. వీలైతె ఇవ్వు. లేదా లేదని చెప్పు" అని అంది. "అదేమిటో అడుగు... ఎందుకంత సంకోచిస్తావు?" అని రెండు రెండుసార్లు ధైర్యం చెప్పిన తరువాత రమాబాయి నోరు విప్పింది. "మా వరదన్న శ్రీమంతుడని నీకు తెలుసుకదా. ఇప్పుడు పెళ్ళికొడుకు వాళ్ళు ఆగర్భ శ్రీమంతులుకదా? పెద్దవాళ్ళింటి పెళ్ళి. వైభవంగా జరుగుతుంది. నా ఒంటిమీద ఈ నల్లపూసల మంగళసూత్రాలు తప్ప మరో నగలేదు. బంధుబలగం మధ్యలో ఎక్కడ చులకన అయిపోతానేమోననే భయం వేస్తూవుంది. అందుకే... నీ బంగారం గాజులు ఇస్తే, పెళ్ళింట్లో రెండు రోజులు వేసుకుని తిరిగి తెచ్చిస్తాను. నీకు ఇష్టం లేకపోతే ఇవ్వకు. బలవంతం లేదు..." అని సూర్యుడినే బాగా కోప్పడే రమాబాయి ఒంటినంతా పిడికిట్లో బిగించినట్టు ముడుచుకుపొయిఅడిగింది. పద్దక్క ముందూ వెనుకలూ ఆలోచించకుండా తన రెండు చేతుల్లోని గాజులను తీసి రమాబాయి చేతిలో పెట్టి, "ఎందుకంత సంకోచిస్తావు? లక్షణంగా వేసుకుని పెళ్ళింట్లో తిరుగు" అని చెప్పింది. పద్దక్క ఇవ్వదనే నిర్ణయించుకుని వచ్చిన రమాబాయికి ఇలా సులభంగా చేతిలోకి బంగారు గాజులు రావటం చూసి ఒళ్ళంతా విచిత్రంగా కంపించింది. పద్దక్క మంచితనానికి, తన నిస్సహాయతకు, గాజులు దొరికిన సంతోషానికి కళ్ళల్లో నీళ్ళు చిప్పిల్లాయి. "ఇవ్వవని అనుకున్నాను కదా పద్దక్కా" అని గద్గదికంగా అంది. పద్దక్క ఆమె వీపు నిమిరి, "సంధ్యవేళ ముత్తయిదువు కన్నీరు పెట్టకూడదు" అని ఓదార్చింది.

❖❖❖

పేర్చిపెట్టిన పక్కచుట్టల కిందవున్న ట్రంకు వెలుతురును చూసింది. పాతసామానులంతా తీసి, దుమ్ము దులిపి, తడిగుడ్డతో తుడిచి, ఎండలో ఆరబెట్టి, గడియ వంకరను బాగుచేయటం జరిగింది. ఇంటివాళ్ళందరి బట్టలను ఉతికి వాటిని ట్రంక్‌లో నింపింది. తన పెళ్ళిచీరలను మృదువుగా సవరి పెట్టింది. కొన్ని చెగోడీలు, రవలడ్డు, చట్నీపొడి, మెంతిపొడి ప్యాక్ చేసింది. తిరుపతిలో చాలా చలిగా ఉంటుందని వినటంతో, గురురాజ స్వెటర్ కూడా ట్రంకులో చేరుకుంది. రెండు నాఫ్తలీన్ బాల్స్, నూనె, దువ్వెన, ఒక జంధ్యం, దేవుడి చిన్న

పటం, నిమ్మకాయలు, రెండు కన్నడ నవలలు ట్రంకులో చేరాయి.

కాశవ్వ, గోపన్న, రాధక్క, వెంకన్నచార్యులు, పద్దక్క–అందరూ రమాబాయి సంసారాన్ని యాత్రకు పంపడానికి బస్టాండు వరకు వచ్చారు. గోపన్న మాస్టారు ఇంతకు ముందు తిరుపతి యాత్రకు వెళ్ళివచ్చినవారు కావటం వల్ల ఎలా రైలు మారాలి, ఎవరిని నమ్మాలో, ఎవరిని నమ్మకూడదో, ఏమేమి చూడాలో అంతా తెలియజేసి, “డబ్బు విషయంలో మాత్రం చాలా జాగ్రత్తగా ఉండు హులికుంటి. ఆ ఊళ్ళో కేవలం మనుష్యులు మాత్రమే కాదు, ఆ దేవుడికీ డబ్బును చూస్తే చాలా ఆశ” అని అధికారవాణిలో అందరికీ వినిపించేలా చెప్పారు. బస్సు ఎక్కడానికి ముందు పద్దక్క తన కొంగులో కట్టుకుని వచ్చిన రాఘవేంద్రస్వామి ఫలమంత్రాక్షతలను తీసి ముగ్గురి తలలమీద రెండు రెండు గింజలు పెట్టి, “క్షేమంగా వెళ్ళి లాభంగా రండి” అని ఆశీర్వదించింది. రమాబాయిని బస్సు మూలలోకి తీసుకుని వెళ్ళిన కాశవ్వ నల్లపూసల మంగళసూత్రాలు ఇచ్చి, “దీన్ని హుండీలో వెయ్యి. ఆ వడ్డికాసులవాడు వచ్చే జన్మలోనైనా నా భర్త అనిపించుకునే మొండి ముండాకొడుక్కు ఒక నాలుగేళ్ళు ఆయుష్షు ఎక్కువ వేయమని చెప్పు” అంది.

బస్సు కనుమరుగయ్యింది. ‘నారిహళ్ళ’ దగ్గరికి వచ్చేటంతలో గురురాజ తల్లి తొడమీద పడుకున్నాడు. వాగు ఒడ్డున ఉన్న కణవి హనుమంతరాయుడికి చేతులు జోడించిన రమాబాయి, నిద్రలో ఉన్న కొడుకు రెండు చేతులను జోడించి వాడి చేతకూడా నమస్కారం చేయించింది.

❖❖❖

రైలు రావటానికి ఇంకా మూడుగంటలు ఉండగానే హులికుంటి కుటుంబం బళ్ళారి రైల్వేస్టేషన్ చేరింది. తండ్రీ కొడుకులిద్దరికీ ఇది మొదటి ప్రయాణం. రమాబాయి తన అన్నతోపాటు ఒకటి రెండు సార్లు రైల్లో ప్రయాణం చేసింది. అయినా ఆమెకూ ఒక విధమైన అధైర్యం ఏర్పడింది. ఒకరిద్దరి దగ్గరికి వెళ్ళి రైలు ఎప్పుడు వస్తుందని విచారించింది. బస్సులా రైలు మూతికి ఏ ఊరి నుంచి ఏ ఊరికి వెళుతుందో తెలియజేసే బోర్డు ఎందుకు లేదని గురురాజ అడుగుతూనే ఉన్నాడు. రైల్వే నోటీసు బోర్డులో అతికించిన ఒక నోటీసు తమ ప్రెస్‌లోనే ప్రింటయింది.

అక్కడే ఉన్న ఓ దుకాణంలో వంగపండు రంగు పేపర్లలో చుట్టిన, చదునుగా ఉన్న కొత్తరకపు చాక్లెట్లు చూడగానే గురురాజ అది కావాలని పట్టుబట్టాడు. రమాబాయి ఒకటి రెండుసార్లు గదమాయించింది. వినలేదు.

చివరికి విసిగిపోయి ఒక చాక్లెట్ కొందామని వెళ్ళింది. అయితే దుకాణంవాడు ఒక చాక్లెట్ వెల ఒక రూపాయి అన్నాడు. అది విని రమాబాయి బెదిరిపోయింది. "ఒక రూపాయికి రెండు లీటర్ల పాలు వస్తాయి కదయ్యా. దీనికెందుకు ఇంత వెల? పదిపైసాలకు ఒకటి లెక్కన ఇవ్వు" దుకాణం వాడిని బెదిరించింది. "అది ఫారిన్ చాక్లెటమ్మా. దాని వెల ఎక్కువగానే ఉంటుంది" అని వివరించాడు. "గుర్రాజా, నిమ్మొప్పలు తీసుకో...కంబరకట్ట తీసుకో... శొంఠి పప్పరమెంటు తీసుకో..." అని ఎన్నిసార్లు చెప్పినా గురురాజ ఒప్పుకోలేదు. రమాబాయి వాడి వీపు మీద రెండు దెబ్బలు వేసింది. దాంతో వాడి ఏడుపు తారాస్థాయికి చేరి, నేలమీద పడి దొర్లసాగాడు. చుట్టుపక్కలున్న జనమంతా వీళ్ళనే చూడసాగారు. మరోదారి కనిపించక ఒక రూపాయి ఇచ్చి అరచేతి వెడల్పుతో చదునుగా వున్న ఆ చాక్లెట్‌ను రమాబాయి కొన్నది.

దానిమీది రేపర్‌ను నెమ్మదిగా తీసి, లోపలి నుంచి ఒక బిళ్ళను తీసి గురురాజుకు ఇచ్చింది. వాడు గబుక్కున నోట వేసుకున్నాడు. ఒక నిముషంలో దాన్ని నమిలాడు. ఆ కొత్త రుచి వాడికి నచ్చలేదు. ప్లాట్‌ఫామ్ చివరికి వెళ్ళి రైలు పట్టాల మీద 'థూ' అని ఉమ్మి, నోట నీళ్ళు పోసుకుని, పుక్కిలించి, వేళ్ళతో నాలుకను, పళ్ళను రుద్ది నోటిని శుభ్రం చేసుకున్నాడు. "బాగలేదా?" అని రమాబాయి అడిగింది. "ఊహూఁ ... ఒక విధంగా ఉంది" అని మరోబిళ్ళను తినటానికి నిరాకరించాడు. "ఒక రూపాయి ఇచ్చాను కదా..." అని రమాబాయి గింజుకుంది. "మీరైనా ఒక బిళ్ళ తీసుకుని తిని చూడండి" అని హులికుంటికు చెప్పింది. అప్పటికే బీడి వెలిగించి దమ్ములాగిన హులికుంటి, చాక్లెట్‌లాంటి పిల్లల చిరుతిండి తినటం తన మగతనానికి తక్కువన్నట్టు –"ఏయ్... పోవే..." అని నిరాకరించాడు. చివరికి రమాబాయే ఒక బిళ్ళను నోట వేసుకుంది. ఇక ఉమ్మేస్తుందని గురురాజ తల్లిని చూడసాగాడు. నెమ్మదిగా ఆ బిళ్ళను నాలుకతో కరిగిస్తూ , రసాన్ని మింగుతూ, విచిత్రమైన ముఖభావాన్ని ప్రదర్శిస్తూ రమాబాయి మొత్తం బిళ్ళను తిని, రెండో బిళ్ళను విరిచి నోట వేసుకుంది. గురురాజ "బాగుందా?" అని అడిగాడు. "నున్నగా ఉంది... ఒక విధంగా ఉంది..." అంది. మూడో బిళ్ళను విరిచి నోట వేసుకుంది. "నచ్చిందా?" అని ఈసారి హులికుంటి అడిగాడు. "మొదటి బిళ్ళకన్నా మూడోది బాగుంది" అంది.

నెమ్మదిగా ఒక్కో చాక్లెట్ బిళ్ళను తింటూ, చివరి మూడు ముక్కలను ఒక్కసారిగా మొత్తంగా నోట వేసుకుంది. తనకూ ఒకటి ఇవ్వమని అడగాలని హులికుంటికి అనిపించినా, మొదట వద్దనటం వల్ల ఇప్పుడు అడగటానికి

సంకోచించాడు. తనకోసం కొన్నవాటిని తన తల్లి గుటుక్కుమనిపించటం చూసి గురురాజకు కోపం వచ్చింది. "నాకు శొంఠి పిప్పరమెంట్ కావాలి" అని మొండితనం చేయసాగాడు. వాడి ఏడుపు పట్టించుకోకుండా రమాబాయి చాక్లెట్ రుచిని చప్పరిస్తోంది.

అంతలో నేలమీద చిన్నగా కంపనం కలిగింది. కూలీలు అటునుంచి ఇటు, ఇటు నుంచి అటు తిరగసాగారు. మూడవ బెల్లు డణ్ ఢణ్ మని కొట్టారు. దూరంలో ఎక్కడో రైలు కూత. కూర్చున్న జనమంతా లేచి నిలుచున్నారు. తారాస్థాయిలో ఏడుస్తున్న గురురాజ గప్‌చుప్‌గా, చప్పుడు చేయకుండా తల్లి దగ్గరికి పరుగున వెళ్ళి ఆమె చేయి పట్టుకుని దూరంలో కనిపిస్తున్న చలించే దీపాన్ని కళ్ళల్లో ఆశ్చర్యాన్ని నింపుకుని చూడసాగాడు. తాగుతున్న బీడిని మధ్యలోనే పారేసిన హులికుంటి భార్య పక్కకు వచ్చి, ట్రంక్ తలమీద మోసుకున్నాడు.

రైలు 'కూ' అని కూత పెట్టడంతో ఒళ్ళంతా జలదరించింది. ముగ్గురూ మరింత దగ్గరయ్యారు.

"చుక్ బుక్...చుక్ బుక్... " రైలు దగ్గరికి వచ్చింది. డబ్ డబ్... డబ్ డబ్... "అని గుండె చప్పుడు పెరిగింది. "దోశ... వడ... పెరుగన్నం... టీ...కాఫి..." అని వెండర్లు ఆవేశంతో అరవసాగారు.

జనరల్ కంపార్ట్‌మెంట్ కోసం ఆ చివర నుంచి ఈ చివర వరకూ తిరిగారు. వాళ్ళను వీళ్ళను అడిగారు. చివరికి దొరికింది. తలుపుల దగ్గర విపరీతమైన గుంపు. ఆ గుంపులోకి ఎలా దూరాలో తోచక కొంతదూరంలో నిలబడ్డారు. గురురాజ చేతిని రమాబాయి గట్టిగా పట్టుకుంది. ట్రంక్‌ను మోసుకున్నట్టే హులికుంటి రమాబాయి చేతిని పట్టుకున్నాడు. నెమ్మదిగా ముగ్గురు గుంపులో చేరుకున్నారు.

❖❖❖

కొండ పాదాల దగ్గరికి వచ్చినపుడు మధ్యాహ్నమైంది. నెత్తిని కాల్చేటంతటి ఎండ ఉంది. "ఓం నమో వెంకటేశ... ఓం నమో వెంకటేశ..." అని ఘంటసాల రాగయుక్తంగా పాడుతూనే ఉన్నాడు. కొండ ఎక్కడానికి నాలుగు గంటలు పడుతుందన్నారు. ట్రంక్‌ను అక్కడ ఇస్తే, దాన్ని కొండ మీదికి చెర్చే ఏర్పాటు వుందని అన్నారు. అయితే అలా ట్రంక్ ఇవ్వడానికి ముందు దానికి మంచి తాళం వేయాలని చెప్పారు. వీళ్ళ దగ్గర తాళం లేదు. ఒక చిన్న తాడుతో ట్రంక్‌ను బిగించి కట్టారు. దగ్గర్లోని దుకాణంలో తాళం కోసం అడిగారు.

మూడు రూపాయలు అన్నారు. అంత డబ్బు వృథా చేయడమెందుకని ట్రంక్‌ను తలమీద మోసుకుని హులికుంటి, బట్టల మూటను చంకన పెట్టుకుని రమాబాయి, ఆమె చేతిని పట్టుకుని గురురాజ పర్వతారోహణలోని మొదటిమెట్లను ఎక్కారు. ఎందుకో అనుమానం వచ్చి రమాబాయి, "మెట్లు బాగా కనిపిస్తున్నాయా?" అని హులికుంటిను అడిగింది. "ఎందుకు? అన్నీ బాగానే కనిపిస్తున్నాయి" అని అతను జవాబు ఇచ్చిన తరువాత ఆమెకు సంతృప్తి కలిగింది.

గురురాజ గబగబా కొన్ని మెట్లెక్కి "నేనే ఫస్ట్" అని కేకలు పెట్టాడు. మెట్లు మీద రాసిన అంకెలను ఒక్కొక్కటిగా లెక్కపెడుతున్నాడు. హులికుంటి, రమాబాయి నెమ్మదిగా ఒక్కొక్క మెట్టు ఎక్కసాగారు. కొంత దూరం వెళ్ళిన తరువాత రమాబాయి ట్రంక్‌ను తలమీద మోసుకుంది.

గాలిగోపురం దగ్గరికి వచ్చేటంతలో ముగ్గురూ అలసిపోయారు. సూర్యుడు కాస్త చల్లబడుతున్నాడు. అక్కడ మంటపంలో కూర్చున్నారు. మంటపంలో ఎవరో ఒక సన్యాసి 'శ్రీనివాస కళ్యాణం' కథను తెలుగులో చెబుతున్నాడు. చాలామంది భక్తులు ఆయన చుట్టు కూర్చుని కథ వింటున్నారు. వెంకటేశ్వరుడు అడవికి వేటకు వెళ్ళినప్పుడు అతడిని పద్మావతి కలిసే ప్రసంగమది. హులికుంటికి తెలుగు రానందువల్ల, "ఏమంట...ఏమంట..." అని రమాబాయిని వేధించి కథను కన్నడలో అనువాదం చేయించుకున్నాడు.

శ్రీనివాసుడు వేటకోసం అడవికి గుఱ్ఱమెక్కి వచ్చాడు. ఒక మదించిన ఏనుగు ఎదురుపడింది. దాన్ని తరుముతూ వెళ్ళాడు. అదే సమయంలో పద్మావతి తన చెలికత్తెలతో జలక్రీడలో నిమగ్నమైవుంది. ఈ మదించిన ఏనుగు వాళ్ళు ఉన్నచోటికి పరుగున వచ్చి వాళ్ళను భయపెట్టి అడవిలోకి మాయమైంది. తరువాత శ్రీనివాసుడు అక్కడికి వచ్చాడు. అతను కావాలనే తనను వెక్కిరించడానికి ఏనుగును తమవైపు తరిమాడని అపార్థం చేసుకున్న పద్మావతి, ఆమె చెలికత్తెలు అతని వైపు రాళ్ళు విసిరి శ్రీనివాసుని గుఱ్ఱాన్ని చంపారు. బాధతో ఇంటికి తిరిగొచ్చిన కుమారుడికి బకుళవతి శుశ్రూష చేసింది.

అక్కడితో ఆ నాటి అధ్యాయాన్ని ఆ సన్యాసి పూర్తిచేశాడు. మంగళహారతి చేసి, అందరికీ తినటానికి ప్రసాదం ఇచ్చాడు. తాగటానికి పానకాన్ని అరటి దొప్పలో ఇచ్చాడు. దొప్ప వద్దనీ, లోటానే కావాలని గురురాజ మొండితనం చేశాడు. రమాబాయి మండిపడుతూనే మూట విప్పి చీలిన లోటాను ఇచ్చింది. అందులో పానకం పోయించుకుని, తాగేటప్పుడు ఒకింత పానకం ఆ చీలిన లోటా నుంచి అతని చొక్కా మీదంతా పడింది. వాడిని దూరంగా తీసుకుని

వెళ్ళి, నీళ్ళతో వాడి చొక్కానూ–ఒంటినీ తుడిచి "వద్దన్నదిచేసి నన్ను వేధిస్తావుకదరా" అని వాడిని గదమాయించింది.

మళ్ళీ పర్వతారోహణ కొనసాగింది. ఏడుకొండలను దాటడం సులభమైన మాటనా? మార్గాయాసం కలగకుండా భర్తకు, కొడుకుకు రమాబాయి మరోసారి సన్యాసి చెప్పిన శ్రీనివాస కళ్యాణం కథా భాగాన్ని చెప్పింది. ఆ కథా భాగం ఎందుకో ఆమెకు నచ్చలేదు. మీరేమైనా చెప్పండి. సాక్షాత్తు దేవుడిని పద్మావతి రాళ్ళతో కొట్టకుండా ఉండాల్సింది" అని అభిప్రాయాన్ని తెలిపింది. "ఏమో వదిలెయ్, ప్రేమతో అలా కొట్టివుంటుంది" అని హులికుంటి సంజాయిషి ఇచ్చాడు. రమాబాయి దాన్ని ఒప్పుకోనేలేదు. "దేవుడు అంటే దేవుడే. అతనైనా ఆ విసిరిన రాయిని పువ్వుగా మార్చాల్సింది" అని తన బాధను వ్యక్తం చేసింది.

సుమారు ఒక గంట మెట్లు ఎక్కిన తరువాత కొంచెం విశ్రాంతి తీసుకోవటానికి ముగ్గురూ ఒకచోట కూర్చున్నారు. హులికుంటికి మోకాలు నొప్పి వుండటం వల్ల అతని ఒక్కసారిగా అన్ని మెట్లు ఎక్కడానికి చేతకావడం లేదు. గురురాజ నీళ్ళు కావాలన్నాడు. అప్పుడు లోటా కోసం వెతికింది–ఊహూఁ చీలిన లోటా కనిపించలేదు. రమాబాయి బెదిరిపోయింది. మళ్ళీ మూటను, ట్రంకునూ వెతికింది. ఆమె దురదృష్టానికి లోటా లేదు. పానకం తాగి దాన్ని గాలిగోపురం దగ్గర గురురాజ పెట్టాడు.

దాన్ని తీసుకుని రావటానికి రమాబాయి బయలుదేరింది. హులికుంటికి మోకాళ్ళ నొప్పి, గురురాజనొక్కడినే పంపడానికి భయం. దేవుడి హుండిలో వేయాల్సిన లోటాను అలా ఎక్కడెక్కడో వదిలివేయడం సాధ్యమా? తానే బయలుదేరింది. ఇప్పటికే ఎక్కిన వందలాది మెట్లను మళ్ళీ దిగి ఎక్కాలి అనే ఆలోచనే దుఃఖాన్ని తెప్పించేలా ఉంది.

గాలిగోపురపు మంటపం నిర్జనంగా ఉంది. పానకం తాగి విసిరేసిన దొప్పలు అక్కడే పడివున్నాయి. కొన్ని ఈగలు వాటి మీద కూర్చున్నాయి. చీలిన లోటా కోసం అక్కడంతా చూపులు సారించింది. కనిపించలేదు. ఎవరో కొంతమంది యాత్రికులు పైకెక్కి వచ్చారు. ఏమి చేస్తున్నామో అడిగి, "ఏవీ బాధపడకండి. తనకోసం తెప్పించుకున్న దాన్ని దేవుడు ఏదో విధంగా తీసుకునివుంటాడు" అని జవాబు చెప్పి ముందుకు సాగారు.

మంటపానికి అనుకున్నట్టు ఒక చిన్న గుడి ఉంది. మంటపం ఒక స్తంభానికి ఎవరో వెంకటేశుని శిల్పాన్ని చెక్కినందువల్ల దానికి కాస్త మరుగు ఏర్పరుస్తూ, గుడిలా నిర్మించారు. దేవుడి ముందు దీపం సన్నగా వెలుగుతోంది.

కళ్లు మూసుకుని రెండు నిముషాలు మౌనంగా కూర్చుంది. కళ్ళు తెరిచినపుడు లోటా కంటపడింది! ఎవరో లోటా మీద నేతిదీపాన్ని వెలిగించారు. గుడిలోని చీకటివల్ల వెంటనే కంటపడలేదు.

దీపం శాంతమయ్యేవరకు ఎదురుచూసింది. తరువాత లోటానూ నీళ్ళతో కడిగి, కొంగుతో తుడుచుకుని పైకి వచ్చింది. గురురాజ కాళ్ళు నొప్పి అని మొండితనం చేస్తుండటంవల్ల వాడి చిట్టి పాదాలను తన తొడమీద పెట్టుకుని హులికుంటి ఒత్తుతూ, వాడికొక కథ చెబుతున్నాడు. ఈమెను చూసిన క్షణం ఇద్దరికీ సంతోషం కలిగింది. "దొరికిందా?" అని హులికుంటి ఆత్రంగా అడిగాడు. ఒకటి రెండు ఘడియలు కూర్చోని విశ్రాంతి తీసుకున్న రమాబాయి జరిగినదంతా వివరంగా చెప్పింది.

మళ్ళీ ఒకటి రెండు గంటలు కొండఎక్కారు. కిందికి దిగుతున్న యాత్రికులను "ఇంకెంత దూరం" అని అడిగారు. " ఇంకేమి వచ్చేసింది. కొద్ది దూరం..." అని వాళ్ళు జవాబిచ్చారు. గురురాజ ఇక తనకు కొండెక్కడం సాధ్యం కాదని మొండితనం చేయడంతో కొంత దూరం రమాబాయి వాడిని ఎత్తుకుంది.

సాయంత్రమైంది. వెలుతురు మాయమై, చంద్రుడు వచ్చాడు. వెన్నెల ఆడంబరంగా ప్రసరించింది. వాతావరణం చల్లగా వుంది. ఆ చల్లదనంలోనూ అలసటతో చెమటలు కారటం మొదలవ్వటంతో రమాబాయి కొంగుతో ముఖం తుడుచుకుని తలెత్తితే, 'తళుక్'మని దూరంలో ఏదో మెరిసినట్టు కనిపించింది. కళ్ళు నులుముకుని చూసింది. అనుమానమే లేదు– వెంకటేశ్వరస్వామి బంగారు గోపురం కంటపడింది. దగ్గరికి వచ్చినపుడు విచారిస్తే, "అవును అదే తిరుమల. అదే గోపురం" అని చెప్పారు. ముగ్గురికీ చాలా సంతోషం కలిగింది. కన్నీళ్ళతో రమాబాయి "మొత్తానికి వెంకటేశ్వరుడు తన దగ్గరికి మనల్ని రప్పించుకున్నాడు" అని బిగ్గరగా చెప్పి అక్కడే రోడ్డుమీద నమస్కారం చేసింది. హులికుంటి, గురురాజ సాష్టాంగ నమస్కారం చేశారు.

❖❖❖

వరదన్న పందిరికి నాంది పూజ చేసి కాయను కట్టిస్తున్నాడు. "వరదన్న..." అని స్వరం వినగానే చెల్లెలు వచ్చిందని తెలిసిపోయింది. ఆమె దగ్గరికి వెళ్ళి, ఒళ్ళు తడిమి, గురురాజను ఎత్తుకుని, "ఎంతసేపు చేశావు కదా?... ఉదయం నుంచి నీ కోసం ఎదురుచూస్తున్నాను" అని చెబుతున్నప్పుడు సంతోషంతో అతని కళ్ళు నీళ్ళతో నిండాయి. "కొండెక్కి వచ్చాం. అందుకే ఆలస్యమైంది"

అని రమాబాయి నవ్వుతూ చెప్పింది. హులికుంటి తలమీది ట్రంక్‌ను దింపి, "బాగున్నారా ?" అని వరదన్న పలకరించాడు. హులికుంటి తలూపి నవ్వాడు. "తొందరగా స్నానం చేసి సిద్ధంకండి. వియ్యంకులు వచ్చే సమయమైంది. ఉదయపు ఫలహారానికి పెసరట్టు చేయించాను" అని తొందరపెట్టాడు.

వియ్యంకులు కాస్త ఆలస్యంగానే వచ్చారు. చిత్తూరు దగ్గర బస్సు పాడైపోయి ఆగిపోయిందట. వాళ్ళు వచ్చి స్నానాలు చేసి, తయారయ్యే సమాయానికి సాయంత్రం ఎనిమిది అయింది. షోడశోపచారాలకు చక్కగా తయారు చేయించాడు. పెళ్ళికొడుకుకు పంచలు, అంగీ, వాచీ, ఒక టేప్ రికార్డర్, ప్రత్యేకంగా బజాజ్ స్కూటర్. వియ్యంకులకు గౌరవార్థం చక్కెర అచ్చులు, కొబ్బరి సామాన్లు, రంగుల విసనకర్రలు, వెల్వెట్ బట్టలు కప్పి తయారు చేసిన కొబ్బరికాయ. రమాబాయి ప్రత్యేకంగా గిటక కొబ్బరికాయతో హంపి రాతిరథం చేసి తెచ్చింది. ఆ రథం చక్రాలకు వధూవరుల పేర్లను రాసింది. అయితే వియ్యంకులను ఆహ్వానించడం మరింత ఆలస్యమైంది. వియ్యంకులు తమ వెంబడి ఒక స్వాములవారిని తీసుకొచ్చారు. సుఖానంద స్వాములు అని ఆయన పేరు. వియ్యంకుడికి ఆయన మాటంటే వేదవాక్యమట. స్వాములవారి అనుమతి లేకుండా ఏ కార్యాన్ని చేయరట.

వధువరులు కూర్చోవలసిన మంటపంలో కృష్ణాజినం వేసి స్వాముల వారిని కూర్చోబెట్టారు. ఆయనకు పాదపూజ సాంగోపాంగంగా జరిగింది. అందరూ వరుసలో నిలుచుని నమస్కారం చేసి స్వాములవారి చేత ఫల, పుష్పాలు అందుకున్నారు. ఎంతైనా స్వాములు మగపెళ్ళి తరఫునవాళ్ళుకదా! మర్యాద ఇవ్వాల్సిందే. ఆడపెళ్ళివాళ్ళు కూడా ఆయనకు నమస్కరించి ఆశీర్వాదం పొందారు. పెళ్ళికొడుకు–పెళ్ళికూతురు వేదిక మీదికి వచ్చేసరికి రాత్రి పన్నెండైంది. పిల్లలంతా అప్పటికే వేసిన జమఖానాల మీద పడుకున్నారు.

"వియ్యంకులను పరిచయంచేసుకోవడం మొదలైంది. తనను ఎప్పుడు పిలుస్తారా అని రమాబాయి ఆత్రంగా ఎదురుచూసింది. పెళ్ళికొడుకు అత్తామామలను ఆహ్వానించటానికి రమాబాయి–హులికుంటిలను పిలిచారు. "ఆమె ఒక్కతే నా వైపు బంధువు. ఇక మిగిలినవారంతా మా ఇంటావిడ బంధువులు" అని వరదన్న వారికి తన చెల్లెలి కుటుంబాన్ని పరిచయం చేశాడు. కుర్రవాడి అత్త పొట్టిగా, లావుగా ఉంది. ఒళ్ళంతా బంగారం దిగేసుకుంది. పుష్యరాగపు వజ్రాల నెక్లెసు ఒకటి ఆమె ఛాతీ మీద తళతళమని మెరుస్తోంది. ఆమె ఆభరణాల మెరుపులో రమాబాయి గాజులు మెరుపు పోగొట్టుకున్నాయి.

ఒకరి మీదొకరు బుక్కపిండి చల్లుకుని, కుంకుమ పెట్టించుకుని, చక్కెర- కొబ్బరి వాళ్ళ నోట వీళ్ళు, వీళ్ళ నోట వాళ్ళు పెట్టించుకుని పరిచయం చేసుకున్నారు. పరిచయాలు ముగిసిన తరువాత, హులికుంటి-"అతనూ బీడి తాగుతాడు. మేమిద్దరం నోట చక్కెర వేసుకోవటానికి బదులుగా బీడీలు పెట్టించుకుని పరిచయం చేసుకుని ఉండొచ్చు" అని రమాబాయికి చెప్పి తిట్టించుకున్నాడు. వీలు కల్పించుకుని రమాబాయి ఆ అత్త దగ్గర కూర్చుని వజ్రాల నెక్లెసు చేతిలో తీసుకుని, వెల ఎంత, ఎన్ని క్యారెట్లు అని విచారించి చేత్తో మృదువుగా నిమిరి పులకించింది.

రాత్రి భోజనంలోకి లడ్లుచేయించారు. "ఇదేమిటన్నయ్యా, మండిగె చేయించడానికి బదులుగా లడ్లు చేయించావు?" అని రమాబాయి ఆక్షేపించింది. "మండిగె రుచి మన బళ్ళారి వాళ్ళకు మాత్రమే తెలుసునమ్మా. ఇక్కడి వాళ్ళకు తెలియదు" అని వరదన్న సంజాయిషి ఇచ్చాడు. గురురాజ నిద్రపోతుండటం వల్ల వాడి కోసం రెండు లడ్లు తీసి పెట్టుకుంది.

❖❖❖

భర్తను, కొడుకును వీలైనంత తొందరగా లేపి, టాయ్‌లెట్‌కు, స్నానాలగదికి వాటి ముందు పెద్ద క్యూ ఏర్పడటానికి ముందే పంపి, స్నానాలు చేయించి, తాను శుభ్రమై, పెళ్ళిరోజుకు తన సంసారాన్ని సిద్ధం చేసింది. ఉదయపు కాఫీ రాలేదు. ఉపాహార సమయమైనప్పటికీ దాని ఊసు లేదు. దానికి బదులుగా ఎవరో చిన్న అమ్మాయి ముగ్గురుకీ ఏదో ప్రసాదమని తెచ్చి "స్వామిగారు ఇచ్చారు. అందరూ తినాలంట" అని చెప్పింది. హులికుంటి "ఏమీ తినాలని అనిపించటం లేదు" అన్నాడు. "లేదు తినాల్సిందేనంట" అని ఆ అమ్మాయి ఒత్తిడి పెట్టింది. మరోదారిలేక నోట వేసుకున్నాడు.

హులికుంటి ఎందుకో రాత్రి నుంచీ కడుపునొప్పి అనసాగాడు. "ఈ పాడు పెళ్ళింటి భోజనమే ఇలా ఉంటుంది. అర్ధరాత్రి సమయంలో తింటే ఎక్కడ అరుగుతుంది. ఉదయం దొడ్డికి వెళ్ళి వస్తే సరిపోతుందిలేండి" అని గొణిగి, మళ్ళీ కషాయం చేసిచ్చే ఉత్సాహం లేకుండా, ఆ రాత్రి అలాగే పడుకుంది. అయితే ఉదయం కూడా హులికుంటి కడుపునొప్పని చెప్పాడు. పైగా అతని ముఖం వాడిపోయివుండటం రమాబాయి గుర్తించింది. ఒకిన్ని మెంతులు, పెరుగు మింగితే బాగవుతుందని భావించి, స్టోర్‌రూమ్ దగ్గరికి వెళ్ళింది. ఎందుకో పెళ్ళింట్లో గుసగుసలు మొదలయ్యాయని అనిపించింది.

స్టోర్‌రూమ్ బాధ్యత వదిన తమ్ముడు మోసుకున్నాడు. ఎవరినీ లోపలికి

వెళ్ళనివ్వకుండా సరకులకు కాపలా కాస్తున్నాడు. ఈమె గుమ్మం దగ్గర నిలబడి పెరుగు–మెంతులు అడిగి తీసుకుంది. తన భర్తకు తీవ్రంగా కడుపునొప్పి ఉన్న విషయం తెలియజేసింది. అతను ఆ మాట కోసమే ఎదురుచూస్తున్నవాడిలా ఎవరినో పిలిచి "ఈమె భర్తకు పొట్టనొప్పంట" అని చాటాడు. తన భర్త కడుపునొప్పి గురించి ఇంకొకరికి తెలియజేసే విషయం కాకపోవడం వల్ల రమాబాయికి కోపం వచ్చింది. "నీ భార్య నిన్న భోజనానికి కూర్చున్నప్పుడు పిత్తు వదిలింది. ఆ విషయం కూడా అరిచి చెప్పు" అని అతన్ని తిట్టి వచ్చింది. ఆమె తమ గదికి తిరిగి వచ్చేలోగా మరో నలుగురు ఆమె దగ్గరికి వచ్చి "నీ భర్తకు కడుపునొప్పి అని అన్నావట" అని అడిగారు. తన భర్త కడుపునొప్పి ఎందుకంత పెద్ద విషయమైందో ఆమెకు అర్థం కాలేదు.

హులికుంటి నోట కొన్ని మెంతులు వేసుకుని, పెరుగుతో దాన్ని మింగాడు. అదెక్కడ బయటికి వచ్చేస్తుందో అనే భయంతో కొంచెం నీళ్ళు తీసుకుని గటగటా తాగాడు. ఆ తొందరలో కొన్ని నీటిచుక్కలు చొక్కా మీద పడ్డాయి. కడుపునొప్పి మరింత పెరిగినట్టయ్యింది. అలాగే నేలమీద పడుకున్నాడు.

వాళ్ళ గదికి వరుడి అత్త, నలుగురు మగవాళ్ళు వచ్చారు. వరుడి అత్త చాలా దుఃఖంలో ఉన్నట్టు కనిపించింది. ఆమె కళ్ళు ఎర్రబారివున్నాయి. నేలమీద పడుకునివున్న హులికుంటి లేచి కూర్చున్నాడు. అందరూ ఇలా రావటం చూసి రమాబాయి విషయం ఏదో గంభీరమైనదే కావచ్చని ఆలోచనలో పడింది.

వారిలో ఉన్న ఒక మగవాడు "మా వదిన వజ్రాల నెక్లెస్ దొంగతనం జరిగింది" అని అసలు విషయాన్ని బయటపెట్టాడు. అంతచెప్పడమే ఆలస్యం వరుడి అత్త వెక్కివెక్కి ఏడవసాగింది. "నిన్న మీరు ముట్టిముట్టి చూశారుకదా. ఆ నెక్లెసు" అని ఏడుస్తూనే చెప్పింది. "నువ్వు కాస్త నోరు మూసుకుని ఊరుకుండు" అని ఆమె భర్త తిట్టాడు. "రాత్రి నుంచి వెతుకుతున్నాను. దొరకలేదు. మా స్వామిగారిని అడిగితే, ఇక్కడే ఎవరో బంధువులు దొంగతనం చేశారు. ఈ కళ్యాణమంటపంలోనే దాచిపెట్టారు అని చెప్పి ప్రసాదాన్ని మంత్రించి ఇచ్చారు. ఎవరు దొంగతనం చేశారో వాళ్ళు ప్రసాదం తిన్న వెంటనే పొట్టనొప్పి మొదలవుతుంది" అని విషయాన్ని పూర్తిగా విప్పిచెప్పాడు. వీళ్ళు తమ గదికి వచ్చిన ఉద్దేశం తెలిసి రమాబాయికి ప్రాణం పోయినట్టయ్యింది. "మా ఇంటాయన దొంగ కాదు. నిన్నరాత్రి నుంచి పొట్టనొప్పి అంటున్నాడు. ఆయనకు అప్పుడప్పుడు పొట్టనొప్పి వస్తుంటుంది" అని ధైర్యంగా చెప్పింది. అయితే వారు వినలేదు. వారి ట్రంక్‌ను వెతకాల్సిందేనని పట్టుబట్టారు. "మా వరదన్నకు చెప్తాను.

మీరు ఈ విధంగా పెళ్ళికి వచ్చినవారిని అవమానించకూడదు" అని హెచ్చరించింది. "వెళ్ళి చెప్పండి. ఎవరు వద్దంటారు. ఆయనే అందరి సామాన్లు వెతకమని చెప్పారు. నెక్లెస్ దొరికే వరకు పెళ్ళికొడుకు పీటల మీద కూర్చోనని అన్నాడు" అన్నారు.

వదలననే మొండితనంలో ట్రంక్ మీద కూర్చుంది. వాళ్ళు మరింత అనుమానించసాగారు. అంతలో హులికుంటి కడుపునొప్పి మరింత తీవ్రమైంది. బాధ భరించలేక నేలమీదపడి దొర్లసాగాడు. పొట్టలోని ఒక భాగంలో తాకితే ప్రాణం పోయేటంతగా నొప్పెడుతోంది. తెలుగులో తన భార్య చేస్తున్న జగడమూ అర్థం కావడం లేదు. "మా స్వాములవారి శక్తి సామాన్యమైంది కాదు. మీరు దొంగతనం చేసివుంటే అతను రక్తం కక్కుకుని చనిపోతాడు" అని బెదిరించారు. రమాబాయి ట్రంక్ వదిలేసి హులికుంటి శుశ్రూషకు వెళ్ళింది.

ట్రంక్ గడియకు కట్టిన పగ్గాన్ని విప్పేటంత సహనం వారికి లేకపోవటం వల్ల ఆ పగ్గాన్నిలాగి తెంచారు. పెట్టెలోపలి నుంచి ఒక్కొక్క బట్టను, సామాన్లను తీసి విదిలించసాగారు. ఏదో బట్టల మధ్యలో రమాబాయి కొడుకు కోసం పెట్టిన రెండు లడ్లు నేలపైపడి, చితికి విడివిడి గింజలు గదంతా చెల్లాచెదురుగా పడ్డాయి. చీలిన లోటా దొర్లిపోయి ఒక మూలచేరింది. సంఘటనను బెదురు కళ్ళతో చూస్తున్న గురురాజ పరుగున వెళ్ళి ఆ లోటా తీసుకుని తల్లి చేతికి ఇచ్చాడు. వరుడి అత్త రమాబాయి బట్టల మూటను గెలకడం ప్రారంభించింది. గదంతా బట్టలతో నిండిపోయింది.

ఎవరు పోలీసులకు విషయం తెలిపారో తెలియదు. జీపు కళ్యాణ మంటపం ముందుకు వచ్చి నిలుచుంది. ఖాకి దుస్తులు వేసుకున్న ఒక ఇన్‌స్పెక్టర్ లోపలికి వచ్చారు. ఆయన ముందు మగపెళ్ళి వైపువారు వివరంగా నెక్లెస్ దొంగతనం జరిగిన ఆ సంఘటనను వివరించి, స్వామిగారి ప్రసాద మహత్యాన్ని తెలిపారు. హులికుంటి దగ్గర కూర్చున్న ఇన్‌స్పెక్టర్ "దొంగతనం చేశావా?" అని ప్రశ్నించారు. హులికుంటికి నొప్పి ఎంతగా తీవ్రంగా వుందో తెలియదు. బొళబొళమని వాంతి చేసుకున్నాడు. మజ్జిగలాంటి ద్రవపదార్థంలో మెంతులు బయటపడ్డాయి. అతను మరొకసారి కక్కినప్పుడు కాసింత రక్తమూ బయటికి వచ్చింది. ఇన్‌స్పెక్టర్ దుస్తులన్నీ మురికిగా మారాయి.

"ఇతన్ని లేవనెత్తి నా జీపులో కూర్చోబెట్టండి" అని అక్కడున్న మగవాళ్ళకు ఇన్‌స్పెక్టర్ ఉత్తర్వులు ఇచ్చారు. ఒకరిద్దరు అతడిని ఎత్తుకున్నారు. రమాబాయి లబలబా నోరు కొట్టుకుంటూ ఏడవసాగింది. కంగారుపడ్డ గురురాజ కూడా

బిగ్గరగా ఏడవసాగాడు. ఇన్‌స్పెక్టర్ రమాబాయి దగ్గరికి వెళ్ళి "దయచేసి ఏడవకండి అమ్మ. నేనేమీ చేయను. మీరు మా వెంట రండి" అని ఓదార్పుగా చెప్పి ఆమెనూ, గురురాజనూ జీపులో కూర్చోబెట్టుకుని వెళ్ళిపోయాడు. జీపు సప్తగిరి హాస్పిటల్ దగ్గరికి వచ్చి నిలబడింది. హులికుంటి నొప్పికి తట్టుకోలేక రోదించసాగాడు. ఇన్‌స్పెక్టర్ కిందకి దిగి, ఆస్పత్రిలోకి వెళ్ళి మాట్లాడి వచ్చాడు. ఒకరిద్దరు నర్సులు స్ట్రెచర్‌తోపాటు బయటికి వచ్చి హులికుంటిని దాని మీద పడుకోబెట్టి తీసుకొనిపోయారు. ఇన్‌స్పెక్టర్‌గారు "డాక్టర్ గారితో మాట్లాడాను. భయపడకండి. ఏదైనా సహాయం కావాలంటే అడగండి" అని నచ్చజెప్పి వెళ్ళిపోయారు.

❖❖❖

గోవిందరాజ పట్టణం వీధిలో రమాబాయి, ఆమె కొంగు పట్టుకుని గురురాజ షరాబు దుకాణాన్ని వెతుక్కుంటూ బయలుదేరారు. ఆపరేషనుకు సుమారు ఒక వెయ్యి రూపాయలు ఖర్చు అవుతాయని డాక్టర్‌గారు చెప్పాడు. 500 రూపాయలను అడ్వాన్స్‌గా పెట్టిన తరువాతే ఆపరేషన్ జరుగుతుందని నర్సు ద్వారా గట్టిగా చెప్పించారు. అపెండిక్స్ అనే ఒక దుర్మాంసం చిట్లిపోతే ప్రమాదం అని తెలిపారు. "ప్రాణానికి ప్రమాదమా?" అని రమాబాయి అడగటంతో, "చెప్పలేము" అని గోడమీద పిల్లివాటంలా జవాబిచ్చాడు.

రమాబాయి ఎన్నడూ షరాబు అంగడిని చూసినది కాదు. భయంతోటే లోపల అడుగు పెట్టింది. తెల్లటి పంచె, నల్ల కోటు ధరించి, టోపీ పెట్టుకున్న సేట్‌జి, తన చిన్నబల్లమీద ఏదో లెక్క రాస్తున్నాడు. మందపాటి కళ్ళద్దాలు ముక్కుమీది నుంచి జారీ ఎక్కడ పడిపోతాయో అనిపిస్తోంది. చెవికి అతను పెట్టుకున్న వజ్రపు దుద్దులు తళతళమని మెరుస్తున్నాయి. లెక్కల పుస్తకం మీద నీడ పడటంతో తలెత్తాడు.

రమాబాయి తన చేతి నుంచి బంగారపు గాజులను తీసి, ఆ చిన్న బల్లమీద పెట్టి, తల వంచుకుని కూర్చుంది. సేట్‌జికి వ్యాపారం అర్థమైంది. నెమ్మదిగా ఆ గాజులను తీసుకొని ఆకురాయి మీద గీకాడు. మంచి బంగారమని తెలిసింది. మిగిలిన నాలుగు గాజులను రాతి మీద గీకాడు. పిల్లల ఆటవస్తువుల ఉన్న నాజూకైన చిన్న త్రాసులో గాజులను తూచసాగాడు. గురురాజ తదేకంగా చిన్నచిన్న గురువింద గింజల నలుపు-ఎరుపులను కుతూహలంగా చూస్తున్నాడు.

వెయ్యి రెండు వందల ముప్పై రెండు రూపాయలకు సేట్‌జి దాన్ని కుదువ పెట్టుకోవడానికి అంగీకరించారు. తెల్లటి కాగితంలో రమాబాయి నుంచి

వివరాలు అడిగి తెలుసుకుని రాసుకున్నాడు. సంతకం చేయమని ఆమెకు ఇచ్చాడు. రమాబాయి సంతకం చేసేటప్పుడు చేయి వణకసాగింది. ఎప్పుడో చిన్నప్పుడు సంతకం చేయడం తప్ప, మళ్ళీ సంతకం చేయటం గుర్తే లేదు. అడ్డదిడ్డంగా సంతకం చేసి ముగించేసరికి కళ్ళ నుంచి నీళ్ళు తొణికి, సంతకం మీద పడింది. అక్షరాలన్నీ కలిసిపోయాయి. సేట్‌జి ఆ సంతకాన్ని అడ్డగీతతో కొట్టేసాడు.

"కళ్ళు తుడుచుకుని మరొక సంతకం చేయాలమ్మా" అని అడిగాడు. చీరకొంగుతో కళ్ళు తుడుచుకుని, మొదటి సంతకం చేసింది. సేట్‌జీ డబ్బిచ్చాడు. నమస్కారం చేసి వెళ్ళడానికి సిద్ధమైంది. సేట్‌జి అంగీకరించలేదు. అతని కళ్ళముందే డబ్బు లెక్కపెట్టమని చెప్పాడు. మూడుసార్లు తప్పుగా లెక్కపెట్టి, నాలుగవసారి సరిగ్గా లెక్క పెట్టింది. ఒక కాపీని ఆమెకు ఇచ్చి, "మళ్ళీ గాజులు విడిపించుకోవటానికి ఈ పత్రాన్ని తీసుకుని రావాలమ్మా" అని చెప్పి సేట్‌జి సాగనంపాడు.

దార్లో వచ్చేటపుడు ఒక చిన్న దేవాలయం ముందు గురురాజును నిలబెట్టి, అతని చిన్న చేతిని తన తలమీద పెట్టించుకుంది. "నేను, మీ నాన్న ఈ జీవితమంతా కష్టపడినా పద్దక్కకు గాజులు విడిపించి ఇవ్వటానికి సాధ్యం కాదు. ఒక వేళ ఆమె ఋణంలోనే మేము చనిపోతే, ఆ తరువాత నువ్వు ఆమెకు ఈ గాజులు విడిపించి ఇవ్వాలి. మా ఇద్దరి శ్రాద్ధకర్మలు చేయకపోయినా పరవాలేదు. ఆమెకు గాజులు ఇప్పించాలి" అని వేడుకుంది. ఈ గురురాజుకు ఆమె మాటలు ఎంతవరకు అర్థమయ్యాయో తెలియదు. రెప్పలు తాటిస్తూ చూశాడు. సేట్‌జి ఇచ్చిన పత్రాన్ని మడిచి వాడి జేబులో పెట్టింది.

❖❖❖

ఆకుపచ్చని నిలువంగీని తొడిగించి, స్ట్రెచర్ మీద హులికుంటిని పడుకోబెట్టి, ఆపరేషన్ థియేటర్ లోపలికి తీసుకుని వెళ్ళారు. ఆ బాధలోనూ హులికుంటి నిస్సహాయంగా భార్యవైపు దృష్టిసారించాడు. రమాబాయి, గురురాజులు బయటే ఉండిపోయారు. చివరలో ఓ నర్స్ ఒక పాత్రలో తళతళమెరిసే కత్తెర, సూది, చాకు, ఫోర్సెప్స్ తీసుకెళ్ళటం చూసి రమాబాయికి ప్రాణం పోతున్నట్టు అనిపించింది. "ఈ ముండాకొడుకులు నా భర్తను ఎంతగా బాధపెడతారో..." అని దుఃఖం కలిగింది. ఆ నర్స్‌ను ఆపి, "మా ఇంటాయనకు తెలుగు రాదు. ఏమైనా కావాలంటే కన్నడలోనే అడుగుతారు. అప్పుడు నన్ను పిలవండి" అని వేడుకుంది. దానికి ఆ నర్స్ "ఆపరేషన్ థియేటర్‌లో క్లోరోఫామ్

ఇచ్చి స్పృహ తప్పిస్తారు. అక్కడ కన్నడవాళ్ళు, తెలుగువాళ్ళు, మూగవాళ్ళు, గుడ్డివాళ్ళు అంతా ఒక్కటే" అని చెప్పి నవ్వింది.

హాల్లో రమాబాయి, గురురాజ–ఇద్దరే మిగిలారు. హాలు మధ్యలో ఒక పెద్ద వెంకటేశ్వరస్వామి విగ్రహాన్ని పెట్టి, రంగురంగుల పువ్వుల దండ వేసి, అగరొత్తులు వెలిగించారు. రమాబాయికి అనాథ భావన ఏర్పడినట్టయి ఆ విగ్రహం ముందుకొచ్చి నిలుచుంది.

"ఓ వెంకటేశా, నిన్ను నమ్ముకుని వచ్చాం. నువ్వు అడిగావని నా భర్త లోటా దొంగతనం చేసుకుని వచ్చాడు. నా భర్తకు ఏమైనా అయ్యిందా, నేను ఊరకనే ఉండే ఆడదాన్ని కాదు–గుర్తుంచుకో. ఆ లోటా ఊరికి వాపస్ తీసుకెళ్ళి నువ్వు మహాత్ముడివి కాదని దండోరా వేస్తాను. కేవలం అంతే కాదు. ఆ పద్మావతి నీకు రాయి తీసుకుని కొట్టిందట. నేను నీ తలమీద బండరాయిని ఎత్తి వేయకపోతే నేను రమాబాయినే కాదు. తెలుసుకో..." అని వార్నింగ్ ఇచ్చింది.

గర్భగుడిలో నిలుచున్న వెంకటేశ్వరుడు చిన్నగా వణికాడు.

❖❖❖

వరదన్న ఆస్పత్రి లోపలికి వచ్చినపుడు హులికుంటి ఇంకా బయటికి రాలేదు. నేరుగా చెల్లెలి పక్కకు పోయి కూర్చున్నాడు. ఆమె చేతిని తీసుకుని, చిన్నగా నిమిరాడు. "ఎలా ఉన్నాడు?" అని అడిగాడు. రమాబాయికి దుఃఖం ఆగలేదు. "పాడుముండా కొడుకులు, పెళ్ళికి అంత దుబారా నగలను ఎందుకు వేసుకుని రావాలి? దాన్ని చూసుకునే అర్హత లేకపోతే వాటిని ఇంట్లోనే పెట్టి రావాలి. నిన్ను అవమానం చేశారు. ఆడపిల్లను కన్నవాడిని నేను. ఎక్కడ పెళ్ళి చెడిపోతుందని మౌనంగా వున్నాను. ఆ పాడుస్వామి ఒకడు, వాడే దొంగతనం చేశాడేమోనని నా అనుమానం..." అని ఒకే విధంగా తన అసహనాన్ని వెలిబుచ్చసాగాడు. కాస్సేపు ఏడ్చి అతడి చొక్కాను తడిపిన తరువాత రమాబాయి కుదుటపడింది. "పోనీలే వదిలెయ్ వరదన్న ... పేదరికం పాడుది" అని చెప్పి మౌనం వహించింది.

ఓ నర్స్ చిన్న బేసిన్‌లో పట్టుకుని బయటికి వచ్చింది. అందులో చిటికెన వేలు ప్రమాణపు రక్తసిక్తమైన మాంసపు ముక్కొకటి ఉంది. దాన్ని రమాబాయి ముందు చాపి, "ఇదే చూడమ్మా, నీ భర్త పొట్టలో ఉన్నది. అందుకే ఆ విధమైన కడుపు నొప్పి. ఆ మాంసపు ముక్కకు "థూ" అని ఉమ్మింది. రెండు చేతులతో మెటికలు విరిచి పటపటమని చప్పుడు చేసి, "నా భర్తను దొంగ అనిపించిన నీ

వంశం నిర్వంశం కానీ, నువ్వు సర్వనాశనం అయిపోవాలి... " అని శాపం పెట్టింది. ఆమె నుంచి అలాంటి ప్రవర్తనను ఎదురుచూడని నర్స్, "ఇదేమిటమ్మా, నువ్వు ఇలా మాట్లాడుతున్నావు..." అని కసిరి ఆ బేసిన్‌ని బయటికి తీసుకెళ్ళింది. వరదన్న చెల్లెలు మాటలు విని దిగ్భ్రాంతి చెందాడు.

డాక్టర్ చేతులను తుడుచుకుంటూ బయటికి వచ్చారు. "బాగున్నాడు. మీరు మాట్లాడవచ్చు" అని చెప్పారు. వరదన్న తన బావను పలకరించటానికి లేచాడు. రమాబాయి వెంటనే లేచి పరుగున ఆపరేషన్ థియేటర్ గుమ్మానికి అడ్డంగా నిలుచుంది. "వరదన్న నువ్వు లోపలికి రావద్దు" అని కరాకండిగా చెప్పింది. "అలా ఎందుకు చెబుతావు రమా" అని వరదన్న ఆమెను పక్కకు జరిపి లోపలికి వెళ్ళడానికి ప్రయత్నించాడు. వరదన్న ఎదమీద చేయి పెట్టి తోసింది, "నీకు చేతులు జోడిస్తాను వరదన్న, మమ్మల్ని మా పాలికి వదిలేయండి" అని చేతులు జోడించింది. వరదన్న నివ్వెరబోయి అడుగు వెనక్కి వేశాడు. రమాబాయి తానొక్కత్తే హులికుంటిని పలకరించటానికి లోపలికి వెళ్ళింది.

వరదన్నకు ఏమి చేయాలో తోచలేదు. తల్లి–మామగారి గొడవను చూస్తూ నిలబడ్డ గురురాజు దగ్గరికి వెళ్ళాడు. ఓదార్చుతున్నట్టు నవ్వి, అతడి బుగ్గలు నిమిరి, "ఆపరేషన్ చేయించటానికి డబ్బు ఎక్కడి నుంచి వచ్చింది గురురాజా?" అని అడిగాడు. గురురాజ తన చొక్కా జేబు నుంచి గాజులను కుదువ పెట్టిన పత్రాన్ని తీసి చూపించాడు.

వరదన్న గురురాజ ఇద్దరూ కుదువ పెట్టుకునే దుకాణం వెతుకుతూ వెళ్ళారు. వరదన్న సేటుతో మాట్లాడి, డబ్బు చెల్లించి, గాజులు విడిపించుకున్నాడు. ఆ గాజులను గురురాజు జేబులో పెట్టి, "అమ్మకు ఇవ్వు. ఆమెకు ఎన్నడూ కష్టం రాకుండా నువ్వు చూసుకోవాలి. నా చెల్లెలంటే నాకు చాలా ఇష్టం" అని చెప్పి, అతడిని ఆస్పత్రి తలుపుల దగ్గర వదిలి కళ్యాణమంటపానికి వెళ్ళాడు.

❖❖❖

"ఏడుకొండలవాడా గోవిందా..."

"గోవిందా"

"వెంకట రమణ గోవిందా..."

"గో...విందా"

నాలుగు గంటలు ధర్మదర్శనం క్యూలో నిలబడ్డ తరువాత దేవుడి దర్శనం జరిగింది. కోలాహలంలో కొడుకుకు దేవుడు కనిపించకుండా పోతాడేమోనని అత్యంత కలవరంలో ఉన్న రమాబాయి "బాగా చూడు... వజ్రాల కిరీటం

చూడు... పూల అలంకారం చూడు... ఛాతీ మీద ఉన్న కంఠహారం చూడు... నుదిటికి పూసిన నామం చూడు" అని చెబుతూనే ఉంది. హులికుంటి కొడుకు బోడిగుండును నిమిరి "రవ్వలడ్డు" అని తమాషా చేస్తూనే ఉన్నాడు. భర్త బోడి గుండులో అపరిచితమైన ఉబ్బుతగ్గులను చూసి రమాబాయి ఆశ్చర్యపడుతోంది. కొడుకు సరిగ్గా చూశాడో లేదోనని రకరకాలుగా రమాబాయి ప్రశ్నలు అడిగి సంతృప్తి చెందింది.

"పోండి...పోండి..." అనే తోపులాటలోనే దేవుడి దర్శనం అయ్యింది. బయటికి వచ్చేటంతలో ఒంటి నుంచి చెమటలు కారిపోయాయి. కొడుకు సరిగ్గా చూశాడో లేదోనని రకరకాలుగా ప్రశ్నించి రమాబాయి సంతృప్తి చెందింది.

హుండీ దగ్గర కూడా చిన్న క్యూ ఉంది. భక్తాదులు తమ తమ శక్త్యానుసారం కానుకలను సమర్పిస్తున్నారు. రమాబాయి కొడుకును ఎత్తి భుజాల మీద కూర్చోబెట్టుకుంది. గురురాజ చేతిలో చీలిన లోటా ఉంది. "వెయ్యి" అని హులికుంటి కొడుకుకు అనుమతి ఇచ్చాడు. గురురాజ వేశాడు. డబ్బులు, బంగారం, వెండి నాలుకలు, కళ్ళు, పిల్లల గజ్జెలు, విడాకుల పత్రాలు, ఆస్తిపత్రాలు, చనిపోయినవారి అస్తికల బూడిద మూట... ఇలా వందలాది వస్తువులతో నిండి తొణికిసలాడుతున్న హుండీలో చీలినలోటా చప్పుడు చేయకుండా చేరుకుంది.

"ఏడుకొండలవాడా గోవిందా..." భక్తాదులు కేకలు వేశారు. "గో...వింద" అని గురురాజకూడా జయజయధ్వానాలు చేశాడు. కొడుకును దింపిన రమాబాయి తన కొంగుచివర వేసిన ముడిని విప్పింది. కాశవ్వ మంగళసూత్రాలు ఉన్నాయి. వాటిని కళ్ళకు ఒత్తుకుని, హుండీలో వేసి, "కృష్ణార్పణమస్తు..." అని చేతులు జోడించింది. "వెంకటరమణ గోవింద..." భక్తాదులు కేకలు పెట్టారు. "గో... వింద" అని ఈ సారి ముగ్గురూ గొంతు కలిపారు. తన వస్తువు తనకు దొరికినందుకు గర్భగుడిలోని వెంకటేశుడు సంతృప్తిగా నిట్టూర్పు విడిచాడు.

❖❖❖

20 ఆగస్ట్ 2007

పూర్ణాహుతి

ఉదయం మేల్కొని కళ్ళు తెరిచిన వెంటనే అంకిత చేసే మొదటి పనేమిటంటే, పక్కన పెట్టిన మొబైల్‌ను చేతిలోకి తీసుకుని, గతరాత్రి పడుకోవటానికి ముందు ఫేస్‌బుక్‌లో పెట్టిన స్టేటస్ లేదా ఫోటోను ఎంతమంది లైక్ చేశారో, ఎంత మంది కామెంట్ చేశారో చూసి పులకరించడం. ఇతర స్నేహితులు ఏదైనా కొత్త ఫోటో పెట్టివుంటే, ఏ స్టేటస్ పెట్టారో గమనించి, ఇష్టమైన ఓ రెండింటికి లైక్‌లు నొక్కి, తనకన్నా ఎక్కువ లైక్‌లు పొందిన స్నేహితుల పట్ల అసూయ పడి, 'ఇంతకన్నా ఎక్కువ లైక్ వచ్చే ఫోటో ఈ రోజు పెడతాను' అని నిర్ణయించుకుంటుంది.కొత్తగా ఎవరైనా ఫ్రెండ్స్ రిక్వెస్ట్ పంపితే, వారి వ్యక్తిగత వివరాలను శోధించి, ఏ ఫ్రెండ్స్ వాళ్ళ మ్యూచుయల్ ఫ్రెండ్స్‌గా ఉన్నారో చూసి, 'స్మార్ట్' అనిపిస్తే మాత్రం మిత్రుడిగా స్వీకరిస్తుంది. కనుబొమల మధ్య కుంకుమ పెట్టుకున్నటువంటి, ఇంత వెడల్పు ఫ్రేమున్న కళ్ళద్దాలు ధరించినటువంటి, ఇప్పటికే కాస్త బొజ్జ సంపాదించుకున్నటువంటి, ఆధునికమనిపించని దుస్తులు ధరించిన 'ఔట్ డేటెడ్' అబ్బాయిలను కచ్చితంగా స్నేహితులుగా స్వీకరించదు. కాస్త వయస్సు మీరిన మగవాళ్ళనైతే తన స్నేహవలయం నుంచి దూరంగా పెడుతుంది. స్నేహితురాళ్ళ విషయంలో అలాంటి కట్టుదిట్టమైన నియమాలు లేవు. తన స్నేహితురాళ్ళ ఒకరిద్దరు ఆంటీలూ ఆమె స్నేహవలయంలో ఉన్నారు. మొదట్లో అపరిచిత వ్యక్తుల ఫ్రెండ్స్ రిక్వెస్ట్‌లను స్వీకరించడానికి సంకోచించేది. ఇప్పుడు అంతగా భయపడవలసిన అవసరం లేదు. అలవాటైపోయింది. అయితే ఎవరైనా మితిమీరి ప్రవర్తించటం

మొదలుపెట్టి, అశ్లీల కామెంట్లు, ఫోటోలు పెడితే, వాళ్ళను నిస్సంకోచంగా స్నేహితుల పట్టికలోంచి తొలగించేస్తుంది. స్నేహితులందరికి 'గుడ్ మార్నింగ్' అని చెప్పిన తరువాతే పక్క మీది నుంచి లేస్తుంది. ఇదంతా పూర్తయ్యేసరికి ముప్పావు గంటైనా అయివుంటుంది. ఆమె తల్లి కుసుమ ఆ సమయానికే పదిసార్లు "అంకి, లేవవే. సూర్యుడు నడినెత్తి మీదికి వచ్చాడు. నీకు ఆఫీసుకు ఆలస్యం అవుతుంది" అని కోపంతో చెప్పివుంటుంది. అక్కడతో కోపం ఆగదు. "కరాగ్రే వసతే లక్ష్మీ, కరమధ్యే సరస్వతి, కరమూలే గౌరి అని లేచిన వెంటనే అరచేయి చూసుకుని చెప్పాలి. నువ్వు చూస్తే 'కరాగ్రే, కరమధ్యే, కరమూలే'లో (కరాగ్రంలో, కరమధ్యంలో, కరమూలంలో) మొబైల్ పెట్టుకుని వుంటావు" అని తిడుతుంది. కుసుమ తీవ్రంగా ద్వేషించేది మొబైల్‌నే అని ఇద్దరికీ తెలుసు.

కుసుమ మొబైల్ వాడదు. 'మా తల్లితండ్రులు ఏనాడైనా మొబైల్ ఫోన్ పెట్టుకున్నారా? అది లేకుండానే మంచి జీవితం గడపలేదా? ఇప్పటివారిదంతా మరీ అతి. వద్దన్నవన్నీ కొనుక్కోవాలనే వ్యసనం' అని గొణుగుతుంది. ఆమె భర్త బతికివున్నప్పుడు కొన్న ల్యాండ్ లైన్ మాత్రం అవసరమైతే ఉపయోగిస్తుంది. ఆమెకు ఆధునిక విషయాల పట్ల ఆసక్తి లేదు. ఇప్పటికీ లక్షణంగా బట్టలు ఉతుకుతుంది, వాషింగ్ మిషన్ కొనలేదు. ఈ ఆధునిక ఇంట్లో రుబ్బు-రోలు లేదనే కారణంగా గ్రైండర్ కొన్నదే తప్ప, అదే ఉండివుంటే లక్షణంగా దోశ పిండి రుబ్బేది. వీలైనంతవరకూ యంత్రాల నుంచి దూరంగా ఉండటానికి పోరాటం చేస్తుంది. అయితే అంకిత సోమరి. ఎంత మొత్తుకున్నా ఒక్క పని చేయదు. ఒక్కోసారి కుసుమ బండెడు బట్టలు ఉతికి, ఒళ్ళు నొప్పులు కలిగినపుడు ఎవరికి చెప్పుకోవాలో తోచక దుప్పటి కప్పుకుని పడుకుంటుంది.

అంకితకు తల్లి స్వభావం అర్థంకాదు. తనపై ఉన్న కోపాన్ని చూపించటానికే తల్లి మొబైల్ కొనలేదని ఆమెకు అనుమానం. ఎప్పుడో ఒకసారి కన్నడ దినపత్రికలో వచ్చిన 'మొబైల్ వల్ల గువ్వపిట్టలు మాయమయ్యాయి' అనే వ్యాసాన్ని కూతురికి చూపించి, "బాల్యంలో మా ఇంటి ముందు వందలాది గువ్వలు వచ్చి కూర్చునేవి తెలుసా? మీలాంటివారి మొబైల్ పిచ్చివల్ల ఎంతటి ప్రమాదం జరిగిందో చూడు" అని అత్యంత బాధాకరమైన స్వరంతో చెప్పింది. గువ్వలన్నీ మాయం కావటానికి తానే కారణమన్న ధ్వనితో కూడిన ఆమె మాటలు అంకితను తాకాయి. "ఇన్ని రోజులు నీకు ఎప్పుడూ గువ్వలు కనిపించలేదని విషయం గుర్తురాలేదు. ఇప్పుడు ఈ వ్యాసం చూసిన వెంటనే గువ్వలమీద ప్రేమ పొంగివచ్చిందికదా! ఈ రోజు డైనోసోర్‌లు కూడా ఈ భూమిమీద లేవు.

అయితే జీవితం సాగిపోతూవుందికదా?" అని తిరస్కారంగా మాట్లాడింది. కుసుమకు తన నిస్సహాయత వల్ల దుఃఖం కలిగింది. "మొండిగా మాట్లాడేవారికి ఏమీ చెప్పనా అర్థంకాదు" అని అరిచింది.

అంకితకు తన మొదటి మొబైల్ ఫోన్ తల్లి చేత కొనిపించుకోవటం అంత సులభమైన విషయం కాలేదు. మొబైల్ కొనిస్తే పిల్లలు పాడవుతారనే ఆలోచన కుసుమ తలలో వేళ్ళూనాయి. "నువ్వు ఏమి చేసినా కొనివ్వను" అని పట్టుపట్టింది. అయితే మొండితనంలో అంకిత దేనికి తక్కువ? ఆమె కుసుమ కూతురు. తన స్నేహితులందరి దగ్గర ఇప్పటికే మొబైల్స్ ఉన్నాయి. దానివల్ల ఎంత అనుకూలమో, తాను ఈ మహానగరంలో ఏదైనా కష్టంలో చిక్కుకుంటే నీకు తెలపటం ఎలా- మొదలైన వివరణలు ఇచ్చినా కుసుమ లొంగలేదు. చివరికి భోజనం-ఫలహారం వదిలి నిరాహార దీక్ష మొదలుపెట్టింది. 'కడుపు కాలితే దారికి వస్తారు' అని కుసుమ కూడా పట్టుబట్టింది. అయితే రెండు రోజులు మాట్లాడకుండా అన్నం-నీళ్ళు ముట్టకుండా కూతురు పక్కకు అంటుకుపోయినపుడు కలవరపడింది.

ఎంతైనా తల్లి పేగు! భోజనాన్ని పళ్ళెంలో వడ్డించుకుని కూతురి దగ్గరికి వెళ్ళి ప్రేమగా బతిమిలాడింది. అంకిత ముసుగు తొలగించలేదు. చివరికి కోప్పడుతూ తల్లి అధికారాన్ని చలాయించటానికి ప్రయత్నించింది. దానికీ అంకిత లొంగలేదు. భర్తను కోల్పోయిన ఆమెకు కూతురు మాత్రమే దిక్కు, కూతురికీ తానొక్కతే దిక్కు అనే వాస్తవం నిరంతరం కుసుమ మనస్సులో ధ్వనిస్తూనే వుంటుంది. అది ఒక్కోసారి దుఃఖానికి తిరిగి, కోపంలో ముగుస్తుంది. అదే విధంగా ఈ సారి కూడా జరిగి, భోజనం పళ్ళాన్ని మూలకు తోసి, కూతురి వీపుమీద దబదబమని గుద్ది, తానే ఏడుస్తూ కూర్చుండిపోయింది. దానికీ కూతురు కరగలేదు. ఏడుస్తూ కూర్చున్న తల్లిని ఓదార్చడానికి ప్రయత్నించలేదు. ఒళ్ళంతా నొప్పులు కలిగేలా దెబ్బలు తిన్నా ఏడుపును అణుచుకుని తన మొండిపట్టును కొనసాగించింది. వయస్సుకు వచ్చిన కూతురు చివరికి గెలిచింది. మరుసటి రోజు మొబైల్ ఇంటికి వచ్చింది. అంకిత సంతోషంలో మునిగిపోయి, ఆ మొబైల్ సౌకర్యాలన్నిటినీ అనుభవిస్తూ అంకిత సంబరపడటం చూసినపుడు బాధలో కుసుమ కుంగిపోయేది.

మొదట్లో ఏ కాల్ వచ్చినా, ఏ మెసేజ్ వచ్చినా "ఎవరది? నీకు వాళ్ళతో పరిచయం ఎక్కడ కలిగింది?" అని కూతుర్ని అడిగి, ఆమె జవాబు చెప్పేవరకు కలవరపడేది. తల్లి చేసే ఈ తనిఖీ అంకిత సహనాన్ని రెచ్చగొట్టేది. తనకు

తెలిసినవారంతా తల్లికి కూడా తెలిసివుండాలంటే ఎలా? పైగా అబ్బాయిల పేర్లు చెబితే రాద్ధాంతం చేసేది. "వాడికీ నీకూ ఏమిటి సంబంధం?" అని గుచ్చి గుచ్చి అడిగి ఇబ్బంది పెట్టేది. అంకిత నెమ్మదిగా ఏ కాల్ వచ్చిన అమ్మకు తెలిసిన స్నేహితుల పేర్లను మాత్రం చెప్పటం మొదలుపెట్టింది. అయితే కుసుమ సామాన్యమైనదా? కూతురు చెప్పిన పేరుగల స్నేహితులకు ఫోన్ చేసి, "ఆరోగ్యం ఎలా ఉంది? చదువు ఎలా సాగుతోంది?" అని నెమ్మదిగా విచారించి, తరువాత, "మా అంకికి ఫోన్ చేశావా?" అని అడిగి, వాళ్ళు "లేదు ఆంటీ" అంటే ఆ రోజు రాత్రంతా ఇంట్లో పెద్ద గొడవ, ఉపవాసం, ఏడుపు అన్నీ జరిగేవి. ఈ మధ్యన అవన్నీ ఆగిపోయాయి. ఎన్ని రోజులని కుసుమ మొండితనం సాధించగలదు? ఆ వయసూ లేదు. ఆ శక్తి కూడా లేదు. అయినా అంకిత మొబైల్ ఎలాంటి ఆటంకం లేకుండా, సమయం కాని సమయంలోనూ మోగుతున్నప్పుడు కుసుమ రక్తపు పోటు పెరిగేది. ఆమె లేని సమయంలో, అందులో ఏమి వచ్చిందో అని కుతూహలం కలిగినా, దాన్ని ఎలా ఉపయోగించాలో తెలియని కారణంగా మౌనం వహించేది. ఈ మధ్యనైతే అంకిత తన మొబైల్‌ను స్నానాల గదిలోకి, టాయ్‌లెట్‌లోకి తీసుకుని వెళుతుంది. కమోడు మీద ఆమె కూర్చుని మొబైల్ చూసేటప్పుడు అది చేజారి అందులో పడిపోవాలనే పాడు ఆలోచన కూడా కుసుమకు వచ్చేది.

తల్లి తనకు మొబైల్ కొనివ్వడానికి చేసిన రాద్ధాంతాన్ని అంకిత అంత సులభంగా మరవలేకపోయింది. అందువల్ల బి.ఎ. ముగించి, రిసెప్షనిస్ట్ ఉద్యోగంలో చేరి, మొదటి నెలజీతం వచ్చిన వెంటనే ఖరీదైన మొబైల్‌ను వాయిదాల్లో కొని, తల్లికి కూడా చెప్పకుండా ఉపయోగించసాగింది. రెండు రోజుల తరువాత కుసుమకు తెలిసింది. ఆమె అగ్నిమీద గుగ్గిలం అయింది. "చెప్పకుండా తీసుకునేటంత పెద్దదానివయ్యావా?" అని దబాయించింది. అంకిత పెదవుల చివర్న నవ్వింది. "చెబితే నువ్వు వద్దంటావు" అని ఎదురు జవాబు ఇచ్చింది. "నేను వేలాది రూపాయలు పెట్టి కొనిచ్చిన పాత మొబైల్‌ను ఇప్పుడు ఏం చేస్తావు? ఊరగాయవేసి నాకుతావా?" అని అరిచింది. దానికి ఏ మాత్రం కోప్పడని అంకిత అత్యంత శాంతస్వరంతో "అమ్మా, దాన్ని నువ్వు ఉంచుకో. నువ్వు బయటికి వెళ్ళినపుడు ఉపయోగపడుతుంది" అని చెప్పింది. కుసుమ అంగీకరించలేదు. "నాకు ఈ పాడు మిషన్లు వద్దు. నువ్వు వాటిని అనుభవించి సుఖపడు" అని అసహనంగా చెప్పి, భర్త ఫోటో ముందు కూర్చుని పొగిలిపొగిలి ఏడ్చింది. "ఈమెను నిభాయించడం నా చేతకాదు. నన్ను నడిసముద్రంలో

వదిలిపెట్టి పోయారు" అని భర్తనూ కాస్త తిట్టింది. "ఇటు చూడండి, నన్ను వితంతువు అని శుభకార్యాల నుంచి దూరంగా తోసిన క్రూరమైన మనుషులందరి మీద ప్రమాణం చేసి చెబుతున్నాను. నేను చచ్చినా మొబైల్ కొనను" అని శపథం చేసి, సమాధానపడి లేచింది.

మరుసటి రోజు వంటపాత్రలను కడగటానికి వచ్చిన నింగమ్మకు తన పాత మొబైల్‌ను అంకిత ఇచ్చింది. ఆమెకు చాలా సంతోషం కలిగింది. "కుసుమక్కా, మీరు ఏమైనా చెప్పండి... మీ అమ్మాయి చెయ్యి చాలా పెద్దది. దేవుడు ఆమెను సుఖంగా పెట్టాలమ్మా" అని చెప్పి కుసుమ కడుపులో నిప్పులు పోసింది. ఆ రోజు నుంచి నింగమ్మ "అంకమ్మా, ఇందులో నా కూతురి నెంబరు వేసివ్వమ్మా;", "ఉదయం లేవడానికి అలారం పెట్టొచ్చునంట, అవునామ్మా?" అంటూ అంకిత నుంచి తెలుసుకోసాగింది.

❖❖❖

నాలుగు రోజుల సెలవులు కలిసి వచ్చాయి. స్వాతంత్ర్య దినోత్సవం, వరమహాలక్ష్మీ పండుగ, శనివారం, ఆదివారం కలిసి వచ్చాయి. వాహన సంచారాల కర్కశ శబ్దాలన్నీ అణగి, పక్షుల కువకువలు చెవులకు వినిపించసాగాయి. మబ్బులు కమ్మిన వాతావరణం వల్ల అంతటా చల్లగా వుంది. దారిలో ఎర్రటి సంపెంగ పువ్వులు వికసించి, వాటి పరిమళం గాలిలో నిండివుంది. తొందరగా లేవటానికి ఎవరికీ మనస్కరించని శుభ్రమైన దినమది. ఈ రోజు కుసుమ కూతురి విషయంగా కాస్త మృదువుగా ఉంది. ఆ ఉదయం అంకిత లేచే సమయానికి సరిగ్గా పక్కమీద కూతురి పక్కనే కూర్చుని, కూతురి వీపు నిమురుతూ, జుట్టులో మృదువుగా చేయి కదిలిస్తూ, అప్పుడప్పుడు కూతురి బుగ్గలపై ముద్దులు పెడుతూ, లేవమని బతిమిలాడింది. అంకితకు తల్లి బుజ్జగించడం ఇష్టమై తొడకు ఆనుకుని పడుకుని, ఊఁ ఊఁ అంటూ తల్లి స్పర్శసుఖాన్ని చవిచూస్తూ పడుకుంది. ఆమెకు ఇష్టమైన ఉప్మాబాత్ చేయాలని కుసుమ ఆలోచించింది. ఏ కారణంగానూ ఈ రోజు ఇద్దర మధ్య గొడవ ఏర్పడకూడదని దేవుడిని వేడుకుంది.

నాలుగు రోజులు వరుసగా సెలవులు వచ్చినపుడు, మొదటి రోజే కూతురును తొందరగా లేపటం కష్టమని కుసుమకు తెలుసు. అయితే దేవస్థానం వారు సుదర్శన హెూమాన్ని ఈ రోజే ఏర్పాటు చేసుకున్నారు. అదీ బెంగళూరు ఉత్తర దిక్కులో ఉన్న ఒక కొత్త కాలనీలో ఉన్న దేవాలయంలో. ఆ ప్రాంతం కుసుమకు అంతగా పరిచయం లేదు. బెంగళూరుకు వచ్చి ముప్పయి ఏళ్ళు

గడిచినా, ఈ మహానగరంలోని సమస్త ప్రాంతాలన్నీ తెలుసని చెప్పటం ఎవరికైనా సాధ్యమా? అక్కడి వెళ్ళే బస్సు వివరాలను ముందుగానే సేకరించింది. దేవాలయాన్ని వెతకటానికి కాస్త సమయం అవసరంకదా? అందువల్ల ఎక్కడలేని విధంగా కూతురిని తొందరగా లేవమని తియ్యని మాటలతో బుజ్జగించింది.

కుసుమకు దైవభక్తి ఎక్కువ. అందువల్ల దేవాలయాలకు వెళుతూ వుంటుంది. ముఖ్యమనిపించిన ధార్మిక కార్యక్రమాలను తప్పించదు. భర్త బతికి ఉన్నప్పుడు ఇలాంటి వాటి పట్ల అంతగా ఆసక్తి లేకపోయినప్పటికీ, వున్నట్టుండి ఒక రోజు అతను లేకపోయినపుడు, ఆ శూన్యాన్ని ఎలా భర్తీ చేయాలన్న అయోమయంలో ఈ కొత్త ప్రవృత్తి అలవడింది. అది ఆమెకు తగినంత ఓదార్పును ఇచ్చేది.

జీవన నిర్వహణకు ఇబ్బంది కలగనంత సంపాదించిన తరువాతే భర్త చనిపోయాడు. సమస్య ఏర్పడింది ఆర్థిక వ్యవహారంలో కాదు. అయితే ప్రతిరోజులా అతను సాయంత్రం ఇంటికి రాడనే భావన ఆమెను మనోవ్యథకు గురిచేసి, దుఃఖంలోకి తోసేది. ఆ సమయంలోనే ఎవరో ఉద్యోగంలో చేరమని సూచించారు. భర్త ప్రైవేట్ కంపెనీలో ఉద్యోగం చేసివుండటం వల్ల, అక్కడే కారుణ్యనియామాకాల్లో ఉద్యోగం దొరకటానికి అవకాశం లేదు. పైగా కుసుమ పెద్దగా చదువుకున్నది కాదు. బి.ఎ. పూర్తి చేసింది. ఎవరో పరిచయస్థులొకరు ఏదో కాన్వెంట్‌లో చేర్చారు. అయితే ఉద్యోగంలో చేరిన మొదటిరోజే ఆమె కాళ్ళుచేతుల్లో వణుకు వచ్చింది. తరగతిలో ఇంగ్లీషులో అనర్గళంగా మాట్లాడటం ఆమెకు సాధ్యంకాలేదు. పెనం మీది నుంచి పొయ్యిలో పడ్డట్టు తనకలాడింది. మూడు రోజుల్లో ఆ ఉద్యోగం వదిలేసింది. మరలా ఇంట్లో ఒంటరితనం, దుఃఖం... అతని జ్ఞాపకాలు ఆమెను నలిపివేయసాగాయి. ఈ సమయంలోనే దేవాలయాలు, ధార్మిక కార్యక్రమాలు ఆమెకు ఆసరా అయ్యాయి. మనస్సుకు కావలసిన ప్రశాంతతను చేకూర్చాయి.

అప్పట్లో కూతురు ఇంకా ఐదవ తరగతి చదువుతోంది. తండ్రి లేడనే భావనను గ్రహించే శక్తి కూడా ఆమెకు లేదు. భయంతో తల్లిని హత్తుకునివుంది. తల్లి–తండ్రి ఇద్దరూ తానై కూతురుని కుసుమ కాపాడుకుంది. ఆమెకు ఏ విధంగానూ బాధ కలగకుండా చూసుకుంది. కష్టపడినా ఆ రోజులే బాగున్నాయని ఆమెకు అనిపిస్తుంది. ఇప్పుడు అంకిత తన పట్టుకు దొరకదు. ప్రతిదానికీ వాదిస్తుంది. ప్రేమే లేనట్టు ప్రవర్తిస్తుంది. కుసుమ తలనొప్పికి కారణమైంది.

సుదర్శన హోమానికి కూతురిని తీసుకుని వెళ్ళడానికి రెండు ముఖ్యమైన

కారణాలున్నాయి. ఆమె మరీ ఎక్కువగా నమ్మే సోమయాజులుగారు ఈ హోమం పొగ అంకితను తాకితే ఆమె ప్రవర్తనలో మార్పు కలిగి మృదువవుతుందని తెలిపారు. పూర్ణాహుతి సమయంలో, ఆ ఆహుతి స్పర్శవల్ల ఆమెను వేధిస్తున్న దుష్టగ్రహాలు దూరమవుతాయని తెలిపారు. సోమయాజిగారి మాటలు (భవిషద్వాణి) చాలా సార్లు నిజమయ్యాయి. తన కష్టాల రోజులలో చాలాసార్లు కుసుమ వారి దగ్గరికి వెళ్ళి, వారి ఓదార్పు మాటల వల్ల జీవితాన్ని మళ్ళీ చేబట్టే ఆత్మస్థయిర్యాన్ని పొందింది.

రెండో కారణం కుసుమ ఇప్పుడు కూతురికి మంచి వరుడిని వెతకటం మొదలుపెట్టింది. కూతురు ఇప్పటికే ఎవరినైనా చూసుకునివుందేమో అనే అనుమానముంది. ఒక రోజున ధైర్యం చేసి కూతుర్ని అడిగేసింది. ఎక్కడో ఒక క్షణం చూపులను నాటి చూస్తున్న అంకిత "సరేనమ్మా, నువ్వే వెతుకు" అని చెప్పింది. కూతురు ఏదో పాత సంబంధంలో విఫలమైవుండొచ్చని అనిపించినా, దాన్ని కెలకి అడిగే ధైర్యం కుసుమకు లేదు. అడిగినా ఆమె చెప్పదని తెలుసు. ప్రస్తుతం ఆమె సంబంధాలు వెతకటానికి సమ్మతి తెలిపిందికదా, అదే చాలు. కాలం అన్ని గాయాలను మాన్పుతుంది అనే భావనతో అన్వేషణ మొదలుపెట్టింది. తమ సముదాయం వాళ్ళంతా కలుస్తున్న ధార్మిక కార్యక్రమాలలో అమ్మాయి నలుగురి ముందు తిరిగితే ఏదో ఒక సంబంధం కలిసి వస్తుందని ఆమె కోరిక. ఇంతకీ అంకితకు ఏమి తక్కువైంది? ఆమె ఎప్పుడూ ధరించే ఆధునిక దుస్తులు కుసుమకు అంతగా నచ్చవు. ఎప్పుడో ఒకరోజు మనసుపడి చీర కట్టుకుంటే పార్వతీదేవిలా కనిపిస్తుంది. నాలా పొట్టిదీ కాదు. తండ్రిలా ఎత్తయిన పిల్ల. చెరుకుగడలా రసవంతంగా పెరిగింది. ఈ రోజుల్లో అమ్మాయి దొరకదు అని పెళ్ళికొడుకులు నోరు తెరుచుకుని ఉన్నారు. వివాహం చేయడానికి తనకు అంత కష్టమూ కాదు.

భర్త చనిపోయినా నా చేయి వదల్లేదు. ఇన్స్యూరెన్స్, ప్రావిడెంట్ ఫండ్, గ్రాచుటి అని తగినంత సొమ్ము కుసుమ చేతికి అందింది. అయితే ఈ డబ్బే కావలసినంత తలనొప్పిని ఆమెకు తెచ్చిపెట్టింది. బంధువులంతా ఏదో ఓదార్చుతున్నట్టుగా వచ్చి అప్పులు అడగటం మొదలుపెట్టారు. అంతటి దుఃఖ సమయంలోనూ కుసుమ జాగ్రత్త వహించింది. బంధు బలగాన్నంతా దూరంగా పెట్టింది. ఎలాంటి సంకోచం లేకుండా ఎవరికీ అప్పులు ఇవ్వనని చెప్పేసింది. ఆ విధమైన కఠినమైన తీరువల్ల చాలామంది బంధువులను కోల్పోవలసి వచ్చింది. అయినా పరవాలేదు. మోసపోలేదు. ఇప్పుడు ఏమున్నప్పటికీ తల్లికి

కూతురు, కూతురికి తల్లి–అంతే.

కుసుమ మంచి చీర కట్టుకుని బయలుదేరే సమయానికి, అంకిత లేచి వాష్‌బేసిన్ దగ్గర నెమ్మదిగా పళ్ళుతోముతూ నిలుచోనుంది. టిఫిన్ చేయమని గుర్తుచేసి, ఫ్యాను–లైటు, గీజర్‌లను ఆఫ్ చేయమని పదేపదే హెచ్చరించి, "జాగ్రత్త అంకి. తొందరగా వచ్చెయ్. పూర్ణాహుతి సమయానికి నువ్వు అక్కడ ఉండాలి. మధ్యలో ఒకసారి ఫోన్ చేస్తాను" అని చెప్పి వెళ్ళడానికి సిద్ధమైనపుడు, 'ఒక్క క్షణం ఉండు' అన్నట్టు సైగచేసి ఆపింది. నోట్లో బ్రష్–నురుగు ఉండగానే, తల్లిచీర కుచ్చిళ్ళు సరిచేసింది. తన రూముకు వెళ్ళి, ఒక సుగంధాన్ని సీసాను తెచ్చి తల్లి 'వద్దు వద్దు' అని అంటున్నా వినకుండా ఆమె చీరమీద చల్లింది. తరువాత కాస్త లేతరంగు లిప్‌స్టిక్‌ను తల్లి పెదవులకు మృదువుగా పూసి. ఆమె కనుబొమలు, కనురెప్పల వెంట్రుకలను తిద్ది, ఒకటిరెండు కోణాల్లో ఆమెను పరీక్షించి, వాష్ బేసిన్ దగ్గరికి వెళ్ళి నోరు కడుక్కుని, "జాగ్రత్త కుసుమీ" అని తల్లి మాట్లాడే తీరులోనే పలికి, నవ్వి వెళ్ళటానికి అనుమతి ఇచ్చింది. కుసుమ ఆమె తలమీద చిన్నగా మొట్టి "నీ పిచ్చి చేష్టలు ఆగలేదు" అని అంది. తరువాత అనుమానంతో, "ఇవన్నీ వద్దన్నా నువ్వు వినవు చూడు, నీ మొండితనం నీది. నేను ఇలా అలంకరించుకోవడం చూస్తే పెద్దవాళ్ళు కోప్పడుతారు అంకి" అని లేని కోపాన్ని ప్రదర్శించింది. అంకిత దానికి ఏ విధంగానూ కలవరపడకుండా, "కోపగించుకుంటే కోపగించుకుంటారు" అని అంది. ఈ కూతురికి బుద్ధి చెప్పటంలో అర్థం లేదనిపించి కుసుమ సిటిబస్సు పట్టుకోవటానికి బయలుదేరింది.

కూతురికి ఒక హెూండా ఆక్టివా కొనిపించినా, తల్లిని కూర్చోబెట్టుకుని డబల్ వెళ్ళటానికి అంకిత భయపడుతుంది. కుసుమ ఒకేవైపు రెండు కాళ్ళు పెట్టుకుని కూర్చుంటే, బండి నడిపేటప్పుడు బ్యాలెన్స్ కాపాడుకోవడం సాధ్యం కాదు. అటువైపు, ఇటువైపు కాలు వేసుకుని కూర్చోవడానికి అనుకూలమయ్యేలా చుడీదార్ వేసుకోవడానికి కుసుమ అంగీకరించలేదు. పైగా కుసుమాది స్థూలకాయం. ఇంటి పనులు ఎంత చేసినా ఒంటి కొవ్వును తగ్గించటానికి సాధ్యం కాలేదు. "మీ వంశ గుణమది. మీరేమి చేయగలరు?" అని డాక్టర్లు సాధ్యం కాదన్నట్టు సైగ చేశారు. వంశం నుంచి వచ్చిన కానుకగా చక్కెరవాధి, రక్తపుపోటు ఆమెలో చేరుకున్నాయి. "వయసు మీరినట్టల్లా ఇవన్నీ ఉండేవే. భర్తకూడా లేని ఈ సమయంలో నేను ఎవరిని మెప్పించాలి?" అని అనుకుంటుంది. "అంకితకు మంచి వ్యక్తి దొరికి ఆమెకు పెళ్ళయితే చాలు.

ప్రశాంతంగా కళ్ళుమూస్తాను” అని సంతృప్తిగా అనుకునేది.

అంకితకు దేవాలయానికి వెళ్ళటం ఇష్టం లేదు. అయితే ఏ మాట కాదన్నా తల్లి ఏడ్వటం మొదలుపెడుతుంది. తల్లి ఏడవడం అంకిత భరించలేదు. మొదట్లో తల్లి ఏడుపు చూసినపుడు అంకితకు భయం వేసేది. భయంతో వణకేది. అయితే ఇదే ప్రవర్తన పదే పదే పునరావృతమైన తరువాత, అంకితకు తన తల్లి -ఏడుపును అస్త్రంగా చేసుకుని తనను వంచటానికి ప్రయత్నిస్తుందనే సత్యం స్ఫురించి భయపడటం ఆపింది. తాను తల్లి ఏడుపుకు లొంగితే, యుద్ధంలో ఆమె గెలిచిపోతుందనే సత్యం మనసుకు తెలిసిపోయింది. ఒకసారి లొంగిపోతే నష్టం లొంగిపోయినవారికే కదా? అందువల్ల ఆమె ఏడిచినా ప్రతిస్పందించ కుండా మౌనంగా ఉండిపోయేది.

అయితే తల్లిని తలుచుకుంటే పాపం అనిపిస్తుంది. నాన్న చనిపోయిన తరువాత ఆమె పడిన కష్టం, పోరాటమంతా అంకిత కళ్ళముందు కదులుతాయి. బాధ కలుగుతుంది. తండ్రి జ్ఞాపకమే స్పష్టంగా లేని అంకితకు తల్లే సర్వస్వం. అందువల్ల ఒక్కోసారి లొంగిపోతుంది. ఇప్పుడు ఒక వారం నుంచి తల్లి ఈ సుదర్శన హోమం గురించి చెబుతూ వచ్చింది. అప్పుడప్పుడు బుజ్జగిస్తూ చెప్పింది. అందువల్లే అంకిత రావటానికి అంగీకరించింది.

అయితే తల్లి దేవాలయానికి వెళ్ళిన తరువాత ఎందుకో అక్కడికి వెళ్ళడానికి ఉత్సాహం కలిగలేదు. తలనెరిసిన పెద్దవాళ్ళ మధ్య కాలం గడపటం నిజంగానే విసుగు కలిగించే విషయం. అందరూ తమ హక్కు అన్నట్టు వచ్చి ఏవేవో పూర్వాపరాలు విచారిస్తారు. ఎవరో చీర కట్టుకున్న ఓ అమ్మాయి భక్తిపాట పాడితే చాలు. అందరూ పొగడటం మొదలుపెడతారు. “షీలాకె జవాని” పాటకు తాను బిడియం వదిలి ఎలా డాన్స్ చేయగలదో అనే విషయం అందరికీ అల్పంగా కనిపిస్తుంది. తమ అభిరుచే గొప్ప అని భావించే గుంపు అది.

కాఫీ తాగేటప్పుడు అంకితకు ఒక ఆలోచన వచ్చింది. స్నేహితుల సలహాను అడుగుదామని నిర్ణయించుకుంది. కాఫీ పూర్తిగా తాగటం ఆపి, మొబైల్ చేతిలోకి తీసుకుని స్టేటస్ పెట్టింది. “అమ్మ ఏదో దేవాలయానికి రావలసిందేనని చెప్పి వెళ్ళింది. నాకు అది చాలా బోరింగ్! వెళ్ళాలా వద్దా? కేవలం లైక్ పెట్టకండి. కామెంట్ రాయండి” అని వివరంగా రాసింది. పెట్టిన మరుక్షణం నాలుగు లైక్‌లు వచ్చాయి. “స్టుపిడ్” అని తిట్టి, మొబైల్‌ను పక్కమీదికి విసిరి, స్నానానికి వెళ్ళింది. మరీ ఆలస్యం చేస్తే తల్లి తిడుతుందని ఆమెకు తెలుసు. ఆమె తిడితే భయం వేయదు. బాధ కలుగుతుంది.

అమ్మ స్వభావం అంకితకు అర్థం కాదు. చిన్నాచితకా విషయాలకన్నిటికీ పట్టుబడుతుంది. మొబైల్ వాడకం వల్ల కలిగే అనుకూలాలు ఆమెకు ముఖ్యం కాదు. దాన్ని వాడకూడదన్న పట్టుదలే అన్నిటినీ మింగివేస్తుంది. ఆమె పట్టుదల ముందు ఏ వివేచనా పనిచేయదు. మొదట్లో ఆమె ఇలా లేదు. కేవలం ప్రేమను కురిపించే జలపాతంలా ఉండేది. ఎప్పుడైతే తండ్రి చనిపోయాడో, అప్పటి నుంచి తల్లి ప్రవర్తన మారిపోయింది. ముఖంలో నవ్వునే పోగొట్టుకుంది. ఏం చేయాలన్నా అనుమానం. ఎవరినీ నమ్మటానికి సిద్ధంగా లేదు. కొత్తవాళ్ళ పట్ల సంకోచం. మార్పు అంటే భయం.

స్నానం చేసి బయటికి వచ్చి పక్కమీద వున్న మొబైల్ తీసుకుంది. నూటా ఇరవై కామెంట్లు, రెండు వందల యాభై లైకులు! స్నేహితుల పట్ల సంతోషంతో గుండె నిండిపోయింది. 'దేవాలయం చాలా బోరింగ్, బోరింగ్ వెళ్ళకు', 'శివసముద్రం'లో నీళ్ళు నిండి ప్రవహిస్తూ ఉన్నాయి. అందరూ బైక్‌లో వెళుతున్నారు. అక్కడే స్నానం! నువ్వు వచ్చెయ్. రోహిత్ ఇంట్లో పెద్ద పార్టీ చేస్తున్నాం. నువ్వూ వచ్చెయ్, దేవాలయానికి వెళ్ళకు" మొదలైన అనేక మెసెజ్‌లు వచ్చాయి. తన గురించి మిత్రులకు ఎంత జాగ్రత్త. ఆసక్తి. ఎంత ఉత్సాహం. వాళ్ళ స్నేహానికి విలువ కట్టడం సాధ్యమా? దేవాలయానికి వెళ్ళకూడదనే నిర్ణయం ఆమెలో నెమ్మదిగా దృఢపడసాగింది.

ఒళ్ళు తుడుచుకుని, జుట్టును ఆరబెట్టుకుంటున్నప్పుడు అంకితకు నగ్నంగా తన రూపాన్ని నిలువుటద్దంలో చూసుకోవటం అలవాటు. వేరు వేరు కోణాలలో తన శరీరాన్ని రోజూ చూసుకుంటుంది. ఈ రోజూ అలాగే అద్దం ముందు నిలుచున్నప్పుడు ఒక అల్లరి ఆలోచన వచ్చింది. మొబైల్ తీసుకుని, ముఖం నుంచి గుండెల మధ్య చీలిక వరకు కనిపించేలా ఫోటో తీసింది. ముఖంలో నవ్వు ఉండకూడదు. ఏదో గంభీరమైన చూపుతో ఎవరినో కెలుకుతున్న భావం ఉండాలి. మొత్తానికి ఏదో చూసినట్టు అనిపించాలి. అయితే ఏమీ కనిపించకూడదు. తన ల్యాప్‌ట్యాప్‌లో ఆ ఫోటో వేసి, ఫోటోషాప్‌లో ఏమిటో చేసింది. ఒంటి రంగును మరింత పెంచింది. సరియైన స్థలంలో క్రాప్ చేసింది. చూసిన అబ్బాయిలకు తను నగ్నంగా నిలబడి తీసుకున్న ఫోటో అని అనిపించి కిక్ ఇవ్వాలి. అయితే ఏమీ చూపించకూడదు. మొత్తానికి స్నేహితుల మధ్య చిన్న అలల అలజడిని ఈ ఫోటో సృష్టించాలి.

"మీ అందరి సలహాలకు నా ధన్యవాదాలు. నా నిర్ణయాన్ని సులభం చేశారు. దేవాలయానికి వెళ్ళకూడదని నిర్ణయించుకున్నాను. పొట్టనొప్పి అని

అమ్మకు అబద్ధం చెవుతాను. అందువల్ల మధ్యాహ్నం వరకు ఇంట్లో ఒక్కత్తినే! మీలో ఎవరి గుంపును చేరుకోవాలో నిర్ణయాన్ని తొందరగా చెప్తాను. మీ అందరు చేసిన సహాయం కోసం ఈ కొత్త ఫోటో! ఎలా ఉంది?" అని స్టేటస్ రాసి, ఫోటో షాప్‌లో దిద్దిన కొత్త ఫోటో పెట్టింది. టపటపమని లైకులు రాసాగాయి. తేనెతుట్టకు రాళ్ళు విసిరిన భావన అంకితలో ఏర్పడింది. తన తుంటరినానికి గర్వంగా అనిపించి అణచకోలేని నవ్వు ఆమె ముఖంలో ఏర్పడింది. తల్లి చేసిన ఉప్మాబాత్ తినటానికి వంటింట్లోకి వెళ్ళింది.

ఉప్మాబాత్ చాలా రుచిగా ఉంది. అమ్మ చేసిన వంట రుచికి సమానమైనది ఏది లేదని అంకితకు తెలుసు. ఈ రోజు రానని చెబితే అమ్మకు బాధ కలుగుతుందా? ఒక వారం నుంచి దాని గురించి చెబుతూ వచ్చింది. మళ్ళీ ఏడవటం మొదలుపెడుతుంది. ఒకసారి వెళ్ళి వస్తే సంతోషపడుతుంది. అయితే అది తనకు ఇష్టం లేదు. ఊహూః! ఆమె ఏడ్పుకు తాను లొంగకూడదు. అది ఆమె నా మీద ప్రయోగించిన అస్త్రం. నా అస్తిత్వాన్ని నాశనం చేయడానికి ఆమె ఉపయోగించే ఆయుధం. దానికి కరిగిపోకూడదు. నేను గట్టిగా వుండాలి. అమ్మ వేరు. తాను వేరు. మొబైల్ మోగుతూనేవుంది. లెక్కలేనన్ని లైకులూ, కామెంట్లు వచ్చి పడుతున్నాయి. ఉప్మాబాత్ తింటున్న చేత్తోనే పళ్ళెం పట్టుకుని ఎడమ చేత్తో మొబైల్ తీసుకుని చూసింది. మూడువందల పదహారు లైకులు! అదిగో మూడువందల పదిహేడు వచ్చేసింది. అప్పుడే కామెంట్లు యాభై దాటాయి. నలభైమూడుమంది ఫోటోను షేర్ చేశారు. సంతోషంతో అంకిత ముఖంలో అణచిపెట్టలేని నవ్వు వికసించింది. కామెంట్లన్నిటికీ ఈ రోజు ప్రతిస్పందించాలి. అదిగో, యాభై నాలుగవ కామెంటూ వచ్చింది. "మన ప్రియాంకా ఛోప్రా!!"

అంకిత ఒంటరితనాన్ని ఛేదిస్తున్నట్టు కాలింగ్ బెల్ అపస్వరంతో అరిచింది. ఉప్మాబాత్ పళ్ళాన్ని పట్టుకునే తలపుల దగ్గరికి నడిచింది. తలుపుకున్న చిన్న లెన్స్ ద్వారా బయటవున్న వారెవరా అని చూసింది. చాలా పరియమైన ముఖం. అయితే ఎవరో అర్థం కాలేదు. తలుపు తెరవటానికి భయపడింది. "ఎవరు?" అని అడిగింది. "ఉదయ్, ఉదయ్ స్వరూప్" అని అతను జవాబిచ్చి నవ్వాడు. అతని నవ్వు ముఖంలోని సొట్టను చూసిన వెంటనే గుర్తుకొచ్చింది. అతను ఫేస్‌బుక్ స్నేహితుడని. అదే నవ్వుముఖం ఫోటో అతని ప్రొఫైల్లో ఉంది. చాలాసార్లు తనతో చాట్ చేశాడు. తన కొత్త ఫోటో పెట్టిన వెంటనే లైక్ పెట్టే మొదటివాడు అతనే! గతంలో ఒకసారి అతను నీలిరంగు జీన్స్ వేసుకుని,

నగ్నమైన ఛాతీతో బలమైన కండలు చూపిస్తూ, పొట్టమీది సిక్స్‌ప్యాక్‌లను స్పష్టంగా చూపించిన సల్మాన్ ఖాన్ ఫోటోకు సూపర్ కామెంట్ పెట్టడం గుర్తొచ్చింది. అయితే ఇదే మొదటిసారి అతన్ని ముఖాముఖి కలవటం. ధైర్యం వచ్చింది. నవ్వుతూ తలుపు తీసింది. "ఇదేమిటి? ఇక్కడ?" అని ఆశ్చర్యంతో అడిగింది.

అటు తరువాత జరిగిన సంఘటన ఆమె ఊహకు అందనిది. ఉదయ్ ఆమె నోటిను మూసి ఇంట్లోకి బరబరమని లాక్కునిపోయాడు. ఉప్మాపళ్ళెం ఆమె చేతి నుంచి జారిపడి ఇల్లంతా ఉప్మా చెల్లాదురుగా పడింది. అతని వెనుకే మరో ఇద్దరు వయసు కుర్రవాళ్ళు చేతిలో తాళ్ళను పట్టుకుని లోపలికి దూరి తలుపు గడియపెట్టారు.

❖❖❖

నాలుగు రోజులు వరుసగా సెలవులు ఉండటం వల్ల రోడ్లు ఖాళీగా వున్నాయి. సిటిబస్సులూ ఖాళీగా ఉన్నాయి. కుసుమ కాస్త తొందరగానే దేవస్థానం చేరింది బెంగళూరులోని ఈ ఉత్తర ప్రాంతంతో ఆమెకు అంతగా పరిచయం లేదు. ఎవరెవరినో అడుగుతూ అక్కడికి రావాల్సి వచ్చింది. అయితే దేవస్థానంలో చాలామంది పరిచయస్థులను చూసిన తరువాత సంతోషం కలిగింది. "ఒక్కరే వచ్చారా?" అని ఒకరిద్దరు అడిగినపుడు, "లేదు, మా అమ్మాయి తరువాత వస్తుంది" అని జవాబిచ్చింది. అయితే లోలోపల అనుమానం- వస్తుందా? ఎగ్గొడుతుందా? వీలైనంత తొందరగా ఒకసారి ఫోన్ చేసి హెచ్చరించాలి. పూర్ణాహుతి సమయానికి వస్తే చాలు. హోమపు పొగ ఆమెను తాకితే చాలు. సమస్త కష్టాలు పరిహరింబడుతాయని సోమయాజిగారు చెప్పారు.

హోమం మొదలైంది. ప్రజలు రాసాగారు. మంత్రాలు అందరికీ వినిపించేలా చక్కటి మైకును సమకూర్చారు. హోమగుండం ముందు వేసిన రంగుల ముగ్గు అత్యంత కళాత్మకంగా ఉంది. వర్ణరంజితంగా ఉంది. ఎవరో వయసులో ఉన్న ఒక కుర్రవాడు దాని ఫోటో తీసుకుంటున్నాడు. కుర్రవాడు లక్షణంగా ఉన్నాడు. అంకితకన్నా కాస్త ఎత్తు. ఇలాంటి కుర్రవాడు అంకితకు మంచి వరుడు అవుతాడని కుసుమకు అనిపించింది. ఆ కుర్రవాడు ఎవరో తెలుసుకోవటానికి వాళ్ళనూ వీళ్ళనూ విచారించసాగింది.

సోమయాజిగారు ఆడంబరమైన ఎర్రరంగు పట్టువస్త్రాన్ని మడిగా కట్టుకుని వచ్చి హోమాన్ని చేయిస్తున్నారు. పెద్ద గొంతుకతో శ్లోకాలను చెబుతూ ఒక్కొక్క దేవుడిని పిలిచి 'స్వాహా' అంటున్నారు. హోమానికి ఎక్కువ సొమ్మును ఇచ్చిన

దంపతులు పీటలమీద కూర్చున్నారు. వాళ్ళిద్దరూ చేతులు పట్టుకుని, పొడవైన చెక్క గరిటెతో నెయ్యిని హోమగుండంలో పోస్తున్నారు. చరువును స్వీకరిస్తున్న దేవత తృప్తితో నాలుకను చప్పరించే తీరులో అగ్నిజ్వాలల నాలుకలు పైకి ఎగుస్తున్నాయి.

చాలామంది దేవుళ్ళు వచ్చిపోయినా అంకిత మాత్రం రాలేదు. కుసుమ అనుమానం దృఢపడసాగింది. ఈ ముండ రానేలేదు. నాకు తెలుసు, ఎప్పుడూ మొండితనం సాధిస్తుంది. దేనికీ తల్లి అక్కర్లేదు. కాలం చెడ్డది. ఇంత కష్టపడి ఈమెను పెంచినా దాని పట్ల గౌరవం లేదు. అంతా హోమగుండంలో పోసిన నెయ్యిలా వ్యర్థం! చిన్నప్పుడు ఎంత ప్రేమ చూపించేది. నేను పిలిచిన చోటికంతా వచ్చేది. ఎంత ప్రేమ చూపించినా ఊరకుండేది. ఆడపిల్లలు పెద్దవాళ్ళు కాకూడదు. తల్లుల్ని ద్వేషిస్తారు. వారు పెద్దవాళ్ళు అయ్యేలోపే మరొక బిడ్డను కనాలి. ప్రేమను ఎలాంటి తకరారు లేకుండా స్వీకరించే ఒక చిన్నబిడ్డ ఆడదాని దగ్గర ఎప్పుడూ వుండాలి.

సోమయాజుల ఫోన్ చప్పుడు చేసింది. ఆ చప్పుడు మొత్తం స్పీకర్ ద్వారా అందరికీ వినిపిస్తోంది. వరుసలో నిలబడ్డ దేవుళ్ళను వదిలి ఫోన్‌లో బిగ్గరగా మాట్లాడారు. మంత్రాలు చెప్పినా అంతే. కేవలం మాట్లాడినా అంతే. ఆయనది స్పష్టమైన ఉచ్చారణ. ఫోన్ మాట్లాడటం ముగించిన తరువాత వెంటనే మళ్ళీ దేవుళ్ళ వరుసవైపు దృష్టిసారించారు. పూర్ణాహుతికి ఇంకో అరగంట వుండొచ్చు. అంకిత ఇంకా రాలేదు. పూర్ణాహుతికి పెట్టిన నిండు కాయను అందరూ తాకటానికి పంపారు.

కుసుమ ఫోన్ చేయడానికి లేచింది. దేవస్థానంలోని అందరి దగ్గర మొబైల్ ఉండటం ఆమెకు కనిపిస్తోంది. అయితే దాన్ని ఇప్పించుకుని ఫోన్ చేయడానికి ఆమెకు సంకోచం. "ఎందుకు, మీ మొబైల్ మరిచిపోయి వచ్చారా?" అని వెంటనే అడుగుతారు. వారికి తన దగ్గర మొబైల్ లేదని చెప్పడానికి సంకోచం కలుగుతుంది. మరిచి వచ్చానని అబద్ధం చెప్పడానికీ ఆమె సాధ్యం కాదు. అందువల్ల బయటికి వెళ్ళి ఏదైనా టెలిఫోన్ బూత్ నుంచి ఫోన్ చేయడం మంచిది.

అది బెంగళూరు ఔట్‌స్కర్ట్‌లోకి కాలనీ. కుసుమకు అంతగా పరిచతమైన ప్రాంతం కాదు. వీధి చివర వరకు వచ్చి చూసింది. ఏ షాపులు కనిపించలేదు. ఎవరో దారిలో వెళుతున్న ఆడపిల్లను ఆపి, "ఇక్కడ ఎస్‌టిడి బూత్ ఎక్కడుందమ్మా?" అని అడిగింది. ఆ అమ్మాయికి అంకిత వయసే ఉంటుంది.

"ఆంటీ ఇక్కడ ఎక్కడా చూసినట్టు జ్ఞాపకం లేదు. ఇప్పుడు మొబైల్ వచ్చిన తరువాత అలాంటి ఎస్‌టిడి బూతులు తగ్గిపోయాయికదా?" అని అంది. కుసుమ పిచ్చినవ్వు నవ్వింది. "అర్జెంట్‌గా నా కూతురికి ఫోన్ చేయాలమ్మా... అందుకే అడిగాను" అని సంకోచంతో చెప్పింది. "అయ్యో, ఆ మాత్రానికి ఎందుకు సంకోచం? నా ఫోన్ వాడుకోండి, పరవాలేదు" అని ఫోన్ ఇవ్వబోయింది. అచ్చం అంకిత దగ్గరున్నటువంటి ఫోన్ అది! వెంటనే కుసుమ ఆత్మాభిమానం జాగృతమైంది. "వద్దమ్మా వద్దు. ఇక్కడే ఎక్కడైనా షాప్ ఉండనే ఉంటుంది. నువ్వు అలాంటి షాపుకు వెళ్ళవుకదా, అందుకే తెలియదు" అని గర్వంగా చెప్పింది. ఆ అమ్మాయి మౌనం వహించింది. పిచ్చి నవ్వు నవ్వి ముందుకు వెళ్ళిపోయింది. అయితే కొద్దిదూరం వెళ్ళిన తరువాత "ఆంటీ..." అని పిలిచింది. "ఆ మూడవ క్రాస్‌లో ఒక పెద్ద బిల్డింగ్ ఉంది. పాతకాలపు బిల్డింగ్. అందులో నాలుగవ ఫ్లోర్ మీద ఒక పెద్ద మొబైల్ టవర్ ఉంది. అందులో నాలుగవ ఫ్లోర్‌లో ఒక ఎస్‌టిడి బూత్ ఉంది. అది నిజానికి జెరాక్స్ షాపు. అందులో ఫోన్ కూడా పెట్టుకున్నారు. అయితే తెరిచివుంటారో లేదో తెలియదు. నాలుగు రోజులు సెలవులు వచ్చాయికదా..." అని ఆమె మరో దిశలో నడచింది.

మూడవ మలుపు నుంచే కొద్ది దూరంలో పాతకాలపు పెద్ద కట్టడం కనిపించింది. లోపల అనేక కార్యాలయాలు ఉన్నాయని బయట నిలబెట్టిన బోర్డుల వల్ల తెలుస్తోంది. జనసంచారమే లేదు. అయినా కుసుమ ధైర్యం చేసి లోపలికి వెళ్ళింది. మొత్తం బిల్డింగ్ నిర్జనంగా ఉంది. అంగళ్ళు తెరిచివుండరని అనిపించింది. అయినా కూతురికి ఫోన్ చేయాలి. నాలుగవ అంతస్తుకు వెళ్ళడానికి లిఫ్ట్ ఉంది. లిఫ్ట్‌ను ఉపయోగించకూడదని నిర్ణయించుకుని, మెట్లు ఎక్కడం మొదలుపెట్టింది. డాక్టర్లూ వీలైనంతవరకు లిఫ్ట్ ఉపయోగించకండని చెప్పారు. స్థూలకాయం. అలసిపోయింది. రెండో అంతస్తులో కూర్చొని కాస్త అలుపు తీర్చుకుంది. ఎవరో ఒకరిద్దరు మాట్లాడుతూ కిందికి దిగి వెళుతున్నారు. "ఎస్‌టిడి బూత్ తెరిచారా?" అని వాళ్ళను అడిగింది. వాళ్ళిద్దరికీ అనుమానంకలిగింది. ఒకరు తెరిచారనీ, మరొకరు లేదనీ అన్నారు. కుసుమకు షాపు తెరిచివుండొచ్చని ధైర్యం వచ్చింది. మళ్ళీ మెట్లు ఎక్కసాగింది.

నాలుగవ అంతస్తుకు వచ్చే సమయానికి ఆయాసంతో రొప్పసాగింది. ఊపిరితీసుకోవటం కష్టమైంది. ఆయాసంతో దీర్ఘంగా ఊపిరి తీసుకోవటం మొదలుపెట్టింది. గుండె చప్పుడు చెవులకు వినిపించేటంతగా జోరుగా ఉంది. రేలింగ్ పట్టుకుని కాస్త కుదుటపడింది. ఇప్పుడు జెరాక్స్ షాపు కంటపడింది.

షాపు మూసివుంది. కోపం వచ్చింది. అయితే కోపాన్ని ఎవరి మీద ప్రయోగించాలో తెలియలేదు. తన నిస్సహాయతకు దుఃఖం కలిగింది. ఎందుకో కళ్ళు మసకబారాయి. తాను చనిపోయిన తరువాతే తన బిడ్డకు తన ప్రేమ అర్థమవుతుందనిపించి బాధ వేసింది. మళ్ళీ నాలుగు అంతస్తులు దిగి వెళ్ళాలి. ఈ సారి మెట్లు ద్వారా దిగటానికి ధైర్యం కలగలేదు. లిఫ్ట్ వైపు కదిలింది.

అది పాతకాలపు లిఫ్ట్. బయటి చెక్క తలుపును తీస్తే లోపల ఇనుప ఊచలు కలిగిన తలుపు ఉంది. లోపలికి వెళ్ళి తలుపు వేసుకుంది. సున్నా నెంబర్‌ను ఒత్తింది. ఎందుకో లిఫ్ట్ కదల్లేదు. "పని చేస్తుందో లేదో?" అనే అనుమానం వచ్చింది. మరోసారి గట్టిగా సున్నా అని రాసిన బన్ నొక్కింది. ఇప్పుడది కదిలింది. నిలుచున్న నేల నెమ్మదిగా కిందికి దిగేటప్పుడు ఆమెకు పైనుంచి ఎత్తి విసిరేసినట్టు భయం కలుగుతుంది. అయినా లిఫ్ట్ పనిచేస్తుందనే ఆలోచన ఆమెకు ధైర్యాన్ని ఇచ్చి, 'ఒకే నిమిషం అంతే, గ్రౌండ్ వచ్చేస్తుంది' అని నచ్చుజెప్పుకుంది.

రెండు క్షణాలు లిఫ్ట్ కిందికి వచ్చిందో లేదో హఠాత్తుగా ఆగిపోయింది. లిఫ్ట్‌లో లైట్ ఆరిపోయింది. గ్రౌండ్ ఫ్లోర్ వచ్చేసిందా అని ఆశ్చర్యంతో కటాంజనం తలుపును తెరవటానికి ప్రయత్నించింది. కదల్లేదు. దాని వెనుక ఒక గోడ ఉంది. 'ఇదేమి గ్రహచారం' అని భయం వేసింది. కలవరంతో మళ్ళీ అక్కడున్న అన్నీ అంతస్తుల బటన్‌లను ఒత్తింది. లిఫ్ట్ కదల్లేదు. "ఎవరున్నారు... లిఫ్ట్‌పాడైపోయింది..." అని బిగ్గరగా కేకవేసింది. ఏ జవాబు రాలేదు.

❖❖❖

దేవాలయంలో పూర్ణాహుతి సమయం వచ్చేసింది. చేరిన సమస్త జనుల చేత తాకించిన, పవిత్రమైన కొబ్బరికాయ ఇప్పుడు సోమయాజిగారి చేతికి వచ్చి చేరింది. ఆయన దాని మీద చేయి పెట్టి, కళ్ళు మూసుకుని ప్రార్థించారు. పూర్ణాహుతి గొప్పదనాన్ని వివరించసాగారు.

"ఈ నిండుకాయ మన తల ఉన్నట్టే. మొత్తం తలను మనం అగ్నికి అర్పించటానికి సిద్ధమవుతున్నాం. తల అంటే మన అహంకారమూ కూడా. మన కామ, క్రోధ, మోహ, లోభ, మదమత్సర్యాలు పుట్టడం ఈ తలనుంచే. అలాంటి తలను మనం మన దేహం నుంచి వేరుచేసి ఈ అగ్నికి అర్పిద్దాం. దాన్ని దేవతలందరూ స్వీకరించాలి. మన కామ, క్రోధ, మోహ, లోభ, మదమత్సర్యాల సంహారం కావాలి" అని చెప్పి ఆ పూర్ణాహుతిని పుణ్యార్చనకు కూర్చున్న దంపతులకు ఇచ్చారు. దానికి మిగిలిన నెయ్యి అంతా పోశారు.

"ఓం పూర్ణమదః పూర్ణమిదం
పూర్ణాత్పూర్ణముదచ్యతే।
పూర్ణస్య పూర్ణమాదాయ
పూర్ణమేవావశిష్యతే॥"

"అదీ పూర్ణం, ఇదీ పూర్ణం, పూర్ణం నుంచే పూర్ణపు ఉదయమైంది. పూర్ణంనుంచి పూర్ణాన్ని పోగొట్టుకున్నా మిగిలేది పూర్ణమే. ఓం శాంతిః శాంతిః శాంతిః"

పూర్ణాహుతిని తీసుకున్న అగ్ని అత్యంత సంతృప్తితో తన సహస్ర నాలుకలను గగనాన్ని తాకేలా పైకి చాపింది. అక్కడ చేరిన భక్తాదులందరూ పులకలతో జయజయధ్వానాలను చేసి హోమగుండంలో అక్షతలను వేశారు. మంగళవాయిద్యాలు అత్యంత ఉన్నత స్థాయిలో మ్రోగాయి.

❖❖❖

అంకితకు మెలకువ వచ్చినపుడు బయట ధారాపాతంగా వర్షం కురుస్తోంది. ఒళ్ళంతా నొప్పులతో పిండివేసినట్లుంది. చలివేస్తోంది. పొట్టమీద ఏదో పురుగు తిరుగుతున్న అనుభవం. దాన్ని విదిలించడానికి చేయి లేపటానికి చూసింది. కాలేదు. రెండు చేతులనూ మంచానికి కట్టివేయడం జరిగింది. కాళ్ళూ కదలకుండా మంచం మరో చివరకు కట్టివేయడం జరిగింది. చలి పెరిగింది. తాను నగ్నంగా ఉన్న విషయం ఆమెకు అర్థమైంది. ఒళ్ళు ముడుచుకుంది. జరిగిన సంఘటనలు గుర్తుకొచ్చాయి. ఆ ముగ్గురూ తన ఒంటిమీద దూకిన క్రూరదృశ్యాలు కళ్ళముందుకు వచ్చాయి. వ్యతిరేకించటానికి ప్రయత్నించినపుడు, ఏదో ఇనుపరాడ్‌తో తనను కొట్టడం మాత్రం గుర్తుంది. చేదు జ్ఞాపకాలతో బెదిరి, "అమ్మా..." అని అరవటానికి ప్రయత్నించింది. సాధ్యం కాలేదు. నోట్లో ఏదో కుక్కారు.

ఆమె నగ్నమైన బొడ్డుమీద మొబైల్ విసిరి వెళ్ళారు. మెసెజ్‌లు వచ్చినపుడు, ఫేస్‌బుక్ లైక్, కామెంట్లు, వచ్చినపుడు అంది కుయ్‌మంటోంది. ఏదో కాల్ రింగ్ అయింది. అంకితకు తన నిస్సహాయతవల్ల దుఃఖం కలిగింది. ఊపిరితో పొట్టను పైకి కిందికి చేసి మొబైల్‌ను నోటి దగ్గరికి తెచ్చుకోవడానికి ప్రయత్నించింది. ఆ తనకలాటలో మొబైల్ కిందపడింది. గోడమీద ఉన్న గడియారాన్ని గమనించింది. అప్పటికే ఒంటిగంట దాటింది. అమ్మ ఇక తిరిగొచ్చేస్తుందని ధైర్యం వచ్చింది. తనను కాపాడుతుంది. ఈ బాధనుంచి తప్పిస్తుంది. "అమ్మా తొందరగా రామ్మా... నన్ను కాపాడమ్మా... హెల్ప్ మీ

ప్లీజ్" అని ఆమె మనసులో అనుకుంటున్నప్పుడు కళ్ళనుంచి నీళ్ళు ధారాపాతంగా కారసాగాయి.

శారీర బాధ పెరిగి కొద్ది క్షణాల్లోనే ఆమెకు స్పృహ తప్పింది.

❖❖❖

కుసుమకు మెలకువ వచ్చినపుడు ఎక్కడున్నదో తెలీలేదు. ఆకలివల్ల సంకటం కలుగుతోంది. గొంతు ఎండిపోయి, నీళ్ళు కావాలనిపిస్తోంది. లేవటానికి ప్రయత్నించింది. శక్తి చాల్లేదు. పడుకున్న చోటే పక్కకు తిరిగింది. కటాంజనపు తలుపులు భుజానికి కొట్టుకున్నాయి. నెమ్మదిగా తాను ఎక్కడున్నదో అర్థమైంది. ఆరడుగుల విస్తీర్ణంలో ఉన్న ఆ లిఫ్ట్‌లో తాను ఉండటం చూసి దుఃఖం కలిగింది. సహాయం కోసం అరచి అరచి ఎప్పుడో స్పృహ తప్పివుండాలి. ఇప్పుడు మళ్ళీ అరుద్దామని బలాన్నంతా కూడదీసుకుంది. అయితే ధ్వని వెలువడనే లేదు. గొంతు ఎండిపోయింది. కళ్ళుమూసుకుని భగవంతుణ్ణి ధ్యానించింది. కళ్ళముందు అంకిత చిత్రం తేలుతూ వచ్చింది. కొంచెం ధైర్యం కలిగింది. అంకి రానే వస్తుంది. అమ్మను వెతుక్కుంటూ వస్తుంది. తనను విడిపిస్తుందని నచ్చజెప్పుకుంది. "అంకి తొందరగా రామ్మా.... ఈ కష్టం నుంచి నన్ను కాపాడమ్మా..." అని మనసులోనే అనుకుంటున్నప్పుడు, బాధ మళ్ళీ పెరిగినట్టనిపించి కళ్ళు మూతలుపడ్డాయి. కంటి చివరలో నిలిచిన నీళ్ళు, రెప్పలు మూసుకోవడం వల్ల నెమ్మదిగా బుగ్గలమీద జారాయి.

❖❖❖

నాలుగు రోజుల తరువాత రెండు శవాలూ బయటపడ్డాయి. సోమవారం ఉదయం నెమ్మదిగా పాత భవనం జనంతో నిండిపోసాగింది. జనం లిఫ్ట్‌ను వాడటానికి ప్రయత్నించినా అది పని చేయలేదు. ఎక్కడో మధ్య అంతస్తులో చిక్కుకునిపోయింది. అది ఎప్పుడూ ఉండే సమస్య కావటం వల్ల , మనసులోనే తిట్టుకుని మెట్లు ఉపయోగించారు. జిరాక్స్ దుకాణం తెరుచుకుంది. అందరూ కాఫీ తాగుతూ తాము సెలవు రోజును గడిపిన తీరును పంచుకోసాగారు. ఎవరో ఒకరిద్దరు పెద్దలు మాత్రం లిఫ్ట్ పని చేయకపోవడం వల్ల మెట్లు ఎక్కి అలసిపోయి, మెంటేనెన్స్ విభాగానికి కంప్లయింట్ చేశారు.

లిఫ్ట్ రిపేరీవాడు వచ్చేససరికి అప్పటికే పన్నెండు దాటింది. అతనూ సెలవుల కారణంగా తన ఊరికి వెళ్ళాడు. అతను పనికి వచ్చేసరికి ఇరవై కాల్స్ అతని మొబైల్‌కు వచ్చి, బుర్ర పాడైనట్టయి, బిల్డింగ్ చేరే వరకు ఏ కాల్‌ను స్వీకరించలేదు. 'రెండు రోజులు సంతోషంగా ఉండటానికీ ఈ మనుషులు

వదలరు' అని మనస్సులోనే తిట్టుకున్నాడు. ఆ లిఫ్ట్ సమస్యలు అతనికి బాగా తెలుసు. పాతదైపోయింది. కొత్తలిఫ్ట్ కొనండి అని మొత్తుకున్నా బిల్డింగ్ యజమాని చెవిన వేసుకోలేదు, అందరినీ తిట్టుకుంటూ లిఫ్ట్ బాగుచేశాడు. దాని తలుపును తెరవగానే గాభరాపడ్డాడు. ఎవరో అపరిచితురాలైన లావాటి ఆడమనిషి శవాన్ని చూడగానే అతని కాళ్ళుచేతుల్లో వణుకు వచ్చేసింది. శవం అప్పటికే నల్లరంగులోకి తిరిగి, వాసన కొడుతూవుంది. ఆ దుర్గంధం మధ్యలో ఆమె చీరకున్న సుగంధ పరిమళమూ వాతావరణంలో కలిసింది.

అరగంటలో పోలీసులు వచ్చారు. ఇన్‌స్పెక్టర్‌కు అది నాలుగు రోజుల కిందట చిక్కుకునిపోయిన దేహమని అర్థమైంది. నెమ్మదిగా పరిశీలించారు. లిఫ్ట్‌లో చిక్కుకున్న ఆడమనిషి ఎవరికీ ఎందుకు ఫోన్ చేయలేదని ఆశ్చర్యం కలిగింది. లిఫ్ట్‌లో పెద్ద అక్షరాలతో– "లిఫ్ట్ చెడిపోతే ఈ నెంబరుకు ఫోన్ చేయండి, ధైర్యం కోల్పోకండి" అని రాసివుంది. ఈ లిఫ్ట్‌లో సిగ్నల్ లేదా అని పరిశీలించారు. తమ మొబైల్‌లో సిగ్నల్ పూర్తిగా ఉంది. సహోద్యోగులను విచారించారు. వారి మొబైల్లోను సిగ్నల్ పూర్తిగా ఉంది. ఆ బిల్డింగ్ మీదే మొబైల్ టవర్ ఉండటం గుర్తొచ్చింది. అనుమానం వచ్చి ఆ శవం భుజానికి ఉన్న బ్యాగును నెమ్మదిగా తీసి పరిశీలించారు. ఎలాంటి మొబైల్ కనిపించలేదు.

"ఎంత మూర్ఖురాలండి ఈమె. ఒక మొబైల్ పెట్టుకుని తిరగాలని తెలియదా?" అని తన సహోద్యోగుల ముందు తిట్టారు.

వారిలో ఒక కానిస్టేబుల్ అమాయకమైన కంఠంతో "లిఫ్ట్‌లోనే ఫోన్ వుంటే ఇలా జరిగేది కాదుకదా సార్? ఫోన్ లేనటువంటి లిఫ్ట్‌ను ప్రభుత్వం అంగీకరించకూడదు" అని అన్నాడు.

ఇన్‌స్పెక్టర్‌కు మండిపోయింది.

"ఇప్పుడు లిఫ్ట్‌లు వేలసంఖ్యలో ఉన్నాయికదండి? దానికి ఏమంటారు?" అని తిట్టారు.

కానిస్టేబుల్ మౌనం వహించాడు.

శవం బ్యాగులో చిన్న పుస్తకం ద్వారా వారి ఇంటి అడ్రసు తెలిసింది. ఆ చిన్న పుస్తకంలో చాలా టెలిఫోన్ నెంబర్లు ఉన్నాయి. వాళ్ళకు కాల్ చేసినపుడు ఆ ఆడమనిషి పేరు 'కుసుమ' అని తెలిసింది. ఆమెకొక కూతురు ఉండటం తెలిసింది. వాళ్ళంతా కచ్చితపరుచుకున్న అడ్రసును నమోదు చేసుకున్నారు. బెంగళూరు దక్షిణ భాగం పోలీస్ స్టేషన్‌కు విషయాన్ని తెలిపి, ఆ చిరునామాకు వెళ్ళి వెంటనే వార్తను చేరవేయమని తెలిపారు. చిన్న పుస్తకంలో ఉన్న నెంబరులకు

ఫోన్ చేసినపుడు, విషయం తెలిసి షాక్ అయిన ఒకరిద్దరు తాము వెంటనే రావడానికి అంగీకరించారు.

❖❖❖

వయసులోని ఆడపిల్ల నగ్నదేహాన్ని పక్కమీద చూసినపుడు అది సామూహిక అత్యాచారమన్నది ఇన్‌స్పెక్టర్‌కు అర్థమైంది. ఇంకా ఇరవై అయిదు దాటని లేత అమ్మాయి. ఒళ్ళంతా రక్తపు మరకలు ఏర్పడ్డాయి. రక్తం ఎండిపోయి నల్లటి రంగుకు తిరిగింది. ఈగలు కమ్ముకున్నాయి. ఇలాగే ఇంట్లోకి వచ్చి సామూహిక అత్యాచారం చేసేటంతగా కాలం పాడైపోవటం పట్ల విచారం కలిగింది. అటోలాక్ ఉన్న ఇల్లు కావటంవల్ల తలుపులను పగులగొట్టి ప్రవేశించాల్సి వచ్చింది. ఎప్పటిలాగే ఏదైనా క్లూలు దొరుకుతాయేమోనని మంచం చుట్టూ వెతికారు. మంచం కింద పడిన మొబైల్ దొరికింది. బ్యాటరీ ఎప్పుడో అయిపోయింది. గదంతా చూపులు సారించినపుడు చార్జర్ కనిపించింది. మొబైల్‌ను చార్జింగ్ పెట్టి చూస్తే ఫేస్‌బుక్ ఐకాన్‌లో రెండువేలకు పైగా లైక్‌లు, మెసేజ్‌లు వచ్చివుండటం తెలసింది. ఫేస్ బుక్ ఓపెన్ చేశారు. గొంతు నుంచి మోకాలు వరకు ఆమె నగ్న దేహపు చిత్రం ఒకటి ఆమె కవర్ ఇమేజ్‌గా మొత్తం టైమ్ లైన్ ముఖచిత్రంగా ఆక్రమించుకుని కనపించింది. అదే మంచం, అదే దేహం, బహుశా అత్యాచారం చేసిన తరువాత తుంటరులు ఆమె నగ్న ఫోటోలు తీసి, దాన్నే ఆమె కవర్ ఫోటోగా వేసివుండొచ్చని అర్థం చేసుకున్నారు. అయితే ఆ ఫోటోకు రెండువేలకు పైగా లైక్‌లు, కామెంట్‌లు చూసి బాధ కలిగింది. దానికి "బోల్డ్ అండ్ బ్యూటిఫుల్' అనే అనేక కామెంట్లు వచ్చాయి. ఆ ఫోటో వెయ్యికి పైగా షేర్ అయి మొత్తం ప్రపంచమంతా తిరిగింది. అదే రోజు ఫేస్‌బుక్‌లో జరిగిన ఇతర సంభాషణల వైపు ఇన్‌స్పెక్టర్ చూపులు సారించారు. 'తల్లి తిరిగి వచ్చేవరకు తాను ఇంట్లో ఒంటరి' అనే అర్థం వచ్చే స్టేటస్ మెసేజ్ వారి కంట పడింది. ఒకింత తుంటరితనం, అయితే అందమైన ఫోటోను ఆ స్టేటస్‌తోపాటు పెట్టడం జరిగింది. ఆ స్టేటస్‌కూ వెయ్యికిపైగా లైక్‌లూ వచ్చాయి. నేరజగత్తుతో ప్రత్యేకమైన అనుభవం ఉన్న పోలీసులకు తుంటరులు ఇంటికి వచ్చి అత్యాచారం చేయడానికి ఆ చిన్న వాక్యమే కారణం అని వెంటనే స్ఫురించింది.

"వయసు పిల్లలకు మొబైల్ కొనివ్వకండని చెప్పినా ఈ తల్లితండ్రులు వినరు. ఈ పిల్లలకు దాన్ని ఎలా జాగ్రత్తగా వాడుకోవాలన్నది అర్థం కాదు. చూడండి, ఇప్పుడు ఎలాంటి ప్రమాదం జరిగిందో?" అని సహోద్యోగుల ముందు మొబైల్ చూపించి కోపంతో మాట్లాడుతున్నప్పుడు, వాళ్ళు మనసులోనే

ఎప్పుడూ మొబైల్‌తో ఉండే తమ వయసొచ్చిన కూతురిమీద విపరీతంగా కోప్పడుతుండేవారు.

"ఫ్రెండ్స్ లిస్ట్‌లో ఎవరున్నారో చూడండి. ఎంక్వరి చేసి పట్టుకోవడానికి సాధ్యం కాదా సార్?" అని కానిస్టేబుల్ అడిగాడు.

"నాలుగు వేలమంది చిల్లర ఫ్రెండ్స్ ఈ అమ్మాయికి ఉన్నారు. వాళ్ళు ఒక్క లైక్ చేస్తే చాలు, వారి వేలమంది స్నేహితులకు ఈ స్టేటస్ కనిపిస్తుంది. ఎంత మందిని ఎంక్వైరీ చేస్తారో చెప్పండి? ఏ లంజకొడుకు అలాంటి దుబారా ఎంక్వైరీకి డబ్బు ఇస్తాడో చెప్పండి?" అని పోలీస్ అజ్ఞానానికి తిట్టారు.

పై అధికారి అవహేళనతో కూడిన మాటలకు ఏ మాత్రం బుర్ర పాడుచేసుకోని పోలీస్, "అన్ని వేలమంది ఫ్రెండ్స్ ఉన్నప్పటికీ, ఒక్కరన్నా ఈ నాలుగురోజుల్లో ఒక్కసారికూడా ఈమె ఇలా ఎందుకు నగ్నంగా ఫోటో వేసిందని తెలుసుకుని పోవటానికి రాలేదుకదా సార్?" అని ఆశ్చర్యాన్ని వ్యక్తం చేశాడు.

❖❖❖

21 ఆగస్ట్ 2013

డెవిల్ డాగ్

"నిమ్మి" అనే ఆ ముద్దులొలికే కుక్కపిల్లను మొదట్లో శ్రీనివాసరావుగారు ఇష్టపడలేదు. ఏ రోజూ కుక్కను పెంచుకునే సాహసాన్ని జీవితంలో చేయకపోవటం వల్ల ఈ డెబ్బయి ఏళ్ళు దాటిన సమయంలో ఆ కొత్త తలనొప్పి ఎందుకని ఆయన అభిప్రాయం. అయితే అమెరికా నుంచి వచ్చిన కొడుకు-కోడలు ఎన్నడూ లేనంతగా ఒత్తిడి పెట్టి తోడుగా కుక్కను ఉంచుకొమ్మని ఒప్పించి వెళ్ళారు. "ఇన్ని రోజులు అమ్మ తోడుగా ఉండేది. ఇకపై మీరు ఒక్కరే ఉండాలి. తోడుగా ఉండనివ్వండి. దాని బాధ్యత చూసుకోవటానికి కావాలంటే ఒక కుర్రవాడికి చెప్పి వెళతాం" అని కన్నీళ్ళతో వేడుకున్నారు. ఆ భావనాత్మకమైన బెదిరింపుకు రావుగారు బలయ్యారు.

భార్య పోయినవాడిగా ఎడబాటును ఎదుర్కోవటానికి ఆయన తగినంత ఏర్పాట్లు చేసుకున్నారు. భార్య ఆరోగ్యం తమ అంత దృఢమైన ఆరోగ్యం కాదని అర్థం చేసుకున్న రోజు నుంచీ ఆయన మనస్సులోనే భవిష్యత్తులో రాబోయే ఒంటరి జీవితం కోసం ఎదురుచూస్తూ ఉండిపోయారు. మొదట్లో కుమారుడు తమను ఇక్కడ వదిలి అమెరికాకు వెళ్ళటం బాధ కలిగించింది. ఇప్పుడు అతడి మీద కోపం లేదు. తాను ఎలా పల్లెను వదిలి బెంగళూరు చేరుకున్నాడో, తన కుమారుడు బెంగళూరు వదిలి అమెరికా చేరుకున్నాడు. వృద్ధాప్యంలో ఎవరైనా ఒకరు సహాయంగా ఉండాలని కోరుకోవడం స్వార్థం. మన వృద్ధాప్యాన్ని మనమే ఎదుర్కోవటానికి సిద్ధం కావాలి. మన జీవితంలోని సోమరితనం వల్ల వృద్ధాప్యంలో అనారోగ్యం తెచ్చుకుని, ఆ శిక్షను పిల్లలకు బదిలీ చేయకూడదని ఆలోచించసాగాడు.

ఆ చిన్నారి పామేరియన్ కుక్క మీద ఆరంభంలో కోపం ఉండటం వల్ల దానికి 'నిమ్మి' అనే పేరు పెట్టారు. రావుగారు హైస్కూల్ రోజులనాటి ప్రేమభిక్షను అత్యంత క్రూరంగా నిరాకరించిన అమ్మాయి పేరు నిమ్మి. ఆమె కన్నడ మాస్టారుగారి అమ్మాయి. ఆమెను లోలోపలే ప్రేమించిన రావు ఒక రోజు ధైర్యం చేసి ఒక పేజి పొడుగు ప్రేమలేఖను రాసి, నోటు పుస్తకంలో పెట్టి ఆమెకు ఇచ్చాడు. ఆ రాత్రంతా నిద్రలేక, తనకలాడి, మరుసటి రోజు పాఠశాలకు వెళ్ళినపుడు ఆమె ముఖాన్ని చూడటానికి ధైర్యం చాల్లేదు. అయితే 'నిమ్మి' అనే ఆ అమ్మాయి ఎలాంటి కలవరం లేకుండా మరొక నోటుపుస్తకంలో ఆ ఉత్తరాన్ని పెట్టి ఇచ్చింది. అతడి ఉత్తరం లోని అన్ని తప్పులను ఎర్రసిరాతో దిద్ది, చివరలో 'ఒక పుటలోనే 28 తప్పులు గుర్తించాను. ముందు కన్నడ బాగా రాయటం నేర్చుకో. తరువాత ప్రేమించడం నేర్చుకుందువు' అని రాసింది. అప్పటి నుంచి ఆయనకు ఏ వ్యక్తి విషయంలోనైనా కోపం వస్తే 'నిమ్మి... నిమ్మి...' మనసులోనే తిట్టుకోవడం అలవాటైపోయింది.

వెండిలాంటి పట్టుజుత్తును ఒళ్ళంతా కప్పుకుని, అక్కడక్కడ గంధపు లేపనం చేసినట్టు బంగారురంగు జుత్తును కలిగివున్న, పనస గింజల్లాంటి చిన్న చిన్న కళ్ళు, వేలాడబడిన చెవులతో, 'కుయ్... కుయ్" అంటూ అనుసరించి వచ్చే ఆ ముద్దుల ప్రాణిని ఎవరు ద్వేషించగలరు? కొద్ది రోజుల్లోనే అది రావుగారి ఊపిరిలా మారింది. తప్పటడుగులు వేసేలా ఆయన నడిచిన చోటికంతా తోడుగా వచ్చే ఈ పిడికెడు ప్రాణి ఆయనకు ఎక్కడలేని సుఖాన్ని-ప్రశాంతతను ఇచ్చేది. 'కుక్కను పెంచటంలో ఇంత సుఖముందని ఇంతకు ముందు నాకు ఎవరూ, ఎందుకు చెప్పలేదు?' అని విసుగుపడే స్థాయికి ఆయన అలవాటుపడ్డారు.

ఈ నిమ్మి సాధారణమైన కుక్క కాదు. తగినంత తెలివితేటలు కలిగినదని రావుగారికి చాలా తొందరలోనే తెలిసిపోయింది. ఇంతకు ముందు పాలు కాచడానికి పొయ్యి మీద పాలు పెట్టి, వసారాలో పేపర్ చదువుతూ కూర్చునేవాడు. ఆ చదువు మాయలోపడి పాలు పొంగిపోవటం గుర్తించక, పాత్ర నల్లబడేంత వరకు అది కాలిపోయేది. అయితే ఇప్పుడు వసారాలో ఆయన పాదాల దగ్గర్లోనే కూర్చుంటున్న నిమ్మికి మాత్రం అదెలాగో పాలు పొంగే ఘడియలు తెలిసిపోయేవి. అరనిమిషానికి ముందే పిలుపు వస్తుందని నిమ్మికి తెలిసిపోయేది. మొబైల్ దగ్గరికి వెళ్ళి మొరిగేది.

వారంలోని ఆరురోజుల కాలంలో ఉదయం అయిదున్నరకు నిద్రలేచే అలవాటు రావుగారికి ఉంది. ముఖం కడుక్కుని నిమ్మిని తోడు తీసుకుని వెళతారు. అయితే ఆదివారం మాత్రం కాస్త నెమ్మదిగానే గడిపే అలవాటు చేసుకున్నారు.

అందువల్ల ఏడుగంటల వరకు పక్కలోనే దొర్లుతూ ఉండేవారు. ఆయన దినచర్యను నిమ్మి బాగా అర్థం చేసుకుంది. అందువల్ల వారంలోని ఆరురోజులు వారిని సరిగ్గా అయిదున్నరకే లేపినా ఆదివారం మాత్రం ఏడుగంటల వరకు ఆయన పక్కన సంచరించేది కాదు. వారాలను కచ్చితంగా గుర్తించే దాని జాణతనం ఈయనకు విపరీతమైన ఆశ్చర్యాన్ని కలిగించేది.

ఆయన ఉంటున్న కాలనీ చుటుపక్కల అనేక మురికి చెరువులు వుండటం వల్ల దోమల బెడద విపరీతంగా ఉండేది. రాత్రి నిద్రకు తీవ్రమైన ఇబ్బంది కలిగిస్తున్న ఈ దోమలు సాయంకాలం సమయంలో ఇంట్లోకి ప్రవేశించేవి. ఆ సమయంలో తలుపులు వేసేస్తే, కొద్దిస్థాయిలో వాటి దాడులను భరించవచ్చు. అయితే రావుగారు కొన్నిసార్లు తలుపులు వేయటం మరిచిపోయేవారు. ఈ పనిని అత్యంత సంతోషంతో నిమ్మి తన బాధ్యతగా తీసుకుంది. సరిగ్గా అయిదు గంటలకు తలుపులు వేయటం, ఉదయం ఆరుగంటలకు దాన్ని తెరవటం రెండింటిని మరిచిపోయేదికాదు.

వీటన్నిటికన్నా గొప్ప జాణతనం నిమ్మిలో చూసే అదృష్టం రావుగారికి కొద్దిరోజుల్లోనే కలిసివచ్చింది.

ఈయన గ్రౌండ్ ఫ్లోర్‌లో నివసిస్తుంటే, థర్డ్ ఫ్లోర్‌లో ఓ తమిళ కుటుంబం నివసిస్తుండేది. వాళ్ళకు ఇంజనీరింగ్ చదివే కొడుకు ఉన్నాడు. రావుగారు ఆ కుర్రవాడిని అప్పుడప్పుడు గమనించినప్పటికీ ఎన్నడూ పలకరించలేదు. ఆ కుర్రవాడికి ఫ్లూటు వాయించే అలవాటు ఉండేది. రావుగారు బాల్కనీలో కూర్చుని పుస్తకాలు చదివేటప్పుడు ఆ కుర్రవాడు తనపాటికి తాను ఫ్లూటు వాయించుకుంటూ ఉండేవాడు.

దాని మధురమైన నాదం రావుగారి చదువుకు నేపథ్యంగా సంతోషాన్ని ఇచ్చేది. మనస్సుకు 'ఆహా' అనిపించేటటువంటి రాగాలాపన రూపొందినపుడు ఆయన పుస్తకాన్ని మూసేసి, కళ్ళు మూసుకుని నాద మాధుర్యాన్ని ఆస్వాదించేవారు. ఒక రోజు ఆ కుర్రవాడు ఇంటికి వచ్చి బెల్ కొట్టాడు.

"అంకుల్, నా పేరు స్వామినాధన్. థర్డ్‌ఫ్లోర్‌లో ఉంటాను. మీతో కాస్త మాట్లాడాలి" అని ముఖమంతా నవ్వు పులుముకుని ఆ కుర్రవాడు అన్నాడు.

లక్షణంగా తెల్లటి ధోవతి, జుబ్బా ధరించాడు. నుదుట విభూతి దర్పంగా పూసుకున్నాడు. సన్నగా ఉన్నాడు. చిన్న మీసంతో నల్లటి ఛాయ కలిగిన కుర్రవాడు. రావుగారికి నచ్చాడు. అయితే ఎన్నడూ లేనిది ఈ రోజు మాట్లాడే విషయం ఏముంటుంది? అనే అనుమానంతోటే ఆ కుర్రవాడిని లోపలికి ఆహ్వానించారు.

ఆ కుర్రవాడు లోపలికి వచ్చి సోఫాలో కూర్చున్నాడు. అతడి పక్కలోనే మరొక కుర్చీ ఎక్కి నిమ్మి అతడినే చూస్తూ తోక ఊపుతూ కూర్చుంది.

"మీ కుక్క పేరు ఏమిటి అంకుల్?" అని నిమ్మి తల నిమురుతూ అడిగాడు.

"నిమ్మి అని పిలుస్తాను" అని రావుగారు తెలియజేశారు.

"నిమ్మీ చాలా ఇంటలిజెంట్ అంకుల్" అని ముఖంలో సంభ్రమాన్ని నింపుకుని చెప్పాడు.

నిమ్మి తెలివితేటలు అతడికి ఎలా తెలిశాయి? అని రావుగారు ఆశ్చర్యపోయారు.

"మీ నిమ్మికి చక్కటి సంగీత జ్ఞానం ఉంది అంకుల్. నేను ఇంకా ఫ్లూటు వాయించటం నేర్చుకుంటున్న విద్యార్థిని. అందువల్ల వాయించేటప్పుడు అప్పుడప్పుడు అపస్వరం దొర్లుతుంది. అప్పుడు వెంటనే నిమ్మి బాల్కనీలోకి వచ్చి మొరిగి నన్ను గద్దిస్తుంది. మళ్ళీ సరిగ్గా స్వరం ఎత్తుకుంటే మౌనంగా ఉంటుంది" అని వివరించాడు.

విషయం విని రావుగారు కలవరపడ్డారు.

"అలాంటిదేమీ లేదయ్యా. ఇంట్లోనే ఉండి దానికి విసుగొచ్చి ఉంటుంది. అందుకే అప్పుడప్పుడు బాల్కనీలోకి వచ్చి మొరిగే అలవాటు చేసుకుంది. ఆలస్యమైతే మనం ఒళ్ళు విరుచుకుంటాం కదా. అలా నువ్వు ఏదేదో ఊహించుకున్నావు. అంతే" అని నచ్చజెప్పడానికి చూశారు. అయితే స్వామినాథన్ అంగీకరించలేదు. "నేను అబద్ధం చెప్పను అంకుల్. మొదట్లో నాకూ అనుమానం కలిగింది. అయితే చాలాసార్లు పరీక్షించిన తరువాతే ఈ మాట అంటున్నాను. ఏ రాగం వాయించినా, అందులో అపస్వరం దొర్లితే చాలు, బాల్కనీలోకి పరుగెత్తుకొచ్చి మొరుగుతుంది" అని అన్నాడు స్వామినాథన్.

అతడి మాటలకు ఎలా స్పందించాలో తోచక రావుగారు మౌనం వహించారు. ఆయన తన మాటలు నమ్మటం లేదనే అనుమానం కలిగిన స్వామినాథన్–

"మీ అనుమానం అర్థమైంది అంకుల్. ఒక పని చేద్దాం. మీ ఇంటికి ఫ్లూటు తెచ్చి వాయిస్తాను. అపస్వరం పలికితే నిమ్మి ఎలా గొడవ చేస్తుందో మీరే చూడండి" అని ఉత్సాహంగా అన్నాడు.

"అది సరే స్వామినాథన్. కానీ మీరు ఎప్పుడు అపస్వరం పలికిస్తారో ఎలా తెలుస్తుంది? నాకు సంగీత జ్ఞానం లేదు" అని తన సమస్య ముందు పెట్టారు.

"అంకుల్ అదేమంత కష్టం కాదు. సంగీతం మధ్యలో దొర్లే అపస్వరం గుర్తించటానికి గొప్ప సంగీత జ్ఞానం అవసరం లేదు. సహజ, అసహజాలను

ప్రామాణికంగా గుర్తించగలిగేవారికి అపస్వరం తెలుస్తుందని మా గురువుగారు చెప్పేవారు. ఎదుటవున్నవారు మాట్లాడేటప్పుడు అబద్ధాలను చేర్చితే మనకు ఎలా అసహనంగా అనిపిస్తుందో అలా. రోజు ఉదయమే లేచేవారికి ఏదో ఒక రోజున ఏదో సరిగ్గా లేదని అనిపిస్తుందే అలా. అయితే అపస్వరం వాయించటానికి ముందు నేను మీకు కనుసైగ చేస్తాను" అని చెప్పి ఉత్సాహంతో ఫ్లూటు, శృతిపెట్టెను తీసుకుని రావటానికి ఇంటికి పరుగెత్తాడు.

❖❖❖

ప్రతి సంవత్సరంలాగే శ్రీరామనవమి పండుగ వచ్చింది. నెలల పొడుగునా జరిగే సంగీతోత్సవాల కోసం కోటే హైస్కూల్ మైదానంలో పెద్ద షామియానా వేశారు. ఆ రోజు ఆదివారం సాయంత్రం మంజులా నంబూద్రిగారు ప్రత్యేకమైన కచేరి చేయబోతున్నారు. మొత్తం దేశంలోనే తమ గానమాధుర్యానికి, రాగవిస్తారానికి, మనోధర్మ సంగీతానికి ఎంతో ప్రఖ్యాతి పొందిన ఆమె గాత్రం వినడానికి మైదానమంతా సంగీత కచేరికి రావుగారు తమ నిమ్మిని తీసుకుని పోవడం మాత్రం మరీ ప్రత్యేకంగా ఉంది.

ఈ మధ్యన స్వామినాధన్ నిమ్మికి చాలా దగ్గరయ్యాడు. రావుగారి ఇంటికి వచ్చి, నిమ్మి ఎదుట కూర్చుని ఫ్లూటు అభ్యాసం చేసేవాడు. "తప్పుదిద్దే చెప్పేవారు విద్యార్థికి గురువుతో సమానమవుతారు అంకుల్. నాకు నిమ్మి గురువే అనుకోండి" అని అత్యంత అభిమానంతో నిమ్మి గురించి చెబుతుండేవాడు. జనాదరణ పొందిన రాగాలైన కళ్యాణి, శంకరాభరణం, తోడి, కాంభోజి మొదలైనవి మాత్రమే కాకుండా, అత్యంత అపురూపమైన రాగాలైన సురుటి, బిందుమాలిని, కోకిలప్రియ, గానమూర్తి వాయించేటప్పుడు కూడా అపశ్రుతిని గుర్తించే శక్తిని నిమ్మి ప్రదర్శించింది.

స్వామినాధన్ సహవాసం రావుగారికి ఇష్టమయ్యింది. తనపాటికి తాను ఇంటికి వచ్చి మధురంగా ఫ్లూటు వాయించే కుర్రవాడిని ఎవరు వద్దంటారు? అతడి ఫ్లూటు నాదాన్ని విని విని ఈ మధ్యన ఆయనకూ సంగీతం రుచి తగిలింది. రాగాలను గుర్తించటానికి ఇంకా సాధ్యం కాకపోయినప్పటికీ, అపస్వరం ఏదో తెలిసిపోయేది. సహజంగానే సాగిపోతున్నప్పుడు, ఓ రాయి తట్టుకుని తూలిపడిన భావన అపస్వరమని ఆయన అనుభవానికి వచ్చింది. అది బహిరంగ వ్యాఖ్యానం కన్నా అంతరంగ వ్యాఖ్యానానికి తెలిసే విషయమని ఆయన కనుక్కున్నారు. నిమ్మి మాత్రం అపస్వరాన్ని ఎలా గబుక్కున గుర్తిస్తుందోనని ఆయనకు ఆశ్చర్యం కలిగేది. ఇకపై ఎవరిని 'కుక్క బుద్ధివాడు' అని అనకూడదని నిర్ణయించుకున్నారు.

నిమ్మి బాధ్యతల్లో చాలా వాటిని స్వామినాధనే చూసుకునేవాడు. దాన్ని అప్పుడప్పుడు విహారానికి తీసుకునిపోయేవాడు. రావుగారు ఎన్నడూ తీసుకుని రాని, రుచిగా అనిపించే మాంసాహారాన్ని దానికి తెచ్చిపెట్టేవాడు. మిత్రుల ఇళ్ళకు

పిల్చుకునిపోయి అక్కడి మగకుక్కతో ఆడుకోవటానికి వదిలేవాడు. ఇలాంటివన్నీ ప్రేమతోటే చేసేవాడు. సంగీత ప్రియులైన స్నేహితులు ఎవరైనా వస్తే చాలు. వాళ్ళను రావుగారి ఇంటికి తీసుకొచ్చి నిమ్మి తెలివితేటలను చూపించి వాళ్ళంతా ఆశ్చర్యపోయేలా చేసేవాడు. అతడి స్నేహితులందరూ నిమ్మితో తప్పనిసరిగా సెల్ఫీ తీసుకునే వెళ్ళేవాళ్ళు.

మంజులా నంబూద్రి కచేరికి నిమ్మిని తీసుకుని రావలసిందేనని స్వామినాథన్ వొత్తిడి పెట్టాడు. "ఎన్నడూ నిమ్మి లైవ్ కచేరి వినలేదు అంకుల్. ఒకసారి మంజులా నంబూద్రి గానాన్ని వింటే చాలు. చాలా సంతోషపడుతుంది. మరో సభాంగణంలో అయితే కుక్కలను వదలరు. అయితే శ్రీరామనవమి ఉత్సవం మైదానంలో జరుగుతోంది. చివరి వరుస వెనుక కార్లను ఆపవచ్చు. అందువల్ల నిమ్మిని కారులో తీసుకునిపోతే ఎవరికీ సమస్య లేదు" అని రావుగారిని ఒప్పించాడు. రావుగారు కొత్తకొత్త అనుభవాలకు పరిచయం అవుతుండటం వల్ల ఈ సలహాను స్వీకరించారు. ఈ విధంగా కచేరికి వచ్చిన రావుగారిని, నిమ్మిని స్వామినాథన్ పలకరించి, తన సంగీత మిత్రులతో కలిసి తాళం వేసే పని మీద కచేరి ముందువైపు కూర్చోవటానికి వెళ్ళిపోయారు.

సూర్యాస్తమయపు ఎరుపురంగు శరీరం, వెన్నెలలాంటి పసుపురంగు జరీకాంచీవరం పట్టుచీర కట్టుకని, తలనిండా మల్లెలను ముడుచుకుని, బాగా పెద్ద కుంకుమబొట్టు నుదుట పెట్టుకుని ఒంటినిండా ఆభరణాలు పెట్టుకుని, చక్కగా అలంకరించుకుని మంజులా నంబూద్రి వేదిక మీదికి వచ్చింది. మొత్తం సభాంగణమే లేచి నిలబడి చప్పట్లు కొట్టడం ద్వారా తమ సంతోషాన్ని వ్యక్తపరిచింది. వాళ్ళందరి మెప్పుదలను కొంచెం తలవంచుకుని, చేతులు జోడించి, స్వీకరించి తమ స్థానాన్ని ఆక్రమించింది. తన మైకును పరీక్షించుకుని, వెనుక కూర్చున్న పిల్లల తంబూరలను శృతి చేసి ఇచ్చి, పక్క వాయిద్యం వాయించే వాళ్ళను నవ్వుతూ పలకరించి, సలహాలు-సూక్ష్మాలు చెప్పి కచేరి ప్రారంభించింది. రావుగారు రెండు కుర్చీలలో ఒకదాన్లో తాము కూర్చుని, మరొకదాన్లో నిమ్మిని కూర్చోబెట్టి సంగీత రసస్వాదనకు సిద్ధమయ్యారు.

అభోగి రాగంలో వర్ణం పాడి, తరువాత మయామాళవగౌళ రాగంలోని త్యాగరాజ కృతి 'మేరు సమాన'...పాడింది. రెండు అద్భుతంగా సాగాయి. మొత్తం సభంతా చప్పట్లు కొట్టింది. రావుగారికీ సంతోషం కలిగింది. ఒకసారి నిమ్మి వైపు చూశారు. అది కూడా ఎలాంటి చప్పుడు చేయకుండా సంగీతాన్ని ఆలకిస్తోంది. దాని కళ్ళను గమనిస్తే దానికి చాలా సంతోషం కలిగిందని రావుగారికి అర్థమైంది. మూడవ కృతిగా ఇరవైయవమేళకర్త నఠభైరవి రాగంలోని ప్రఖ్యాత కృతి, పాపనాసం శివంగారి 'శ్రీవల్లీ దేవసేనాపతి...' మొదలుపెట్టింది. అది రావుగారి ఇష్టమైన

కృతి. పైగా నిమ్మికి అత్యంత ప్రియమైన రాగం. మునుముందు రాబోయే నాదాల పండుగను గుర్తు చేసుకున్న రావుగారు, ఒకసారి నిమ్మి తలను నిమిరి రసాస్వాదనకు సిద్ధమయ్యారు.

హిమాలయ పర్వతసానులలో మనసుకు నచ్చిన దారులను పట్టుకుని స్వేచ్ఛగా అధిరోహిస్తూ ఆ వెండికొండల లోతులను అర్థం చేసుకున్న అనుభూతిని ఆ నఠభైరవి రాగాలాపన కలిగిస్తోంది. ముంగారు మబ్బులు వివిధ ఆకారాలను ధరిస్తూ గగనమంతటా ఆక్రమించి జగత్తులోని సమస్త జీవరాశిని కమ్ముకున్నట్టు ఆ రాగవిస్తారం కొనసాగింది. ఆవగింజంత విత్తనం ఒకటి నేలలోపడి, మొలకెత్తి మహావృక్షమై ఒళ్ళంతా పచ్చదనం నింపుకుని కళకళలాడే అందగత్తెలా నాదమొకటి విస్తరిస్తోంది. రావుగారు కళ్ళు మూసుకుని రాగసుధను గ్రోలుతున్నారు.

రెండు మంచి నవలలు రాసిన ఓ రచయిత ఉన్నట్టుండి ఒక చెడ్డ రచనను రాసినట్టు మంజులా నంబూద్రి రాగాలాపనలో అపస్వరం పలికింది. చక్కగా నడుస్తున్నవారు ఏదో తట్టుకుని పడ్డట్టయి రావుగారు "అయ్యో అపస్వరం' అని అనుకుంటున్నంతలో నిమ్మి మొత్తం సభాంగణానికే వినిపించేలా బిగ్గరగా మొరగసాగింది. నిమ్మి ధ్వని అంత పెద్దగా ఎలా అయ్యిందని ఆశ్చర్యంతో రావుగారు పక్కకు తిరిగి చూశారు. నిమ్మి ఎక్కడుంది? కుర్చీ ఖాళీగా ఉంది. 'అరే నిమ్మి ఎక్కడికి పోయింది?' అని ఆలోచించేలోపే జరిగిపోయిన ప్రమాదం అందరికి అర్థమైపోయింది. అప్పటికే సభాంగణంలో కోలాహలం చెలరేగింది. మంజులా నంబూద్రి పాడటం ఆపేశారు. ఓ కుక్క మొరగటం అంత బిగ్గరగా వినిపించడం ఆలస్యం, ఊళ్ళోని ఆ ప్రాంతంలోని కుక్కలన్నీ ఉన్నట్టుండి కోటే హైస్కూలు మైదానంలోకి దూసుకొచ్చి ఒక్కసారిగా మొరగసాగాయి. తమ ధ్వనికన్నా పెద్దధ్వని ఉన్న మరొక కుక్క ఏదైవుండొచ్చని వాటన్నిటికి ఆశ్చర్యం వేసింది.

రావుగారు వేదిక దగ్గరికి పరుగెత్తారు. ఏ మాయలో నిమ్మి వేదికను ఎక్కిందో ఆయనకు అర్థం కాలేదు. చాలామంది జనం వేదిక వైపు వెళ్ళడం, అంతే భయంతో నిమ్మి మైకులో అరవటం ఆయనకు వినిపించి కాళ్ళూచేతులు వణకసాగాయి. తమ నిమ్మిని ఎక్కడ జనం కొట్టి చంపేస్తారోననే కలవరం ఆయనలో మొదలైంది. వేదిక ముందు భాగంలో కాపలాగా ఉన్నవాడు ఆయనను ఆపడానికి ప్రయత్నించినా అతడిని పక్కకు తోసి ముందుకు పరుగెత్తారు. మంజులా నంబూద్రి, పక్కవాయిద్యం వాళ్ళు ఏమి చేయాలో తోచక తెల్లబోయి నుంచున్నారు. కొంతమంది జనం తోసుకొచ్చి కుక్కను కొట్టడానికి ప్రయత్నించారు. అంతలో నిమ్మి వెంటనే పరుగెత్తి వేదిక కిందవున్న అరచేతియంత స్థలంలో దూరి, అక్కడి నుంచి పిల్లల గుంపు ఉన్న వైపు పరుగుతీసింది.

నా కుక్కపిల్ల ఎక్కడికి పోయింది? దాన్ని ఎక్కడ తరిమేశారు?" అని

వేదిక ముందుకు వచ్చి రావుగారు అక్కడున్నవారిని దీనంగా అడిగారు.

"ఆ కుక్క మీదా? ఇక్కడికి ఎందుకు తీసుకొచ్చారు? కార్యక్రమానికి ఎందుకు ఇబ్బంది కలిగించారు?" అని ఒకరు దబాయించారు.

"మా నిమ్మికి సంగీతం అంటే చాలా ఇష్టం. అందుకే తీసుకొచ్చాను. అక్కడ వెనుక కూర్చోబెట్టుకున్నాను. అది ఏ మాయలోనో వేదిక దగ్గరికి వచ్చేసింది. దానికి అపస్వరం పాడితే తెలిసిపోతుంది. అందుకే కోపంతో మొరిగింది" అని సంజాయిషీ ఇవ్వబోయారు.

"గొప్ప సంగీత విద్వాంసురాలి సంగీతంలో అపస్వరమంటారా? మీకెంత అహంకారం? ఎవరండి ఆ ముసలాయన?" అని జనం తమకు తెలియకుండానే గట్టిగా అరవసాగారు.

అంతలో అక్కడికి స్వామినాథన్ పరుగెత్తుకొచ్చాడు. అతను రావుగారి తరఫున అందరిని క్షమాపణ అడిగాడు. అక్కడున్న చాలామంది సంగీతప్రియులు అతనికి పరిచయం ఉండటం వల్ల వాళ్ళు మౌనం వహించారు. రావుగారిని ఇంటికి పొమ్మని స్వామినాథన్ నచ్చజెప్పి పంపాడు.

రావుగారికి నిమ్మి తప్పిపోవటం అత్యంత దుఃఖాన్ని కలిగించింది. అందరూ కలిసి దాన్ని తరిమేశారు. ఇప్పుడు ఎక్కడ వెతకాలి? అది ఎంతగా భయపడి కంగారుపడిందో ఏమో? ఊరువాడా అంతగా తెలియని ఆ ముద్దుల కుక్కపిల్లను వీధికుక్కలు ఏమి చేస్తాయో అనే భయం మొదలైంది. దాన్ని అనవసరంగా ఇక్కడికి ఎందుకు తెచ్చాను? ఇంట్లోనే మంచి సీడీలను తెచ్చి సంగీతం వినిపించి ఉంటే బాగుండేది. వందలాది జనం దాన్ని తిట్టేలా చేశాను. ఇంత గొప్ప సంగీత విద్వాంసురాలు తన ఆలాపనలో అపస్వరం పాడుతుందని నాకు ఎలా తెలుస్తుంది? అని పదేపదే తనను తాను తిట్టుకున్నారు.

కారులోనే కూర్చుని ఒకటి రెండు నిముషాలు దుఃఖించారు. "నిమ్మి ఎక్కడున్నా పరవాలేదు. వెతుకుతాను" అని నిర్ణయించుకుని కారు నడుపుకుంటూ బయటికి వచ్చారు.

'పిల్లల కూటమి' సిగ్నల్ దగ్గరికి వచ్చే సమయానికి, వెనుక సీట్లో కూర్చున్న నిమ్మి సద్దు చేయకుండా ముందు సీటులోకి వచ్చి కూర్చుంది. తమ నిమ్మి పక్కనే కూర్చుని ఉండటం చూసి రావుగారికి ఆశ్చర్య, ఆనందం, పులకరింతలు కలిగి కారును సైడులో నిలిపారు. కళ్ళ నుంచి ఆనందబాష్పాలు రాలాయి. "నువ్వెప్పుడు లోపలికి వచ్చి కూర్చున్నావు?" అని ఆశ్చర్యంతో నిమ్మిని అడిగారు. అది ఏమని సమాధానం చెబుతుంది? ప్రేమతో ఆయన చేతిని ఒకసారి నాకింది.

కారు అద్దాలను కిందికి దించి పార్కింగ్ చేసి వుండటం మంచిదైంది. ఆ గొడవ నుంచి సులభంగా తప్పించుకుని వచ్చి నిశ్శబ్దంగా కారులోకి దూరి

కూర్చుంది. లేకపోయివుంటే ఈ రాత్రి సమయంలో తాను ఎక్కడెక్కడో దీని కోసం వెతకాల్సి వచ్చేదని సంతోషపడ్డారు. మనస్సులోని ఉద్వేగం అదుపులోకి వచ్చిన తరువాత "అంత పెద్ద సంగీత విద్వాంసురాలు అపస్వరం పాడిందికదా?" అని ప్రేమగా నిమ్మిని అడిగారు. నిమ్మి నాలుకను పొడుగ్గా చాపి "హ...హ..." అంది.

❖❖❖

మరుసటి రోజు నగరంలోని చాలా పత్రికలు నిమ్మి ఫోటో ప్రచురించాయి. భయపడి నిలబడిపోయిన మంజులా నంబూద్రి, పక్కవాయిద్యంవాళ్ళు, మైకు దగ్గర కూర్చుని మొరుగుతున్న నిమ్మి–ధగధగలాడే వెలుతురులో ఆ ఫోటోను చాలామంది పత్రికావిలేకరులు వివిధ కోణాల్లో తీసుకున్నారు. జరిగిన సంఘటన వివరాలను రాశారు. ప్రత్యేకత ఏమిటంటే నిమ్మి గురించి మంజులా నంబూద్రి గొప్పగా పొగిడింది. మంజులా నంబూద్రికి కుక్కల గురించి ఎలాంటి భయమూ లేదు. స్వయంగా ఇంట్లోనే ఒకటి రెండు కుక్కలను సాకింది. అందువల్ల నటభైరవి రాగాన్ని పాడటానికి పూనుకున్న కొద్ది సమయానికే నిమ్మి ఎక్కడి నుంచో పరుగెత్తుకొచ్చి వేదిక ఎక్కినప్పుడు ఎలాంటి భయమూ లేకుండా ఆలాపనను కొనసాగించింది. తన ఆలాపనను వింటూ ఆ ప్రత్యేకమైన కుక్క సంతోషపడుతోందని ఆమె అంతరాత్మకు అర్థమవుతోంది. ముద్దుగా రెండు కాళ్ళమీద కూర్చున్న ఆ వెన్నముద్దలాంటి కుక్కను ప్రేమగా చూస్తూనే ఆలాపనను కొనసాగించింది.

రెండు రోజుల నుంచీ మంజులా నంబూద్రికి సరిగ్గా నిద్రలేదు. రెండు రోజులు రాత్రిపూట ఆలస్యంగా ప్రయాణం చేసింది. మరీ ఆలస్యంగా వచ్చి, సమయం కాని సమయంలో అపరిచితమైన ఊరిని చేరి, అక్కడి హొటల్లో నిద్రపట్టక రాత్రంతా దొర్లి, సాయంత్రం మరొక కచేరి చేసి, మొత్తానికి అలసిపోయింది. ఆ కారణం వల్లనే విపరీతమైన తలనొప్పి, ఒళ్ళంతా భారం, అలసట–అన్నీ ఉన్నాయి. అందుకోసమే ఆమె ఆలాపనలో అనుకోకుండా అపస్వరం దొర్లిపోయింది. విశ్రాంతి కోరిన ఆమె శరీరం ఆమె మీద కోపం వచ్చి అపస్వరం ద్వారా తన కోపాన్ని ప్రదర్శించింది.

అయితే గొడవ చేసిన ఆ కుక్క తక్షణమే ఆమెకు తన దివంగత గురువును గుర్తుచేసింది. అభ్యాసం చేస్తున్న సమయంలో ఎప్పుడూ ఒక చిన్న బెత్తాన్ని పట్టుకుని తిరుగుతున్న గురువుగారు, అపస్వరం వచ్చిన వెంటనే ఆ బెత్తాన్నినేలమీద తాటించి హెచ్చరించేవారు. ఈ రోజు నిమ్మి అలాగే మెరుపు వేగంతో అపస్వరానికి మొరిగి ప్రతిస్పందించడం ఆమెకు గురువు బెత్తంతో నేలను తాటించి సద్దుచేసే చిత్రమే కళ్ళముందుకు వచ్చి ఒళ్ళు వణికించింది. డబ్బు ఆశకు తాను విపరీతంగా కచేరీలను ఒప్పుకుని ఆ నాదదేవతకు అవమానం చేస్తున్నాననే భయం ఆమెలో

ఉండేది. అందువల్ల నిమ్మి రూపంలో గురువుగారే తనకు బుద్ధి చెప్పారని మనసుకు అనిపించి, పశ్చాత్తాపంతో ఆమె కళ్ళు చెమర్చాయి. అంతలో ఒక పెద్దాయన వచ్చి అది తమ కుక్కపిల్లనీ, దానికి అపస్వరాన్ని గుర్తించటం తెలుసుననీ చెప్పటం ఆమెను ఆశ్చర్యానికి గురిచేసింది. ఒంటిమీది రోమాలు నిక్కబొడుచుకున్నాయి.

పదినిముషాల్లో గొడవంతా అదుపులోకి వచ్చి కచేరి మళ్ళీ ప్రారంభమైంది. పాటను మొదలుపెట్టడానికి ముందు మంజులా నంబూద్రి సభికులతో మాట్లాడింది. “కచేరి మధ్యలో జరిగిన అడ్డంకికి క్షమాపణ అడుగుతున్నాను. అయితే ఆ ప్రత్యేకమైన కుక్క ప్రతిభను చూసి ఆశ్చర్యపోతున్నాను. ఆ సమయంలో నా వల్ల అపస్వరం దొర్లటం నిజమని నేను సభికుల ముందు ప్రమాణపూర్వకంగా అంగీకరిస్తున్నాను. పదిహేను నిముషాలకంటే ఎక్కువసేపు తన్మయతతో సంగీతాన్ని విన్న ఆ చిన్నారి కుక్కపిల్ల అపస్వరాన్ని అంత తొందరగా ఎలా గుర్తించింది? ఈ కుక్కపిల్ల నిస్సంశయంగా ప్రత్యేకమైన జీవి అని నేను ఒప్పుకుంటున్నాను” అని చెప్పి తరువాత మరో రాగాన్ని పాడటానికి పూనుకుంది.

ఇదంతా పత్రికల్లో వార్తగా వచ్చింది. ఎవరో ఒకరు ఆ సంఘటన వీడియోను సామాజిక మాధ్యమాల్లో పెట్టారు. ఆ వీడియోను లక్షలాది మంది చూశారు. వేలాదిమంది తమ ఫేస్‌బుక్‌లలో దాన్ని పంచుకున్నారు.

❖❖❖

గ్రెగ్ జోన్స్ అమెరికాకు చెందిన యాభైమంది అత్యున్నత ధనవంతులలో ఒకడు. యాభై దాటినా పెళ్ళి చేసుకోకుండా ఒంటరి జీవితాన్ని గడుపుతున్నాడు. అతడి సాఫ్ట్‌వేర్ కంపెనీ ప్రపంచంలోని అన్ని దేశాల్లోనూ తమ బ్రాంచీలను కలిగివుంది. విచిత్రమేమిటంటే హైస్కూల్లో అతడికి చదువు అబ్బలేదని స్కూలు నుంచి ఇంటికి పంపేశారు.

డబ్బన్నది ఎంత అల్పమైనదంటే ఇప్పుడతడికి డబ్బుతో ఆకర్షించడం సాధ్యంకాదు. ఆ కారణం వల్లనే అతను తన అత్యధిక సొమ్మును సమాజసేవకు వినియోగిస్తాడు. ఆఫ్రికా దేశాలు, రష్యాలోని బీద రాష్ట్రాలు–మొదలైన చోట్ల తన డబ్బును పేదల కోసం ఖర్చు చేస్తాడు.

డబ్బుకు బదులుగా మరొక విభిన్నమైన అలవాటు అతడి అహంకారాన్ని పెంచి సంతోషాన్ని ఇస్తోంది. జగత్తులోని ప్రత్యేకమైన కుక్కలను అతను సేకరిస్తున్నాడు. తన యజమానిని హత్య చేసిన హంతకుడిని అయిదు సంవత్సరాల తరువాత పోలీసులకు పట్టిచ్చిన చైనాకు చెందిన కుక్క, భూకంపం వచ్చే సూచనను గుర్తించి ఇంటి సభ్యులనంతా బయటకి పంపించి రక్షించిన రష్యాకుక్క, వైద్యులందరూ చేతులెత్తేసిన తరువాత తననే అంటిపెట్టుకున్న చిన్న అబ్బాయికి ప్రత్యేకమైన ఆకుల రసాన్ని ఇవ్వడం ద్వారా రక్షించుకున్న కెన్యా కుక్క, కమోడును

అందంగా ఉపయోగించి టాయ్‌లెట్‌కు వెళ్ళే ఇంగ్లాండు కుక్క... ఇలా ప్రపంచంలోని అత్యంత ముఖ్యమైన కుక్కలన్నీ అతడి సేకరణలో ఉన్నాయి. ప్రతి ఒక్కదాన్ని తన బిడ్డలా చూసుకుంటాడు. ప్రపంచంలోని ప్రఖ్యాత పత్రికలలో ఇంటర్వ్యూలు ఇచ్చినపుడు తన కుక్కల గురించి మరవకుండా మాట్లాడుతాడు.

గ్రెగ్‌కు చెందిన క్యాలిఫోర్నియాలోని స్యాన్హోస్ కంపెనీ ఆఫీసులో పనిచేస్తున్న ఒక భారతీయుడు ఒక ప్రత్యేకమైన వీడియోను పంచుకున్నాడు. ఆ వీడియోలో ఒక పొమేరియన్ కుక్క ఎలా సంగీతంలో అపస్వరాన్ని గుర్తిస్తుందో వివరంగా ఉంది. ఆ కుక్క తన తండ్రి దగ్గర ఉందనీ, దాన్ని తానే ఒంటరిగా ఉన్న తండ్రికి ఇప్పించాననీ చెప్పాడు. తన తండ్రి చాలాసార్లు ఈ విషయం గురించి ఫోన్లో చెప్పినప్పటికీ దాని గురించి తను అంతగా పట్టించుకోలేదనీ ఇప్పుడు ఈ వీడియో చూసిన తరువాత తాను నివ్వెరపోయానని రాసుకున్నాడు. ప్రపంచంలో వేరు వేరు చోట్ల బ్రాంచీలలో పనిచేస్తున్న సహోద్యోగులందరూ అతడికి అభినందనలు తెలిపారు.

ఆ వీడియోను గ్రెగ్ యాభైసార్లు చూసి ఆశ్చర్యపోయాడు. కుక్కలకు సంగీతం అర్థమవుతుందని అతడికి తెలుసు. అయితే సంగీతంలో దొర్లే అపస్వరాన్ని గురించి హెచ్చరించే కుక్క విషయం అతడికి విపరీతమైన సంతోషం, కుతూహలం కలిగించసాగింది. ఇలాంటి ప్రత్యేకమైన కుక్క తన సేకరణలో ఉండాలని కచ్చితంగా అనిపించసాగింది. ఎవరో నివృత్త భారతీయ వృద్ధుడి దగ్గర ఆ కుక్క ఉందనే విషయం అపూర్వమైన వజ్రం ఎక్కడో మట్టిలో చేరిపోయినట్టు అనిపించి అతడికి దుఃఖం కలిగింది. ఎలాగైనా ఆ కుక్కను తన సేకరణలో చేర్చుకోవాలని నిర్ణయించుకున్నాడు. అతడు ఒక్కసారి నిర్ణయించుకుంటే అయిపోయింది. అది కచ్చితంగా అతడి సేకరణలో చేరుతుందని అతడి అనుభవాలు చెబుతాయి.

దాని మొదటి దశలో ఆ వీడియోను పంచుకున్న తమ కార్యాలయంలో పనిచేస్తున్న రమాకాంత్ కులకర్ణి కలవమని చెప్పి పంపాడు.

❖❖❖

"అంత గొప్ప శ్రీమంతుడు నాలాంటి బీదవాడి ఇంటి కుక్క మీద ఎందుకు కన్నువేశాడు" అని రావుగారు అప్పటికే మండిపడ్డారు. రమాకాంత్‌కు ఈ విషయాన్ని తన తండ్రికి ఎలా అర్థమయ్యేలా చెప్పాలో తోచలేదు.

"అలా కాదు నాన్న. అతను గొప్ప వ్యక్తి. మన దగ్గర ఉన్న వస్తువొకటి తనకు కావాలని అతను అడగటమే గొప్ప విషయం. నువ్వు ఇప్పుడు కాదంటే నాకు ఇబ్బంది కలుగుతుంది. ఇంతకీ నేనే నీకు ఆ కుక్కను ఇప్పించాను. అప్పుడు వద్దన్నావు. గుర్తుందా లేదా?" అని రమాకాంత్ వాదించబోయాడు.

"అప్పుడు వద్దన్నాను. నువ్వు నా మాట వినివుంటే ఈ సమస్య వచ్చేదే

కాదు. అప్పుడూ నా మాట వినలేదు. ఇప్పుడూ నా మాట విననంటే ఎలా? నాకు నిమ్మిని వదిలి ఉండటానికి సాధ్యం కాదు"

"నీకు కావాలంటే అలాంటిదే మరొక కుక్కను తెచ్చి ఇస్తాను నాన్న"

"నాలాంటి ఇంకొక నాన్నను వెతుక్కుని అతడి దగ్గర ఈ మాటలు చెప్పు"

"నువ్వు ఏమేమో మాట్లాడుతున్నావు. అదికాదు, ఆ కుక్కకు అలాంటి శ్రీమంతుడి ఇల్లు దొరికితే ఎక్కువ సుఖంగా బతుకుతుంది. అది నీకు ఇష్టం లేదా?"

"శ్రీమంతుడి ఇంట్లో కుక్క సుఖంగా ఉంటుందని నీకు ఎవరు చెప్పారు? కుక్క సుఖంగా ఉండటానికి కావలసింది ముద్ద అన్నం, పిడికెడు ప్రేమ. అదేమైనా బంగారు ఆభరణాలు కావాలంటుందా? డబ్బుల కొండను ఎక్కినా దాని మీద కాలెత్తి ఉచ్చపోస్తుంది"

"కుక్కను ఇప్పిస్తున్నప్పుడు వద్దన్నావు. ఇప్పుడు చూస్తే మొండిపట్టు పడుతున్నావు. నీకు నేనే కుక్కను ఇప్పించానన్నది మరవకు"

"ఆ విషయం ఎలా మరవగలను నాయనా? నువ్వే నాకు ఒక కుక్కను ఇచ్చావు. అందులో అనుమానం లేదు. అలాగే నేనూ, మీ అమ్మ కలిసి నిన్ను ఈ భూమి మీదికి తెచ్చామన్నది ఎన్నడూ మరవకు"

రమాకాంత్ ఫోన్ కట్ చేశాడు. అంతకన్నా ఎక్కువగా వివరించి చెప్పటం అతనికి సాధ్యం కాదు.

ఇటు రావుగారికి కుమారుడి ఫోన్ వల్ల అసహనం కలిగింది. దాన్ని నిమ్మి ముందు ఆ రోజంతా చెప్పుకున్నారు.

"నిన్ను ఇచ్చేయాలంట చూడు నిమ్మి. ఇవ్వడానికి ఎలా సాధ్యమవుతుంది? నిన్ను కక్కసుకు తీసుకెళతాను. స్నానం చేయిస్తాను. జుట్టు దువ్వి పేలు కుక్కుతాను. భోజనం పెడతాను. ప్రేమ చూపిస్తాను. ఇప్పుడు ఉన్నట్టుండి ఇచ్చెయ్యమంటే ఏమిటి అర్థం? నువ్వే చెప్పు. ఈ కాలం కుర్రవాళ్ళకు బుద్ధి కాస్త తక్కువే కదూ?" అని నిమ్మిని అడిగారు. దానికి నిమ్మి ఏమని చెబుతుంది? మౌనంగా నాలుకను పొడుగ్గా చాపి తన ప్రేమ చూపుతుంది. యజమాని ముందూ వెనుకలూ తిరుగుతుంది.

అయితే గ్రెగ్ జోన్స్ అంత సులభంగా ఓటమిని అంగీకరించేవాడు కాదు.

ఆ రాత్రి సుమారు పదిగంటల సమయంలో, ఇక రావుగారు నిద్రపోవాలనుకున్న సమయానికి రమాకాంత్ నుంచి మరొకసారి ఫోన్ వచ్చింది.

"నాన్నా..." అని అతడు పిలిచిన తీరులోనే కుమారుడు కుంగిపోయాడని రావుగారికి అర్థమైంది.

ఏమని బదులు పలకాలో ఆయనకు అర్థంకాలేదు.

"అతడికి కుక్క కావాల్సిందేనట నాన్నా. లక్ష డాలర్లు ఇస్తానంటున్నాడు. అంటే తెలుసుకదా? మన కరెన్సీలో ఏడు కోట్లకు సమానం"

"ఈ వయస్సులో డబ్బులు తీసుకుని నేను ఏ వ్యాపారం చేయాలి రమాకాంత్?" అని రావుగారు అన్నారు. అప్పటికే రావుగారు కూడా కొడుకు పరిస్థితికి మెత్తబడ్డారు.

"నీకు డబ్బు అవసరం లేదని నాకు తెలుసు నాన్న..." అని రమాకాంత్ నొక్కి చెప్పాడు.

"......"

"డబ్బుతోపాటు నాకు రెండు ప్రమోషన్లు ఇస్తానని ప్రామిస్ చేశాడు. వద్దు అని చెప్పేటంత మూర్ఖత్వం నాకు ఇంకా రాలేదు నాన్న. ట్రంప్ వచ్చిన తరువాత భారతీయులకు ఉద్యోగం నిలబెట్టుకోవడం ఎంత కష్టంగా మారిందో నీకు తెలుసు. ప్లీజ్ నాన్నా, కొడుకుకన్నా నీకు కుక్క ముఖ్యం అన్నట్టు ప్రవర్తించకు" అని రమాకాంత్ బాగా ఆలోచించి బాణం వదిలాడు.

"అలాగే నాయనా, వచ్చి తీసుకునిపొమ్మని చెప్పు. భార్యనే దగ్గర పెట్టుకోవడానికి సాధ్యం కాలేదు. ఇప్పుడు ఈ కుక్కనెందుకు బాధపెట్టాలి?" అని అన్నారు.

"థాంక్స్ నాన్నా... థాంక్యూ వెరీమచ్..." రమాకాంత్ కంఠంలో సంతోషం, ఉత్సాహం, ప్రశాంతతల మహా ప్రవాహమే ఉంది. రావుగారు ఫోన్ కట్ చేశారు. రావుగారి మాటలన్నీ వింటున్న నిమ్మి వారి తొడ మీద ఎక్కి పడుకుంది. దాని దట్టమైన వెండి జుత్తును నిమురుతూ "ఇక ఎక్కువ రోజులు నువ్వు ఇక్కడ వుండవు నిమ్మి, నిన్ను తీసుకుని వెళతారు" అని అనేటప్పుడు ఆయన కళ్ళు చెమర్చాయి.

గ్రెగ్ జోన్స్ కంపెనీకి చెందిన అత్యంత పెద్ద డెవలప్‌మెంట్ సెంటర్ భారత్‌లో ఉన్నప్పటికీ అతను ఎప్పుడూ భారత్‌కు రాలేదు. తన దగ్గర పనిచేసే అధికారులకు వీడియో కాన్ఫరెన్స్‌ల ద్వారా ఉత్తర్వులు ఇస్తూ పని చేయించేవాడు. ఏ కారణంగానైనా భారత్‌కు వెళ్ళాల్సిన పరిస్థితి వస్తే అతను బెదిరి వణికేవాడు. భారత్‌లో విపరీతంగా దోమలు ఉన్నాయనీ, ఒక చిన్న దోమ కరిచినా చాలు, మలేరియా రోగంతో చస్తాడని అతనికి భయముండేది. ఈ భయం ఒక విధమైన ఫోబియాగా మారి అతడిని కలవరపరుస్తుండేది. భారత్‌ను ఎన్నడూ చూడని అతడి అమ్మమ్మ బాల్యంలో అతడికి భారత్ గురించి భయం కలిగించే కథలను చెప్పి పెంచింది. అక్కడ మనుష్యులను పట్టుకుని తినే జనం ఉన్నారనీ, మంత్రాల ద్వారా మనుష్యులను చిలుకగా మార్చి పంజరంలో బంధిస్తారని, జొన్నగింజంత దోమ ఒకటి కరిస్తే చావే వస్తుందనీ, ఆమె కథ అల్లి చెప్పి, అతడిలో భారత్ పట్ల లేనిపోని భయం ఏర్పడేలా చేసింది. పెద్దవాడిగా పెరిగి, అవన్నీ అబద్ధమని

అతడికి అర్థమైనా భారత్ గురించిన అతడి ఫోబియా మాయం కాలేదు. చాలవరకు కట్టుకథలు అబద్ధమని అతని సహోద్యోగులు తెలియజేసినప్పటికీ, భారత్‌లో దోమలు అధికంగా ఉన్న విషయం అతనికి గూగుల్ ద్వారా తెలిసేది. 'మస్కిటోస్ ఇన్ బెంగళూరు' అని సర్చ్ కొడితే చాలు, వేలాది పుటల సమాచారం కనిపించేది. వందలాది చిత్రాలు కంప్యూటర్ తెరమీద రూపుదిద్దుకునేవి. దోమలు ఉన్నాయన్న తరువాత అవి కచ్చితంగా కుడుతాయని, దానివల్ల మలేరియా, చికెన్‌గున్యా, డెంగ్యూ మొదలైన ప్రాణాంతకమైన రోగాలు వస్తాయని గూగుల్ తెలియజేసింది. అందువల్ల ఏ కారణానికి కూడా భారత్‌కు వెళ్ళకూడదని నిర్ణయించుకున్నాడు. అయితే సంగీతంలో అపస్వరాన్ని కనుక్కునే నిమ్మి అతడి నిర్ణయాన్ని సడలించింది. ఇష్టంలేని మనస్సుతో భారత్‌కు వెళ్ళడానికి అంగీకరించాడు.

శ్రీనివాసరావుగారు పెట్టిన రెండు షరతులు గ్రెగ్ జోన్స్‌కు ఇబ్బందులు తెచ్చిపెట్టాయి. మొదటిది గ్రెగ్‌జోన్స్ స్వయంగా తన ఇంటికి వచ్చి డబ్బిచ్చి కుక్కపిల్లను తీసుకునిపోవాలి. నా నిమ్మిని అమ్మకానికి నేను పెట్టలేదు. అతనే తన ఐశ్వర్యాన్ని, దర్పాన్ని ప్రయోగించి నా నుంచి దాన్ని కొనుక్కుంటున్నాడు. అందువల్ల అతనే నేను ఉన్నచోటికి రావాలని రావుగారు కొడుకుకు కచ్చితంగా చెప్పారు.

మొదటి షరతును పాటించడం అంత కష్టమేమీ కాదు. ఉదయంపూట ఇంటికి వచ్చి నిమ్మిని తీసుకునిపోతే, దోమల పీడ నుంచి తప్పించుకోవచ్చు. అయితే రావుగారు పెట్టిన రెండో షరతు మాత్రం అందుకు అవకాశం ఇవ్వలేదు. ఈ ఇచ్చిపుచ్చుకునే వ్యవహారం ఏదైనా కానీ సూర్యుడు అస్తమించిన తరువాతే జరగాలని చెప్పారు.

"కుక్కపిల్లను ఇవ్వాలనుకున్నప్పుడు పగలైతేఏమిటి? రాత్రయితే ఏమిటి? ఎందుకు ఇలాంటి కష్టమైన కండిషన్ పెడతావ్ నాన్నా?" అని రమాకాంత్ తండ్రి మీద కోపగించుకున్నాడు. అయితే రావుగారు అతడి కోపాన్ని పట్టించుకోలేదు.

ఇంట్లో పెంచిన ప్రియమైన జీవిని డబ్బుకు అమ్మటమంటే అది మురికి వ్యాపారం. అలాంటి వ్యాపారం ఏ మర్యాదస్తుడూ సూర్యుడి వెలుతురులో చేయడు. అలాంటి పాపాన్ని చేసిన మరుసటి రోజు మళ్ళీ సూర్యుడి వెలుతురును అనుభవించటానికి సత్యవంతులకు ఎలా ధైర్యం వస్తుందో చెప్పు? ఇలాంటి వ్యాపారాలంతా జగత్తులో చీకట్లోనే జరుగుతాయి. అందుకే మీ యజమానిని చీకటి పడిన తరువాత ఇంటికి రమ్మని చెప్పు" అని పుల్ల విరిచినట్టు చెప్పారు.

ఆయన నిర్ణయాన్ని మార్చే ధైర్యం లేక రమాకాంత్ ఆ విషయాన్ని గ్రెగ్ జోన్స్‌కు తెలిపి, "మిమ్మల్ని ఇంత కష్టపెడుతున్నందుకు క్షమాపణ అడుగుతున్నాను" అని అంగలార్చాడు. గ్రెగ్ కోపగించుకోక శాంతంగానే ఆ షరతును స్వీకరించాడు. కోప్పడితే ఎన్నటికి వ్యవహారం కుదరదని ఆ తెలివైన వ్యాపారికి తెలుసు. ఎలాగైనా

నిమ్నిని తన సేకరణలో చేర్చటం మాత్రమే అతడి ప్రస్తుత లక్ష్యం. తరువాత మిగిలిన భౌతిక విషయాలు ఎదుర్కోవచ్చు.

శ్రీనివాసరావుగారి ఇల్లు బన్నేరుఘట్ట రోడ్డుకు దగ్గర్లో ఉంది. అక్కడ అనేక మురికి చెరువులు ప్రాణాలు పట్టుకుని మురికి నీళ్ళతో వాసనకొట్టేవి. దగ్గరలో కార్ఖానాలు నిరంతరంగా అందులో వ్యర్థాలను చేర్చేవి. రియల్ ఎస్టేట్ వాళ్ళు ఆ చెరువులు నాశనమైతే చాలని పొంచి కూర్చున్నారు. అందరిచేత చేతులు తడుపుకున్న మునిసిపాలిటీవారు చేతులు కట్టుకుని కూర్చున్నారు. అందువల్ల సాయంత్రమైతే చాలు దోమలు ఆ ప్రాంతంలో దాడి చేసేవి. వాటిలో ఒక్కటీ గ్రెగ్‌ను కుట్టకుండా జాగ్రత్తపడటం ఎలా? అనే విషయాన్ని పెట్టుకుని కంపెనీ ముఖ్యులు అనేక మీటింగ్‌లను చేశారు. ఒంటికి ఎలాంటి దోమల నిరోధక లోషన్‌ను పూసుకోవటానికి గ్రెగ్ సిద్ధంగా లేడు. చర్మానికి ఏదైనా అంటువ్యాధి తగలవచ్చని అతడి భయం. భారతదేశంలో అమ్మబడే విద్యుత్ వేడికి ఆవిరై దోమలను తరిమే ద్రావణాన్ని నమ్మటం సాధ్యంకాదు. ఎందుకంటే రావుగారి అపార్ట్‌మెంట్లో ఎప్పుడూ విద్యుత్ పోతుండేది. అందుకు ప్రత్యామ్నాయంగా రావుగారి అపార్ట్‌మెంట్‌లో జెనరేటర్ లేదు. అనేక సభల్లో ప్రత్యేక చర్చలు జరిగిన తరువాత దోమల కాయిల్ వాడుతారనీ, దాన్ని నిరంతరం గ్రెగ్ పక్కనే ఉంచాలని నిర్ణయించటం జరిగింది. అనేక దోమల కాయిల్ ప్యాకెట్లు గ్రెగ్ సెక్యూరిటీ గార్డులు గన్నులతోపాటు ప్యాక్ అయ్యాయి.

చివరికి తన సొంత విమానాన్ని ఎక్కిన గ్రెగ్ భారత్‌కు బయలుదేరాడు.

❖❖❖

గ్రెగ్ జోన్స్ రావుగారి ఇంటికి వచ్చేసరికి సాయంత్రం ఏడైంది. వ్యక్తగత విమానంలో దేవనహళ్ళి ఏర్‌పోర్ట్‌లో దిగి అక్కడి నుంచి మరొక వ్యక్తిగతమైన హెలిక్యాప్టర్ తీసుకుని అపోలో ఆసుపత్రి హెలిప్యాడ్లో దిగి, అక్కడి నుంచి ఒక బీ.ఎం.డబ్ల్యూ. కారులో అపార్ట్‌మెంట్‌కు వచ్చాడు. అనవసరంగా జనం చేరకూడదనే కారణంగా తను వచ్చిన విషయాన్ని రహస్యంగా ఉంచమని తెలిపాడు. కేవలం రక్షణాశాఖకు మాత్రమే తన రాకను తెలియజేయమని ఆజ్ఞాపించాడు.

సాయంత్రం అయిదింటికి తలుపులు మూసి దోమలు రాకుండా రావుగారు జాగ్రత్తలు వహించారు. ఆయన కుమారుడు అప్పటికే తన యజమానికి ఉన్న దోమల భయం గురించి సూక్ష్మంగా తెలియజేశాడు. అతిథికి ఎలాంటి ఇబ్బంది కలగకూడదని రావుగారు తగిన జాగ్రత్తలు తీసుకున్నారు. సాయంత్రం నుంచే దోమల నిరోధకాన్ని వెలిగించారు. అదృష్టవశాత్తు ఇప్పటివరకు కరెంట్ పోలేదు. అలాంటి గొప్ప శ్రీమంతుడు ఇంటికి వస్తే ఏం పెట్టాలో అర్థంకాక తల పట్టుకున్నాడు. "అతను నీ ఇంట్లో నీళ్ళుకూడా ముట్టాడు నాన్నా. ఊరకే బుర్రపాడుచేసుకోకు"

అని కుమారుడు చెప్పాడు. నిమ్మిని తీసుకునిపోవటానికి ఇంటికి వచ్చినపుడు గ్రెగ్ ఒకసారి దాని తెలివితేటలను పరీక్షించాలని నిర్ణయించుకున్నాడనే విషయం తండ్రికి తెలిపాడు. రావుగారు దానికి తగిన ఏర్పాట్లు చేశారు.

సాయంత్రం పనులన్నీ పక్కన పెట్టి స్వామినాథన్ చక్కగా జుబ్బా–పైజామా ధరించి, తన ఫ్లూటు, శృతిపెట్టెలను తీసుకుని వసారాలో ఆసీనుడయ్యాడు. ఈ రోజు హంసధ్వని రాగంలో కృతిని వాయించాలని నిర్ణయించుకున్నాడు. వస్తున్న వ్యక్తి అత్యంత గొప్ప శ్రీమంతుడని రావుగారు సూక్ష్మంగా తెలియజేశారు. అందువల్ల కాస్త కలవరపడ్డారు. అయినా ఒక ధైర్యం అతడిలో ఉంది. వాయించేటప్పుడు అపస్వరం పలికినా ఇబ్బంది లేదు. అపస్వరం పలకాలనే తాను ఇప్పుడు ఫ్లూటు వాయించాలని నిర్ణయం జరిగినపుడు దానికి భయపడవలసింది ఏముంది? అని తనకు తాను నచ్చజెప్పుకున్నాడు. అయితే హంసధ్వని వాయించేటప్పుడు ఒక్క అపస్వరం కూడా పలకపోతే అప్పుడెలా? అనే ఆందోళన అతనిలో కలగసాగింది.

జయ–విజయుల్లా ఇద్దరు సెక్యూరిటీ గార్డులను ఇరుపక్కల పెట్టుకుని గ్రెగ్ జోన్స్ వచ్చాడు. ఉత్సవమూర్తి ముందు ధూపపుపొగను వేసే శిష్యుడిలా మరొక చిన్నకుర్రవాడి చేతిలో మస్కిటో కాయిల్ వెలిగించుకుని గ్రెగ్‌జోన్స్ ముందు నడుస్తున్నాడు. విష్ణుచక్రాన్ని ఆయన చేతిలోంచి ఆ కుర్రవాడు లాక్కున్నట్టు కనిపిస్తోంది. దోమల మీద తమ పవర్‌ఫుల్ గన్నులను ప్రయోగించటం అసాధ్యమని గ్రహించిన సెక్యూరిటీ గార్డులు యజమాని దగ్గర ఒక్క దోమ కూడా రాకుండా కళ్ళు విప్పార్చుకుని చూస్తున్నారు. ఒక్క దోమ దగ్గరికి వచ్చినా 'ఫట్...ఫట్' అని చప్పట్లు కొట్టి వాటిని చంపేస్తున్నారు. ఏ.కె. 47 గన్నుకన్నా చప్పట్లు ఎక్కువ శక్తివంతమైన అస్త్రంగా మారటం ఆయన్ను నివ్వెరపరిచింది.

గ్రెగ్ అప్పటికే రెండు గంటల సేపు భారత సంప్రదాయాల గురించి తర్ఫీదు తీసుకున్నాడు. రెండు చేతులనూ జోడించి "నమస్కారం" అని చెప్పాడు. అయితే దగ్గర్లోనే ముంగాళ్ళ మీద కూర్చున్న నిమ్మిని చూడగానే గ్రెగ్ సంతోషంతో పొంగిపోయాడు. "ఓ మై స్వీట్ హార్ట్" అని దాని దగ్గరికి పరుగెత్తి దాని జుత్తులో చేయి కదిలించాడు. సుదర్శన చక్రం పట్టుకున్న కుర్రవాడు అతడి వెనుకే పరుగెత్తి పొగను అతని వైపు సాగేలా చేయి ఊపాడు. గ్రెగ్ తన కోటు జేబులో చేయి వేసి ఒక వజ్రాల గొలుసును తీసి నిమ్మి మెడలో వేసి "ఐ లవ్ యు హనీ" అని కన్నీళ్ళతో అన్నాడు. మెడ చుట్టూ ఏదో గుచ్చుకునే వస్తువొకటి ఉన్నట్టు అసహనంతో నిమ్మి ఒకసారి తన మెడను అటూ ఇటూ తిప్పింది. తరువాత రావుగారు గ్రెగ్‌ను గురించి అతను కూర్చోవాల్సిన ఆసనాన్ని చూపించారు. గ్రెగ్ అక్కడ ఆసీనుడయ్యాడు. అతడి పక్కనే ఉన్న టీపాయ్ మీద ఎర్రగా మండుతున్న సుదర్శన చక్రాన్ని పెట్టడం జరిగింది. అప్పుడు గుర్తుకొచ్చినవాడిలా గ్రెగ్ తన కోటు

జేబులోంచి చెక్కును తీశాడు. బంగారు ఫౌంటెన్ ఇంకు పెన్నుతో రావుగారి పేరు, ఇవ్వవలసిన లక్ష డాలర్లు రాసి, సంతకం చేసి, దాన్ని రావుగారి చేతికి ఇచ్చాడు. రావుగారు దాన్ని చూడటానికి కూడా ఉత్సాహాన్ని చూపించకుండా మస్కిటో కాయిల్ స్టాండ్ కింద పెట్టాడు. కాయిల్ నుంచి కొంత బూడిద రాలి చెక్కు మీద పడింది

"మొదలు పెడదాం" అని గ్రెగ్ అనుమతి ఇచ్చాడు.

అందుకోసమే ఎదురుచూస్తున్న స్వామినాథన్ ఒక్కసారి చేతులు జోడించి గ్రెగ్‌కు నమస్కరించి శృతిపెట్టెను సరిచేసుకున్నాడు. ఫ్లూటును పెదవుల దగ్గర పెట్టుకున్నాడు. గ్రెగ్‌కు కర్ణాటక సంగీతం తెలియదు. అయితే పాశ్చాత్య శాస్త్రీయ సంగీతం తెలుసు. అతను చక్కగా పియానో వాయిస్తాడు. అందువల్ల సంగీతంలో అపస్వరం దొర్లితే కనుక్కోవటం అంత కష్టం కాదని అతనికి రమాకాంత్ చెప్పాడు. ప్రతి సంవత్సరం లాభాలు సంపాదిస్తున్న ఓ కంపెనీ నష్టంలోకి మరలిన వెంటనే దాని అపస్వరధ్వనిని గ్రెగ్ గుర్తుపడతాడు. అది ఎలా అని ఎవరైనా గ్రెగ్‌ను అడిగితే మాత్రం చెప్పటం కష్టమని అతడికీ తెలుసు.

దీక్షితులవారి ప్రసిద్ధ కీర్తన అయిన హంసధ్వని రాగంలోని 'వాతాపి గణపతిం భజేహం' కీర్తనను స్వామినాథన్ వాయించసాగాడు.

అప్పుడే పవర్ కట్ అయింది.

చీకటి ఆవరించింది.

నిమ్మి తళుక్ తళుక్‌మనే తన రెండు కళ్ళను అటూ ఇటూ తిప్పసాగింది. మస్కిటో కాయిల్ చివర నిప్పు రవ్వ మరింత ప్రకాశవంతంగా కనిపించింది. అందులోంచి చిన్నగా ధూపం వెలుడుతుంది. సెక్యూరిటీ గార్డులిద్దరూ గదిని టార్చీ వెలుగుతో నింపారు. రావుగారు లేచి వెళ్ళి కొవ్వొత్తులు వెలిగించుకుని వచ్చారు. కీర్తన ఆరంభంలోనే కరెంట్ పోవడం అపశకునమని స్వామినాథన్‌కు అనిపించింది. అయితే అక్కడ చేరిన అంతమంది జనంలో ఎవరికి ఆ అపశకునం వర్తిస్తుందో తెలియలేదు. స్వామినాథన్ హంసధ్వని రాగాన్ని కొనసాగించాడు

ఒకటి రెండు క్షణాలు మౌనంగా ఉన్న నిమ్మి తరువాత విచిత్రంగా ప్రవర్తించసాగింది. గ్రెగ్‌ను చూసి తీవ్రంగా ఆపకుండా మొరగసాగింది. ఆ సమయంలో స్వామినాథన్ అపస్వరాన్ని వాయించలేదు. గ్రెగ్ నిమ్మి పొరబడుతోందని అనుకున్నాడు. అయినా ఊరుకున్నాడు. తరువాత నిమ్మి రావుగారిని చూసి ఒకే విధంగా కోపంతో మొరగసాగింది. అప్పుడు కూడా స్వామినాథన్ మురళీవాదనలో అపస్వరం వెలువడలేదు. రావుగారికే దాని ప్రవర్తన ఆశ్చర్యం కలిగించింది. స్వామినాథన్‌కు మాత్రం తన ఫ్లూటు నాదాన్ని నిమ్మి వినటం లేదని అర్థమైంది. ఇలా నిమ్మి మొరగటం నిరంతరంగా సాగింది. ఒకసారి గ్రెగ్‌ను చూసి మొరిగితే,

మరొకసారి రావుగారిని చూసి మొరగసాగింది.

"నిమ్మీ, గొడవ చేయకు. ఊరుకో" అని రావుగారు ఒకటిరెండుసార్లు చెప్పినా వినిపించుకోలేదు. అయితే దాని కోపం పెరుగుతూనే ఉంది. అందువల్ల మొరుగుతున్న ధ్వని ఎక్కువవుతూ వుంది.

చివరికి తన కోపం తారాస్థాయిని చూపించేసింది. మొరగటం నిలిపి ఒకటిరెండు ఘడియల్లో మొత్తం సన్నివేశాన్ని గ్రహించింది. వెంటనే గ్రెగ్ పక్కనున్న టీపాయ్ మీద ఎక్కింది. ఓ లక్ష డాలర్ల చెక్కు మీద మస్కిటో కాయిల్ మండుతోందికదా? అక్కడ కాలు ఎత్తి ఉచ్చ పోసేసింది. మస్కిటో కాయిల్ ఆరిపోయింది. ఇంకు పెన్నుతో రాసిన చెక్కు పేపర్ తడిసిపోయి, దాని మీది అక్షరాలన్నీ తుడుచుకుపోయాయి. నిమ్మి అంతటితో ఊరుకోలేదు. తలుపుల దగ్గరికి పరుగెత్తుకుని వెళ్ళి, పైకి ఎగిరి గడియ ఊడేలా తన శక్తినంతా కూడదీసుకుని తలుపులు తోసింది. కోట తలుపులు తెరిచిన వెంటనే తోసుకొచ్చిన శత్రుసైనికుల్లా వేలాది దోమలు 'గుంయ్' మంటూ లోపలికి దూరాయి.

జరిగిన విషయాన్ని అర్థం చేసుకోవటానికి గ్రెగ్‌కు ఒకటి రెండు క్షణాలు పట్టాయి. దోమలు లోపలికి దూరి ఎప్పుడు అతని మీద దాడి చేయడం మొదలుపెట్టాయో, అప్పుడు భయంతో వణకసాగాడు.

"డెవిల్ డాగ్...డెవిల్ డాగ్...నన్ను చంపటానికి కుట్ర చేసింది" అని అరుస్తూ ఇంటి నుంచి బయటికి పారిపోయాడు.

అతడి వెనుకనే ఏ.కె. 47 పట్టుకున్న ఇద్దరు సెక్యూరిటీ గార్డులూ, మస్కిటో కాయిల్ పట్టుకున్న పనికుర్రవాడు పారిపోయారు. హంసధ్వని రాగం సగంలోనే ఆగిపోయింది. అయితే కాకతాళీయంగా అప్పుడే కరెంట్ వచ్చింది.

❖❖❖

మరుసటి రోజు ఉదయమే రమాకాంత్ తండ్రి మొబైల్‌కు ఫోన్ చేశాడు.

"ఏం నాన్నా ఇది... నిమ్మి ఇలా మోసం చేయొచ్చా?"

"అది మోసం చేసిందని ఎవరు చెప్పారు?"

"మా బాస్ ఫోన్ చేసి అంతా చెప్పారు. అపస్వరాలకు మొరుగుతుందని ఊరకూరకే తనను ఏమార్చారని కోప్పడ్డాడు"

"అరే... మొద్దుముండాకొడకా... అపస్వరం అన్నది కేవలం సంగీతంలో మాత్రమే ఉండదు. జీవితంలోనూ ఉంటుంది. డబ్బు ఇచ్చి విద్వత్తును కొనాలనుకున్న నీ యజమాని, డబ్బుకు విద్వత్తును అమ్మాలనుకునే నీ తండ్రి–ఇద్దరి వ్యక్తిత్వాల్లోనూ అపస్వరం ఉందని నిమ్మి గుర్తించింది. సంగీతంకన్నా జీవితం ముఖ్యమన్నది దానికి తెలియదని అనుకోవద్దు. అందుకే ఫ్లూటు ధ్వని వినటం మాని, మీ యజమానినీ, నన్నూ చూసి ఆపకుండా మొరిగింది. ఆ మాత్రం

అర్థం కాలేదేంరా?"

రమాకాంత్ ఫోన్ కట్ చేశాడు!

❖❖❖

(సత్యజిత్‌రేగారికి ఈ కథను ప్రేమతో అంకితమిస్తున్నాను-వసుధేంద్ర)

13 సెప్టెంబర్ 2017

రెండు రూపాయలు

గబగబా పరిగెత్తి, చప్పున కదలికే మరిచిపోయినట్టు నిలబడిపోయే ఊసరవెల్లిలా మద్రాసు-ముంబయి రైలు గుంతకల్లు స్టేషన్‌లోకి వచ్చి ఆగింది. తటస్థంగా ఉన్నప్పటికీ ఊసరవెల్లికి ప్రాణం ఉందని తెలిసేలా దాని గొంతు దగ్గర శ్వాస ఆడుతూ ఉంటుందికదా-అలా-రైలు ఇంజను బుసలుకొడుతూ ఉంది. ప్రయాణికులు రైలు నుంచి దిగడం, ఎక్కడం మొదలైన వెంటనే ఊసరవెల్లి తన ఒంటి రంగును మార్చుకున్నట్టు మొత్తం దృశ్యమే మరో రంగుకు మారి రైల్వేస్టేషన్‌తో కలిసిపోయినట్టుంది. అక్కడక్కడ చర్మం మీద ఎర్రటి ఎరుపు పొక్కులు కనిపించేలా ఎర్రటివస్త్రాలు ధరించిన కూలీలు రైలు లోపలికి-బయటికి తిరుగుతూ గిరాకీల కోసం వెతుకుతున్నారు. రాత్రి పదిగంటల ఆ సమయంలో మొత్తం గుంతకల్లు పట్టణం నిద్రలోకి జారినప్పటికీ రైల్వేస్టేషన్ చైతన్యంతో కళకళలాడుతూ ఉంది.

కాశవ్వ కదలకుండా జనరల్ కంపార్ట్‌మెంట్లో కూర్చోనుంది. ఆమెకు ఇరువైపులా కూర్చున్న చోటే నిద్రలోకి జారిన పుట్ట, గౌరీలు ప్రయాణికుల కోలాహలానికి మేల్కొని కళ్ళు నులుముకోసాగారు. గుంతకల్లు స్టేషన్ వచ్చిందని మైకులో ప్రకటన బయటి కోలాహలాన్ని చీల్చుకుని వీళ్ళకు వినిపిస్తోంది. అదే స్టేషన్లో దిగి బళ్ళారి రైలు ఎక్కాలని తెలిసినా, కోటేశ్వరరావు వచ్చేవరకూ దిగకూడదని కాశవ్వ నిర్ణయించుకుంది. ఆమె కాళ్ళ కింద పరుపుచుట్ట, ఒక పెద్దట్రంకు, వైరు బ్యాగు, ఒక మరచెంబు ఉన్నాయి.

ఒక్కొక్కరుగా ప్రయాణికులు దిగి భోగి ఖాళీ అవుతున్నట్టల్లా కాశవ్వకు

భయం మొదలైంది. రైలు ఎక్కడ కదులుతుందోనని, తాను చూడని దూరపు ఊరికి తీసుకుని పోతుందోననే భయం చిన్నగా వణుకు పుట్టించసాగింది. అయితే తనంతట తానే దిగటానికి ఆమెకు సుతారం ఇష్టం లేదు. మొత్తం ప్రపంచం తనను మోసం చేయడానికి నడుము బిగించి నిలబడ్డట్టు కాశవ్వకు ఇప్పటికే అర్థమైపోయింది. భర్త చనిపోయి, పిల్లలు లేని అనాథ అయిన తనను ఎవరూ కనికరంతో, ప్రేమతో చూడరని, దానికి బదులుగా కొట్టి దోచుకుంటారని ఆమెకు మద్రాస్ అనుభవం నేర్పింది.

గుంతకల్లులో తన మిత్రుడు కోటేశ్వరరావు వచ్చి వాళ్ళను బళ్ళారి రైలు ఎక్కిస్తాడని, వేరే ఎవరినీ పరాయి ఊరిలో నమ్మకూడదని గోపన్న పదే పదే అర్థమయ్యేలా చెప్పాడు. మద్రాసుకు కాశవ్వ వెళ్ళేటప్పుడు తానే గుంతకల్లు వరకు వచ్చి మద్రాసు రైలుకు ముగ్గురిని ఎక్కించి వెళ్ళినప్పటికీ, ఇప్పుడు ఏదో ఆఫీసు పనివల్ల తనకు రావడానికి కుదరక, తన మిత్రుడు కోటేశ్వరరావుకు చెప్తానని అన్నాడు. కాశవ్వకు అతని ముఖపరిచయం కూడా లేదు. అయితే భర్త చనిపోయి, తల బోడించుకుని, ఎర్రచీరకట్టుకున్న కాశవ్వను గుర్తుపట్టడం అంత కష్టమైన పనికాదన్న కారణంగా, కోటేశ్వరరావు ఆమెను గుర్తుపడతాడని గోపన్న చెప్పాడు.

తెల్లటి మాసిన పంచ, గాఢ ఎరుపు రంగు అంగీ, భుజాల మీద ఒక తువ్వాలు వేసుకున్న కాస్త వయస్సు దాటిన ఒక హమాలి కాశవ్వ దగ్గరికి వచ్చాడు. "ఎక్కడికి వెళ్ళాలవ్వా?" అని గౌరవంగా అడిగాడు. "వల్లకాడుకు వెళ్ళాలయ్యా. అయినా తెలుసుకుని ఏం చేస్తావు?" అని మండిపడుతూనే కాశవ్వ జవాబిచ్చింది. ఆ మాటలకు నవ్విన హమాలి "ఎక్కడికి వెళ్ళాలి చెల్లమ్మా?" అని గౌరిని అడిగాడు. గౌరికి పెద్దరికం వచ్చినట్టయి, "బళ్ళారికి" అని ఉత్సాహంగా జవాబిచ్చింది. కోప్పడ్డ కాశవ్వ ఆమె తల మీద 'ఫట్'మని ఒకటి వేసి, "ఊరకే కూర్చోవే చాలుగానీ, అన్నిటికీ ...పెద్దదానివైపోయావు" అని కసిరింది. "పిల్లను ఎందుకు కొడతావవ్వా... బళ్ళారికి వెళ్ళే బండి ఒకటవ నెంబరు ప్లాట్‌ఫామ్‌లో ఉంది. కొంచెం దూరంలో. కావాలంటే వదిలి వస్తాను. సామానులన్నీ నేనే మోసుకొస్తాను. కేవలం మూడు రూపాయలు ఇవ్వు, చాలు" అని హమాలి బేరం కుదిరినట్టు తువ్వాలును నడుముకు కట్టుకుని ట్రంకు మీద చెయ్యి వేశాడు. ఈ హమాలి కూడా తనను దోచడానికి చెయ్యి వేస్తున్నాడనిపించి కాశవ్వ గౌరి చదవడానికి ఇచ్చిన వారపత్రికను చుట్టగా చుట్టి అతని చేతిమీద ఫట్‌మని ఒక దెబ్బ వేసింది. చురుకు తగిలించిన

ఎదురుచూడని ఆ దెబ్బకు ఉలిక్కిపడ్డ హమాలి "హ్హా..." అని ట్రంకు మీది నుంచి చెయ్యి తీశాడు. "వద్దని చెప్పినా చెయ్యి వేస్తే ఊరుకోను చూడు... " అని గదమాయించింది. హమాలి దెబ్బ తగిలిన చేతిని రుద్దుకుంటూ "వద్దంటే వద్దులే అవ్వా. నాకెందుకు తాపత్రయం" అంటూ ముందరి బోగి వైపు అడుగులు వేశాడు. అతని వెనుకే "శ్రీ రామాంజనేయులు..." అని పుట్ట అరిచాడు. తన పేరు పెట్టి అరిచిన క్షణమే హమాలి వెనుతిరిగి చూశాడు. పుట్ట కళ్ళు విప్పార్చి చూస్తూ, అతని అంగీ మీదున్న ఇత్తడి బిళ్ళ వైపు చూపించాడు. ఇంగ్లీషులో రాసిన తన అంత పొడుగు పేరును తప్పులు లేకుండా చిన్న పిల్లవాడు చదవటం చూసి హమాలికి సంతోషం వేసింది. వాడి దగ్గరికి వెళ్ళి, వాడి తలను నిమిరి, "నీ మనుమడు తెలివైనవాడవ్వా... నా కొడుకుకూ ఇదే వయస్సు... వాడిని స్కూల్లో వేశాను... ఎబిసిడి నేర్చుకుంటున్నాడు" అని చెప్పి వెళ్ళిపోయాడు.

ఎక్కిదిగే ప్రయాణికుల కోలాహలం తగ్గింది. కాశవ్వ బోగి పూర్తిగా ఖాళీ అయింది. రైలు ముందరి ఊరికి వెళ్ళటానికి సిద్ధమవుతోంది. కాశవ్వలో కలవరం పెరుగుతూ పోయింది. ఊచలు లేని కిటికీలో తలదూర్చి తమ దగ్గరికి ఎవరైనా వస్తున్నారా అని చూడసాగింది. ఎవరో ఒకరు తనవైపు వస్తున్నారని అనిపించి "కోటేశ్వరరావ్" అని కేక వేసింది. ఊహూఁ ఎవరూ లేరు. ఆమె కంగారు చూసి పుట్ట, గౌరీలు కిటికీ నుంచి "కోటేశ్వరరావు" అని కేకలు వేయసాగారు.ఎవరెవరో ఆ పిలుపుకు వెనుతిరిగి చూసి, మళ్ళీ తమ దారిన పోయారు. కాశవ్వ నవగ్రహ స్తోత్రాన్ని మనసులోనే పఠించసాగింది. ఏ గ్రహం కోటేశ్వరరావును రాకుండా అడ్డుపడిందో! రైలు కూత వేసింది. కాశవ్వకు తన నిస్సహాయత వల్ల కన్నీరు వచ్చింది. ఆమె ఏడవటం చూసి పిల్లలు కూడా ఏడవసాగారు.

అంతలో మరొకసారి శ్రీరామాంజనేయులు ఎవరివో సామానులు తలమీద మోసుకుని అటు వైపు వచ్చాడు. అతడ్ని చూడగానే పుట్ట కేకవేశాడు. అవ్వ, పిల్లలు ఇంకా బోగిలోనే ఉండటం చూసి శ్రీరామాంజనేయులుకు ఆశ్చర్యం వేసింది. ఇక రైలుబండి ఏ క్షణంలోనైనా బయలుదేరుతుంది. "ఎందుకవ్వా.. మీ వాళ్ళు రాలేదా?" అని అడిగాడు. అత్యంత దుఃఖంతో కాశవ్వ "లేదయ్యా... తెలిసినవాడని మా గోవ్యా చెప్పాడు... వాడూ నన్ను మోసం చేశాడు చూడు..." అని చెప్పింది. "వస్తున్నాను ఉండవ్వా" అని చెప్పిన శ్రీరామాంజనేయులు హడావుడిగా ఇంకొకరి సామానులను మరొకచోటికి చేర్చి వచ్చాడు.

ట్రంకు, పక్కచుట్టలను తలమీద పెట్టుకుని, భుజానికి వైర్‌బ్యాగు తగిలించుకుని ఇటు రైలు దిగగానే, అటు ముంబయి రైలు చప్పుడు చేస్తూ వెళ్ళిపోయింది. ఇంకొద్దిసేపు ఆలస్యం చేసివుంటే తాను, పిల్లలు తెలియని

ముంబయికి వెళ్ళిపోయేవాళ్ళంకదా అనే భయంతో ఒక్క క్షణం కాశవ్వ ఒళ్ళు వణికింది. ఏదో రాక్షసుడి గుహ నుంచి తప్పించుకుని వచ్చిన అనుభవం కలిగింది.

రైలు వెళ్ళి గాలి వీచిన తరువాత కాశవ్వ మళ్ళీ ఈ లోకానికి వచ్చింది. బళ్ళారి రైలు వైపు తీసుకుని వెళతానని తయారైన శ్రీరామాంజనేయులును ఆపి, "ముందుగా ఎంత ఇవ్వాలో చెప్పు" అని బేరం మొదలుపెట్టింది. "ఇంతకు ముందే చెప్పానుకదవ్వా..." మూడు రూపాయలు..." అన్నాడు. "అయ్యయ్యప్పో... నాలుగు అడుగులు వేయటానికి మూడు రూపాయలు ఎవడిస్తాడు... ఒట్టి మోసం... ఒక్క రూపాయి ఇస్తాను.. వచ్చేటట్టయితే రా... లేదా వదిలెయ్" అని బేరం మొదలుపెట్టింది. "అవ్వా, నువ్వు ఇలాగే రెండు రూపాయలు మిగల్చడం కోసం బేరమాడుతూ కూర్చుంటే నీ బళ్ళారి రైలు వెళ్ళిపోతుంది చూడు... తెల్లవారేవరకూ ఇక్కడే కూర్చోవలసి వస్తుంది. నేను బీదవాడిని. కొడుకును బడిలో చేర్చాను... రెండు రూపాయలు ఎక్కువ ఇస్తే ఏమీ కాదు" అని బతిమిలాడసాగాడు. "నేనేమీ వడ్డీ బంగారమ్మనని అనుకుంటున్నావేమయ్యా? నేనూ బీదరాలినే... రెండు రూపాయలు సంపాదించటానికి తెల్లవారేవరకు నిద్రచెడి సేమ్యాలు చేసినదాన్ని నేను. సరిగ్గా రేటు చెప్పు" అని కాశవ్వ కూడా పట్టుబట్టింది. చివరికి రెండు రూపాయలకు బేరం కుదిరింది. బళ్ళారి రైలు ఎక్కడ వెళ్ళిపోతుందోననే ఆందోళన కాశవ్వకన్నా ఎక్కువగా శ్రీరామాంజనేయులుకు ఉంది. పరుగెడుతున్న నడకతో ఒకటవ నెంబర్ ప్లాట్‌ఫామ్ వైపు అడుగులు వేశాడు. మరచెంబు పట్టుకుని కాశవ్వ, పిల్లలు అతని వెనుక పరుగెత్తసాగారు. కాశవ్వ పరుగులాంటి నడకవల్ల మరచెంబులోని నీళ్ళు బొట్లుబొట్లుగా ఆమె దారి వెంబడి ముగ్గులు వేసింది.

బళ్ళారి రైలు అప్పుడే కూత పెట్టింది. పచ్చదీపం రైలు దారికి వెలుతురు చల్లింది. జనరల్ కంపార్ట్‌మెంట్ ప్రయాణికులతో కిటకిటలాడుతోంది. శ్రీ రామాంజినేయులు పెట్టెను, పక్కచుట్టను బోగిలోకి తోశాడు. పిల్లలిద్దరు ఎక్కగానే రైలు కదలసాగింది. కాశవ్వను ఎత్తి పట్టుకుని బోగిలో చేర్చాడు. రైలు వేగాన్ని అందుకుంది. దాని వెనుకే పరుగెడుతూ శ్రీ రామాంజినేయులు ""రెండు రూపాయలు..." అని అరిచాడు. కాశవ్వ హడావుడిగా తన బొగ్గిలిని విప్పటానికి ప్రయత్నించటంతో చీర మొత్తం వదులైపోయింది. మర్యాదకు భయపడి చీరను గట్టిగా పట్టుకుని కింద కూర్చుండిపోయింది. "రెండు రూపాయలు..." అని అర్థిస్తూ శ్రీ రామాంజినేయులు పరిగెడుతూ వస్తున్నాడు. గాలి వేగంగా వీస్తోంది.

రైలు మరింత వేగాన్ని పుంజుకుంది. కాశవ్వ వదులైన చీరముడి నుంచే రెండు రూపాయలు వెతికి తీసింది. కూర్చున్న చోటి నుంచి తలుపు వైపు జరిగింది. చేతిలోని రెండు రూపాయల నోటును గట్టిగా పట్టుకుని అతని వైపు చాపింది. గాలికి అది టపటపమని కొట్టుకుంటోంది. అతను ఎంత వేగంగా పరుగెత్తినా, రైలు అంతకుమించి వేగాన్ని అందుకుంది. గాలిలో దాన్ని వదిలివేయడానికి కాశవ్వకు ధైర్యం చాల్లేదు. అతను ప్లాట్ ఫామ్ చివరివరకు పరుగెత్తి ఆఖరికి నిస్సహాయంగా నిలబడిపోయాడు. కాశవ్వ కంటికి అతను ఇంతింతే చిన్నవాడైపోతూ చివరికి చిన్న చుక్కగా మారి మరుగైపోయాడు. రెండు రూపాయలు కాశవ్వ చేతిలో భారంగా మిగిలిపోయాయి.

❖❖❖

బళ్ళారి కాశవ్వకు మద్రాసు వరుడు దొరకడం ఒక అద్భుతం అనే చెప్పాలి. చక్కటి ఆవుదూడలా ఇల్లంతా తిరుగుతూ ఉన్న పదమూడేళ్ళ అమ్మాయికి బళ్ళారి చుట్టుపక్కలే మంచి భర్త దొరకడం అంత కష్టమైన విషయం కాదు. అయితే విధిలిఖితం మరోలా ఉంది.

కాశవ్వ తండ్రి ప్రాణేశరావుకు రెవెన్యూ శాఖలో ఉద్యోగం. ఆ సమయంలో బళ్ళారి ప్రాంతం మద్రాసు పాలనలో వుంది. ఆ కారణంగానే ఏమో కర్ణాటక సంగీతం బళ్ళారి వాళ్ళందరికీ అత్యంత ప్రియమైన సంగీత ప్రక్రియ అయింది. కాశవ్వ కూడా కొన్ని దేవుడి పాటలు, త్యాగరాజ కీర్తనలు సుబ్బయ్య పండితుల దగ్గర నేర్చుకుంది. ఒకసారి మద్రాసు నుంచి రఘోత్తమరావు అనే ఆయన బళ్ళారికి ఇన్‌స్పెక్షన్ కోసం వచ్చారు. మహామడి పాటించే బ్రాహ్మణులు. హెూటల్ విషయం పక్కన పెట్టండి, సంప్రదాయాన్ని వదిలేసిన బ్రాహ్మణుల ఇళ్ళల్లోనూ మంచి నీళ్ళు తాగేవారు కాదు. అలాంటి వ్యక్తికి సరియైన బస ఎక్కడ ఏర్పాటు చేయాలి? కాశవ్వ తండ్రి ప్రాణేశరావు తమ ఇంట్లోనే వారికి బస ఏర్పాటు చేయడానికి అంగీకరించారు. ఆయన ఇన్‌స్పెక్షన్‌కు ఆఫీసులో చేసే తయారీకన్నా ఎక్కువగా ఇంట్లో దేవుడి పూజకు, ఆహ్నికాలకు ప్రాణేశరావు వైభవమైన ఏర్పాట్లు చేసి రఘోత్తమరావు చేత ఆఫీసు వాళ్ళందరి ముందు మెప్పుదలను సంపాదించారు.

ఇంట్లో జింకపిల్లలా తిరుగుతున్న కాశవ్వ రఘోత్తమరావు కంటపడింది. తమ కుమారుడు పార్థసారథికి చేసుకోవాలనే ఆలోచనను ఇంటివాళ్ళ ముందు పెట్టాడు. ప్రాణేశరావుకు చెప్పలేనంత సంతోషం కలిగింది. రఘోత్తమరావు ముందు సాక్షాత్ ముఖ్య హనుమంతుడిలా చేతులు జోడించి, గద్గదిక స్వరంతో

తమ అంగీకారాన్ని తెలిపారు. మద్రాసులాంటి పెద్ద పట్టణంలో నివసించే ఉన్నత అధికారి కుమారుడికి తమ కూతురిని ఇవ్వటం అదృష్టం కాక ఇంకేమిటి? కాశవ్వ తల్లి మాత్రం "దూరంలో ఉన్న తెలియని ఊరికి నా కూతుర్ని ఇవ్వను" అని కన్నీరు పెట్టింది. ప్రాణేశరావు ఆమె మీద చిందులు వేసి "మొద్దు ముండను కట్టుకున్నాను... నీకు... మంచిదేదో, చెడ్డదేదో ఏదీ తెలియదుకదా! అంత పెద్ద అధికారి మన ముందు చేతులు జోడించి వేడుకుంటే లేదని అంటావేమే?" అని ఆమె నోరు మూయించారు. కాశవ్వకు ఏది ఒప్పో, ఏది తప్పో తెలియని వయసు. మొత్తానికి –పెళ్ళి వాయిద్యాలు సత్యనారాయణ గుడిలో ఆడంబరంగా మోగాయి. అందరూ మండిగె (కర్ణాటక వంటకం)– పెళ్ళి భోజనాన్ని ఆరగించారు. ప్రాణేశరావు "మా అల్లుడు మద్రాసులోఉంటారు" అని గర్వంగా, దర్పంగా చెప్పుకుని తిరిగారు.

ఆరునెలలకు కాశవ్వ తల బోడించుకోవలసి వచ్చింది. పార్థసారథికి పెళ్ళికి ముందే కావలసినన్ని గుప్తరోగాలు అంటుకున్నాయి. ఆ కారణంగా జబ్బు తీవ్రమై చనిపోయాడు. కాశవ్వకు కొన్ని రోగాలు తగిలించి వెళ్ళాడు. ప్రాణేశరావు ఆమెను మళ్ళీ ఆరోగ్యవంతురాలిని చేయటానికి ఎంతగానో కష్టపడవలసి వచ్చింది.

తల్లీ–తండ్రీ ఉన్నంత వరకు వారి నీడలో పెరిగిన కాశవ్వ వాళ్ళు చనిపోయిన తరువాత వాళ్ళ–వీళ్ళ ఇళ్ళల్లో సేవలు చేసుకుంటూ, అందరి చేత ఛీ–థూ అనిపించుకుంటూ, చివరికి అక్క కొడుకు గోపన్న ఇంటి ముంగిలికి ఆనుకుని ఉన్న చిన్నగదిలో ఒంటరి జీవితం సాగిస్తోంది. ఒకింత ఫించన్, గోపన్న సహాయమే ఆమెకు జీవనాధారం. సేమ్యాలు, పువ్వొత్తులు, అటుకులు మొదలైనవి చేసి అమ్మేది. వాళ్ళవీళ్ళ ఇళ్ళకు మడి వంటలకు వెళుతుండేది. మద్రాసు నుంచి వితంతువుగా తిరిగొచ్చిన సుమారు నలభై ఏళ్ళ తరువాత భర్త ఇంటినుంచి ఒక ఉత్తరం వచ్చింది. ఆస్తిని పంచుతున్నామని, కాశవ్వ తప్పకుండా రావలసిందేనని, ఇంగ్లీషు రాతలోని ఉత్తరం కాశవ్వలో విచిత్రమైన ఆశను కలిగించింది. భర్త ఇంటి సంపద ఏమేమి ఉందో, పొలం, ఇల్లు అమ్మితే ఎంత దొరుకుతుందో అని ఆలోచించి మద్రాసుకు బయలుదేరింది. గోపన్న పిల్లలైన పుట్ట, గౌరిలు తాము వస్తామని మొండిపట్టు పట్టి కాశవ్వ వెంబడి బయలుదేరారు. భర్త ఇంట్లో ఆరునెలలు సంసారం చేసినపుడు కాస్త తమిళం నేర్చుకున్న కాశవ్వ ధైర్యంగా మద్రాసుకు వెళ్ళింది.

మద్రాసు స్టేషన్‌నుంచి కాశవ్వను తీసుకునిపోవటానికి వచ్చిన భర్త

ఇంటివారిని చూసి కాశవ్వకు అదోలాంటి అభిమానం గర్వం కలిగాయి. అందరూ తమను పరిచయం చేసుకుని ఆమె కాళ్ళకు నమస్కారం చేసినప్పుడైతే కాశవ్వ పూర్తిగా కరిగిపోయింది. చనిపోయిన అత్తను, మామను, భర్తను గుర్తు చేసుకుని వలవల ఏడ్చింది. ఎక్కడో మూలలో వేలాడదీసిన ఫోటోలో ఉన్న భర్తను పుట్ట–గౌరిలకు చూపించి "చాలా అందంగా ఉండేవారు' అని పొగిడింది.

బంధువులు ఆమె చేత ఏవేవో కాయితాల మీద సంతకాలు పెట్టించుకున్నారు. వాళ్ళు ఇంటూ మార్కు వేసిన చోటంతా గుండ్రంగా కన్నడలో 'కాశవ్వ' అని తప్పులు లేకుండా సంతకం చేసింది. అక్కడక్కడ ఆమె చేత బొటనవేలు ఒత్తించారు. చివరికి ఆమెకు ఆకువక్కలతోపాటు వంద రూపాయలు ఇచ్చి, "మీ ఊరికి వెళ్ళండి" అని చేతులు జోడించి వేడుకున్నారు.

కాశవ్వకు జరిగిందంతా మోసం అని తెలిసేటంతలో కాలం మించి పోయింది. ఆస్తి ఏముందో, ఎంత వుండిందో, అదంతా దాయాదులు లాక్కున్నారు. ఇల్లు వదిలి కదలనని ఆ ఇంట్లోనే పట్టుబట్టి కూర్చుంది. ఎవరో ఒకరు ఆమెను తేలిగ్గా ఎత్తుకుని వెళ్ళి ఆటోలో కూర్చోబెట్టి, రైలు స్టేషన్‌లో వదిలి వెళ్ళిపోయారు. గోపన్ననైనా తీసుకుని వచ్చివుండాల్సిందని పిల్లల ముందు కన్నీరు పెట్టింది. భాష రాని ఆ ఊరిలో ఇంకేమి చేయాలో తోచక బళ్ళారికి వెనుతిరిగింది.

❖❖❖

బళ్ళారి రైల్వేస్టేషన్‌లో గోపన్న ఊరి నుంచి జీపు తీసుకుని వచ్చాడు రైలు దిగగానే పిల్లలు పరుగున వెళ్ళి తండ్రిని కరుచుకున్నారు. కాశవ్వ మండిపడుతూ రైలు దిగి వచ్చింది. "ప్రయాణం ఎలా సాగింది కాశవ్వ?" అని గోపన్న అడగటం ఆలస్యం, "నీ కోటి ముండాకొడుకు బాగా చేయిచ్చాడు నాయనా... ఎలాంటి మనుషులతో స్నేహం చేస్తావో నాకు తెలియదు" అని ఎకాయెకి ప్రకటించింది. ఊరికి వెళ్ళేటప్పుడు జీపులో ఆ కోటి ముండాకొడుకుకు శతకోటి నామార్చన చేసింది.

ఊరికి రాగానే అందరి ముందు కూడా తన భర్త ఇంటివారు చేసిన మోసాన్ని, శ్రీ రామాంజినేయులు అనే గుంతకల్లులోని హమాలి చేసిన సహాయాన్ని వర్ణరంజితంగా వివరించింది. బీదరికంలోనే పెరిగిన కాశవ్వకు భర్త ఇంటివారి మోసం చాలారోజుల వరకూ జ్ఞాపకంలో ఉండిపోలేదు. అయితే శ్రీరామాంజనేయుల్ని మాత్రం మరవలేకపోయింది.

ఎవరైనా గుంతకల్లు మార్గాన తిరుపతికి వెళుతున్నామని చెబితే చాలు,

వాళ్ళ దగ్గరికి వెళ్ళి "శ్రీరామాంజినేయులుకు రెండు రూపాయలు ఇస్తారా?" అని అడిగేది. ఎన్నడూచూడని వ్యక్తిని గుర్తించటం ఎలా? ఏ ధైర్యంతో డబ్బు ఇవ్వాలి? అని అందరూ నిరాకరించేవాళ్ళు. నీ ఆ కోటి ముండాకొడుక్కయినా నాకు సహాయం చేయమని చెప్పు..." అని గోపన్నను వేడుకుంటే అతను చెవిన వేసుకోనేలేదు.

కాశవ్వ ఈ రెండు రూపాయల కథ వినీ వినీ విసిగిన గోపన్న భార్య, "ఆ రెండు రూపాయల కోసం ఎందుకు అంత మందిని బతిమిలాడుతారు? ఊరకే రాఘవేంద్రస్వామి మఠంలోని హుండీలో వేసి చేతులు జోడించండి" అని ఉచిత సలహా ఇచ్చింది. కాశవ్వ ఏ మాత్రం అంగీకరించలేదు. "ఎందుకమ్మా, రాఘవేంద్రస్వామి హుండీలో వేయాలి? నన్ను ఆ రైలుకు ఎక్కించింది శ్రీరామాంజినేయులు తప్ప రాఘవేంద్రస్వాములు కాదుకదా? అర్థమైందా..." అని అంది.

సుమారు ఇరవై ఏళ్ళ తరువాత కాశవ్వ మరోసారి గుంతకల్లు స్టేషన్ మార్గాన వెళ్ళే అవకాశం కలిసి వచ్చింది. గోపన్న కొడుకు పుట్ట ఇప్పుడు బెంగళూరులో సాఫ్ట్‌వేర్ ఇంజనీరుగా, చేతినిండా జీతం తెస్తున్నాడు. కాశవ్వను కాశీకి తీసుకుని వెళ్ళడానికి అంగీకరించాడు. "మా అమ్మానాన్నలు కాశీకి వెళ్ళి వచ్చిన తరువాత నేను పుట్టానట. అందుకే కాశవ్వ అని పేరు పెట్టారు. నేను చనిపోయేలోపు ఒక్కసారైనా కాశీవిశ్వేశ్వరుడి దర్శనం చేయించు పుట్టా. గయాలో ఘటశ్రాద్ధం కూడా చేసుకుంటాను. ఎలాగూ నాకు పిల్లలు లేరు" అని బతిమిలాడినందుకు పుట్ట ఒప్పుకున్నాడు. కాశవ్వ రెండు రూపాయలు కొంగులో కట్టుకుంది.

రైల్లో గుంతకల్లుకు వచ్చి ఆగినపుడు అప్పటికే మునిసంధ్యవేళ అయింది. గుంతకల్లు స్టేషన్ ప్రయాణికులతో కిటకిటలాడుతోంది. దూరం నుంచి వినిపిస్తున్న తెలుగు సినిమా పాటలు, వచ్చిపోయే రైలు ప్రకటనలతో కలిసిపోతున్నాయి. దేశం నలుమూలల నుంచి వచ్చిన జనం అక్కడ రైళ్ళు మారడానికి ఎదురుచూస్తున్నారు. పుస్తకాళ్ళ దుకాణాలలో అనేక భాషల పుస్తకాలున్నాయి. ఏదో రైలు వచ్చిన వెంటనే దుకాణాల వాళ్ళందరూ పొంగి వచ్చిన పాలలాగా వేగంగా అమ్మకాలు జరిపి, రైలు వెళ్ళగానే పొంగే పాలపై నీళ్ళు చల్లినట్టు ప్రశాంతంగా ఉండిపోతారు.

కాశవ్వకు శ్రీరామాంజినేయులు తప్పకుండా దొరుకుతాడనే నమ్మకం ఉంది. పుట్టకు మాత్రం ఇది పూర్తిగా పిచ్చితనం అనిపించింది. అతనికి

శ్రీరామాంజినేయులు ముఖకవళికలూ గుర్తులేవు. కాశవ్వ మాత్రం ఈ మధ్యనే చూసినట్టు "గుండ్రటి ముఖం, మందపాటి మీసాలు, చెవికి ముత్యపు పోగు, నుదిటి మీద చిన్నమచ్చ . గుర్తు పట్టడం కష్టం కాదు. తప్పకుండా దొరుకుతాడు" అని నమ్మకంగా మాట్లాడింది.

ఇద్దరు కలిసి వెతకసాగారు. ముందుగా నలుగురైదుగురు హమాలీలను అడిగారు. ఎవరికీ ఆ పేరు తెలియదు. పుట్ట స్టేషన్ మాస్టరు దగ్గరికి వెళ్ళి సంకోచిస్తూనే శ్రీరామాంజినేయులు గురించి విచారించాడు. ఆయన ఇతని సమస్య విని నవ్వేశారు. "ఇరవై ఏళ్ళ క్రితం వ్యక్తి మీకు ఎలా దొరుకుతాడు?" అని ఎగతాళి చేశారు. స్టేషన్‌లోని దుకాణాల వాళ్ళను విచారించారు. వాళ్ళకూ అలాంటి పేరున్న హమాలి తెలియదు. చివరికి పుట్ట చేతులు ఎత్తేసి కూర్చున్నాడు. కాశవ్వ మాత్రం ఇంకిపోని ఉత్సాహంతో వెతుకుతూనే ఉంది. ఆమె కాశీకి వెళ్ళాల్సిన బండి వచ్చే వేళ అయింది. అప్పటికే చీకటి అన్ని వైపులా కమ్ముకుని, చంద్రుడు ఆకాశంలో ఏర్పడుతున్నాడు. హితమైన చలి అందరినీ కమ్ముకోసాగింది.

ఏదో రైలు ఒకటి వచ్చింది. యథాప్రకారం జనం ఎక్కిదిగే కోలాహలం మొదలైంది. మైకు అరవటం మొదలుపెట్టింది. అమ్మకందారులు తమ వస్తువుల పేర్లను అరచి అరచి జనాన్ని ఆకర్షించసాగారు.

అంతటి కోలాహలంలోనూ కాశవ్వ కంటికి శ్రీరామాంజినేయులు కలిపించాడు.

"అదిగో అతనే... అతనే..." అని అరిచింది. పుట్టకు ఎవరో అర్థం కాలేదు. "అదిగో... దూరంలో... తల మీద మూడు సూట్‌కేసులు మోసుకుని వెళుతున్నాడుకదా, అతనే... నాకు అతని ముఖం కనిపించింది..." అంది. అతను దూరంలో గేటు నుంచి బయటికి వెళుతున్నాడు. ఇప్పుడతని వీపు మాత్రం పుట్టకు కనిపిస్తోంది. "అంత దూరం నుంచి ఎలా కాశవ్వ అతన్ని గుర్తుపట్టింది?" అని పుట్ట అనుమానించాడు. "అబద్ధం కాదురా... నిజంగానే అతనే... అతని ముఖం నేను మరిచిపోలేదు... ఈ పాడు మడిస్త్రీ జీవితం నానుంచి వేరే అన్నీ లాక్కున్నప్పటికీ దృఢమైన ఆరోగ్యాన్ని ఇచ్చింది. నా కళ్ళు అబద్ధం చెప్పవు" అని కరాకండిగా చెప్పింది. ఆమె మాటల్లోని కచ్చితత్వాన్ని గమనించిన పుట్ట గేటువైపు అడుగులు వేయసాగాడు. కాశవ్వ కూడా అతన్ని అనుసరించింది.

వీళ్ళు గేటు చేరే సమయానికి అతను కనిపించలేదు. కాశవ్వ "శ్రీరామాంజినేయులు" అని అరిచినా ఆ కోలాహలంలో అతనికి వినిపించిందో

లేదో తెలియదు. అతను వెనుతిరిగి చూడలేదు. ఎవరిదో లగేజ్‌ను రిక్షాలో పెట్టి రావడానికి వెళ్ళివుండొచ్చనీ, అక్కడే ఎదురు చూస్తే తప్పకుండా వస్తాడని భావించి గేటు దగ్గరే ఇద్దరూ ఎదురుచూడసాగారు.

కొద్దిసేపట్లో అతను దూరంలో అస్పష్టంగా కనిపించాడు. కాశవ్వకు ఆందోళనతో గుండె కొట్టుకోసాగింది. పుట్ట విచిత్రమైన కుతూహలంతో ఎదురుచూడసాగాడు. దూరంలో తన తువ్వాలును విదిలించిన ఆ వ్యక్తి ఓ బీడి వెలిగించుకున్నాడు. చీకట్లో దాని నిప్పు కుంకుమ పెట్టినట్టు కనిపిస్తోంది. ఆ నిప్పు ఒక్కటే దగ్గరికి రాసాగింది. చీకట్లో అతని ముఖం స్పష్టంగా కనిపించటం లేదు. మరీ దగ్గరగా వచ్చాడు. వీధి దీపం వెలుతురు అతని ముఖం మీద పడుతోంది. పుట్టకు ఇదంతా పిచ్చిగా అనిపించింది. అతను కావటానికి సాధ్యమేలేదు. ఆ వ్యక్తి కేవలం ఇరవై అయిదేళ్ళ కుర్రవాడు. అనవసరంగా కాశవ్వ మాటలు విని ఆందోళనపడ్డాడని బాధ కలిగింది. అయితే కాశవ్వ మాత్రం ఎలాంటి అనుమానం లేకుండా అతని దగ్గరికి వెళ్ళింది.

"ఏమయ్యా, శ్రీ రామాంజనేయులు కొడుకువా?" అని అడిగింది. ఉన్నట్టుండి ఒక ముసలిది దగ్గరికి వచ్చి తన తండ్రి పేరు అడగటం అతనికి కలవరాన్ని కలిగించింది. "ఎవరు మీరు? ఏం కావాలి?" అని అడిగాడు. "అక్కడ కూర్చుందాం రా నాయనా ... నీతో మాట్లాడాలి" అని కాశవ్వ ఆసక్తితో వేడుకుంది. ఆమె మాటలోని భావానికి గౌరవం ఏర్పడి, అతను తన బీడీని దూరంగా విసిరి, దగ్గర్లోనే ఉన్న బెంచీ మీద కూర్చున్నాడు. పుట్టకూడా వాళ్ళిద్దరి దగ్గరికి వెళ్ళాడు.

"నీ పేరేమి?" అని కాశవ్వ అడిగింది.

"సుందరయ్య..." అన్నాడు.

పుట్ట అప్పటికే అతని పచ్చరంగు బిళ్ల మీది పేరు చదివాడు.

"మీ తండ్రి ఎక్కడ?"

"ఆయన లేరు... చాలా సంవత్సరాలు గడిచాయి. చనిపోయారు"

"ఏమైంది? దృఢంగా ఉండేవాడుకదా?"

"దృఢంగానే ఉండేవాడు. అయితే ఒక రోజు కాలుజారి రైలుకింద పడిపోయాడు"

"అయ్యో... ఎంత అన్యాయం జరిగిపోయింది... మీ అమ్మ బాగుందా?"

"ఊఁ... ఆమె బాగుంది"

"నువ్వెందుకు నాయనా ఈ హమాలి పనికి వచ్చావు? మీ నాన్న నిన్ను

స్కూల్లో చేర్చాడుకదా?"

"లేదు, నాకు చదువు అబ్బలేదు... కేవలం ఫెయిల్ అయ్యేవాడిని. అందుకే అమ్మ ఇక్కడ కూలీపని చేయమని చెప్పింది.

కాశవ్వ తన ఇరవై ఏళ్ళ వెనుకటి రెండు రూపాయల కథను వివరంగా చెప్పింది. తన కొంగులో ముడివేసుకున్న ఆ పాత కాలపు రెండు రూపాయల నోటును అతనికి ఇచ్చింది. మొదట్లో అతను నిరాకరించాడు. అయితే కాశవ్వ బలవంతం చేసి, "నా మనసుకు ప్రశాంతంగా ఉంటుంది నాయనా... వద్దు అనకు" అని బతిమిలాడిన తరువాత తీసుకుని జేబులో వేసుకున్నాడు. మళ్ళీ వీరితోపాటు ప్లాట్‌ఫామ్‌కు వచ్చి కాశీ రైలును ఎక్కించి, ఈమె లగేజ్‌నంతా బోగిలో సర్దిపెట్టి, చేయూపుతూ సాగనంపాడు. పుట్ట ఎంత బలవంతం చేసినా డబ్బు తీసుకోలేదు. కాశవ్వనే "ఉండనీ... మరీ బలవంతం చేయకు" అని చెప్పింది.

రైలు కొంత దూరం సాగిన తరువాత కాశవ్వ పుట్ట దగ్గర తనలో తాను మాట్లాడుకుంటున్నట్టు చెప్పింది–"సంగీత విద్వాంసుడి కొడుకు గొప్ప సంగీత విద్వాంసుడు అయితే సంతోషం కలుగుతుంది. కథారచయిత కొడుకు గొప్ప కథకుడు అయితే అది బాగనిపిస్తుంది. కానీ హమాలి కొడుకు మళ్ళీ హమాలీ కావటం చూస్తే నాకు దుఃఖం కలుగుతుంది చూడరా..." అని బాధగా అంది.

ఆమె కళ్ళు చెమర్చాయి.

❖❖❖

6 అక్టోబర్ 2007

వాహిని

చిట్టి ఫణిరాజుది ఎక్కడ లేని మొండితనం. నేనూ నాన్నతో ఊరికి వెళ్తానని ఒకటే గోల. ఊరికి వచ్చిన బంధువులే తిరిగి ఊరికి వెళ్ళేటప్పుడు వాళ్ళతోపాటు వాళ్ళూరికి వెళ్ళిరావాలనే కోరిక వాడికి కలుగుతుంది. అలాంటప్పుడు తండ్రి ఊరికి వెళ్ళడానికి సిద్ధమైతే ఊరికే వదులుతాడా? అదికూడా ఎక్కడో దూరంలో ఉన్న ఊరు, ఆంధ్రప్రదేశ్‌లో ఉందట. బళ్ళారి జిల్లా దాటి అవతలికి ఫణిరాజు వెళ్ళడమే అరుదు. ఇప్పటివరకు తండ్రి తీసుకునివెళ్ళింది మంత్రాలయానికి, ధర్మస్థలకు మాత్రమే. ఇప్పుడు పేరే విననటువంటి రాజమండ్రి అనే ఊరికి తండ్రి బయలుదేరడానికి సిద్ధమయ్యాడు. బళ్ళారిలో రైలెక్కితే ఒక రోజంతా ప్రయాణం. మధ్యలో విజయవాడ అనే ఊర్లో కొత్త రైలులో ఎక్కాలట. ఆ ఊళ్ళో ఒక పెద్దనది ప్రవహిస్తోందట. ఆ గోదావరి నది వెడల్పు మా ఊరంత వెడల్పు ఉందట. నదిమీద వంతెన నిర్మించారట. దాని మీద రైలు బయలుదేరితే ఎక్కడ లేని చప్పుడు ఏర్పడి భయం వేస్తుందట. చూపులు సారించిన చోటంతా కేవలం నీళ్ళు నీళ్ళు! ఒక కడవ నీళ్ళు పట్టుకోడానికి అష్టకష్టాపడే ఊరిలో పెరిగిన ఫణిరాజుకు, అలాంటి పెద్దనదిని ఊహించుకోవడమూ కష్టంగా ఉంది.

ఈ వివరాలన్నీ వాడికి కళ్ళు కట్టినట్టు చెప్పింది నారాయణ చిన్నాన్న. అంటే నాణి చిన్నాన్న. ప్రతి సంవత్సరం ఫణిరాజు తాత శ్రాద్ధాన్ని ఊళ్ళోనే చేయడానికి వచ్చేవాడు. ఎంత కష్టమైనా తప్పించేవాడు కాదు. వచ్చినవాడు ఒకటి రెండు రోజులు ఉండి తిరిగి వెళ్ళేవాడు. అప్పుడు ఫణిరాజుకు ఊరి

కథలు ఎన్నో చెప్పేవాడు. అందులో చాలా కథలు నదికి సంబంధించినవే అయివుండేవి. ఆ నదిలో ఎలా పెద్దపెద్ద ఓడలు తేలుతాయి. వాటిలో కూర్చుని వెళితే భద్రాచలం చేరి రాముడి దర్శనం పొందవచ్చు, గౌతముడి శాపం వల్ల ఎలా గౌతమి నదిగా ప్రవహించింది, ఒక ఆంగ్ల అధికారి తన బుద్ధిని ఉపయోగించి ఆనకట్ట నిర్మించి ఎలా ఆ ఊరి రైతులనంతా ఐశ్వర్యవంతులుగా చేశాడు... మొదలైన విషయాలను రోమాంచం కలిగేలా అతను వివరించేవాడు. నాణి చిన్నాన్న వచ్చినప్పటినుంచి వెళ్ళేవరకు ఫణిరాజు అతన్ని వదిలి ఉండేవాడు కాదు. రాత్రి సమయంలో అతని పక్కనే పడుకునేవాడు. కథ వింటూ నిద్రపోయేవాడు.

ఒక రోజు రాత్రి విసర్జనకు అవసరమై ఫణిరాజు లేచాడు. పడుకునే ముందు ఉచ్చపోసి పడుకోరా అంటే వినేవాడు కాదు. మొదట్లో పక్కలోనే పోసుకునేవాడు. జమఖానా ఉతికి ఉతికి చేతులు పడిపోయాయని వాడి తల్లి తన స్నేహితురాళ్ళ ముందు చెప్పేది. ఇప్పుడు వాడు ఐదవ తరగతి. అలాంటి అవమానకరమైన పాత విషయాలను తల్లి చెబితే విపరీతంగా కోప్పడేవాడు. ఇప్పుడు మూత్రవిసర్జనకు అవసరమైతే మెలకువ వచ్చేస్తుంది. బచ్చలింటికి వెళ్ళటానికి భయం వేసినా, ఎలాగో ధైర్యం చేసుకుని వెళ్ళివస్తాడు. ఆ రోజు అలాగే వెళ్ళి తిరిగొచ్చి చూస్తే నాణి చిన్నాన్న లేడు. ఎందుకో భయం వేసింది. చుట్టూ ఒకసారి చూశాడు. దూరంగా కిటికీ దగ్గర అతను కూర్చోని ఉండటం కనిపించింది. ఆకాశంలోని చంద్రుడిని చూస్తూ ఉన్నాడు. నెమ్మదిగా అతని దగ్గరికి వెళ్ళి, “నాణి చిన్నానా, నిద్రపోలేదా?” అని అడిగాడు. “నిద్ర పట్టలేదు రాజు, ఏం చేయను? అందుకే చంద్రుడిని చూద్దామని కూర్చున్నాను. అతను కూడా రాత్రంతా నిద్రపోడు. కేవలం నెలలో ఒకరోజు మాత్రమే అతను నిద్రపోతాడుకదా?” అని నవ్వుతూ అడిగాడు. “ఏ రోజు నిద్రపోతాడు?” అని ఫణిరాజు అమాయకంగా అడిగాడు. “అమావాస్య రోజునకాదా?” అని నాణి చిన్నాన్న మరొకసారి నవ్వాడు. ఫణిరాజు మళ్ళీ తిరిగొచ్చి తన పక్కమీద పడుకున్నాడు. తల్లిదండ్రుల గురకలు గదినుంచి రంపంతో కోతలా వినిపిస్తున్నాయి. ఈ విధంగా చప్పుడు చేస్తే పాపం నాణి చిన్నాన్న ఎలా పడుకోగలడు? అని ఫణిరాజుకు అనిపించింది. తరువాత ఆ గురక ఒక పులిగర్జనలా, ఆ పులితో నాణి చిన్నాన్న పోరాడినట్టు, తాను భయంతో చెట్టు వెనుక దాక్కున్నట్టు- మొదలైన కలలను కంటూ నిద్రపోయాడు.

నాణి చిన్నాన్న వల్లనే ఫణిరాజు సైకిల్ నడపడం నేర్చుకున్నాడు. ఒక్కడే

కొడుకని భయపడి వాడి తల్లి సైకిల్ నేర్చుకోవడానికి వదలనేలేదు. తండ్రికి కొడుకుకు సైకిల్ నడపడం నేర్పించడానికి సమయమే లేదు. తన స్నేహితులంతా అప్పటికే సైకిల్ తొక్కడం నేర్చుకున్నారని ఫణిరాజుకు కోపం, అవమానం, అసహనం కలిగేవి. తన బాధనంతా చిన్నాన్న ముందు చెప్పుకున్నాడు. "నువ్వేమి భయపడకు. శనివారం నేను నేర్పిస్తాను. ఎవరి ముందూ చెప్పకు" అని అభయం ఇచ్చాడు. ఇచ్చిన మాట ప్రకారం ఆ శనివారం గండి నరసింహస్వామి మైదానానికి ఫణిరాజును పిలుచుకొనిపోయాడు. దారిలో ఒక చిన్న సైకిల్‌ను అద్దెకు తీసుకున్నారు. "సైకిల్ నడపటానికి తెలివితేటలు ముఖ్యంకావు రాజు. ముఖ్యమైనది ధైర్యం. అదొక్కటి ఉంటే విమానం కూడా నడపవచ్చు" అని గుసగుసగా చెప్పి సైకిల్ ఎక్కించాడు. ముందుగా అడ్డంగా కాళ్ళు వేసి సైకిల్ తొక్కడం, తర్వాత పెడల్ తొక్కుతూ సైకిల్ ఎక్కడం–ఇలా అనేక విధానాలను నేర్పించాడు. ఒకసారి ఫణి సైకిల్ తొక్కేటప్పుడు పూర్తిగా చేతులు వదిలేశాడు. ఫణి అలాగే తొక్కుతూ పోయాడు. సైకిల్ పట్టుకున్న నాణి చిన్నాన్న దాన్ని వదిలేశాడని అర్థమైంది. దూరంలో మైన్స్ లారీ రావడం కనిపించింది. పామ్...పామ్... అని హారన్ మోగుతూనే ఉంది. భయం పొంగుతూ వచ్చింది. ప్రాణం పోయిందని అనిపించింది. వెనకనుంచి నాణి చిన్నాన్న పరుగెత్తుకుంటూ వచ్చాడు. లారీ హారన్ శబ్దం పెరుగుతూనే ఉంది. సైకిల్ తొక్కటం ఫణిరాజు మరిచిపోయాడు. సూటిగా వెళ్ళి ముళ్ళచెట్లతో వేసిన కంచె మీద పడిపోయాడు.

ఇంట్లో ఆ రోజు రాద్ధాంతమే జరిగింది. ఎలాంటి సంకోచం లేకుండా తల్లి, నాణి చిన్నాన్నను బాగా కోప్పడింది. తండ్రి నోరు మూసుకొని మౌనంగా కూర్చున్నాడు. 'లారీ కింద పడివుంటే ఏమిటి గతి? ఉన్నదొక్కడే కొడుకు...' అని అనేటప్పుడు తల్లి ఆ వాక్యాన్ని పూర్తిచేయకుండా వెక్కి వెక్కి ఏడ్చింది. నాణి చిన్నాన్న ఎదురుజవాబు ఇవ్వకుండా వదినచేత నోటికి వచ్చినట్టు తిట్టించుకున్నాడు. ఫణిరాజు మోకాలుకు, నుదురుకు తెల్లటి పెద్దపట్టీలను నాణి చిన్నాన్ననే ఆస్పత్రిలో కట్టించుకుని వచ్చాడు. అటుతరువాత రెండు రోజులు తప్పదన్నట్టు వాడిని ఆసుపత్రికి తీసుకొనిపోయి శ్రద్ధగా పట్టీ కట్టించుకుని వచ్చేవాడు. గాయపడిన ఫణిరాజును రోజూ పాఠశాలకు పిలుచుకొనిపోయి తిరిగి పిలుచుకుని వచ్చేవాడు. రెండు రోజుల్లో గాయాలు మానిపోయి, కాస్త మచ్చలను మిగిల్చిపోయాయి.

రాబోయే శనివారం మళ్ళీ ఫణిరాజును నాణి చిన్నాన్న సైకిల్ తొక్కడానికి ప్రేరేపించాడు. పడినదెబ్బ గుర్తున్న ఫణిరాజు వద్దంటూ వెనుకంజవేశాడు.

"నువ్వు సైకిల్‌కు భయపడుతావా? లేదా సైకిల్ నీకు భయపడాలా?" అని నాణి చిన్నాన్న ప్రశ్నించాడు. పనికిమాలిన సైకిల్‌కి తాను భయపడటమంటే ఏమిటి? ఒప్పుకున్నాడు. ఆ రోజు కొంచెం ధైర్యంతోనే సైకిల్ తొక్కాడు. తొక్కడం వచ్చేసింది! సులభం అంటే సులభం అనిపించింది. ఎదురుగా కారు వచ్చినా సైడ్ ఇచ్చి సైకిల్ తొక్కే ధైర్యమూ వచ్చింది.

మరుసటి ఆదివారం వాడి తల్లి చేతిలో నేతిదీపాన్ని పట్టుకొని రాఘవేంద్రస్వామి మఠానికి వెళ్ళేటప్పుడు, తానే వెళ్ళి అద్దెకు సైకిల్ తీసుకుని, నేరుగా తల్లి వైపు సైకిల్ తొక్కుకుంటూ రావడమే కాకుండా, ట్రింగ్ ట్రింగ్‌మని చప్పుడు చేస్తూ పూర్తిగా ఆమెను తాకేలా తెచ్చి నిలబెట్టాడు. తల్లి బెదిరిపోయి, చేతిలోని నేతిదీపాన్ని కింద పడవేసుకుంది. ఫణిరాజుకు పట్టరాని నవ్వు. కొడుకును గుర్తించిన తల్లి, "నీవేనా? ముండాకొడకా..." అని చేయెత్తి కొట్టడానికి పోతే, ఫణిరాజు వేగంగా సైకిల్ తొక్కుకుంటూ వెళ్ళిపోయాడు! రాత్రి భోజనానికి కూర్చున్నప్పుడు తల్లి "మొండివాడు, మొండివాడు" అని తిడుతూ వడ్డించింది. ఫణిరాజు, నాణి చిన్నాన్న ఒకరినొకరు చూసి చిన్నగా నవ్వారు. ఆ సారి ఊరికి వెళ్ళటానికి ముందు ఫణిరాజుకు ఒక సెకండ్ హ్యాండ్ సైకిల్‌ను నాణి చిన్నాన్న కొనిపించి వెళ్ళాడు.

నాణి చిన్నాన్న ఎప్పుడూ ఒక్కడే వచ్చేవాడు. భార్యాపిల్లలను తీసుకొని వచ్చేవాడు కాదు. "గంగూబాయిని, పిల్లలను తీసుకుని రావాల్సింది" అని ఫణిరాజు తల్లి మొహమాటానికి అనేది. ఆ మాటలకు ఒక క్షణం మౌనంగా ఉన్న నాణి చిన్నాన్న "ఆమె స్వభావం నీకు తెలుసుకదమ్మా, తానూ రాదు, పిల్లలనూ పంపదు. నేనైతే తల్లిదండ్రుల శ్రాద్ధాన్ని తప్పించలేనుకదా? తప్పకుండా వస్తాను" అని విషాదంగా చెప్పేవాడు. ఆమె మళ్ళీ ఆ విషయాన్ని గెలవటానికి ప్రయత్నించేది కాదు. అయితే నాణి చిన్నాన్న లేని సమయంలో తండ్రి దగ్గర గొణగటం మొదలు పెట్టేది. "చూడండి, మీ తమ్ముడు కాస్త గట్టిగా ఉండాలి. ఆమె బొంగరం ఆడించినట్లు ఆడిస్తూ ఉంది. భర్త అనే మర్యాద కూడా లేదు. ఏదో బ్యాంకులో ఉద్యోగం చేస్తూ, ఎంతో కొంత సంపాదిస్తున్నాడని ఇంట్లో పెట్టుకుంది. లేకపోతే ఎప్పుడో ఇంట్లోంచి బయటికి తరిమివేసే మనిషి. అలాంటి కోపిష్ఠి ఆడదాన్ని నేనైతే చూడలేదు లేండి" అని మొదలు పెట్టేది. నాన్న మింగలేక కక్కలేక సతమతమయ్యేవాడు. సొంత తమ్ముడికి అవస్థ తెలియదని కాదు. అయితే ఎంత సొంత తమ్ముడు అయినప్పటికీ తాను నిలబడి ఆ సంసారాన్ని ఎలా బాగుచేయగలడు? భర్తను ఇష్టమొచ్చినట్టు తిట్టే ఆమె తన మాటలు

వింటుందా? "ఎవరికి వారు తెచ్చుకున్నది. అంతా ప్రారబ్ధం" అని నిట్టూర్పు విడిచేవాడు.

గత మూడేళ్ళ నుంచి నాణి చిన్నాన్న ఊరికి రాలేదు. "శీనన్న, వదినలకు నమస్కారాలు. ఎందుకో ఆరోగ్యం బాగుండటం లేదు. నిద్రలేమి నన్ను తీవ్రంగా వేధిస్తోంది. ఊరికి వచ్చే ధైర్యం కలగడం లేదు. ఎందుకో తల్లిదండ్రులకు నా చేతినుంచి భోజనం వడ్డించుకునే కోరిక తగ్గిందేమోనని అనుమానం కలుగుతోంది. జీవితం కష్టంగా అనిపిస్తుంది. బ్యాంకు ఉద్యోగాన్నీ సరిగ్గా నిర్వహించడానికి కావడం లేదు. ఆ రాఘవేంద్ర స్వామి మనసులో ఏముందో నాకు తెలియదు. చిరంజీవి ఫణిరాజుకు నా ఆశీర్వాదాలు తెలపండి" అని పదిహేను పైసల ఉత్తరం వచ్చేది. నాన్నకు ఆ ఉత్తరాలను చదివి ఎంతో బాధ కలిగేది. తమ్ముడు పరిస్థితిపట్ల బెంగతో నిరుత్సాహంగా ఉండేవారు. అయితే అమ్మ మాత్రం ఆపకుండా గొణుగుతూ వుండేది. "ఆ గంగూబాయి సామాన్యమైన ఆడది కాదు. అతన్ని ప్రశాంతంగా బ్రతకనివ్వదు. ప్రతిదానికీ దెప్పిపొడిచి, దెప్పిపొడిచి ఇంటిని నరకం చేసివుంటుంది. ప్రశాంతత లేని ఇంటిలో నెమ్మదైన మనిషికి నిద్ర ఎలా పడుతుంది? అతడికి పిచ్చి పట్టించేవరకు ఆమెకు సంతృప్తి కలగదు. కావాలంటే చూడండి" అని శపథం చేస్తున్నట్టు చెప్పేది. ఇప్పటికే రెండుచేతులు వదిలి సైకిల్‌తొక్కటం నాణి చిన్నాన్నకు చూపించాలనీ, అంతేకాకుండా తన స్నేహితుడొకడు ఇప్పటికే కొనుక్కున్న లూనా కూడా తనకు నడపడం వస్తుందని చెప్పాలనీ అత్యంత ఆత్రుతగా ఉన్న ఫణిరాజుకు మాత్రం దీనివల్ల విసుగు కలిగేది.

శీనన్నకు ఒకసారి వెళ్ళి తమ్ముడిని చూసుకుని రావాలని ప్రాణం లాగేది. అయితే ఎక్కడో దూరంలో ఉన్న ఊరు. బళ్ళారి జిల్లాలోనే బ్రతుకు తెరువు చూసుకున్న శీనన్నకు అలా దూరంలోని ఊళ్ళకు వెళ్ళే అలవాటు లేదు. అయినా రక్తం పంచుకుని పుట్టిన తమ్ముడు. ఏమి చేయాలో తోచేది కాదు. "మీరు ఊరుకోండి. అంత దూరంలో ఉన్న ఊరికి వెళ్ళడం అంటే తక్కువ ఖర్చు అవుతుందా? నీ తమ్ముడైతే బ్యాంకులో ఉద్యోగం చేసేవాడు. చేతినిండా జీతం సంపాదిస్తాడు. మీదేముంది? నెల చివర్లో అప్పు చేయకుండా ఈ ఇంట్లో దేవుడు దీపం వెలగదు. 'లేనిపోని పెద్దరికం చూపడానికి వెళ్ళకండి" అని ఫణిరాజుకు తల్లి చివరి తీర్పును ఇచ్చేసింది.

అయితే తప్పనిసరిగా వెళ్ళాల్సినటువంటి ఉత్తరం మరొకటి వచ్చింది. ఈసారి సాక్షాత్తు గంగూబాయి ఉత్తరం రాసింది. "పూజ్యులైన తండ్రిగారితో

సమానులైన శీనన్నబావగారికి నమస్కారాలు. అక్కడ అంతా క్షేమమని భావిస్తున్నాను. ఇక్కడ మాత్రం పరిస్థితి క్షీణించింది. మీ తమ్ముడిని నిభాయించడం మాకు కష్టమవుతోంది. బ్యాంకుకు వెళ్ళటం మాని చాలా కాలమైంది. పిల్లలను పెట్టుకొని బతుకు సాగించడం మాకు కష్టమైంది. దయచేసి ఒకసారి ఇక్కడికి వచ్చి సహాయం చేయాలని ఈ ఉత్తరం ద్వారా విన్నవించుకుంటున్నాను. మీరు ఫలానా రోజున వస్తానని తెలియజేస్తే, నా కొడుకును రైల్వే స్టేషన్‌కు పంపిస్తాను. మా చిరునామా ఉత్తరం వెనుక రాశాను. వదినగారిని అడిగానని చెప్పండి. చిరంజీవి ఫణిరాజుకు ఆశీర్వాదాలు'' అని రాసింది. గంగూబాయి చదవటం–రాయటం తెలిసిన మనిషి కాదు. అయితే కొడుకు చేత రాయించి వుండవచ్చునని నాన్న అంచనా వేశారు.

ఈ సారి వెళ్ళాల్సిందేనని శీనన్న నిర్ణయించుకున్నాడు. ఎందుకో మనసులో చెడు ఆలోచనలను రాసాగాయి. గంగూబాయి ఉత్తరాన్ని చూసిన తరువాత ఎందుకో శీనన్న భార్య కూడా గొడవ చేయలేదు. చివరికి ధైర్యం చేసి ఫలానా రోజున వస్తున్నానని ఉత్తరం రాశాడు. అప్పుడే ఫణిరాజు తాను కూడా వస్తానని పట్టుబట్టాడు. "సంతోష సమయమైతే పిల్లవాడ్ని తీసుకొని వెళ్ళొచ్చు. ఈ కష్టకాలంలో వాణ్ణి తీసుకెళ్ళటం వద్దు" అని తల్లి పట్టుబట్టింది. అయితే ఫణిరాజు వింటాడా? నేలమీద పడి దొర్లుతూ ఏడ్చాడు. తల్లి ఒకటిరెండు దెబ్బలు వేసినా వినలేదు. "ఒక వారం స్కూలు మానేసి కూర్చుంటే ఫెయిల్ అవుతావురా... అసలే నీకు ఇంగ్లీష్‌లో సరిగ్గా మార్కులు రావటం లేదు" అని తల్లి బెదిరించి చూసింది. ఫణిరాజు వింటాడా? భోజనం చేయకుండా మొండిపట్టుపట్టాడు. చివరికి విఫలమైన వాడి తండ్రి, "పోనీలేవే. పిల్లవాడు కూడా అంత దూరంలోని ఊరును ఎప్పుడు చూడాలి? ఎలాగూ రైల్లో వెళ్ళటం. సగం ఛార్జి తీసుకుంటారు. నా వెంబడి పిల్చుకునిపోయి వస్తాను" అని తన చివరి నిర్ణయాన్ని చెప్పాడు. ఫణిరాజు సంతోషాన్ని పట్టివుంచడం ఎలా? సైకిల్ ఎక్కి మొత్తం ఊరును నాలుగు సార్లు చుట్టి, కనిపించిన వారందరికీ తాను దూరంలోని రాజమండ్రికి వెళుతున్నట్టు చెప్పి వచ్చాడు.

నాణి చిన్నాన్నకు ఏదైనా అమూల్యమైన కానుకను తీసుకుని వెళ్ళాలనే ఆలోచన వాడి బుర్రలోకి వచ్చింది. ఆ రోజంతా ఏం తీసుకెళ్ళాలా అని బుర్ర బద్దలు కొట్టుకున్నాడు.

❖❖❖

రైల్వే స్టేషన్‌కు నాణి చిన్నాన్న కొడుకు ప్రకాశ్ వచ్చాడు. అతన్ని

చూసిన జ్ఞాపకం ఫణిరాజుకు లేదు. అయితే చిన్నాన్న పోలికలు అతనిలో వున్నాయి. శీనన్న మాత్రం తమ్ముడి కొడుకును గుర్తుపట్టాడు. అతని ఉపనయన కార్యక్రమానికి శీనన్న భార్య సమేతంగా వచ్చాడు. అయితే ఎందుకో గంగూబాయి తగిన మర్యాద ఇవ్వకుండా నిర్లక్ష్యంగా చూసిందనిపించి, నారాయణ వేడుకున్నప్పటికీ ఒక్కరోజు కన్నా ఎక్కువగా అక్కడ ఉండకుండా బయలుదేరి వచ్చారు. అప్పటికింకా ఫణిరాజు పుట్టలేదు. వివాహమై చాలా ఆలస్యంగా వాడు పుట్టాడు. ఇప్పుడే మొదటిసారి ఫణిరాజు, ప్రకాశ్ ఇద్దరూ మొదటిసారి ఒకరినొకరు చూసుకున్నారు. ప్రకాశ్ ఇప్పుడు బి.కాం. రెండవ సంవత్సరం చదువుతున్నాను. అతనికి ఒక చెల్లెలు కూడా ఉంది. "నాన్న ఎలా ఉన్నారు?" అని శీనన్న అడగటంతో, "అలాగే ఉన్నారు పెదనాన్నా. ఎందుకో ఏదీ నయం కావడం లేదు" అని అనగానే శీనన్న అపస్వరాన్ని గుర్తించాడు. ప్రకాశ్ ఫణిరాజును తన సైకిల్ మీద కూర్చోబెట్టుకుని, శీనన్నకు సైకిల్ రిక్షా మాట్లాడుకుని ఇంటికి తీసుకునిపోయాడు. ఉదయం ఎనిమిది గంటలకల్లా ఆ ఊరులో ఎండ మండిపోతోంది. తనకూ సైకిల్ తొక్కడం వస్తుందనే విషయాన్ని ఫణిరాజు తన కొత్త అన్నకు చెప్పాడు. తమ ఊరికన్నా చాలా పెద్దదైన ఈ ఊరు ఫణిరాజుకు ఆశ్చర్యాన్ని కలిగించింది. ఏ గోడను చూసిన సినిమా వాల్‌పోస్టర్లు పెద్ద పెద్దగా వెలిగిపోతున్నాయి. నాణి చిన్నాన్నను ఒప్పించి మూడు సినిమాలైనా చూడాలని మనసులోనే నిశ్చయించుకున్నాడు. సాయంత్రం పూట ప్రకాశ్ అన్నను ఒప్పించి, నది దగ్గరకు వెళ్ళాలని కలగన్నాడు.

ఏదో సందులో ఒక లోగిలిలోని ఇల్లు వారిది. సరిగ్గా వెలుతురు లేదు. పైగా విపరీతమైన ఉక్కపోత. కరెంటు లేని కారణంగా లైట్ వేయడానికి లేదు. కళ్ళు చీకటికి సర్దుకోవడానికి కొన్ని నిమిషాలు పట్టాయి. గంగూబాయి మాత్రం ఇంట్లోనే ఉంది. చిన్న అమ్మాయి స్కూలుకు వెళ్ళింది. తమ్ముడు నారాయణ బ్యాంకుకు వెళ్ళివుంటాడని శీనన్న భావించాడు. గంగూబాయి ఒక చాపను పరిచి "కూర్చోండి బావ" అని మర్యాద చేసింది. చెంబుడు నీళ్ళు తెచ్చిచ్చి, ఫణిరాజుకు తినడానికి ఒక బెల్లంముక్క ఇచ్చింది. వాడి బుగ్గలను, తలను నిమిరి, "ఎంత పెద్దవాడివైపోయావు. ఎన్నో క్లాసు..." అని అడిగింది. ఆమె తన తల్లి నిందించేటంత చెడ్డమనిషి కాకపోవచ్చుని ఫణిరాజుకు అనిపించింది.

ఇల్లు ఖాళీ ఖాళీగా అనిపించింది. మొత్తం వసారాలో కూర్చోవడానికి ఒక కుర్చీ కూడా లేదు. మూలలో కొన్ని పక్కచుట్టలను పేర్చిపెట్టారు. మరొక చివరలో మిరపకాయలను ఏదో పాత చీరమీద ఆరవేశారు. పైకప్పుకు వెదురు

కర్రలు కట్టివుండడం, వాటిపై కొన్ని బట్టలను ఆరవేశారు. రెండు కర్రల మధ్య ఎక్కడో ఉండవలసిన గవాక్షం గుండా ఉందో లేదో అన్నట్టు క్షీణంగా వెలుతురు పడుతోంది. గోడమీద వెంకటేశ్వరస్వామి, పద్మావతిల ఫోటో ఉంది. దానికి వైరుతో అల్లిన దండవేశారు. ఆ దండ రంగులు ఏవో తెలియనంతగా పొగచూరి ఉండడం వల్ల నల్లబడ్డాయి. అక్కడెక్కడో ఫోటో వెనుక ఒక పెద్దబల్లి బయటికివస్తూ లోపలికిపోతూ దాగుడుమూతలు ఆడుతోంది.

మూలలో పేర్చిపెట్టిన పక్కచుట్టలకు ఆనుకొని కూర్చున్న గంగూబాయి "అంతా మా ప్రారబ్ధకర్మ బావా" అని నుదురు కొట్టుకుంది. ఆమె నుదురు బాదుకున్న రభసకు ఫణిరాజు భయపడ్డాడు. లుంగీ కట్టుకొని వచ్చిన ప్రకాశ్ అక్కడే ఎదుటి గోడ దగ్గర మునివేళ్ళ మీద కూర్చున్నాడు. "నారాయణ బాగానే ఉండేవాడుకదా. ఏమైంది?" అని విషయం తెలుసుకోవడానికి శీనన్న అడిగాడు. "నిద్ర పట్టడం లేదు. నిద్ర పట్టడం లేదు అని మొదలుపెట్టారు బావా" అని గంగూబాయి ప్రారంభించింది. వెంటనే ఫణిరాజుకు ఆ అర్ధరాత్రి చిన్నాన్న కిటికీ దగ్గర చంద్రుడిని చూస్తూ కూర్చున్న దృశ్యం గుర్తుకొచ్చింది.

"ఒకరోజు నిద్రపట్టకపోతే మరొక రోజు వస్తుందిలే అని నేనే తిట్టి నిద్రపొమ్మనేదాన్ని. సంసార తాపత్రయాలు గుర్తుచేసుకుంటే నాకూ ఎన్నో రోజులు నిద్రపట్టదు. అయితే ఆ విషయాన్ని పెద్దగా చేసుకుని కూర్చుంటే సంసారం ఏమవుతుందో చెప్పండి? వారాలకొద్దీ నిద్రపోకుండా వుండేవారు. సరిగ్గా నిద్రపోకపోతే శరీరానికీ అలసట, మనస్సుకూ అలసట. పైగా ఈయన బ్యాంకులో చేస్తున్నది క్యాషియర్ ఉద్యోగం. ప్రతి రోజూ డబ్బుల లెక్కలో తేడా వచ్చేది. దాంతో చేత్తో డబ్బులు కట్టి ఇవ్వాల్సి వచ్చేది. ఎవరో పుణ్యాత్ములు డబ్బులు అధికంగా వచ్చాయని తిరిగిచ్చి హెచ్చరించి వెళ్ళేవారు. అయితే అందరూ మంచివాళ్ళే ఉంటారా చెప్పండి? మీ ముందు అబద్ధం చెప్పడం లేదు బావ. ఒకసారి ఎనిమిదివేల రూపాయలు తలమీద వచ్చిపడ్డాయి. ఉద్యోగం కాపాడుకోవాలి అంటే డబ్బులు కట్టాలి అని మేనేజర్ పట్టుబట్టారు. అమ్మాయి పెళ్ళికోసం చేయించిన రెండు పేటల గొలుసు, చేతిలోని గాజులు అమ్మి ఉద్యోగం కాపాడుకున్నాం. పాడుబంగారం మీద ఆశవద్దు. ఈరోజు కాకపోయినా రేపైనా దేవుడు దయతలిస్తే చేయించుకోవచ్చునని మనసుకు నచ్చజెప్పుకున్నాను. ఈయనకు క్యాషియర్‌లాంటి పని తప్ప వేరే ఏదైనా సులభమైన పని ఇవ్వమని నేను బ్యాంకుకు వెళ్ళి వేడుకున్నాను. 'ఒక పనిలో అనుభవం వున్నవారికి మరొక పని ఇవ్వడానికి కుదరదమ్మా' అని బ్యాంక్‌లో అనేశారు.

నేను చదువుకున్నదాన్ని కాదు. అలా ఆఫీస్‌కు వెళ్ళి పెద్దవాళ్ళతో మాట్లాడాలంటే భయం వేస్తుంది. అయినా సంసారం నిలబడితే చాలు తంత్రీ అనే మొండి ధైర్యం తెచ్చుకుని అన్ని చోట్లకు తిరిగాను" అని చెప్పి కళ్ళు తుడుచుకుంది. "ఓర్చుకో గంగూబాయి" శీనన్న కూడా చెమర్చిన కళ్ళతో అన్నాడు. గోడకు ఒరిగి మునివేళ్ళ మీద కూర్చున్న ప్రకాశ్ లేచి పెరట్లోకి వెళ్ళాడు. ఫణిరాజు ఫోటో వెనుక ఉన్న బల్లిని గమనిస్తున్నాడు, ప్రాణమే లేనట్టు తటస్థంగా కూర్చున్న ఆ బల్లి, ఉన్నట్టుండి సర్రున కదిలి ఏదో చిన్న పురుగును గబుక్కున పట్టుకుంది.

"బ్యాంకుకు వెళ్ళటం మానివేసి ఇప్పటికే దగ్గరదగ్గరగా ఆరునెలలు గడిచాయి. మూడు నెలలు ఎలాగో సమకూర్చి జీతం అని ఇచ్చారు. అయితే వాళ్ళయినా ఎన్ని రోజులని ఉచితంగా డబ్బులు ఇస్తారో చెప్పండి? ఇంటి నిండా అప్పులు. ఈయనలో ఇలాంటి భయం ఎలా దూరిందో తెలియదు బావా. ఏది చూసినా భయమే. ఏ పని చేయాలన్నా భయమే. చివరికి స్నానం చేయండి, భోజనం చేయండి అన్నా భయమే. ఈ విధమైన భయం ఉంటే రాత్రి ఎలా నిద్ర పడుతుందో చెప్పండి? పిచ్చిపిచ్చిగా మాట్లాడేవారు. పిల్లలను ఇతరుల ఇండ్లకు పడుకోవడానికి పంపడం మొదలుపెట్టాను. నేనైతే కట్టుకున్నదాన్ని? ఎక్కడికి వెళతాను చెప్పండి? పూర్వార్జితకర్మ అనుకుని అనుభవిస్తూ ఉన్నాను. నేనూ ఆయనలాగే అయిపోతానేమోననే భయం వేస్తోంది శీనన్న బావా" అని చెప్పి మరింత కన్నీళ్ళు కార్చి, కొంగుతో తుడుచుతుంది. "మంచి డాక్టర్‌కైనా చూపించాల్సిందికదా?" అని శీనన్న అడిగారు.

"అదీ చేశాం. డాక్టర్ నిద్రమాత్రలు రాసిస్తారు. నాలుగు రోజులు ఇస్తే చక్కగా నిద్రపోతారు. అయితే ఉదయం లేచిన వెంటనే మబ్బుపట్టినవారిలా కూర్చుంటారు. ఏ పని చేయడానికి ఉత్సాహం లేనట్టు అయిపోతారు. ఐదో రోజు నుంచి ఆ మాత్ర కూడా పనిచేయరు. ఇంకొక మాత్ర అదనంగా ఇవ్వమంటారు. ఎప్పటి వరకు ఇలాగే కొనసాగించాలి? కడుపుకు తినటానికి డబ్బు లేదు. పుట్టింటివాళ్ళు చేయగలిగే సహాయం చేశారు. వాళ్ళు కూడా ఇప్పుడు మెత్తబడ్డారు. దేవుడు, దయ్యాలు, మంత్రాలు, తంత్రాలు అని నాకు తెలిసినవన్నీ చేయించాను. ఏదీ ఫలించలేదు. నేను ఎక్కడికి పారిపోవాలో చెప్పండి ?" అని ప్రశ్నించింది.

శీనన్నకు ఇంకేమి మాట్లాడాలో తోచలేదు. గంగూబాయి తపన కూడా హృదయాన్ని తాకుతోంది. నారాయణ దగ్గర్లో ఉన్నట్టయితే ఏదైనా ప్రయత్నించి ఉండొచ్చు. ఇంత దూరంలోని ఊరికి వచ్చి స్థిరపడ్డాడు. బళ్ళారి జిల్లావాళ్ళం

కావడం వల్ల మాకు కన్నడ మాధ్యమంలోనూ, తెలుగు మాధ్యమంలోనూ చదివే అవకాశాలు ఉండేవి. ఇంట్లో మాట్లాడుతున్నది కన్నడ. అందుకే నేను కన్నడ మాధ్యమంలో చదివి కర్ణాటకలో ఉండిపోయాను. అయితే నారాయణకు సినిమా చూసే పిచ్చి. అమ్మను వేధించి, డబ్బులు లాక్కొని సినిమాకి లాక్కుని వెళ్ళేవాడు. అప్పట్లో కేవలం తెలుగు సినిమాలదే వైభవం. ఎన్టీఆర్, నాగేశ్వరావు అంటే సాక్షాత్తు దేవులన్నట్టు భావించేవారు. తెలుగు సినిమాల ముందు కన్నడ సినిమాలు చప్పబడిపోయేవి. ఆ కారణంగానే కావచ్చు తెలుగు మాధ్యమంలో చదువుతానని పట్టుబట్టి చదివాడు. విద్యాభ్యాసం ముగిసిన తరువాత అతను తెలుగు రాష్ట్రంలోనే ఉద్యోగం చేస్తూ తిరగసాగాడు. నేను కర్ణాటకలో వుండిపోయాను. బాల్యంలో చదివిన భాషా మాధ్యమం మా ఇద్దరినీ ఇంత దూరం చేసిందికదా అని బాధ కలిగింది.

ఫణిరాజుకు వీరిద్దరి మాటలు ఏమీ అర్థం కాకపోవడంతో బోర్ కొడుతోంది. ప్రకాశ్‌తో ఏదైనా సినిమాకి బయటికి వెళితే ఎలా వుంటుందనే ఆలోచన వస్తోంది. ఉదయం నుంచి కడుపులో ఏమి పడకపోవడం వల్ల ఆకలి కూడా వేస్తోంది. అయితే అలాంటి గంభీరమైన మాటల మధ్య తన సమస్యను చెప్పటానికి ప్రయత్నిస్తే తిడతారని గాభరాపడి కూర్చున్నచోటే మౌనంగా సతమతమవుతున్నాడు. వాళ్ళు కూర్చున్న చాప అక్కడక్కడ చిరిగిపోయింది. ఆ చిరిగిన చాప నుంచి ఒక్కొక్క పుల్ల లాగి, దాన్ని చిన్న చిన్న ముక్కలుగా చేయసాగాడు. ఆ విషయం సూక్ష్మంగా గమనించిన శీనన్న వాడి చేతిమీద పట్‌మని కొట్టి, చూపులతోటే మౌనంగా కూర్చోమన్నట్టు గదమాయించాడు.

"నారాయణ ఎంతసేపటికి వస్తాడు గంగూబాయి. వాణ్ణి చూడాలని, పలకరించాలని అనిపిస్తూ వుంది" అని శీనన్న అడిగాడు. దానికి జవాబివ్వకుండా "ప్రకాశ్... ప్రకాశ్..." అని కేకవేసింది. ప్రకాశ్ వచ్చాడు. "మీ నాన్నను కాస్త చూపించు నాయనా" అని చెప్పింది. ప్రకాశ్ గది వైపు వెళ్ళి, గడియ తీసి, "రండి" అన్నాడు. శీనన్నకు ఈ మాట వల్ల షాక్ కలిగింది. అంటే నారాయణ ఇప్పటిదాకా ఇంట్లోనే ఉన్నాడా? తను వచ్చి ఇంతసేపు మాట్లాడినా వచ్చి తనను కలవాలని అనిపించలేదా? వాడికి ఏమైంది?

గదిలోకి నెమ్మదిగా అడుగు పెట్టాడు. ఫణిరాజు తండ్రిని అనుసరించాడు. గదిలో చీకటి ఉంది. ప్రకాశ్ మూలలో ఉన్న ఒక కిటికీ రెక్క తెరిచాడు. కొద్దిపాటి మసక వెలుతురు లోపలికి దూసుకొచ్చింది. శీనన్న కళ్ళు చీకటికి అలవాటుపడ్డాయి. గదిలో కేవలం ఒకే ఒక ఇనుప మంచం వుంది. దానిమీద

ఒక చిరిగిన పక్క. దిండు కవర్ లేనటువంటి ఒక మురికి తలదిండు. నారాయణ మంచానికి ఒరిగి కూర్చుని నిద్రపోతున్నాడు. గంగూబాయి పాత చీరతో అతని రెండు చేతులను మంచానికి కట్టివేశారు. చిరిగిన బనియను, చారల చెడ్డి తప్ప ఇంకేమీ బట్టలు వేసుకోలేదు. గడ్డం–మీసాలు తీయకుండా నెలలే గడిచాయి. జుట్టు నెరిసింది. మొత్తం రూములో ఒక విధమైన ముగ్గువాసన ముక్కు తాకుతూ ఉంది. ఆ దృశ్యాన్ని చూసి శీనన్నకు దుఃఖం పొంగుకు వచ్చి కన్నీళ్ళు వచ్చాయి. పరిస్థితి ఈ స్థాయికి వచ్చిందని కచ్చితంగా అతను ఊహించలేదు. ఫణిరాజుకు భయమేసి, వెళ్ళి తండ్రి కాళ్ళ వెనుక దాక్కున్నాడు.

"ఎన్నిమాత్రలు ఇచ్చినా రాత్రి నిద్రపోలేదు. ఇప్పుడు కొంచెం కునుకు పట్టినట్టుంది" అని చెప్పి తన తండ్రి దగ్గరికి వెళ్ళి, "నాన్నా... నాన్నా... ఎవరు వచ్చారో చూడు" అని అతన్ని కుదిపి మేల్కొలిపాడు. "అతన్ని ఎందుకు లేపుతావు. వదిలేయ్" అని చెప్పాలనుకున్న శీనన్న మాటలు పెదవిదాటి బయటకు రాలేదు. నారాయణ నెమ్మదిగా కళ్ళు తెరిచాడు. అలిసిపోయాడు. కళ్ళల్లో ప్రాణమే లేదు. అన్నను ఒకటి రెండు క్షణాలు కళ్ళు విప్పార్చి చూశాడు. "నేనురా నారాయణ మీ అన్నను" అని దగ్గరికి పోయాడు. గుర్తుపట్టాడు. "శీనన్న" అని ఆర్ద్రతతో పిలిచాడు. ముఖంలో దుఃఖమో, సంతోషమో అదోలాంటి భావన కదిలిపోయింది. శీనన్న అతని చేతికి కట్టిన చీరముడిని విప్పసాగాడు. "వద్దు పెదనాన్నా..." అని ప్రకాశ్ ఏదో చెప్పబోయాడు. నువ్వు ఊరుకో అన్నట్టు శీనన్న చేత్తో సైగ చేశాడు.

నారాయణ రెండుచేతులను గాలిలో కదిలిస్తూ, "అయిపోయింది... అంతా అయిపోయింది..." అని క్షీణంగా జీవంలేని కంఠంతో చెప్పాడు. తనకన్నా రెండేళ్ళు చిన్నవాడైన నారాయణ అలా మాట్లాడడం విని శీనన్నకు కడుపులో కలచివేసినట్టు అయింది. "అలాంటి మాటలు ఎందుకు మాట్లాడుతావు... వదిలింది అను... వందేళ్ళు బ్రతుకుతావు" అని తిడుతున్నట్టు శీనన్న అన్నప్పటికీ, అందులో భయమూ, దుఃఖమూ కలగలిసి ఉన్నాయి. ఇప్పుడు నారాయణ దృష్టి ముడుచుకుని నిలబడ్డ ఫణిరాజు వైపు పోయింది. "రా చిన్నాన్నకు నమస్కారం చెయ్యి" అని శీనన్న కొడుకుని పిలిచాడు. భయంతోనే ఫణిరాజు నెమ్మదిగా నడిచొచ్చి చిన్నాన్నకు నమస్కరించాడు. నారాయణ కృశించిన చేతులతో వాడి తలను, బుగ్గలను నిమిరాడు. తన ఊరికి వచ్చి సైకిల్ నేర్పించిన నాణి చిన్నాన్న ఇతను కానేకాదనే భావన ఫణిరాజుకు కలిగింది.

"ఇప్పుడు హ్యాండిల్ వదిలి సైకిల్ తొక్కుతాడు... బళ్ళారి ఎండంతా

వాడి కోసమే ఉద్దేశించబడినట్టుంది” శీనన్న ముఖంలో నవ్వు తెచ్చుకొని చెప్పాడు. నారాయణ ముఖంలోనూ నవ్వు మెరిసింది. “నీకు ఇవ్వాలని ఏదో తెచ్చాడు. ఇవ్వరా ఫణి” అని కొడుకుతో అన్నాడు. ఫణిరాజు గబుక్కున బయటికి పరుగున వెళ్ళి, సంచిలో పెట్టిన ఒక పుస్తకం తెచ్చాడు. దాన్ని నాణి చిన్నాన్నకు ఇచ్చాడు. ఇప్పటికే ఏదో విషయాల గురించి ప్రశ్నోత్తరాలను రాసిన పుస్తకమది. అయితే రాసిన పుటల మీద ప్రత్యేకమైన అగ్గిపెట్టె మీదున్న చిత్రాలను అతికించడం జరిగింది. ఉదయిస్తున్న సూర్యుడి చిత్రం. బాహుబలి చిత్రం. చేతిలో నిప్పుల జ్వాలతో కూడిన కాగడాను పట్టుకొని పరిగెడుతున్న పోటీదారుడి చిత్రం, అందమైన కోడిపుంజు చిత్రం, చామంతి పువ్వు చిత్రం, రైతు దంపతులు తలమీద గడ్డిమోపు మోసుకొని గొర్రెలతో ఇంటివైపు వెళుతున్న చిత్రం, ఎగిరిదూకే జింక చిత్రం, ధైర్యంగా కూర్చున్న సింహం చిత్రం... ఒకటా రెండా! నాలుగేళ్ళ ఫణిరాజు వీధివీధి తిరిగి సేకరించిన అగ్గిపెట్టెల అందమైన చిత్రాల ఆల్బమ్. ఎన్నోసార్లు గోలీల ఆటకు ఈ అగ్గిపెట్టెల చిత్రాలనే పణంగా పెట్టి, ఎన్నో అందమైన కొత్త చిత్రాలను వాడు ఆటలో గెలిచాడు. అగ్గిపెట్టెల పై భాగాన్ని రాత్రి నీళ్ళలో నానబెడితే ఉదయం దాని మీద ఉన్న చిత్రపు కాగితం నెమ్మదిగా విడిపోయి వచ్చేది. దాన్ని తీసుకొని ఎండలో ఎండబెట్టి, తరువాత నోటు పుస్తకంలో అతికించేవాడు. రోజుకు ఒకటి రెండు సార్లయినా ఆ పుస్తకంలోని ఫోటోలన్నిటిపై చూపులు సారించకుండా వాడి ప్రాణం ఆగదు. అలాంటి అత్యంత అమూల్యమైన కానుకను సైకిల్ నేర్పిన చిన్నాన్న కోసం తెచ్చాడు. మొదటి పుటలో ఎర్రరంగు అక్షరాలలో “నాణి చిన్నాన్నకు...” అని రాసి, పైన ఒక సైకిల్ చిత్రాన్ని గీశాడు. నాణి చిన్నాన్న ఒక్కొక్క పుటను చూస్తూ పోయాడు. అప్పుడప్పుడు గర్వంతో ఫణిరాజు వైపు చూస్తున్నాడు. ఆ ఫోటోలను చూస్తూ ఆవులించసాగాడు. ప్రకాశ్‌కు అర్థమైంది. వెంటనే తండ్రి దగ్గరికి వెళ్ళాడు. నాణి చిన్నాన్న అత్యంత సహజంగా తన రెండు చేతులను కట్టి వేయడానికి చాపాడు. ప్రకాశ్ తన తల్లి చీరతో తండ్రి చేతులను బిగించి కట్టాడు. నాణి చిన్నాన్న కూర్చున్న చోటే నిద్రలోకి జారాడు.

❖❖❖

ఫణిరాజుకు రాత్రి ఉన్నట్టుండి మెలకువ వచ్చింది. బయట ఏదో గొడవ జరుగుతోందని అనిపించింది. తాను ఎక్కడ ఉన్నాడో అర్థం కావడానికి వాడికి చాలా సమయం పట్టింది. తండ్రి కోసం పక్క మీద చెయ్యి చాపాడు. తండ్రి పడుకున్న స్థలం ఖాళీగా ఉంది. వాళ్ళిద్దరినీ వంట ఇంట్లో పడుకోబెట్టారు.

అది కాస్త పెద్దగది. ఇంట్లో ఉన్న ఒకే ఒక్క గదిలో నాణి చిన్నాన్న ఉన్నాడు. తల్లీపిల్లలు ఇద్దరూ వసారాలో పడుకునివున్నారు. వంటింట్లోనే ఒక మూలలో దేవుడిగది ఉన్నప్పటికీ, నూనె ఎక్కువగా వేయకపోవడం వల్ల అది ఎప్పుడో శాంతమైంది. మొత్తం వంటిల్లు చీకటితో నిండిపోయింది. అయితే మూసిన తలుపుల సందులోంచి వసారాలోని వెలుతురు కనిపిస్తోంది. ఫణిరాజుకు గాభరా కలిగింది. మూత్రవిసర్జనకు అవసరమైంది. బచ్చలిల్లు ఎక్కడుందో మరిచిపోయాడు. నెమ్మదిగా లేచి తలుపు జరిపి, వసారాలోని దృశ్యాన్ని చూశాడు. అతని గుండె కొట్టుకోసాగింది.

పచార్లు చేసిచేసి నాణి చిన్నాన్న చెమటలు పట్టసాగాడు. ఒకసారి నేరుగా దేవుడి గదిలోకి దూరాడు, దేవుడు ముందు మోకాళ్ళ మీద కూర్చొని, "తప్పయింది తండ్రీ... ఈ కష్టాల నుంచి కాపాడు తండ్రి... తిరుపతి తిమ్మప్పా... మంచాల రాఘవేంద్రస్వామి... ఎవరైనా కాపాడండి... కొద్దిపాటి నిద్ర ఇవ్వండి..." అని చెంపలు వాయించుకుని వేడుకోసాగాడు... తానొక్కడే వంటింటి మూలలో నిలబడి ఆ దృశ్యాన్ని చూస్తున్న ఫణిరాజు గుండె కొట్టుకోసాగింది. అయితే నాణి చిన్నాన్నకు అక్కడ కూడా కాసేపు కూర్చునే సహనం లేదు. వెంటనే లేచి బయటికి వచ్చాడు. "ఉక్కపోతగా ఉంది... ఉక్క... ఉక్క" అని అరవడం మొదలు పెట్టి, నేరుగా తలవాకిలి దగ్గరికి వెళ్ళి దాన్ని లాగసాగాడు. దానికి పెద్దతాళం వేసివుంది. నేరుగా భార్య దగ్గరికి వచ్చి, "తాళంచెవి ఇవ్వు... తాళంచెవి ఇవ్వు... నేను బయటికి వెళ్ళాలి" అని వేడుకున్నాడు. గంగూబాయి కదల్లేదు. "తాళంచెవి ఇవ్వవే గంగూ... దండం పెడతా... ఉక్కపోత తట్టుకోలేక పోతున్నాను... గంగూ ఇవ్వు..." అని చేతులు జోడించి వేడుకోసాగాడు. గంగూబాయి దానికి ప్రతిస్పందనగా చేతులు జోడించి, "ఇంట్లో చేసే గొడవే తీవ్రమైంది... ఈ అర్ధరాత్రి సమయంలో వీధిలోకి వెళ్ళి మా మర్యాద తీయకండి... నేనూ భరించలేకపోతున్నాను" అని వేడుకుంది. "నువ్వు ఇస్తావా లేదా?..." అని నాణి చిన్నాన్న ఈసారి రాక్షసుడిలా అరిచాడు. "ఇవ్వనంటే ఇవ్వను.." అని గంగూబాయి ఎదురు సమాధానం ఇచ్చింది.

నాణి చిన్నాన్న నేరుగా తన గదికి పెద్దపెద్ద అంగలువేస్తూ వెళ్ళాడు. వచ్చేటప్పుడు ఫణిరాజు ప్రేమతో ఇచ్చిన పుస్తకాన్ని తీసుకుని వచ్చాడు. అందులోని ఒక్కొక్క పుటను చింపి, దాన్ని ముక్కలు ముక్కలు చేసి, ఆ ముక్కలను తన తలమీద వేసుకోసాగాడు. సంవత్సరాల నుంచి ఎండలో వీధివీధి తిరిగి, చెత్త రాసులనూ వదలకుండా వెతికి, గోలీలాటల నైపుణ్యాన్ని ఉపయోగించి గెలిచిన

అగ్గిపెట్టెల చిత్రాలన్నీ కొద్దిక్షణాల్లోనే ముక్కలు ముక్కలు అయిపోయాయి. వసారా అంతటా కాగితపు ముక్కలతో నిండిపోయింది. ఒక చిన్న ముక్క ఫణిరాజు కాళ్ళ దగ్గరికి వచ్చి పడింది. బాహుబలి రుండం మాత్రమే ఉన్న చిత్రమది. బాహుబలి అగ్గిపెట్టె చిత్రం అత్యంత అరుదైనది. అతని స్నేహితుల్లో ఎవరి దగ్గర అలాంటి ప్రత్యేకమైన అగ్గిపెట్టె చిత్రం లేదు. ఆ చిత్రం ఫణిరాజు గర్వానికి సంకేతంగా ఉండేది. ఇప్పుడు దాని ముక్కలను చూసినప్పుడు ఫణిరాజుకు ఏడుపు వచ్చింది.

గీత వెంటనే వంటింట్లోకి వెళ్ళి, ఒక లోటా నీళ్ళలో మూడు నాలుగు మాత్రలు వేసి, స్పూన్‌తో గిరగిర తిప్పింది. ఆమె లోటాను పట్టుకొని బయటకు వచ్చిన వెంటనే ప్రకాశ్ వెళ్ళి వెనుకనుంచి తన తండ్రి రెండు చేతులను గట్టిగా పట్టుకున్నాడు. గీత తండ్రి దగ్గరికి వెళ్ళగానే ముక్కును గట్టిగా పట్టుకుంది. నాణి చిన్నాన్న ఊపిరి తీసుకోవడానికి నోరు తెరిచాడు. వెంటనే సగం లోటా నీళ్ళను నోటిలో పోసింది. కొంచెం బయటికి వచ్చినప్పటికీ తగినంత నీరు లోపలికి పోయింది. ముక్కు మీది పట్టును వదులు వేసింది. నీళ్ళు నెత్తికి ఎక్కినట్టయి నాణి చిన్నాన్న దగ్గసాగాడు. దగ్గి దగ్గి అలిసిపోయాడు. మరోసారి ముక్కు గట్టిగా పట్టుకుంది. ఈసారి అంతగా వ్యతిరేకత చూపించకుండా నాణి చిన్నాన్న నోరు తెరిచాడు. మిగిలిన నీళ్ళంతా బాగా కలయతిప్పి ఒకేసారి నోట్లో పోసింది. అదంతా తాగాడు. తన పని ముగిసిందన్నట్టు గీత వంటింట్లోకి వెళ్ళిపోయింది. ప్రకాశ్ సుమారు పదినిమిషాలు చేతులను అలాగే పట్టుకుని నిలబడ్డాడు. నెమ్మదిగా నాణి చిన్నాన్న నేలమీద కూలబడ్డాడు. స్పృహ తప్పింది. అతని చేతులను పట్టుకొని గది లోపలికి ప్రకాష్ బరబరా లాక్కునిపోయాడు. మంచం పక్కనే పడుకోబెట్టి, చేతులను తల్లి పాతచీరతో కట్టివేశాడు. బయటకు వచ్చి గదితలుపులు వేశాడు.

గంగూబాయి శీనన్నతో, “పదండి బావా... పడుకోండి... ఇక తెల్లవారేవరకు ఆయనకు మెలకువరాదు. మీ నిద్రంతా పాడుచేసినట్లయింది...” అని చెప్పింది. జరిగిన దృశ్యాన్ని చూసి దిక్కుతోచనట్టయిన శీనన్న “ఛ...ఛ... నా నిద్రకు నిప్పులు పెట్టా... ఇదేమిటమ్మా... మీకు ఇలాంటి పరిస్థితి... ఇతని పరిస్థితి ఈ స్థాయికి చేరిందని నాకు తెలియనే లేదు...” అన్నాడు. ఈ ఒక్కరోజు చూసి మీరు ఇంతగా కంగారుపడ్డారు. దాదాపు సంవత్సరం నుంచి నేను అనుభవిస్తున్నాను బావా... కట్టుకున్న భార్యను... ఎలాగో అనుభవిస్తాను... అయితే పెరిగే పిల్లల మీద ఇది ఎలాంటి పరిణామం కలిగిస్తుందోనని

తలుచుకుంటే గుండె గుభేల్‌మంటుంది" అంది. దానికి ఎలా స్పందించాలో శీనన్నకు అర్థం కాలేదు. నేరుగా తన పక్క వేసివున్న వంటింట్లోకి వెళ్ళాడు. గుమ్మం చాటున దాక్కుని అన్నీ చూస్తున్న ఫణిరాజును దగ్గరకు తీసుకున్నాడు. గాభరాపడ్డ ఫణిరాజు అత్యంత బిగువుగా తండ్రిని కరుచుకుని ఏడవసాగాడు. "వద్దు రాజా... ఏడవకు... ఏమీ కాదు...రా పడుకో రా..." అని వాడిని దగ్గరికి తీసుకుని పక్కన పడుకోబెట్టుకున్నాడు. తండ్రిని గట్టిగా కౌగిలించుకున్న ఫణిరాజు ఉలిక్కిపడుతూనే ఉన్నాడు. నిద్రకూడా దగ్గరగా సంచరించకపోవటంతో శీనన్న కనురెప్పలు వాల్చకుండా పైకప్పునే చూడసాగాడు. వసారాలో గీత చీపురుతో తండ్రి విసిరేసిన కాగితపు ముక్కలంతా పోగుచేసి దాన్ని పెరట్లో పారబోసి వచ్చింది. కొద్ది నిమిషాలలో వసారాలోని దీపం ఆరిపోయింది. ఇల్లంతా చీకట్లో మునిగింది. తల్లీపిల్లలు ఏదో గుసగుసగా మాట్లాడుకోవటం శీనన్నకు వినిపిస్తోంది. తర్వాత కేవలం పక్కలోనే వాళ్ళు దొర్లుతున్న శబ్దం మాత్రం వినిపిస్తోంది. రాత్రంతా శీనన్నకు నిద్రపట్టలేదు. కొద్దిసేపటికి ఫణిరాజు నిద్రపోయినప్పటికీ, కలల నిండా కేవలం రాక్షసులే వచ్చి అతని పీడించసాగారు.

❖❖❖

మరో రెండు రోజులు అక్కడే ఉండి, గంగూబాయికి సాధ్యమైనంత ధైర్యం చెప్పి వెళ్ళాలని శీనన్నకు అనిపించింది. అంతకన్నా ఎక్కువ సహాయం చేయడం అతని అర్హతకు మించింది. నెల చివరలో అప్పు చేయకుండా ఏ రోజు కడుపునిండా భోజనం చేయని శీనన్నకు, ఈ అపరిచితమైన పెద్ద ఊర్లో డాక్టర్ దగ్గరికి తమ్ముడిని తీసుకుని వెళ్ళేటంత ధైర్యం కచ్చితంగా లేదు. అయితే ఈ రెండు రోజులు కూడా అక్కడ ఉండలేనటువంటి సందర్భాన్ని ఫణిరాజు సృష్టించాడు. ఉదయం లేవగానే "ఊరికి వెళదాం..." అని మొదలు పెట్టాడు. "వెళదాంలే రాజా, ఒకటి రెండు రోజులు ఉండి వెళదాం..." అని శీనన్న నచ్చచెప్పినా వాడు వినే స్థితిలో లేడు. ఉదయం పాలుకూడా తాగకుండా, "ఊరికి వెళదాం..." అని ఏడుస్తూ కూర్చున్నాడు. వాడి ఈ మొండితనం శీనన్నను సందిగ్ధంలోకి తోసినందువల్ల శీనన్న వీపు మీద ఒక దెబ్బ వేశాడు. ఆ మాత్రమే చాలు. వాడు నేలమీద పడి, కాళ్ళుచేతులు తన్నుకుంటూ ఏడవసాగాడు. అది చూసి భరించలేని గంగూబాయి, "ఎందుకు కొడతారు, వదలండి బావా, పిల్లవాడు భయపడ్డాడు... మీరింకా బయలుదేరండి... పొరబాటున చిన్నవాడి మీద చెడు పరిణామం కలగకూడదు" అని చెప్పింది. "మిమ్మల్ని ఇలాంటి స్థితిలో వదిలిపెట్టి వెళ్ళడానికి నాకు ఎలా మనసు వస్తుంది

గంగూబాయి" అని శీనన్న దుఃఖించాడు. "ఎవరికి వాళ్ళు చేసుకున్నది అనుభవించాలి. ఈ ప్రపంచంలో ఎవరు ఎవరికీ ఏమీ చేయడానికి కుదరదు" అని గంగూబాయి విషాదంగా చెప్పింది. ఆ రోజే శీనన్న ప్రయాణం నిశ్చయమైంది. ఫణిరాజు ఏడుపు ఆపాడు.

దూరపు ఊరు నుంచి బంధువులు వచ్చారని గంగూబాయి పాయసం చేసి ఆకు చివరన వడ్డించింది. దాని తినేటప్పుడు అత్యంత చేదుగా అనిపించి శీనన్న కంటి వెంట కన్నీళ్ళు జారాయి. ఎవరికీ కనిపించకుండా ఉత్తరీయంతో తుడుచుకున్నాడు. కూర వడ్డించడానికి గంగూబాయి వచ్చినప్పుడు "నారాయణ బాల్యంలో పట్టుబట్టి తెలుగు మీడియంలో చదివాడు. కన్నడ మీడియం చదివితే ఎక్కడో మా ఊరి చుట్టుపక్కల ఉండేవాడు. కష్టసుఖాలకు ఒకరికొకరు నిలబడేవాళ్ళం" అని శీనన్న పాత విషయాలను గుర్తుచేసుకున్నాడు. "మన గ్రహచారానికి భాష ఏం చేస్తుంది బావా? అదే బళ్ళారిలో తెలుగు మీడియంలో చదివిన ఎంతో మంది ఈ ఊర్లో పెద్దపెద్ద ఉద్యోగాలు చేసుకుంటూ వున్నారు. అనవసరంగా మన సంతృప్తి కోసం అలా అనుకోవాలి. అంతే" అంది.

మొదటిసారి మగపిల్లవాడు ఇంటికి వచ్చాడని వాడిని పీటమీద కూర్చోబెట్టి, నుదుట కుంకుమ పెట్టి, పది రూపాయలు ఇచ్చింది. "ఇదంతా ఈ సమయంలో ఎందుకు చేస్తావు గంగూబాయి" అని శీనన్న వద్దన్నాడు. "ఏ సమయం అయితే ఏమిటి బావా? చేయవలసిన పనులు చేయాల్సిందే. చేయకుండా వదిలేయలేం కదా? బిడ్డకు ఒక బట్ట ఇచ్చే యోగ్యత ప్రస్తుతం మాకు లేదు. భవిష్యత్తులో ఎప్పుడైనా తీరుస్తాను" అని చెప్పింది

బయలుదేరడానికి ముందు శీనన్న తన తమ్ముడి గదికి ఒకసారి వెళ్ళాడు. నాణి చిన్నాన్న కళ్ళు విప్పార్చి చూస్తూ కూర్చున్నాడు. అతని దగ్గర కూర్చోని, తలను నిమిరి "వస్తాను నారాయణ... భయపడకు... దేవుడి ధ్యానం చేస్తూ వుండు... అంతా మంచి జరుగుతుంది..." అని చెప్పాడు. తన మాటల్లో తనకే నమ్మకం లేదు. అతని మాటలకు ఏ మాత్రం ప్రతిస్పందించకుండా నాణి చిన్నాన్న ఊరికే చూస్తూ ఉన్నాడు. తలుపు దగ్గర నిలబడ్డ కొడుకు ఫణిరాజును నమస్కారం చేయమని చెప్పాడు. ఎంత చెప్పినా ఫణిరాజు దగ్గరకు కూడా లేదు. "రారా... ఇప్పుడు ఏమీ చేయడు రా" శీనన్న మరోసారి పిలిచాడు. ఫణిరాజు వెంటనే అక్కడి నుంచి పరుగుతీసి, వసారా లోని స్తంభం దగ్గర నిలబడిపోయాడు.

ఈసారి ప్రకాశ్ రైల్వే స్టేషన్‌కు రాలేదు. మధ్యాహ్నం రైలు కావడంవల్ల

కాలేజీకి వెళ్ళిపోయాడు. వీళ్ళిద్దరికీ ఒక రిక్షా మాట్లాడుకున్నారు. గంగూబాయి రిక్షావాడితో మాట్లాడి బేరం కుదిర్చి, నేరుగా స్టేషన్‌కు తీసుకొనిపోవాలని చెప్పింది. శీనన్న తన జేబును తడిమాడు. కొంత డబ్బు ఎక్కువగానే ఉంది. దాన్ని తీసి గంగూబాయి ముందు పట్టుకున్నారు. "వద్దు బావ..." అని గంగూబాయి కంటతడి పెట్టింది. "ఉండనీ తీసుకోమ్మా, కనీసం మందులు తీసుకోవటానికైనా వస్తుంది" అని ఒత్తిడి చేసి ఆమె చేతిలో పెట్టాడు. రిక్షా సందు దాటేటప్పుడు శీనన్న వెనుతిరిగి చూశాడు. గంగూబాయి మౌనంగా గుమ్మానికి ఆనుకుని రిక్షానే చూస్తూ నిలుచుంది. ఆమె నుదుటికి కట్టిన పట్టీ పసుపు–ఎరుపు రంగులకు తిరిగివుండటం ఎండలో కనిపించింది. ఓ పిరికితనపు భావన శీనన్న ఒళ్ళంతా సంచరించింది. తండ్రి పక్కన కూర్చున్న ఫణిరాజు, ఇంకెప్పుడూ ఈ ఊరికి రాకూడదని నిర్ణయించుకుంటున్నాడు.

❖❖❖

సుమారు ఆరు నెలల తర్వాత నల్లటి మసిని ఒక మూలకు పూసుకుని పదిహేను పైసలకార్డు విషాదవార్తను మోసుకొచ్చింది. నారాయణ గోదావరి నదిలో పడి ఆత్మహత్య చేసుకున్నాడు. ఎంతగా కాపాడుకోవాలని ప్రయత్నించినా సాధ్యం కాలేదు. అతని కర్మకాండలను అక్కడే గోదావరి తీరంలో ఉన్న ఉత్తరాది మఠంలో చేస్తున్నామని, పెద్దలైన తాము రావాలని గంగూబాయి ఉత్తరం రాయించింది. విషయం తెలిసి శీనన్న చాలాసేపు దుఃఖంతో కూర్చుండిపోయాడు. ఉత్తరాన్ని చదివిన అతని భార్య "నాకు తెలుసు... ఆ గంగూబాయి మహా మొండిమనిషి. మొత్తానికి మొగుణ్ణి మింగేసింది. ఇక చూడండి, కొద్దిరోజుల్లోనే భర్త ఉద్యోగాన్ని కొడుక్కు ఇప్పిస్తుంది..." అని అంది. భార్య మాటలు శీనన్నకు చాలా చేదుగా వినిపించాయి. "కాస్త ఊరుకోవే... లేనిపోని మాటలు మాట్లాడి నరకానికి పోవద్దు" అని శీనన్న తిట్టాడు. అంత సులభంగా ఆమె ఓటమిని అంగీకరించడానికి సిద్ధంగాలేదు. "ఆడవాళ్ళ విషయం మీకు అర్థం కాదు. ఊరకూరకే నన్ను అనకండి. ఆ గంగూబాయి ఎంతటి ఘటికురాలో నాకు బాగా తెలుసు. ఇల్లు భాగాలు చేసినప్పుడు నేను చూడలేదా? కాసుల దండ తనకు కావాలని గయ్యాలితనంతో కొట్టేసింది. నిజానికి అది నాకు రావలసింది" అంది. "ఇటు చూడే, కాసుల దండ మాట అటుండనీ, ఇప్పుడు నారాయణ కర్మ చేయడానికి వాళ్ళ దగ్గర కాసు ఉందో లేదో అన్నది కూడా నాకు అనుమానం" అని శీనన్న ఆమె నోరు మూయించాడు.

ఎంత బలవంత పెట్టినా ఫణిరాజు ఈసారి రాజమండ్రికి రావటానికి

ఒప్పుకోలేదు. పక్కింటివారితో ఉంటానని చెప్పాడు. వాడి తల్లిదండ్రులు ఇద్దరూ బయలుదేరారు. ఎందుకైనా ఉండనీ అని శీనన్న ఓ మిత్రుడి దగ్గర కొంత అప్పు తీసుకొని బయలుదేరాడు. నాణి చిన్నాన్న మరణం ఒకటిరెండు రోజులు ఫణిరాజును దుఃఖితుణ్ణి చేసింది. అయితే మిత్రులతో ఆటలు, పాఠశాలకు వెళ్ళిరావడంలో అన్నీ మరిచిపోయాడు. ఇప్పుడు అగ్గిపెట్టెల చిత్రాలను సేకరించడంలో ఆసక్తి పోయి, పిల్లాటలా అనిపించసాగింది.

ఈ సంఘటన తరువాత గంగూబాయి, ఆమె సంసారం, శీనన్న బంధుత్వం వైపు ఉన్న సంబంధాన్నే తెంచుకుంది. వాళ్ళు ఇప్పుడు ఎక్కడున్నారో, ఏమి చేస్తున్నారో కూడా ఎవరికి తెలియకుండా పోయింది. ప్రకాశ్‌కు అతని తండ్రి ఉద్యోగం దొరికిందని ఎవరో మూడోవ్యక్తి నుంచి తెలిసింది. గీత పెళ్ళికి వీరికి ఆహ్వానపత్రిక కూడా రాలేదు. శీనన్న భార్య "వాళ్ళు రక్తసంబంధం వద్దనుకుంటే ఏమి చేయగలం చెప్పండి? మనకూ వాళ్ళతో రక్తసంబంధం లేదని అనుకుంటే సరిపోతుంది" అని నిర్ణయం తెలిపింది.

❖❖❖

ఫణిరాజు మూడు సిగరెట్లను కాల్చి, ఇప్పుడు నాలుగో దాన్ని వెలిగించుకున్నాడు. అయినా తన్మయి జాడలేదు. మూడు నాలుగు సార్లు ఫోన్ చేశాడు. ఆమె జవాబు ఇవ్వలేదు. ఒక మెసేజ్ కూడా పంపలేదు. వారం చివరలో కోరమంగళలో పార్కింగ్ దొరకడం అంత సులభం కాదు. ఫోరం మాల్‌లో పార్కింగ్ పూర్తయి, ఎలాంటి సంకోచం లేకుండా మరోచోట నిలుపుకోండి అని చెప్పారు. నాలుగు రోజులకు ముందే సినిమా టికెట్లు కొన్నాడు. సినిమా టికెట్‌కు ఆన్‌లైన్ బుకింగ్ వుందే తప్ప, కార్ పార్కింగ్‌కు లేదు. కోరమంగళ లోపల ఎక్కడెక్కడో తిరిగి, కష్టపడి కారు పార్క్ చేశాడు. దానికి ఒరిగి ఒకదాని తరువాత ఒక సిగరెట్ కాల్చసాగాడు.

"ఆమె రాదు, ఊరికే నన్ను ఆటాడిస్తోంది" అని లోలోపల అనిపించి కళ్ళు చెమర్చాయి. ఇంట్లో అయితే ఏడ్చేసే వాడేమో! వీధి కావటంవల్ల ఎలాగో నియంత్రించుకున్నాడు. "శనివారం సినిమాకు వెళతాంకదా?" అని రెండు రెండు సార్లు అడిగి, ఆమె "అలాగే చూద్దాం" అని గోడ మీది పిల్లి వాటంలా జవాబిచ్చిన తరువాత టికెట్ బుక్ చేయించాడు. ఇప్పుడు ఆమె జాడలేదు. అప్పటికే సినిమా టైం దాటిపోతూవుంది. ఎదుట కనిపిస్తే పటపటమని నాలుగు వాయించాలి అన్నంత కోపం వస్తోంది. అయితే నిజంగానే ఆమె ఎదుటికివస్తే, తన నుంచి అలాంటి తీవ్రమైన ప్రతిస్పందన సాధ్యంకాదని ఫణిరాజుకు తెలుసు.

ఇప్పటివరకు అతను ఎప్పుడూ ఆమె మీద కోప్పడలేదు. పరిచయమై ఇప్పటికే ఆరేళ్ళు గడిచాయి. తన స్వభావం, దాని పరిమితులు ఫణిరాజుకు తెలుసు... ఏ నిర్ణయాలైనా అవి ఎప్పుడూ ఆమెవే. మౌనంగా దాన్ని శిరసావహించి పాటించడం తన కర్తవ్యం మాత్రమే!

ఆరేళ్ళ క్రితం ప్రేమ మొదలైనపుడు పరిస్థితి ఇలా లేదని ఫణిరాజుకు తెలుసు. ప్రతి వారాంతానికి ఒక్కో పర్యటనా స్థలానికో, రిసార్ట్‌కో లేదా పర్వతారోహణకో వెళ్ళటం గుర్తుచేసుకుంటే ఏదో కలల లోకమన్నట్టు ఇప్పుడు అనిపిస్తుంది. డబ్బును నీళ్ళలా ఖర్చు చేయడానికి ఫణిరాజు ఎన్నడు వెనుకాడలేదు. తన్మయిచేత ఎన్నడూ ఒక్క రూపాయి ఖర్చు పెట్టించినవాడుకాదు. అప్పట్లో వారిదగ్గర కారుకూడా లేదు. బైక్‌లోనే తిరిగేవారు. ఇతను అంత వేగంగా కారు నడిపే స్వభావికాదు. అయితే తన్మయి స్వభావమే వేరు. అన్నీ వేగంగా వుండాలి. "ఇంకా వేగం, ఇంకా..." అని అరిచి, ఇతనికీ ఉత్సాహం పెరిగి, ఇతడి గుండే దడదడమని కొట్టుకునేలా ఆక్సిలేటర్ తిప్పేవాడు. తన్మయిది కేకే కేక!

ఒకసారి పనిమీద ఢిల్లీకి వెళ్ళాడు. రైల్వేస్టేషన్‌లో ఉన్నట్టుండి అతని సామానులన్నీ దొంగతనమయ్యాయి. చాలా అవసరమైనందువల్ల టాయ్‌లెట్‌ను ఉపయోగించటానికి వెళ్ళాడు. అప్పుడు లగేజ్‌ను అక్కడే పెట్టి పోయాడు. టాయ్‌లెట్‌లో మొబైల్, క్రెడిట్, డెబిట్ కార్డులు ఎక్కడ పడిపోతాయోనని ఫణిరాజుకు ఎప్పుడూ భయమే. అందువల్ల వాటన్నిటినీ సూట్‌కేస్‌లో వేసి దాని కీస్ మాత్రం జాగ్రత్తగా జంధ్యానికి ముడివేసుకుని వెళ్ళాడు. వచ్చేసరికి అంతా మాయం! వేసుకున్న ప్యాంటు, షర్టు, సూట్‌కేస్ కీస్ తప్ప ఇంకేమి లేదు. టాయ్‌లెట్‌ను చూసుకునేవాడు, "ఎవరు తీసుకుని వెళ్ళారో ఎలా చెప్పగలను సార్? వేలాదిమంది వచ్చి వెళుతుంటారు" అని చేతులు ఊపి, "టాయ్‌లెట్‌ను ఉపయోగించినందుకు ముందు ఐదు రూపాయలు ఇవ్వండి" అని అడిగాడు. ఇతని దగ్గర ఒక్క పైసా లేదు. "హర్ రోజ్ ఇదే కథ. ... జావ్ జావో" అని పంపాడు. ఇతను ఎక్కే ట్రైన్ అప్పటికే బయలుదేరడానికి సిద్ధంగా ఉంది. టికెట్ కూడా పోగొట్టుకోవడం వల్ల ఎక్కడానికి భయం వేసింది. చివరికి ఎవరో ఇతని కథ విని రైల్వేపోలీస్ స్టేషన్‌కు వెళ్ళి ఫిర్యాదు చేయమని చెప్పారు.

పోలీస్ స్టేషన్‌లో ఇతని కథను ఉదారభావంతో విన్నారు. ఈ విధమైన సంఘటనలు ఈ మధ్య ఎక్కువయ్యాయని అన్నారు. తరువాత ఇతను తన దేహాన్ని ముడుచుకుని తన దగ్గర ఇప్పుడు ఒక్క పైసా కూడా లేదనే విషయం

తెలిపాడు. వాళ్ళు ఓదార్చి, బెంగళూరు వెళ్ళే ఏర్పాట్లు చేస్తామని చెప్పారు. అన్నిటికన్నా ముఖ్యంగా ఎవరితోనైనా మాట్లాడుతారా అని అడిగారు. అప్పుడు అతనికి వాస్తవమైన సమస్య అర్థమైంది. తల్లిదండ్రుల మొబైల్ నెంబర్ గుర్తులేదు. అక్కది తెలియదు. ఆఫీసు ల్యాండ్ నెంబర్ అయోమయంగా అనిపించింది. తెలిసింది ఒకేఒక నెంబర్. అది తన్మయి మొబైల్ నెంబర్. పోలీసులు ఫోన్ వాడుకోవటానికి ఇచ్చారు. ఆమెతో మాట్లాడాడు. "గాభరా పడకు. పోలీసుల సహాయం తీసుకుని నేరుగా రా. తరువాత చూసుకుందాం" అని ధైర్యం నింపింది.

బెంగళూరుకు వెళ్ళేంతవరకు అతని బుర్రలో ఒకే ఆలోచన. మొత్తం ప్రపంచంలో తనకు గుర్తున్నది కేవలం తన్మయి నెంబర్ మాత్రమే. తనకు ఆమెమీద ఉన్న ప్రేమకు ఇంతకన్నా పెద్దరుజువు కావాలా? ఈ సత్యం వల్ల ఎంతగా భావోత్కర్షుడయ్యాడంటే, టాయ్‌లెట్‌కు వెళ్ళి చాలాసేపు ఏడ్చాడు. ఊరికి వెళ్ళిన వెంటనే ఆ విషయాన్ని తన్మయికి ఆర్ద్రంగా చెప్పాడు. ఆమె నవ్వేసింది. "ఆఫీస్ నుంచి నాకు ఫోన్ చేయడానికి నీ మొబైల్ వాడకుండా, దొంగతనంగా ఆఫీసు ల్యాండ్‌లైన్ వాడుతావు. అందుకే నా నెంబర్ నీకు గుర్తుంది" అంది. తన భావావేశపు బెలూన్‌ను ఆమె అంత సులభంగా ఒక సత్యపు సూదిమొనతో గుచ్చేసింది. ఫణిరాజు ఆమె మాటలకు లేని కోపాన్ని తెచ్చుకున్నా, మనస్సులో బాధపడ్డాడు.

ఈ ఆరునెలల నుంచి తమ ఇద్దరి మధ్య ఏదీ చక్కగా సాగటం లేదని ఫణిరాజుకు అర్థమైంది. వారానికి రెండుమూడుసార్లు కలిసే ఆమె ఇప్పుడు నెలకు ఒకసారి కూడా కలవటం లేదు. కనిపించినపుడు కారణం అడిగితే కోప్పడేది. ఈ మధ్య కారణం అడగటానికి ఇతనికీ భయం వేస్తోంది. గొడవలు చేసుకోకూడదని ఎంతగా ప్రయత్నించినా, ఏదో చిన్నచిన్న విషయాలకు గొడవ జరిగిపోతుంది. ఏదో సినిమాకు వెళ్ళినపుడు, ఆ సినిమా ఇతనికి బాగా నచ్చటంతో –'చాలా బాగుంది' అనటమే పెద్దగొడవకు దారితీసింది. "నీకు టేస్ట్ అన్నది లేదా? ఇలాంటి చెత్త సినిమాను ఎలా ఇష్టపడుతున్నావు? అంత చెత్తగా ఉంది ఆ సినిమా... సున్నితమన్నది లేనే లేదు..." అంటూ కేకలు వేసింది. చివరికి ఇతను, "సారీ. కావాలనే నిన్ను రెచ్చగొట్టడానికి అలా అబద్ధం చెప్పాను. నాకూ సినిమా నచ్చలేదు..." అని నచ్చజెప్పటానికి చూశాడు. అప్పుడు మరో గొడవ తీసింది. "నీకంటూ ఒక వ్యక్తిత్వం లేదా? నీకు నచ్చితే దానీ మీదే నిలబడు. అది నీ పట్ల నాకు గౌరవం పెంచుతుంది. నాకు నచ్చదని నీవెందుకు మనసు మార్చుకుంటావు? ఐ హేట్ దిస్..." అని మరింతగా కోప్పడింది.

ఇతను తప్పు చేసిన పిల్లవాడిలా "సారీ" అని తప్పొప్పుకున్నాడు. అది అగ్నికి ఆజ్యం పోసినట్టు ఆమెను మరింతగా రెచ్చగొట్టింది. "ఏం తప్పు చేశావని సారీ చెబుతున్నావ్?" అని మొదలుపెట్టింది. మరో అస్త్రమే లేనట్టు మౌనంగా వుండిపోయాడు. ఈమధ్యనైతే ఆమెతో ఏమి మాట్లాడితే తప్పో, ఏమి మాట్లాడితే ఒప్పో, మాట్లాడాలో, వద్దో అర్థంకాక సతమతమవుతున్నాడు. ఆమెను అరుదుగా కలిసినప్పటికీ భయం. ఆ భయంలోనే క్షణాలు గడిచిపోయేవి.

ఆమె సమీపంలో ఉన్నప్పుడు ఈ గోడు అయితే, ఆమె లేనప్పుడు మరొక విధంగా తపించేవాడు. కేవలం ఆమె ధ్యాసే. ఆమెను ఎలా సంతోషపరచాలి, తాను చేస్తున్నది తప్పా, ఆమె మునుపట్లా ప్రవర్తించటానికి తాను ఏం చేయాలి? అని ఆలోచించాడు. ఆమెతో గడిపిన ఒక్కొక్క సంఘటన వేలసార్లు అతని మనస్సులో సంచరించి, మనస్సులో అనేక తర్కాలు జరగటంతో అలసిపోయేవాడు. భోజనం-ఉపహారాలు రుచి పోగొట్టుకోసాగాయి. ఆఫీసు పనిలోనూ ఆసక్తి లేకుండాపోయింది. చాలాసార్లు "బెస్ట్ ఎంప్లాయి" అవార్డు అందుకున్న ఫణిరాజు ఇప్పుడు ప్రాజెక్ట్ మేనేజర్ ఫిర్యాదులకు గురవ్వసాగాడు. ఇరవైనాలుగు గంటలు తాను కేవలం తన్మయి కోసం, ఆమె మాటల కోసం, ఫోన్‌లో ఆమెతో మాట్లాడటానికి తపించటం, అయితే ఆమె నిరాసక్తి... వీటన్నిటివల్ల ఒక్కడే కూర్చుని రోదించే సందర్భాలు పెరగసాగాయి.

ఒకసారి రెండు రోజులు అద్దం ముందు ప్రాక్టీస్ చేసి ఆమె కనిపించినపుడు, "ఇలా ఎందుకు చేస్తున్నావు? నీకేమైంది? నా పట్ల ఇష్టం లేదా?" అని ధైర్యం తెచ్చుకుని అడిగేశాడు. ఆమె నవ్వి, "మనిషి మారుతాడు... భావాలు మారవా? అభివృద్ధి చెందటం అంటే మారటమనేకదా?" అని ఏదో ఫిలాసఫి మొదలుపెట్టింది. "అలాగైతే ఇంక మనం కలవకూడదా? దూరమవుదామా?" అని వణికే కంఠంతో అన్నాడు. "అరెరె... నేను ఎప్పుడలా చెప్పాను? ఈ రోజు ఈ మార్పు, రేపు మరో మార్పు కలిగి నువ్వే నాకు మరింత ఇష్టం కావచ్చుకదా?" అని ఎదురు ప్రశ్న వేసింది. అతనికీ ఆ మాట సత్యం అనిపించింది. అలా కావచ్చుకదా? ఆమె చెబుతున్నదాంట్లో తప్పేముంది? అని సంతృప్తిపడ్డాడు. అయితే మళ్ళీ యథాప్రకారం ఆమె తన తీరును కొనసాగిస్తూ వచ్చింది. పదిసార్లు ఫోన్‌చేసినా తీసుకోదు. తరువాత ఏదో కారణం చెప్పేది. అది అబద్ధమని ఫణిరాజుకు అనిపించేది. అయితే అలా చెప్పటానికి భయం. తన్మయి మీద తనకు ఉన్నది ఎక్కువ ప్రేమో? లేదా ఎక్కువ భయమో? అని ఒక్కోసారి అనుమానం కలిగి నిరాశ చెందేవాడు. ఇంటి నుంచి పెళ్ళిచేసుకోమని ఒత్తిడి

రావడం మొదలైంది. తల్లి, తండ్రి, అక్క బావ-ఎవరితో మాట్లాడినా ఒకే పాట-ఎప్పుడు పెళ్ళి? ఆఫీసులోని ఓ అమ్మాయి "ఆర్ యూ గే?" అని అడిగి ఒళ్ళంతా కంపరం కలిగేలా చేసింది. "వయసు ముప్ఫయిదాటినా పెళ్ళి కాలేదంటే అర్థమేమిటి?" అని వ్యంగ్యంగా అంది. అతడి అక్క, "ఎవర్నయినా ప్రేమిస్తున్నావా? అదయినా చెప్పు. పెళ్ళిచేద్దాం. ఏ కులమైనా ఫరవాలేదు" అని కూడా ప్రోత్సహించింది. ఇతను ఏమని చెబుతాడు? ప్రేమిస్తూ ఉండటం నిజం. అలాగని తన్మయిని ఒప్పించి వారికి పరిచయం చేయటం సాధ్యమా? ఒకసారి తన కుటుంబంతో పరిచయం చేయాలనే విషయం ఆమె ముందు ప్రస్తావించాడు. "ఇప్పుడే అలాంటి పిచ్చిపనులు చేయకు" అని ఒక్క మాటతో ఆమె ఆ విషయాన్ని చిదిమేసింది.

మొత్తానికి ఫణిరాజు జీవితం విలవిలా తన్నుకునేలా మారింది. బోనులో చిక్కుకున్న ఎలుకలా తన్నుకోసాగాడు. తన్మయి అనే పిల్లి బయట తిరుగుతూనే ఉంది.

❖ ❖ ❖

ఆరవ సిగరెట్ కాల్చిన తరువాత ఏ ఆశ ఫణిరాజులో మిగల్లేదు. ఇంటికి వెళ్ళటానికి నిర్ణయించుకున్నాడు. "ఐ యామ్ రియల్లీ హర్ట్" అని ఒక మెసెజ్ పంపాడు. ఆమె నుంచి వెంటనే ఏదైనా జవాబు వస్తుందేమోనని ఎదురుచూశాడు. దానికి బదులుగా ఫోన్ కాల్ వచ్చింది. "మిస్టర్ ఫణిరాజ్... మీకు పర్సనల్ లోన్ ఇవ్వడానికి మా బ్యాంక్ అప్రూవ్ చేసింది. తాము ఒకసారి మా బ్యాంక్‌కు వస్తే ఒకే రోజులో..." ఆమె ఇంకా ఏమి చెప్పేదో తెలియదు. "గాడిద ముండా, నాకు లోన్ ఇవ్వడానికి నువ్వెవతివే? నీకు పర్సనల్ లోన్ కావాలేమే? ఇస్తాను రావే ముండా" అని అరవసాగాడు. అటువైపు ఉన్న ఆమె భయపడిపోయింది. "ఐ యామ్ సారీ సర్, మా కంపెనీ నుంచి మరోసారి ఫోన్ చేస్తాం సార్..." అని ఫోన్ కట్ చేసింది. ఫణిరాజు కోపంతో బుసకొట్టసాగాడు.

అదే సమయంలో హఠాత్తుగా "ఏ ఫణి... ఇదేమిట్రా ఇక్కడ?" అనే గొంతు వినిపించింది. ఆ వ్యక్తి రాగానే ఇతని భుజం మీద చేయివేసి, "ఎలా ఉన్నావురా?" అని అన్నప్పుడే ఫణిరాజు వాస్తవలోకంలోకి వచ్చాడు. అతను రాజేంద్ర. ఇతనితోపాటు ఐదేళ్ళు కలిసి పనిచేశాడు. అటుతరువాత ఏదో సొంత కంపెనీ పెట్టడానికి వెళ్ళిపోయాడు. తరువాత అతనితో సంబంధం కట్ అయ్యింది. తన్మయి సుడిలో చిక్కుకున్న ఫణిరాజు ఇతర స్నేహితులను పట్టించుకోవటమే తగ్గిపోయింది. అప్పుడప్పుడు లింక్డ్ఇన్‌లోనో, ఫేస్‌బుక్‌లోనో

అతని ఫోటో చూడటం మాత్రం జ్ఞాపకం ఉంది.

"ఎన్ని రోజులయ్యాయి రాజేంద్రా? ఎలా ఉన్నావు?" అని నవ్వుతూ అడిగాడు. అప్పటివరకు గుండెలో లేచిన మంట ఈ స్నేహితుడిని చూసి చల్లబడింది. ఒకప్పుడు ఇద్దరూ చాలా పొందికగా కలిసి పనిచేశారు. కలిసి సినిమాలూ చూశారు. ఒకసారి గోవాకు వెళ్ళి ఇష్టమొచ్చినట్టు మజా చేసి రావటం ఫణిరాజుకు గుర్తుంది.

"టైమ్ ఉందా? అలాగైతే ఇక్కడే ఏదైనా కాఫీబార్‌కు వెళదాంరా. ప్రశాంతంగా మాట్లాడవచ్చు" అని ఆహ్వానించాడు. ఫణిరాజుకు అదే కావాలి. తలదిమ్మెక్కిపోయింది. కాఫీతాగుతూ కాస్సేపు మాట్లాడితే మనశ్శాంతి దొరకవచ్చు. మనస్సు మరోవైపు మరలితే మంచిది. అందువల్ల వెంటనే ఒప్పుకున్నాడు.

దగ్గర్లో ఉన్న ఒక కాఫీబార్‌లో దూరారు. మ్యూజిక్ కోలాహలం లేని చోటికి వెళ్ళి కూర్చున్నారు. రాజేంద్ర గ్రీన్ టీ ఆర్డర్ చేశాడు. ఫణిరాజు ఎప్పటిలాగే కాఫిచినో ఆర్డర్ ఇచ్చాడు. సర్వర్ అమ్మాయి అటువైపు రాగానే "బాగుంది కదా?" అని రాజేంద్ర అడిగాడు. తన ధ్యాసలోనే ఉన్న ఫణిరాజు సరిగ్గా గమనించలేదు. అయినా ఆ విషయం చెప్పకుండా "సూపర్..." అన్నాడు. తరువాత జేబు నుంచి సిగరెట్ ప్యాక్ తీసి స్నేహితుడి ముందు పట్టుకున్నాడు.

"లేదు, సిగరెట్ వదిలేశాను... " అని రాజేంద్ర అన్నప్పుడు ఫణిరాజు నమ్మలేకపోయాడు. ఎందుకంటే గోవాలో ఇతనికి సిగరెట్ తాగటం నేర్పినవాడు రాజేంద్ర. "ఎందుకీ వైరాగ్యం?" అని అడిగాడు.

"యూ నో ఫణి, జీవితంలో చాలా కష్టపడి వదిలేశాను. ఆరోగ్యం చెడిపోయిందిరా..." అని చెప్పేటప్పుడు అతని కంఠం భారమైంది. అయితే చూడటానికి దృఢంగా ఒళ్ళు చేసి బాగానే కనిపిస్తున్నాడు. "నీకేమి అయింది మహానుభావా? టిసిఎస్‌లో 10కెలో పరుగుతీసినవాడివి నువ్వు" అని గుర్తుచేశాడు. "శారీరకంగా బాగానే ఉన్నాను. అయితే మనసు చెడిపోయింది ఫణి" అని మౌనం వహించాడు. సర్వర్ అమ్మాయి గ్రీన్ టీ, కాఫిచినో తెచ్చిపెట్టి "హ్యావ్ నైస్ టైమ్" అని వయ్యారంగా చెప్పి వెళ్ళింది. రాజేంద్ర తన మాటలు కొనసాగించాడు.

"నీకు తెలుసుకదా, నేనే సొంతంగా ఒక కంపెనీ ప్రారంభించాను. ఇతర కంపెనీలకు పనిచేసి ఎంత సంపాదించగలం? ఆ కారణంగా సంపాదించినదంతా పెట్టుబడి పెట్టి కంపెనీ ప్రారంభించాను. చేతులు కాల్చుకున్నాను... అంతా పోయింది. అది చాలనట్టు తలమీద అప్పులు.

భార్య, తల్లి-తండ్రులు అందరూ నాదే తప్పన్నట్టు విమర్శించడం మొదలుపెట్టారు. పైగా రిసెషన్ మొదలైంది. మరో చోట చేరటానికి అవకాశం లేకుండా పోయింది. ఏమి చేయను? రోజంతా అదే ఆలోచన వేధిస్తూవుండేది. రాత్రంతా నిద్ర పట్టేదికాదు. నేను మానసిక సమస్యతో సతమతమవుతూ ఉన్నానన్నది తెలియనేలేదు. ఒకసారి ఐదు రోజులు నిద్రపోలేదు. భార్య వదల్లేదు. మానసిక వైద్యుల దగ్గరికి పిలుచుకునిపోయింది. క్లినికల్ డిప్రెషన్ అన్నారు. అప్పటి నుంచి కష్టాలు మొదలయ్యాయి. రాత్రయితే నిద్రపడితే చాలనిపించి భయం వేసేది. ఆ భయం వల్ల నిద్రపట్టేదికాదు. రాత్రంతా నిద్ర లేకుండా దొర్లటం. మరుసటి రోజు మరింత భయం. ఏమీ చేయటానికి నాకు చేతకావటం లేదని అనిపించసాగింది. దుకాణానికి వెళ్ళి సామాన్లు తీసుకుని రావటానికి భయం. ఈ-మెయిల్ వస్తే దానికి జవాబివ్వడానికి భయం. సుడిగుండంలో చిక్కుకున్నాను మిత్రమా... బయటికి రావటానికి ఆరునెలలు పట్టాయిచూడు..."

"రాత్రి నిద్ర రాకపోతే అంత ఇబ్బందులు కలుగుతాయా? నేను చాలా రోజులు నిద్రపోలేదు" అని ఫణిరాజు భయంతో అడిగాడు. రాజేంద్ర జాగురూకుడయ్యాడు. "ఎన్ని రోజులు అన్నావు?" అని అడిగాడు. "కొన్నిసార్లు ఐదారు రోజులు నిద్రపోనేలేదు" అని ఫణిరాజు నిజం ఒప్పుకున్నాడు. "ఏదైనా సమస్యలో చిక్కుకున్నావా?" అని అడిగాడు. ఫణిరాజు ఇప్పటిదాకా తన సమస్యను ఎవరి ముందూ చెప్పుకోలేదు. ఇప్పుడు రాజేంద్ర ముందు అన్నీ చెప్పుకునే కోరిక కలిగింది. తన్మయితో పరిచయం కలిగినప్పటి నుంచి ఇప్పటివరకు జరిగిన విషయాలన్నీ చెప్పాడు. "చాలా ఏడుస్తానురా" అని అనేటప్పటికే అతని కళ్ళు చెమర్చాయి.

"ఫణి, టేక్ కేర్... ఒకసారి మానసిక వైద్యులను కలువు. ఇలా నిద్రపట్టకుండా రాత్రిళ్ళు గడపటం ఆరోగ్యలక్షణం కాదు" అని సలహా ఇచ్చాడు. "నో నో... నాకు అలాంటి సమస్యలేవి లేవు" అని ఫణి బడబడవాగాడు. "అలాగే అనుకుందాం. అయితే ఒకసారి చూడటంలో తప్పేముందో చెప్పు? మనిషి ప్రశాంతంగా బతకటం ముఖ్యంకదా? నాలా రోగం తీవ్రం కావటానికి వదలకు. ప్రపంచమే శూన్యం అనిపించి సతమతమయ్యాను" అన్నాడు. ఫణిరాజు మాట్లాడకుండా మౌనంగా కాఫిచినోలో వేసుకున్న చక్కెర ప్యాకెట్ కాగితాన్ని ముక్కలు ముక్కలు చేయసాగాడు.

"ఫణి ఒక విషయం చెప్పు? సామాన్యంగా ఈ సమస్య వంశ పారంపర్యంగా రావటం ఎక్కువ అంటారు. మీ ఇంట్లో ఎవరికైనా ఈ సమస్య

ఉందా?" అని రాజేంద్ర అడిగాడు.

"లేదురా, అలాంటిది ఒక్కటీ లేదు. మా తల్లిదండ్రులు ఇప్పటికీ ఆరోగ్యంగా ఉన్నారు" అని ఫణిరాజు అన్నాడు.

"తల్లిదండ్రులు మాత్రమే కాదు, అమ్మవైపు బంధువులలో లేదా నాన్నవైపు బంధువులలో ఎవరైనా ఇలా బాధపడ్డారా?"

వెంటనే నాణి చిన్నాన్న గుర్తొచ్చాడు. ఫణిరాజు ఒళ్ళంతా చెమటలు పట్టసాగింది. ఆ ఏ.సి. రూము అగ్నిగుండమైనట్టు ఒంటి నుంచి చెమటోడుతోంది.

"మా చిన్నాన్న ఒకరుండేవారు. నిద్ర పట్టదని చెప్పేవారు. ఒక రోజు నదిలో పడి... ఆత్మహత్య చేసుకున్నారు" అని వాక్యం ముగించేటంతలో ఫణిరాజు భయంతో గజగజా వణకసాగాడు. అతని పరిస్థితి చూసి రాజేంద్ర గాభరాపడ్డాడు, అతని చేతిని తన చేతుల్లో తీసుకుని, "ఓహ్, అంతగా భయపడకు... అలాంటి జబ్బు నీకు వచ్చివుండదు... వంశంలో ఎవరికో వున్నంత మాత్రాన అందరికీ వస్తుందని కాదు..." అని సమాధానపరిచాడు. ఒకింతసేపు అక్కడ ఏ మాటలు జరగలేదు. రాజేంద్ర ఫణి పక్కన వచ్చి కూర్చుని అతని భుజం చుట్టూ చేయివేసి ఓదార్చాడు. ఫణి కళ్ళముందు ఆ రోజు నాణి చిన్నాన్న వసారాలో అక్కడి నుంచి ఇక్కడికి పచార్లు చేసిన దృశ్యం రాసాగింది.

"నేనూ మా చిన్నాన్నలా అవుతానేమో?" అని రాజేంద్రను అడిగాడు.

"చ...ఛ... ఈ కాలమే వేరు. వైద్యరంగం ఎంతో అభివృద్ధి చెందింది. ఎలాంటి డిప్రెషన్ ఉన్నప్పటికీ తగ్గించే ఔషధాలు ఉన్నాయి. నువ్వు ఏవేవో ఊహించుకోవద్దు. ఊరికే ఒకసారి డాక్టర్ దగ్గరికి వెళ్ళిరా. సమస్య ఏమిటో అర్థం చేసుకుందాం" అని రాజేంద్ర నచ్చజెప్పాడు. వయ్యారంగా సర్వ్‌చేసే ఆ అమ్మాయి బిల్లు తెచ్చిపెట్టింది. ఫణిరాజుకు దాన్ని తీసుకోవాలని అనిపించలేదు. రాజేంద్ర ఆ బిల్లు తీసుకున్నాడు.

ఫణిరాజు తల్లి ఒకప్పుడు "వాళ్ళు వద్దంటే, మనమూ రక్తసంబంధాన్ని తెంచుకుని బతుకుదాం" అన్నది. అయితే రక్తసంబంధమన్నది అంత సులభంగా తెంచుకునేటటువంటిది కాదని ఫణిరాజుకు అనిపించసాగింది.

❖❖❖

19 జూలై 2015

భగవంతుడు, భక్తుడు, రక్తం

ఆ రోజు సోమవారం. ఆదివారంనాటి పార్టీ లేట్ నైట్ వరకూ జరగడం వల్ల ఆలస్యంగా లేచాను. ఆఫీసుకు అప్పటికే ఆలస్యమైంది. మా బాస్ ఎర్రటి కళ్ళు నాకప్పటికే కనిపించటం మొదలైంది. పైగా నా మొబైల్‌కు ఫోన్ చేసి నాకు నిద్రాభంగం కలగకూడదన్న అవగాహనతో నా డ్రైవర్ "ఈ రోజు రానుసార్... ఒంట్లో బాగోలేదు' అని చిన్న మెసెజ్‌ను ఇంగ్లీషు లిపిలో, కన్నడ భాషలో పంపి, తన మొబైల్‌ను స్విచ్ ఆఫ్ చేశాడు. 'ఇంకెప్పుడూ నా పనులకు మరొకరి మీద ఆధారపడకూడదు' అని నన్ను నేను తిట్టుకుంటూ కారు నడుపుతున్నాను. ట్రాఫిక్ తప్పించటం కోసం ఏవో తెలియని రోడ్లలో దూసుకునిపోయి విజేతనై, చివరి దశలో మరత్‌హళ్ళి బ్రిడ్జి దగ్గర చిక్కుకున్నాను. కార్లు కుళ్ళిపోయిన శవాన్ని కమ్ముకున్న పురుగుల్లా ఎక్కడ చూసినా కనిపిస్తున్నాయి. వాటి మధ్యలోంచి ఎలాగో చోటు చేసుకుని బైక్, ఆటోలు దూసుకునిపోతున్నాయి. ఎక్కడ మా కారుకు తగిలించి సొట్టపడేలా చేస్తారోననే భయంతో క్లచ్, బ్రేక్ వేస్తూ తీగ మీద నడిచే దొమ్మరి అమ్మాయిలా కారు నడుపుతున్నాను. అలాంటి అమృత ఘడియలో రిందత్త ఫోన్ చేయటంతో నా మొబైల్ కంపించసాగింది. ఎదురుగా చాలామంది ట్రాఫిక్ పోలీసులు వాహనాల రద్దీని అదుపులో తీసుకుని రావటానికి తీవ్రంగా శ్రమిస్తున్నారు. కారును పక్కన నిలబెట్టడానికీ అవకాశం లేదు. లేదా ఫోన్ ఎత్తుకుని కారును నియంత్రించడం సాధ్యం కాలేదు. మౌనంగా కంపించే మొబైల్‌ను చూస్తూ ఏదో విషయం ఉండొచ్చునని ఊహించటమే నా పనైంది.

బ్రిడ్జి దాటి, వైట్ ఫీల్డ్ వైపు నా కారు తిప్పి, కాస్త నెమ్మదిగా ఊపిరి తీసుకునే సమయానికి రిందత్త పదిసార్లు నా మొబైల్‌కు కాల్ చేయడం జరిగింది. ఆమెకు నా పరిస్థితిని ఊహించుకునే తెలివికానీ, వయస్సుకానీ లేదని నాకు తెలుసు. పైగా నా మీద ఎప్పుడూ ఆమెది అధికారవాణి. 'నువ్వు పుట్టినపుడు మీ అమ్మ కాన్పు నేను చేశాను. నా చీరలన్నిటి మీద నువ్వు ఉచ్చ-పియ్య చేశావయ్యా. అసహ్యించుకోకుండా కడుక్కున్నాను. ఇప్పుడేమో పెద్దవాడివి అయ్యావని ప్యాంటు-చొక్కా తొడుక్కుని పొగరు చూపించకు, ఇప్పుడు కూడా నీ ముడ్డిమీద రెండు దెబ్బలు వేసే హక్కు నాకుంది' అని సూటిగా నా ముఖానికి కొట్టినట్టు అందరి ముందు చెప్పే అధికారాన్ని ఆమె తనంతట తానే సంపాదించుకుంది. మొత్తానికి కారును పక్కకు నిలిపి మొబైల్ చేతిలోకి తీసుకునేటంతలో పదకొండవసారి రిందత్త కాల్ చేసింది.

రిందత్త, రాయమామ బెంగళూరుకు వచ్చి రెండేళ్ళు అయ్యాయి. వారి కుమారుడు అంగద్ బెంగళూరులో ఐటిఉద్యోగంలో చేరిన తరువాత తల్లిదండ్రులను పిలిపించుకునే మొదటి ప్రయత్నంలో విజయం సాధించలేదు. "మా బళ్ళారి సీమ వదిలి ఇంకెక్కడా మాకు సరిపోదు నాయనా. నువ్వు ఊరకే మమ్మల్ని బలవంతం చేయకు. నీ విషయం నువ్వు చూసుకో" అని కొడుకుతో కటువుగా చెప్పేశారు. అతని బలవంతం మీద ఒకటిరెండు రోజులు బెంగళూరుకు వచ్చినట్టు చేసి,బళ్ళారికి తిరిగి వెళ్ళటానికి ముందు నాతో- 'ఇది ఎంత చలివేసే ఊరయ్యా. ఉదయం ఎనిమిది గంటలైనా పొద్దెక్కదు, మా ఒంటికి ఈ వాతావరణం సరిపోదులే. మూడు రోజులు అయ్యాయి. మీ మామకు సరిగ్గా భేదులు కాలేదు చూడు! మా బళ్ళారిలో ఉదయం లేవటానికి సమయమే లేనట్టు చెంబు పట్టుకుని పరుగెత్తేవారు. సూర్యుడి వేడి తగిలితేనే తిన్నది అరిగేది" అని వైద్యశాస్త్ర పాండిత్యాన్ని ప్రదర్శించి, మరల నిప్పులు కక్కే బళ్ళారికి వెళ్ళిపోయారు. అదీ చాలదన్నట్టు ఊరు చేరిన మరుసటి రోజే నాకు ఫోన్ చేసి "ఈ రోజు మీ మామ మనస్సుకు తృప్తి కలిగేలా భేది అయ్యింది" అని నివేదిక అప్పగించి, బళ్ళారి ప్రాంత మహిమను వివరించింది. పాపం! అంగద్ మాత్రం పాడు బెంగళూరు రోడ్డుపక్కన పెట్టిన పదార్థాలు తిని, ఆరు నెలల్లో కామెర్ల రోగం సంపాదించుకున్నాడు. బళ్ళారిలో రెండు నెలలు రిందత్త చేత శుశ్రూషలు చేయించుకున్న తరువాత కళ్ళల్లో కాంతిని తెచ్చుకున్నాడు. ఇప్పుడు వేరే దారి లేక రిందత్త, రాయమామ బెంగళూరుకు వచ్చారు. "వీడికి వెంటనే పెళ్ళి చేసేయ్యాలి" అని నా ముందు ఎన్నడు లేనంతగా దుఃఖాన్ని

వెళ్ళగక్కారు.

అయితే అంగద్ ఈ సారి కాస్తంత తెలివి ప్రదర్శించాడు. ఆఫీసుకు దగ్గరగా ఉండాలని ఎక్కడో ఎలెక్ట్రానిక్ సిటీ దగ్గర నివాసం ఉన్నవాడు, ఆ ఇల్లు ఖాళీ చేసి, విద్యాపీఠం దగ్గర ఒక ఇంటిని అద్దెకు తీసుకున్నాడు. ఈ మార్పు రిందత్త, రాయమామలపై పరిణామాన్ని కలిగించింది. కాలినడక దూరంలోనే రెండు రాఘవేంద్రస్వామి మఠాలు ఉన్నాయి. సాయంత్రమవుతుండగా పురాణ ప్రవచనాలు మొదలవుతాయి. గాంధి బజారుకు వస్తే చాలు, అగరొత్తులు మొదలు, చక్కెర అచ్చుల వరకు అన్నీ లభిస్తాయి. దాంతోపాటు పండుగ-పర్వదినం- తిథి- నక్షత్రం-పక్షం అన్నిటికీ అనుకూలం. నెమ్మదిగా ఇద్దరూ బెంగళూరుకు అలవాటుపడసాగారు. ఆరునెలలు గడిచేలోపు పూర్తిగా బెంగళూరుకు తమను సమర్పించుకున్నారు. "నువ్వు ఏమైనా చెప్పు నాయనా, బెంగళూరులో వున్నంత బ్రాహ్మణత్వం మా బళ్ళారిలో లేదులే. మొన్న స్వాములవారు ఉత్తరాది మఠానికి వచ్చారు. ఈగలు కమ్ముకున్నట్టు జనం చేరారు చూడు... ఆడ-మగ, పిల్లాపీచు, అందరూ ఉన్నారు చూడు, పెద్ద పెద్ద కంపెనీలో లక్షలాది డబ్బు సంపాదించే అబ్బాయిలూ వచ్చి, స్వామిగారి చేత కాలిపోయేలా ముద్రలు వేయించుకుని, చర్మం ఎర్రగా కాలినా నవ్వుతూ, కిలకిల్లాడుతూ ఇంటికి వెళ్ళిపోయారు చూడు, అబ్బబ్బబ్బా... స్వామిగారు చకచకామని ఎలా ముద్రలు ఒత్తారంటావు, ప్రింటింగ్ మిషిన్ సిగ్గుపడాలి చూడు- అలా" అని పొగిడారు. బళ్ళారిలో ఎన్నడో పండుగ-పబ్బాలలో తొమ్మిది గజాల చీరను గోచిపోసి కట్టుకునే రిందత్త, ఇప్పుడు రోజూ అదే విధంగా పరిపూర్ణమైన ముత్తయిదువ దుస్తులను ధరించటం మెదలుపెట్టారు. "ఏమిటత్తా నీ ఈ కొత్త వేషం?" అని నేను కెలికితే, "నలుగురి మధ్య మర్యాదగా ఉండాలి నాయనా, మనం మడి-మైల విషయంలో తక్కువ అని అనిపించుకోకూడదు" అని నాకు సూక్ష్మాన్ని వివరించారు. పాపం! రాయమామ మాత్రం మూలలో కూర్చుని చిన్న గొంతుతో- "నువ్వేమైనా చెప్పు నాయనా, కావేరి నీళ్ళకు తుంగభద్రలా జీర్ణచేసే శక్తి లేదు చూడు, ఉదయం దొడ్డికు పోయి రావడం పెద్ద యజ్ఞం అయిపోయింది చూడు" అని గొణిగారు. వెంటనే రిందత్త కోపం తెచ్చుకుని, "మీది పెరుగన్నంలో రాళ్ళు వెతికే జాతి చూడండి... ఇంట్లో గుండురాయిలాగా కూర్చుంటే ఎలా జీర్ణం అవుతుంది. రోజు రాఘవేంద్రులకు అడుగు దండాలు పెట్టండి. అంతా బాగవుతుంది" అని రాయమామాను కసిరింది. వీళ్ళిద్దరూ ఎలాగో బెంగళూరుకు అలవాటు పడినా నిజమైన సమస్యను

ఎదిర్కొన్నది వారి కుమారుడు అంగద్. రోజూ ముప్పయి కిలోమీటర్లు బైక్‌లో తిరగటంవల్ల అతనికి మూలవ్యాధి మొదలైంది. మొదట్లో కేవలం గుచ్చుకున్నట్టు చికాకుగా ఉండేది. రాను రాను గుచ్చుకోవటమే కాకుండా కొద్దిగా రక్తం కూడా పడసాగింది. తల్లిదండ్రులకు ఈ విషయం చెప్పటానికి సంకోచించిన అంగద్ నా ముందు, "తొందరగా ఎవరో ఒక అమ్మాయిని కట్టుకుని వీళ్ళిద్దరిని బళ్ళారికి తరిమి నేను ఆఫీసు దగ్గర ఇల్లు తీసుకుంటాను. ఎలాగైనా నా ముడ్డి నేను కాపాడుకుంటే చాలనిపించింది" అని ముఖం బాధగా పెట్టి అన్నాడు.

ఇలాంటి మా రిందత్త ఫోనును నేను పదకొండవసారి కూడా తీసుకోకపోతే ఆమెకు కోపంనెత్తికెక్కకుండా ఉంటుందా?

"ఏమిటి రిందత్తా?"

"భజన చేస్తున్నావేరా? చాలాసేపటి నుంచి ఒక వందసార్లు ఫోన్ చేసినా ఎత్తుకోవటం లేదు..."

"అదికాదు రిందత్తా, ట్రాఫిక్‌లో ఉన్నాను. పోలీస్‌వాళ్ళు నన్నే చూస్తు ఉన్నారు"

"చూస్తేచూసివుండొచ్చు. మీ రిందత్తకన్నా అతను మీకు ముఖ్య మయ్యాడా?"

ఈ ప్రశ్నకు ఏమని జవాబు చెప్పగలం?

"పోనీలే, ఇప్పుడు ఫోన్ చేయటంలో ఉద్దేశం ఏమిటి?"

మన ఇంటికి నారాయాణా చార్యులు అని వచ్చేవారు చూడు..."

"ఏమిటి? పోయారా?"

"థూ నీ.... వదిలింది అను... పాడు నోరు నీది. దేవుడి దయవల్ల ఇంకా బతికేవున్నారు"

"ఆయనకు మరి ఏమైంది?"

"నిన్న ప్రవచనాలు చెప్పేటప్పుడు హనుమంతుడు సంజీవని పర్వతాన్ని ఎలా ఎత్తుకుని వచ్చాడో చూపించారు. అప్పుడు చేతిమీద సాక్షాత్ సంజీవని పర్వతమే పడినట్టు ఒళ్ళు జలదరించింది, ఒళ్ళంతా చెమటలు పట్టి, స్పృహ తప్పి పడిపోయారు. నారాయణ హృదయాలయలో చేర్చారు. ఐసియూలో పెట్టారు. ఈ రోజు మధ్యాహ్నం హార్ట్ ఆపరేషన్ చేయాలని చెప్పారు. ఉదయం నుంచి ఇద్దరమూ ఇక్కడే ఉన్నాం. భోజనం లేదు. టిఫిన్ లేదు. మౌనంగా వాయుస్తుతి చెప్పుకుంటూ ఉన్నాం"

"ఛ పాపం! మొన్నటికి మొన్న మీ ఇంటిలో సుందర కాండ చెప్పినపుడు

బాగానే ఉన్నారుకదా?"

"అయ్యో, మా నాయనా, నువ్వు చెబుతున్నది ఎనిమిది నెలల క్రితం మాట. నిన్న ప్రవచనం చెప్పటానికి ముందు బాళెహొన్నూరివారి ఇంట్లో సత్యనారాయణ పూజ చేయించి, నాలుగు హొళిగలు, పిడికెడు నెయ్యి, పాలు వేయించుకుని తిన్నారు"

'ఆపరేషన్‌కు ఏమైనా డబ్బు కావాలా రిందత్తా?"

"అయ్యో మహానుభావా, భగవంతుడిని గురించి గానం చేసి, కీర్తించి, జీవించిన ప్రాణం అది. ఆయనకేం తక్కువ. మొన్నటికి మొన్న భక్తులంతా కలిసి ఆయనకు కనకాభిషేకం చేయించి, బంగారంతో కడియం చేయించి ఇచ్చారు"

"అలాగైతే ఇప్పుడు నాకెందుకు ఫోన్ చేశావు?"

"నీ రక్తం కావాలి"

"అయ్యయ్యో..."

"కాస్త చెప్పేవరకు విను. ఆయనదీ నీ రక్తంలాగే అరుదైన రక్తమట. సులభంగా దొరకదని డాక్టర్ చెప్పారు. అదే రక్తపు గ్రూపువారిని ముందుగానే ఇక్కడ పిలిపించుకోండి. ఎందుకైనా అవసరం కావచ్చని చెప్పారు. అందుకే నీకు ఫోన్ చేశాను. మధ్యాహ్నం భోజనం చేసి నేరుగా ఇక్కడికి వచ్చెయ్. అలాంటి దేవుడి భక్తుడికి రక్తం ఇస్తే నీకూ పుణ్యం వస్తుంది"

"అలాగేకానీ రిందత్త. ఈ రోజు నాకు అంత పనేమీ లేదు. వస్తాను" అని మాట ఇచ్చాను. మొత్తానికి రిందత్త మాటలు ముగించింది.

ఈ నారాయణాచార్యుల ప్రవచనాన్ని నేనూ ఒకసారి విన్నాను. రిందత్త తమ ఇంట్లో సుందరకాండ చెప్పించారు. ఆయన అత్యంత భావోద్వేగంతో కథను చెబుతున్నారు. సాగరాన్ని లంఘించటానికి హనుమంతుడిని చుట్టు చేరిన కపిబృందమంతా పొగడటం మొదలుపెట్టినపుడు అతను ఎలా ఆకాశం ఎత్తుకు పెరిగి నిలుచున్నాడని వర్ణిస్తూ తమకు తెలియకుండానే లేచి నిలుచుని, బుగ్గలను ఉబ్బించి, హనుమంతుడి ముఖంలా ముఖం పెట్టి, కుడి చేత్తో గదను పట్టుకున్నట్టు భుజం మీద చేయి పెట్టి, దృశ్య వైభవాన్ని తమ పురాణానికి ఇచ్చారు. శ్రోతలకు సాక్షాత్ ప్రాణదేవుడే కళ్ళముందు నిలబడ్డట్టు అనపించి భక్తి పారవశత్వంతో చేతులు జోడించారు. సీతాదేవి నుంచి చూడామణిని పొందే దృశ్యమైతే ఆ మహాతల్లి సంకట పరిస్థితికి కన్నీళ్ళు కార్చారు. శ్రోతల కళ్ళల్లోనూ కన్నీళ్ళు రాలాయి. ఇంతటి భావోద్వేగం కలిగిన మనిషికి వేరే ఏదో

జబ్బు రావటానికి బదులుగా హృదయానికి సమస్య రావటం అధిక న్యాయ సమ్మతమని నాకు అనిపించింది.

ఇలాంటి నారాయణాచార్యులకు కొన్ని నెలలకు ముందు కష్టకాలమూ వచ్చింది. ఆయన ఇరవై ఒక్క ఏళ్ళ ఒక్కగానొక్క కూతురు ఎవరో ఒక ముసల్మాను అబ్బాయిని ప్రేమించి పెళ్ళిచేసుకుంది. రిందత్త, భక్తజనుల్లో హాహాకారాలు ఎగిశాయి. 'తండ్రి ప్రవచనానికి వచ్చే వందలాది లక్షణమైన అబ్బాయిలలో ఏ ఒక్కరినైనా ప్రేమించివుంటే బాగుండేది. ఈ పాడుముండకు సాయిబుల అబ్బాయే కావాలా? తండ్రికి ఎలాంటి బాధ తెచ్చిపెట్టింది చూడు. ఇకపై ఆయన్ను ఎవరు ప్రవచనాలకు పిలుస్తారు?" అని రిందత్త ఫోనులో చెబుతూ రోదించింది. భార్య చనిపోయిన రోజు నుంచి తల్లీ–తండ్రి రెండూ తానై కూతురును పెంచిన నారాయణాచార్యులు ఏడ్చినన్ని రోజులు ఏడ్చి, "ఇకపై ఆమెకు, నాకు ఏ సంబంధమూ లేదు. ఈ రోజుతో ఋణం తీరిపోయింది" అని సమస్త భక్తగణం ముందు ప్రకటించిన తరువాత మళ్ళీ ప్రవచనాలు మొదలయ్యాయి. "పిల్లలు పదునాలుగేళ్ళ వరకు చేసిన పాపాలకు మాత్రమే తల్లిదండ్రులు బాధ్యులు. అటు తరువాత లేదు. ఈమెకు ఇప్పటికే ఇరవై ఒకటి. నారాయణాచార్యులకు ఏ పాపం తగల్లేదు" అని ఒక రోజు రిందత్త నాకు ఫోన్ చేసి తెలిపింది. "ఈ లాజిక్ నీకు ఎవరు చెప్పారు రిందత్తా?" అని అడిగితే చప్పున, "ఇంకెవరూ మహానుభావా, సాక్షాత్ నారాయణాచార్యులే చెప్పారు. పురాణంలో మాండవ్య ఋషులు సాక్షాత్ యమధర్మరాజు ముందు ఈ ప్రశ్న లేవనెత్తి అతనికి శాపం పెడతారు తెలుసా?" అని న్యాయాన్ని అప్పగించింది.

ఒక రోజు హఠాత్తుగా ఈ నారాయణాచార్యులను ప్రత్యేకమైన సందర్భంలో కలిసే అవకాశం నాకు కలిసి వచ్చింది. ఎవరో దూరపు బంధువుల పెళ్ళి రిసెప్షన్‌కు నేను తప్పనిసరిగా వెళ్ళాల్సి వచ్చింది. మల్లేశ్వరం దాటి యశవంతపుర లోని ఏదో సందులో కళ్యాణమంటపంలో కార్యక్రమం ఉంది. రాత్రి ఇంటికి తిరిగిరావడం మరీ ఆలస్యం కాకూడదని వీలైనంత తొందరగా నేను కళ్యాణమంటపం చేరాను. అక్కడ వధూవరులు కూడా ఇంకా వేదిక మీదికి రాలేదు. అక్కడే తిరుగుతున్న ఒక పెద్దమనిషిని, "బఫె రెడీగా ఉందా? ఇప్పుడే భోజనం చేయొచ్చా?" అని అడిగి "వధూవరులు వచ్చేవరకు బఫె మొదలుపెట్టరు" అని ఆయన కోపంగా అన్నారు. ఆయన కోపానికి గురయ్యాక ఇంకేమీ చేయడానికి తోచక కళ్యాణ మంటపం చుట్టుపక్కల తిరుగుతూ, అక్కడ కనిపించిన ఒక పార్కులోకి వెళ్ళాను. పార్కులోని ఒక బెంచీమీద కూర్చుని సిగరెట్ కాల్చుతున్న

వ్యక్తి నారాయణాచార్యులని నేను స్పష్టంగా గుర్తుపట్టాను. రిందత్త చెబుతున్న ఈ మహాభక్తుడు సిగరెట్ కాల్చుతున్న విషయమే తమాషాగా కనిపించి నేను ఆయన దగ్గరికి వెళ్ళి, "నమస్కారం నారాయణాచార్యులుగారూ" అన్నాను. ఆయన నన్ను గుర్తించలేదు. "బృందావనమ్మ, సుబ్బారావు అని బళ్ళారిలో, విద్యాపీఠం దగ్గర ఉన్నారుకదా, వారి అల్లుడిని నేను. మీ ప్రవచనాలు విన్నాను" అని చెప్పాను. ఆయన లక్షణంగా తమ జుబ్బా జేబునుంచి సిగరెట్ ప్యాకెట్టు తీసి నా ముందు పట్టుకున్నారు. నాకు సరిపడదని నిరాకరించాను. "ఇప్పటి కాలపు కుర్రవాళ్ళ స్వభావమే నాకు అర్థం కాదు" అని ఆయన ఆధ్యాత్మికంగా అన్నారు. ఇక్కడే దగ్గర్లో ఎవరో ప్రవచనం విషయంగా మాట్లాడటానికి పిలిచారని చెప్పారు. నేను కూడా హాజరు కావటానికి వచ్చిన రిసెప్షన్ గురించి చెప్పాను.

అంతలో పూర్తిగా బురఖా వేసుకున్న ఒక ఆడపిల్ల రెండు చేతుల్లో లస్సీ గ్లాసులను పట్టుకుని మేమున్న బెంచీ వైపు వచ్చి నారాయణాచార్యులకు ఒక గ్లాసు ఇచ్చి, తానొక గ్లాసు పట్టుకుని ఆయన పక్కన కూర్చుంది. నారాయణాచార్యులు ఆ గ్లాసును నాకు ఇచ్చి "దీన్నయినా తాగుతావేమయ్యా?" అని అడిగారు. నవ్వి తీసుకున్నాను. ఆ ఆడపిల్ల తన ముసుగును వెనక్కు లాక్కుని, " నేను ఈయన వీరి కూతుర్ని, జుబేదా బేగం" అని పరిచయం చేసుకుంది. వెంటనే నారాయణాచార్యులు "వేదవతి..." అని ఆమె పూర్వాశ్రమంలోని పేరును తెలిపారు. నేను ఎక్కువసేపు కూర్చుంటే ఆచార్యులకు సంకోచం కలగవచ్చని భావించి తొందరగా లస్సీ తాగి ఇద్దరికీ నమస్కారం చెప్పి బయలుదేరాను. గేటు వరకు ఆచార్యులవారు నా వెంట వచ్చారు. వీడ్కోలు తీసుకునేటప్పుడు చేతిలోని సిగరెట్ పీకను కాలువలోకి విసిరి, "ఈమె నేను చేయి పట్టుకుని నడిపించిన కూతురు. అతను నా చేయి పట్టుకుని నడిపించే భగవంతుడు. ఇద్దరినీ వదల్లేను. దయచేసి అందరి ముందు చెప్పకయ్యా" అని చేతులు జోడించారు. నేను వారి చేతులను నా రెండు చేతుల్లోకి తీసుకుని, "మీరేమీ చింతించకండి. ఎవరికీ చెప్పను" అని మాట ఇచ్చి దాని ప్రకారమే నడుచుకున్నాను.

❖❖❖

ఆఫీసు ముందు కారు పార్క్ చేసిన వెంటనే నాకు ఒక అనుమానం కలిగింది. రిందత్తకు తన బ్లడ్ గ్రూప్ ఏదో ఎలా తెలిసింది? నాకై నేను ఏనాడు ఆ విషయాన్ని ఆమెకు చెప్పినట్టు గుర్తులేదు. బహుశా అమ్మ చెప్పివుండవచ్చని అనిపించినా ఎందుకో దాన్ని తెలుసుకోవాల్సిందేనని అనిపించి రిందత్తకు ఫోన్

చేశాను.

"చూశావా, ఒకే రింగ్‌కు నీ ఫోన్ ఎత్తుకున్నాను. నువ్వంటే నాకు అంత ముఖ్యం. నీలా వందసార్లు ఫోన్ చేయాలని నేను ఎదురుచూడను" అని రిందత్త మొదలుపెట్టింది. నేను మౌనంగా నవ్వాను.

"నా బ్లడ్ గ్రూప్ ఇదేనని నీకు ఎలా తెలిసింది?" అని అడిగాను.

ఆమె నవ్వేసింది.

"నీ కాన్పుకు వచ్చానని చెప్పానుకదా. అప్పుడు నీవింకా ఎనిమిది రోజుల పసిబిడ్డవి. కామెర్ల వచ్చింది. ఒక్కలా వదలకుండా మొండితనం చేయటం మొదలుపెట్టావు. తాగిన పాలంతా కక్కుకునేవాడివి. మీ అమ్మకు ఇంట్లోనే కాన్పు అయ్యింది. ఒక మిడ్‌వైఫ్ చేసింది. ఆమెకూ ఏం చేయాలో తోచలేదు. అప్పుడు డాక్టర్ దగ్గరికి నిన్ను తీసుకుని పోవలసి వచ్చింది. మీ అమ్మ ఇంకా పచ్చి బాలింతరాలు. ఆమెను రావద్దని చెప్పి, నేనే నిన్ను దుపట్టాలో చుట్టుకుని తీసుకుని పోయాను. గువ్వపిల్లలా ఉన్నావు. ఎదకు ఒత్తుకుని తీసుకునిపోయాను. డాక్టర్ రక్తపరీక్ష చేయాలి అన్నాడు. దానికీ నేనే వెళ్ళాను. నీ రక్త పరీక్ష చేసిన కుర్రవాడు నా పుట్టింటివైపువాడు. అతనే నాకు చెప్పాడు- నీది చాలా అరుదైన రక్తమని. చూశావా, ఆ రోజు నుంచి నేను ఆ విషయం మరువలేదు"

నాకు ఎందుకో హృదయం భారమైంది.

"నీకు మంచి జ్ఞాపకశక్తి ఉంది రిందత్తా" అన్నాను.

"అయ్యో మహానుభావా, మా అంగద్ బ్లడ్ గ్రూప్ ఏమని అని అడిగితే నాకు నిజంగా తెలియదు. తమాషా ఏమిటంటే నా బ్లడ్ గ్రూప్ ఏమిటో కూడా సంవత్సరం క్రితం వరకూ నాకు తెలియదు. ఇప్పుడు ఒక సంవత్సరం కిందట డయాబిటిస్ వచ్చిందిచూడు. అప్పుడు రక్తపరీక్ష అని డాక్టర్లు భజనలు చేయటం మొదలుపెట్టారు. అప్పుడే నాకు నా బ్లడ్ గ్రూపు తెలిసింది". ఇద్దరం నవ్వాం. మరోసారి రిందత్తకు రెండు గంటలకు సరిగ్గా 'నారాయణ హృదయాలయ'కు వస్తానని మాట ఇచ్చి నేను ఆఫీసులోకి వెళ్ళాను.

❖❖❖

మధ్యాహ్నం ఆస్పత్రికి నేను వెళ్ళలేనటువంటి పరిస్థితి ఆఫీసులో ఏర్పడింది. సుమారు రెండు నెలల నుంచి ఇంగ్లాండ్‌కు చెందిన ఒక కస్టమర్‌ను మీటింగ్ చేయడానికి మీ అనుకూలతను తెలపమని అడుగుతూనే ఉన్నాను. ఆ మహానుభావుడు నా ఈ-మెయిల్ అన్నిటినీ చెత్తబుట్టలో వేసి జవాబు ఇచ్చే ప్రయత్నం చేయలేదు. అయితే ఆకస్మాత్తుగా మేల్కొన్నట్టు ఈ రోజు మధ్యాహ్నం

మూడు గంటలకు ఒక గంట మీటింగ్‌కు తాను సిద్ధంగా ఉన్నానని ఈ-మెయిల్ పంపాడు. అతను అత్యంత ముఖ్యమైన వినియోగదారుడు కావటం వల్ల ఆఫీసులో ఏమేమి మాట్లాడాలో అనే ఏర్పాట్ల గురించి బయలాట జరిగింది. ఇలాంటి సమయంలో రిందత్త, నారాయణాచార్యుల విషయాన్ని చెబితే ఎవరూ వినిపించుకోరని తెలిసింది. ఆస్పత్రికి రాలేనని చెబితే రిందత్త కోపగించు కుంటుంది. అంతకన్నా అధికంగా ఆమె బాధపడుతుందని అనిపించి నన్ను అపరాధ భావన వేధించింది. ఏమి చేయాలా అని చాలాసార్లు ఆలోచించిన తరువాత ఒక ఉపాయం తోచింది. ఆఫీసులో ఉద్యోగం చేస్తున్న వారి డేటా బేస్ చూసి, నా బ్లడ్ గ్రూప్‌కు చెందినవారిని కనిపెట్టాను. కేవలం ఇద్దరు అబ్బాయిలు దొరికారు. అదృష్టవశాత్తు ఇద్దరూ నా ప్రాజెక్ట్‌లో ఉద్యోగం చేస్తున్నారు. జనార్దన అనే టీమ్ లీడర్ ఒకడు, మొహమ్మద్ హుసేన్ అనే ట్రెయినీ ఇంకొకడు. ఒకరికన్నా ఇద్దరిని పంపితే అత్తయ్యకు సహాయంగా వుంటుందని ఆలోచించాను. ఇద్దరినీ నా క్యాబిన్‌కు పిలిపించుకున్నాను. పరిస్థితిని వివరించి వారి సహాయాన్ని అడిగాను. జనార్దన వెంటనే అంగీకరించాడు. అయితే మొహమ్మద్ హుసేన్ సంకోచించాడు.

“సార్, నాకు రక్తం చూస్తే తల తిరిగినట్టు అవుతుంది. ఒకసారి ఇలా రక్తం ఇవ్వడానికి వెళ్ళి మూర్ఛపోయాను” అని చెప్పాడు. ఆరడగుల ఆజానుబాహువైన హుసేన్ రక్తాన్ని చూస్తే స్పృహతప్పుతుందని చెప్పటం విని నాకు నవ్వు వచ్చింది.

“అయితే సార్ ఒక ఉపాయం ఉంది” అని అన్నాడు. ఏమిటని అడగటంతో, కాస్త సంకోచపడ్డాడు. బలవంతం చేసిన తరువాత చెప్పాడు.

“రక్తం ఇచ్చేటప్పుడు రంజని నా పక్కన నిలబడి నా చేయి పట్టుకుని ధైర్యం ఇస్తుంటే నాకేమీ కాదు” అని అసలు విషయం బయటపెట్టాడు. రంజని అనే అమ్మాయి అతను ప్రేమిస్తున్న అమ్మాయి అని అందరికీ తెలుసు. ఇతని కంత్రీ ఉపాయానికి కాస్త కోపం వచ్చినా పరిస్థితి నిస్సహాయత వల్ల ఆమెను రమ్మని చెప్పాను. రంజనికి మరోసారి విషయాన్ని తెలిపి, మొహమ్మద్ హుసేన్ సమస్యను, దానికి ఉపాయాన్ని ప్రస్తావించాను. “యూ ఇడియట్” అని అతని వీపు మీద ఒక గుద్దు గుద్ది తన అంగీకారం తెలిపింది. మనసుకు నిశ్చింత కలిగి, వాళ్ళందరికి ధన్యవాదాలు తెలిపి, ఈ వారంలో కచ్చితంగా ముగ్గురికీ ఒక పార్టీ ఇస్తానని మాట యిచ్చాను. మధ్యాహ్నం భోజనం చేసిన వెంటనే తాము బైక్‌లో ‘నారాయణ హృదయాలయ’కు వెళతామని మొబైల్ వివరాలను

తీసుకున్నారు. మొహమ్మద్ హుసేన్, రంజనిలకు కన్నడ రాదు. హుసేన్ ఉత్తర ప్రదేశ్‌కు చెందినవాడు. రంజని తమిళనాడుకు చెందినది. అయితే జనార్దన్ బళ్ళారివాడు. రిందత్తతో తానే మాట్లాడుతానని చెప్పాడు. ముగ్గురూ నా క్యాబిన్ నుంచి తమ స్థలాలకు తిరిగి వెళ్ళారు.

రిందత్తకు ఫోన్ చేశాను. నెమ్మదిగా నా నిస్సహాయతను తెలిపాను.

"మనిషి చస్తూ ఉన్నాడు, సహాయం చేయండి అంటే మీటింగ్ వుందంటావుకదరా... ఎలాంటి పనికిమాలిన కంపెనీలో ఉద్యోగం చేస్తున్నావో నా తండ్రీ, దాన్ని వదిలి ఏదన్నా మంచి కంపెనీలో చేరుకో" అని రిందత్త మొత్తం ఎం.ఎన్.సి. ల మర్యాదను వేలం వేసింది.

"రిందత్త, దానికి వేరే ఒక ఉపాయం చేశాను. మా ఆఫీసు నుంచి ఇద్దరు అబ్బాయిలు వస్తూ ఉన్నారు. ఇద్దరిదీ నా బ్లడ్ గ్రూపే. వాళ్ళిద్దరూ నారాయణాచార్యులకు రక్తం ఇస్తారు" అని చెప్పి, నా ఆలోచనా సామర్థ్యం పట్ల రిందత్త మెచ్చుకోలును పొందటానికి సిద్ధమయ్యాను.

"వాళ్ళ పేర్లేమి?"

"ఒకతను మొహమ్మద్ హుసేన్..." మరొకరి పేరు చెప్పడనికీ నాకు అవకాశం ఇవ్వకుండా రిందత్త, "శ్రీ హరి..." అని ఉద్గారం చేసింది.

"ఎందుకు రిందత్త?"

"ఉత్తమమైన మాధ్వకుటుంబానికి చెందిన గొప్ప పండితుడికి సాయిబుల రక్తాన్ని ఇప్పించడానికి సిద్ధమయ్యావుకదరా? రౌరవ నరకాలకు పోతావు చూడు" అని రక్తపు కథకు కొత్త మలుపు ఇచ్చింది. ఆమె మాటలతో నాకు కోపం వచ్చింది.

"పో రిందత్తా, రక్తానికి కులమేమిటి? ఈ అబ్బాయి రక్తం చేరితే మీ నారాయణాచార్యులు ఏమైనా కులం చెడిపోతారా?"

"నువ్వు నాకు బుద్ధి చెప్పటానికి ప్రయత్నించకు. మీలాంటి కుర్రవెధవలకు బ్రాహ్మణత్వం అర్థం కాదు. అంత అధర్మానికి పాల్పడేటట్టయితే ఆయన కూతురు వేదవతికి చెప్పి పంపేవాళ్ళం. ఆమె రక్తం పంచుకుని పుట్టినది. ఏమైనా కానీ ఆమెకు ఈ విషయం కూడా తెలపకూడదని భక్తులందరూ కలిసి నిర్ణయించారు. తెలుసా?"

"ఆచార్యులవారిని ఈ విషయంలో ఒక మాట అడగాల్సింది?"

"ఆయన్నేమి అడగాలి? ఎన్నడో ఋణం తెంచుకున్నానని అని చెప్పిన ధర్మాత్ముడు ఆయన"

"నీ ఇష్టం. ఇప్పుడు నాకైతే రావటానికి కుదరదు. ఏం చేయమంటావు?"

"ఆ రెండో అబ్బాయి ఎవరు?"

"జనార్ధన అని అతని పేరు?"

"అతను మనవాడని అనిపిస్తుందా?"

"నాకు తెలియదు రిందత్తా. అతనూ బళ్ళారివాడు. జనార్ధన రెడ్డి కూడా కావచ్చు"

"ఛీ నీ..." నేను మౌనంగా నవ్వాను.

"ఒక పనిచెయ్. అతన్ని పిలిచి ఏ కులం అని అడుగు"

"ఆ ఒక్క పని మాత్రం నాచేత కాదమ్మా. ఇలాంటి కంపెనీలోపల ఎవరూ ఎవరి కులాన్ని అడగరు. అలా అడిగితే తప్పుగా భావిస్తారు"

"కులం అడిగితే ఏ పాపమూ రాదు. ప్రాణాలు నిలిపేటప్పుడు ఇలాంటి ప్రశ్న అడగటం తప్పు కాదు"

"నువ్వు కోటి రూపాయలు ఇస్తానన్నా నేను అతని కులం అడగను. అది నా మర్యాదకు సంబంధించిన ప్రశ్న. ఐదేళ్ళ నుంచి నా కింద పని చేశాడు. ఈ రోజు వరకూ అతనికి నా కులం తెలియదు., నాకు అతని కులం తెలియదు. ఇద్దరమూ ఏనాడూ అలాంటి ప్రశ్నలు అడగటానికి ప్రయత్నించలేదు."

"అలాగైతే ఒక పని చెయ్. అడగటానికి సంకోచపడేటట్టయితే వద్దు. అతను ఉద్యోగంలో చేరేటప్పుడు ఏ ఊరు, ఏ కులమూ, అని రాసుకుంటారు కదా? ఆ ఫైళ్ళో చూడు"

"రిందత్తా, నీకు ఎలా చెప్పాలి? ఈ కంపెనీలలో ఉద్యోగం చేసేవాడి కులం ఏమిటననేదాని గురించి ఎవరికీ ఆసక్తి ఉండదు. అతను చక్కగా పనిచేస్తే చాలు ఉంచుకుంటారు. లేదంటే ఇంటికి పంపుతారు- అంతే. ఉద్యోగంలో చేరేటప్పుడూ కులం ఏదో? మతం ఏదో అని రాసుకోరు. వాళ్ళకది అవసరం లేదు"

"ఇవి ఎలాంటి కంపెనీలు మహానుభావా! మీ మామ ఉద్యోగంలో చేరినపుడు చక్కగా 'మధ్వ బ్రాహ్మణ' అని రాసి వచ్చారు. వారి ఆఫీసర్లు ఎన్నోసార్లు బ్రాహ్మణ దంపతులు అని మా ఇద్దరినీ ఇంటికి భోజనానికి పిలిచి, దక్షిణ ఇచ్చి కాలికి నమస్కారం చేసి ఆశీర్వాదం పొందేవాళ్ళు"

"మామయ్య గవర్నమెంట్ ఉద్యోగం చేశారు. అక్కడ అవన్నీ కావాలి. వీళ్ళకు పని బాగా చేయటం తప్ప వేరే ఏమీ అవసరం లేదు"

సరేలే నాయనా, ఇంక ఎక్కువ మాటలు వద్దు. నువ్వు వస్తావో లేదో ఆ మాత్రం చెప్పెయ్"

"రిందత్తా, క్షమించండి. ఈ మీటింగ్ తప్పించి రావటానికి నాకు సాధ్యంకాదు"

"అలాగైతే సరేలే. వేరే ఎవరినైనా చూద్దాం"

"నారాయణాచార్యులు కష్టంలో ఉన్నారని అంటున్నావు. ఈ సమయంలో ఆయన్ను బతికించటం ఎలా అని ఆలోచించడం వదిలి కులం, మతం అని ఆలోచిస్తున్నావుకదా రిందత్తా? ఆయనకేమైనా జరగరానిది జరిగితే ఏమిటి గతి?"

"అయ్యో పుణ్యాత్ముడా, మీటింగ్ వదిలి రాలేని వెధవ్వి, నీకెందుకు ఆయన చింత? క్షణం కూడా వదలకుండా దేవుడి ధ్యానం చేసే పుణ్యాత్ములు ఆయన, భక్తితో భగవంతుడినే స్తుతించిన ప్రాణమది. ఆ భగవంతుడు తన భక్తుల చేతిని ఎన్నడూ వదకడు. తెలుసుకో, నీకు చేతకానంత మాత్రాన ప్రపంచం ఆగిపోదు. మరోదారి చూపిస్తాడు. నువ్వేమీ బాధపడకు మా నాయనా, నీ మీటింగ్ చేసుకో"

"అలా కాదు రిందత్తా..." నేను మాటలు కొనసాగించేలోగా ఆమె ఫోన్ కట్ చేసింది. నేను నిస్సహాయంగా మౌనంగా కూర్చున్నాను.

తరువాత భగవంతుడు తన భక్తుడిని కాపాడాడా లేదా అని తెలుసుకునే శక్తి కానీ, ధైర్యం కానీ నాలో లేకపోయింది.

❖❖❖

25 అక్టోబర్ 2011

క్షమించని నగరంలో

అది ఎవరికి అలాంటి అద్భుతమైన పేరు స్ఫురించిందో తెలియదు. బెంగళూరులోని బన్నేరుఘట్ట రోడ్డులో ఉన్న ఆ ప్రతిష్ఠాత్మకమైన అపార్ట్‌మెంట్ పేరు 'రివర్ సైడ్'. మొత్తం అయిదు వందల గూళ్ళున్న ఆ కట్టడంలోని మనుషులకు బన్నేరుఘట్ట రోడ్డులో నిరంతర వాహనాల సంచారమే ఒక నదిలా కనిపిస్తుంది. ఆ వాహనాలు కక్కే ధూళి వాళ్ళకు గంగా స్నానం. ఆ ట్రాఫిక్ మధ్య నుంచి కారును నడపటమే వాళ్ళకు తెప్పోత్సవం!

ఇలాంటి 'రివర్ సైడ్' అపార్ట్‌మెంట్‌కు తీవ్రమైన నీటి సమస్య ఉంది. మా జలమండలి ఇచ్చే కావేరి నీళ్ళు ఆ గూళ్ళ టాయ్‌లెట్ల ఫ్లష్‌ల వాడకానికీ చాలవు. అందువల్ల రోజూ ట్యాంకర్ల కొద్దీ నీళ్ళను కొంటారు. గూళ్ళలోని వాళ్ళు ఎంత డబ్బు ఇవ్వాలనే లెక్కల ఎక్సెల్ షీటు ప్రతినెల తప్పకుండా వాళ్ళ ఈ-మెయిల్‌కు వస్తుంది. ఆ ఎక్సెల్ షీటు మూలలో గంగానది ఒడ్డుకు సంబంధించిన ఒక సుందరమైన ఇమేజ్‌ను సొగసుగా వాడారు. ఇంటర్‌నెట్ ద్వారా అందరూ డబ్బు చెల్లిస్తారు.

ఇలాంటి 'రివర్ సైడ్' అపార్ట్‌మెంట్‌లో ఒక పెద్ద స్విమ్మింగ్‌పూల్ ఉంది. ఈ స్విమ్మింగ్‌పూల్‌ను ఉపయోగించటం కేవలం వేసవిలో మాత్రమే. కేవలం ఇరవై ముప్ఫయి ఇళ్ళవారు మాత్రమే దీన్ని ఉపయోగిస్తారు. స్విమ్మింగ్‌పూల్ నిర్వహణ అత్యంత దుబారా అయినప్పటికీ మిగిలిన ఇళ్ళవారికి ఇది ఒక ప్రతిష్ఠాత్మకమైన విషయం కావటం వల్ల మౌనంగా డబ్బు చెల్లిస్తారు. ఇంటికి కొత్తగా వచ్చినవారిని స్విమ్మింగ్‌పూల్ దగ్గరికి మౌనంగా తీసుకునిపోయి, వారి

కళ్ళల్లో కనిపించే ఆశ్చర్యాన్ని చూసి లోలోపలే సంతోషిస్తారు. స్త్రీ–పురుషులకు ప్రత్యేకమైన సమయాలను కచ్చితంగా నిషేధించటం వల్ల ఈ స్విమ్మింగ్‌పూల్‌లో అందరూ కలిసి ఈతకొట్టడాన్ని పెంట్ హౌస్ ఇంటివారు తమ బాల్కనీలో కూర్చోని బీరు తాగుతూ చూస్తారు.

ఈ–బ్లాకు 208లో ఉన్న రేఖా జోషి తన మూడేళ్ళ కూతురు రిషికాను ఆ రోజు మధ్యాహ్నం స్విమ్మింగ్‌పూల్‌కు తీసుకుని వచ్చింది. చిన్నారి రిషికాకు చల్లటి నీటిలో ఈతకొట్టే ఆసక్తి కచ్చితంగా లేదు. అయితే రేఖకు కూతురి నిరాసక్తి చూసి కోపమొచ్చి, ఒక చిన్న దెబ్బ వేసి తీసుకుని వచ్చింది. రేఖకు ఈత రాదు. ఆ కారణంగానేమో కూతురు ఈతకొట్టడానికి అడ్డు చెబితే కోపగించుకుంటుంది. 'అన్నీ తెలిసివుండాలి' అని అప్పుడప్పుడు ఆ చిన్నారి రిషికాకు చెబుతుంటుంది.

ఆ సమయంలో ఈ–బ్లాక్ 306లో ఉన్న సుజా శ్రీనివాసన్ మాత్రం ఈతకొడుతూ ఉంది. కేరళకు చెందిన సుజాకు ఈతకొట్టడం ఊపిరి తీసుకునేటంత సులభమైన పని. ఎనిమిది అడుగుల లోతైన స్విమ్మింగ్‌పూల్‌లో ఒక వైపు తనపాటికి తాను ఈత కొడుతోంది. రేఖను చూడగానే చేయూపి నవ్వింది. ఆమె సులభంగా ఈతకొట్టడం చూసి ఒక విధమైన అసూయ కలిగినట్టయి "రిషి, ఆంటీలా ఈతకొట్టడం నేర్చుకోవాలి... అర్థమైందా?... " అని రేఖ కూతురికి నొక్కి చెప్పింది. ఆ మూడేళ్ళ చిన్నారికి నీళ్ళల్లో దిగటం ఏ మాత్రం ఇష్టం లేదు.

పిల్లలు ఈతకొట్టడం కోసం ఆ పెద్ద ఈతకొలను ఒక మూలలో కేవలం ఒక అడుగు లోతున్న, స్టీలు కమ్మీలతో సురక్షితపరిచిన టాడ్లర్ పూల్ ఉంది. రేఖ తన కూతురి బట్టలు విప్పి, తలకు క్యాప్ వేసి, నెమ్మదిగా నీటిలో దింపింది. అప్పటిదాకా మొండితనం చేస్తున్న రిషికా ఒక్కసారిగా చల్లటినీటిలో దిగటం వల్ల పులకించింది. ఈతకొట్టడం మరిచి వణుకుతూ నిలుచున్న ఆమెకు ఒళ్ళంతా చల్లబడుతుండటం వల్ల మూత్రం ఒత్తుకుని వచ్చింది. నీలంగా ఉన్న నీళ్ళు పచ్చరంగు మూత్రంతో కలిసి పచ్చగై కనువిందుగా కనిపించింది. రేఖకు కూతురు చేసిన పాడుపని చూడగానే కోపం వచ్చి 'ఛూ... డర్టీ గర్ల్' అని కూతురిని ప్రేమతో తిట్టింది. రిషికా అందంగా నవ్వింది. రేఖ తిట్టడం దూరంలో ఈతకొడుతున్న సుజాకు వినిపించి, ఆమె దగ్గరికి నడిచి వచ్చింది. "చూడు సుజా, ఈ పిల్లలకు సభ్యత ఎలా నేర్పాలో చెప్పండి?" అని ఆమెనే అడిగింది. సుజాకు జరిగిన విషయం అర్థమై మౌనంగా నవ్వింది. ఇక ఈతకొట్టడానికి

అసహ్యం వేసి బట్టలు వేసుకుని వెళ్ళిపోయింది. ఆమె అలా ప్రతిస్పందించకుండా వెళ్ళటం చూసిన తరువాత రేఖకు తాను అనవసరంగా తన కూతురు స్విమ్మింగ్‌పూల్లో మూత్రవిసర్జన చేసిన విషయం ఆమెకు చెప్పకుండా ఉండాల్సిందని పశ్చాత్తాపం కలిగింది.

❖❖❖

శ్రీనివాసన్ నంబూద్రి మొబైల్లో అరుస్తున్నాడు. సాయంత్రం అతని స్నేహితుడి పెళ్ళి. గిఫ్ట్ ఇవ్వటం కోసం ఇంటర్ నెట్‌లో కెంపు వర్ణంలోని వజ్రపుటుంగరాన్ని కొన్నాడు. కేవలం ఇరవై నాలుగు గంటల్లో గ్రాహకుల చేతికి అందిస్తామని మాట ఇచ్చినట్టుగానే అతనికి ఉంగరం చేరింది. అయితే విప్పి చూస్తే కెంపు వర్ణానికి బదులుగా నీలిరంగు వజ్రపుటుంగరం కనిపించింది. ఆ విషయం చెప్పటానికే ఉదయం నుంచి పదిసార్లు వారి కాల్‌సెంటర్‌కు ప్రయత్నించాడు. లైన్ దొరకలేదు. నేరుగా వెళ్ళి మాట్లాడటానికి వాళ్ళ షాపు ఊళ్ళో లేదు. చివరికి పదిహేను నిముషాల్లో రికార్డర్ స్వరం నిర్దేశించినట్టు ఏవేవో బటన్లను నొక్కిన తరువాత కాల్‌సెంటర్‌లోని ఓ అమ్మాయి“కాథరిన్ మాట్లాడుతున్నాను. చెప్పండి. మీకు ఏ సహాయం కావాలి? అని వయ్యారంగా అడగటంతో ఈతని పైత్యం నెత్తికెక్కింది. ఉదయం నుంచి అణచిపెట్టుకున్న కోపాన్నంతా ఆమె మీద కక్కసాగాడు. అదృష్టానికి అతని చేతికి ఆమె దొరికే అవకాశం లేదు. అతను కోపగించుకున్నకొద్దీ ఆమె కూల్‌గా జవాబివ్వటం శ్రీనివాసన్ కోపానికి అగ్నికు ఆజ్యం పోసినట్టుంది.

సుజా ఇంటికి వచ్చింది భర్త అరుపులు విని జరిగిన ఘటనను అర్థం చేసుకుంది. ఎందుకో దాన్ని వినటానికీ అలసిపోయినదానిలా గదిలోకి వెళ్ళి పక్కమీద వాలింది. వేసవి ఎండ ఆర్భాటానికి అలసి, ఒక గంట స్విమ్మింగ్‌పూల్లో ఈతకొట్టి వద్దామని వెళితే అక్కడ అసహ్యం కలిగించే సంఘటన జరిగింది. చిన్నపిల్ల అని ఎంతగా అనుకున్నప్పటికీ స్విమ్మింగ్‌పూల్లో మూత్రవిసర్జన చేయటం ఎలా భరించాలి? పిల్లకైతే అర్థం కాదని ఒప్పుకోవచ్చు. అయితే వాళ్ళమ్మకైనా బుద్ధివుండొద్దా? పిల్లను నీళ్ళల్లోకి దించటానికి ముందే టాయ్లెట్‌లో ఒకటి–రెండు ముగించి, షవర్‌లో స్నానం చేయించాలికదా? పిల్ల మూత్రవిసర్జన చేయటం ఒక తమాషాలా నవ్వుతూ చూపించిందికదా? ఒకవేళ ఏదైనా చెప్పటానికి ప్రయత్నిస్తే వినటానికి ఎవరికీ ఇష్టం ఉండదు.

ఫోన్‌లో ఎంత కోపంగా మాట్లాడుతున్నప్పటికీ శ్రీనివాసన్‌కు సుజా స్విమ్మింగ్‌కు వెళ్ళిన కొద్దిసేపట్లోనే తిరిగి రావటం అర్థమైంది. సామాన్యంగా ఈతకొట్టి వచ్చిన వెంటనే చల్లటి ఆరెంజ్ జ్యూస్ తాగటం ఆమె అలవాటు. కానీ

ఈ రోజు నేరుగా గదిలోకి వెళ్ళి పడుకోవటంతో ఏదో జరిగిందని అర్థమైంది. "తొందరగా మార్చి పంపండి" అని కాల్ సెంటర్ అమ్మాయికి ఆర్డర్ ఇచ్చాడు. "కచ్చితంగాసార్... ఇంకేదైనా సహాయం నేను చేయగలనా సార్?" అని కూల్‌గా వయ్యారమైన స్వరంతో అడిగింది. "ముందు నువ్వు నోరు మూసుకో... అదే నాకు పెద్ద సహాయం" అని చెప్పి ఫోన్ కట్ చేశాడు.

గదిలోకి వెళ్ళి సుజా పక్కన కూర్చోని "ఏమైంది?" అని అడిగాడు. చెప్పటానికి ఇష్టంలేక సుజా మౌనంగా మరొక పక్కకు తిరిగి "ఏమీ లేదు" అని మెల్లగా అంది. శ్రీనివాసన్‌కు సంతృప్తి కలగలేదు. ఆమెకు మరింతగా ఒత్తుకుని కూర్చుని "సుజి... నువ్వు చెప్పకపోతే నాకెలా తెలుస్తుందో చెప్పు" అని ఆమె జుత్తులో చేయి కదిలించాడు. చెప్పకపోతే ఇక అతను వదలడని తెలిసిన సుజా లేచి కూర్చుని "ఎందుకో ఏదీ వద్దనిపిస్తుంది" అంటూ జరిగిన సంఘటనను వివరంగా చెప్పింది. శ్రీనివాసన్ కోపం మరోసారి భగ్గుమనటానికి ఆ మాత్రం చాలు.

"నువ్వు ఎందుకు రేఖకు బుద్ధి చెప్పకుండా అలాగే వచ్చావు? అలా చేయకూడదని నువ్వు చెప్పకపోతే ఆమెకు అది తప్పని ఎలా తెలుస్తుంది?" అని మళ్ళీ అరవడం మొదలుపెట్టాడు. "కేవలం రేఖకు చెబితే చాలా? మిగతావారికి ఎవరు చెప్పాలి?" అని సుజా అడిగింది. "దానికెందుకు ఆలోచిస్తావు. అందరికీ చెబుదాం ఉండు" అని శ్రీనివాసన్ మూలలో ఉన్న కంప్యూటర్ వైపు దూకాడు. సుజా ఐడి ద్వారా 'రివర్ సైడ్ రెసిడెంట్స్' అనే యాహూ గ్రూప్‌లో లాగిన్ కావడానికి ప్రయత్నించాడు. అది నిరాకరించింది. "పాస్‌వర్డ్ మార్చావా?" అన్నాడు. అతనికి పాస్‌వర్డ్ చెప్పటానికి ఆమెకు అంతగా ఇష్టం లేదు. "నీ ఐడిలోనే మెసెజ్ రాసెయ్" అని అంది. శ్రీనివాసన్ వినలేదు. "ఆ సంఘటనకు నువ్వే సాక్షివి. నీ ఐడిలో రాస్తేనే దానికి ఎఫెక్ట్ ఎక్కువ" అని ఒత్తిడి పెట్టాడు. మరోదారి కనిపించక "శ్రీజ' అని కొత్త పాస్ వర్డ్ తెలిపింది. పాస్‌వర్డ్‌లోని మొదటి అక్షరం తన పేరని సంతృప్తి కలిగినా, రెండో అక్షరం అతనికి బాధ కలిగించింది. "నువ్వు జగన్‌ను మరవలేదు" అని మెల్లగా అన్నాడు. "ఎలా మరవగలనో చెప్పు?" అని ఆమె తనకు తానే చెప్పుకున్నట్టు అంది.

"మనమంతా మూత్రంతో నోరు పుక్కిలించుకుంటున్నాం" అనే శీర్షిక కింద ఆ నాటి సంఘటనంతా తానే కళ్ళారా చూసినట్టు రాశాడు. "నేను ఇదంతా చెబుతున్నది మిసెస్ రేఖాజోషి, ఆమె కూతురు రితికా గురించిన ఫిర్యాదు చేయటానికి కాదు. మనమంతా చదువుకున్నవాళ్ళం. మంచి పదవుల్లో ఉన్నవాళ్ళం. విదేశాలను చుట్టి వచ్చినవాళ్ళం. కాస్తయినా మన చుట్టుపక్కల ప్రదేశాలను శుభ్రంగా

వుంచకపోతే ఎలా? మూత్రంతో మౌత్ వాష్ చేయటం మీలో ఎవరికీ ఇష్టం లేదని నేను నమ్ముతున్నాను. నా మనవి ఏమిటంటే ఇకపై ఐదేళ్ళకు తక్కువ వయస్సు పిల్లలను స్విమ్మింగ్‌పూల్‌లో ఈతకొట్టకుండా నిషేధించాలి–సుజా శ్రీనివాసన్. (కె- 306)" అనే మెసేజ్ పోస్ట్ చేసి, "సుజీ, ఇకపై జరిగే తమాషాను చూస్తూవుండు... నేను వెలిగించిన అగ్నికణం ఎలా జ్వాలాముఖి అవుతుందో..." అని సుజాకు చెప్పి, ముఖంలో విజయదరహాసాన్ని తొణికించి, ఈల వేస్తూ మధ్యగదికి వెళ్ళాడు.

❖❖❖

రిషికా మొదట్లో ఈతకొట్టడానికి మొండితనం చేసినా, ఒకసారి నీళ్ళలో దిగిన తరువాత సంతోషంతోనే కాళ్ళుచేతులు కదిలిస్తూ తన తల్లిమీదికి నీళ్ళు చిమ్ముతూ, "నువ్వూ రామ్మా..." అని పిలుస్తూ, ఆనందించసాగింది. మరో ఇద్దరు చిన్న అబ్బాయిలు వచ్చి నీళ్ళల్లో దిగిన తరువాత ఆమె సంతోషం పట్టలేనట్టుగా గంతులేయసాగింది. ఒక గంట గడిచినా ఆమె బయటికి రాకుండా అక్కడే ఆడుకోవడం చూసి రేఖకు బాధ కలిగింది. "జలుబు చేస్తుంది, చాలు రామ్మా" అని పిలిచినా రిషికా రావటానికి సిద్ధంగా లేదు. చివరికి బలవంతంగా ఆమె చేయి పట్టి లాగి, ఒక దెబ్బ వేసి, ఇంటికి తీసుకుని వచ్చింది. టవల్‌తో ఒళ్ళు తుడిచేటప్పుడు రిషకా –'హాచ్...' అని చీదటంతో "నా మాటలు ఎక్కడ వింటావు నువ్వు" అని గద్దించింది. ఆమె గద్దించడాన్ని కేర్ చేయకుండా రిషికా తలను గిరగిరా కదిలించి తల్లి ముఖానికంతా నీటితో ప్రోక్షణ చేసి కేకలు వేసింది. తడిచిన తన చిట్టి చేతులతో తల్లి చుబుకం పట్టుకుని చక్కిలిగింతలు పెట్టింది.

తన ఆటవస్తువుల మధ్య కూర్చుని రిషికా కాళ్ళుచేతుల గోళ్ళను మృదువుగా మొక్కనుంచి పూలను కోస్తున్నట్టు రేఖా కత్తిరిస్తోంది. రిషికాకు అప్పటికే నిద్రతో కళ్ళు మూతలు పడుతున్నాయి. అయినా నిద్రను నిరాకరిస్తూ తన అందమైన బొమ్మ బార్బికూ, టెడ్డి బేర్‌కూ కుస్తీ ఆడిస్తోంది.

నేరుగా తన ఇంటి కిందవున్న ఈ–108లోని ఆకృతి శర్మకు ఫోన్ చేసింది. కూతురును ఈతకొట్టించిన సంతోషంలో వున్న రేఖ, "కృతి, ఏమిటి కొత్త గాసిప్?" అని తానే మాటలు మొదలుపెట్టింది. ఆకృతి మాత్రం అత్యంత గంభీరమైన స్వరంతో "యాహూను చూశావా?" అని అడిగింది. ఆమె స్వరంలోని గంభీరత వల్ల తనకు సంబంధించిన విషయమొకటి అందులో వచ్చిందని రేఖకు అర్థమైపోయింది. "ఏమని రాశారు?" అని అడుగుతుండగానే ఆమె స్వరం గద్గదికమైంది. ఆకృతి మాత్రం ఏమీ చెప్పకుండా "నువ్వే చూడు... బట్ టేకిట్

ఈజీ... మనసులో పెట్టుకోకు" అని చెప్పి ఫోన్ కట్ చేసింది.

'రివర్ సైడ్ రెసిడెంట్స్' యాహూ గ్రూపుకు లాగిన్ చేసేటపుడు రేఖ గుండె నగారాలా కొట్టుకుంటోంది. "మనమంతా మూత్రంతో నోళ్ళు పుక్కిలిస్తున్నామా?' అనే శీర్షికకు కె-306 సుజా శ్రీనివాసన్ పోస్ట్‌కు అప్పటికే 54 మంది ప్రతిస్పందించారు. ఒక్కొక్క పోస్ట్‌ను చదువుతుండగా రేఖకు తన గుండె గొంతులోకి వచ్చినట్టయ్యింది. తన చిన్నారి కందమ్మను సాకుగా పెట్టుకుని ఎంతమంది జనం నోరు పారేసుకున్నారుకదా-అని రేఖకు దుఃఖం కలిగి కళ్ళ నుంచి నీళ్ళు రాసాగాయి.

'ఎలాంటి అసహ్యం మన స్విమ్మింగ్ పూల్లో జరిగింది. ఇకపై నేనెన్నడూ ఈతకొట్టను. హఠాత్తుగా నాకు చర్మంలో దురదలు ప్రారంభమయ్యాయి. కారణమేమిటో నాకు ఇప్పుడు స్పష్టంగా తెలుస్తోంది'

'సుజా శ్రీనివాసన్ సలహా నాకు సమంజసమనిపిస్తోంది. ఇకపై ఐదేళ్ళ కంటే తక్కువ ఉన్న పిల్లలను స్విమ్మింగ్‌పూల్లో అనుమతించకూడదు. రేఖగారి మనసుకు బాధకలుగుతున్నప్పటికీ ఈ సలహాను స్వీకరించే గొప్ప మనసు ఆమెకు ఉందని నాకు తెలుసు'

'పెద్దవాళ్ళు ఈతకొట్టేటప్పుడు మూత్ర విసర్జన చేయరని ఏ నమ్మకంతో మీరు చెబుతున్నారో నాకు అర్థం కావటం లేదు'

'ఐ లైక్ యువర్ హ్యూమర్ సెన్స్... పెద్దవాళ్ళు సిమ్మింగ్‌పూల్లో మూత్ర విసర్జన చేయడం...హ్హా హ్హా హ్హా ...'

'మీకు తెలియని ఒక విషయాన్ని చెప్పటానికి ఇష్టపడుతున్నాను. చాలామంది మహిళలు నెలలోని ఆ మూడు రోజుల్లోనూ స్విమ్మింగ్‌కు వెళతారని నాకు తెలుసు. వాళ్ళు ఎవరో చెప్పడం నాకు ఇష్టం లేదు'

'కొత్తగా ఈత నేర్చుకునేటప్పుడు మనకు తెలియకుండానే నీళ్ళు మింగేస్తాం. విషయం తెలిసిన తరువాత ఎవరినైనా ఈత నేర్చుకోవడానికి ఎలా పంపాలి?"

"ఐదేళ్ళకన్నా చిన్నపిల్లల్ని స్విమ్మింగ్‌కు పంపటం కచ్చితంగా వద్దు'

రేఖకు ఒక్కొక్క ప్రతిస్పందన బాణంలా వచ్చి ఎదలో నాటుకుంటోంది. అన్నిటినీ చదవటంతో దుఃఖం తగ్గి కోపం పడగ విప్పి నిలుచుంది. బొమ్మలతో ఆడుకుంటూ అప్పటికే నిద్రలోకి జారిన తన కూతురిని ఒకసారి చూసింది. అలాంటి అమాయకురాలైన పసిబిడ్డను అందరూ ఇలా అట్యాక్ చేసిన విషయంతో మనస్సు క్రుద్ధమవసాగింది. మొత్తం అపార్ట్‌మెంట్ మీద ద్వేషం పొంగివచ్చింది. తానూ ఒక ప్రతిస్పందనను రాయసాగింది.

'సుజా, శ్రీనివాసన్ దంపతుల పట్ల గౌరవం ఉంచుకునే నేను కొన్ని విషయాలు చెప్పాలనుకుంటున్నాను. మనందరికీ తెలిసినట్టు ఈ దంపతుల వయసు ఇప్పటికే నలభై చివరకు చేరినప్పటికీ ఇంకా పిల్లలు కలగలేదు. అది వారి వ్యక్తిగతమైన ఎంపికనా లేదా శారీరక సమస్యనా అనే విషయం పట్ల నాకు ఆసక్తి లేదు. అయితే వారికి పిల్లలంటే ఏమిటన్నది కచ్చితంగా తెలిసివుండదు. తొమ్మిది నెలలు గర్భంలో ప్రేమతో రక్షించి, మన ప్రాణాలు పోయేటంతటి కాన్పు నొప్పులను అనుభవించి కూడా బిడ్డను కన్న కష్టం, సుఖం దాన్ని అనుభవించిన తల్లులకు మాత్రమే తెలుసు. అలాంటి తల్లిదండ్రులు ఎవరూ పిల్లలకు ఇలా స్విమ్మింగ్‌పూల్‌ను నిషేధించే కఠినమైన హృదయం కలవారైవుండరు. పిల్లలు లేని దంపతుల పట్ల నాకు కనికరం ఉంది. అయితే తమకు దక్కని దాని పట్ల ఇంత ద్వేషం సాధించేవారిని నేను కచ్చితంగా ప్రోత్సహించను. పిల్లలులేని తల్లిదండ్రులు పిల్లల విషయం గురించి మాట్లాడే అహంకారం చూపడం ఆపాలి. వారికి ఆ హక్కు లేదు'– రేఖాజోషి (ఈ–208).

మెసేజ్ పోస్ట్ చేయగానే అత్యంత భావుకురాలైన రేఖ తన కూతురి దగ్గరికి వచ్చింది. నిద్రపోతున్న ఆమె బుగ్గ మీద ముద్దు పెట్టి, ఆమెను తన బాహువుల్లో తీసుకుని, "ఈ ప్రపంచమే నీకు వ్యతిరేకంగా నిలబడ్డా నిన్ను నేను కాపాడుతాను రిషి" అని గద్గదికంగా అన్నది.

❖❖❖

మొదటిసారి ఆకృతి ఫోన్ వచ్చినపుడు సుజా గాఢనిద్రలో ఉంది. శ్రీనివాసన్ జయనగర్ వైపు వెళ్ళాడు. కాల్‌సెంటర్ అమ్మాయి ఎక్కడికో వచ్చి వజ్రపుటుంగరాన్ని మార్చుకుని వెళ్ళమని చెప్పింది. ఆకృతి ఐదు నిముషాలు ఆగి, మరొకసారి ఫోను చేసినపుడు సుజాకు మెలకువ వచ్చింది.

"ఒకసారి యాహూ గ్రూపుకు వెళ్ళు... నీ మెసేజ్ చాలా వేడిచర్చకు గురవుతోంది"

"ఏ మెసేజ్?"

"డోంట్ బి సిల్లి... మూత్రంతో మౌత్ వాష్..."

"ఓహ్..."

"రేఖ రెస్పాండ్ అయింది. దాన్ని చూడు... బట్ టేక్ ఇట్ ఈజీ... మనస్సులో పెట్టుకోకు"

సుజా లాగిన్ చేసినపుడు అప్పటికే 78 మెసేజ్‌లు వచ్చాయి. ఉద్యోగరీత్యా విదేశానికి వెళ్ళిన చాలామంది ఇరుగుపొరుగు దంపతులు అమెరిక, ఇంగ్లాండు

నుంచే దానికి ప్రతిస్పందించారు. ఈ మెసేజ్ వల్ల అనేక కొత్త విషయాల చర్చలు ప్రారంభమయ్యాయి.

సుజాకు చర్చ జరుగుతోందని అర్థం చేసుకోవడానికి కొద్ది సమయం పట్టింది. చిత్ర–విచిత్రమైన తర్కాలు, సలహాలు, చూడగానే కొంచెం భయం వేసింది. ఎంతమంది ఇలాంటి చిన్న విషయం గురించి చర్చిస్తున్నారుకదా అని విసుగూ కలిగింది. ఇలాంటి పనికిమాలిన చర్చ జరగటానికి కారణమైన శ్రీనివాసన్ మీద కోపం వచ్చింది.

రేఖ మెసేజ్ చూడగానే మనస్సుకు షాక్ అయింది. ఎంత సూటిగా తనను గొడ్రాలు అని ఆరోపించిందికదా అని కోపం వచ్చింది. ఆమె కోపాన్ని సమర్థించి కొందరు పిల్లలున్న తల్లిదండ్రులు సమర్థిస్తూ రాశారు. అవివాహితులుగా ఉండిపోయిన ఒకరిద్దరు, పెళ్ళికాకుండా కేవలం కలిసివున్న ఒక జంట, పిల్లలు కలగని మరొక జంట మాత్రం "ఇది అత్యంత తీవ్రమైన ఆరోపణ. పిల్లలను అర్థం చేసుకోవటానికి మన పిల్లలే ఉండాలని ఎవరు చెప్పారు? తమ కామదాహానికి పిల్లల్ని కన్న ఎంతమంది తల్లిదండ్రులకు పిల్లల్ని అర్థం చేసుకునే శక్తి వుందో చెప్పండి?" అని దీర్ఘమైన మెసేజ్ పోస్ట్ చేశారు.

సుజాకు బాధగా అనిపించి వంటింటికి వెళ్ళి ఒక లోటా నీళ్ళు తాగిందో లేదో గ్యాస్ మీద పెట్టిన బాణలిలో మిగిలిపోయిన వేగిన నల్లటి నూనె కంటపడి అసహ్యం వేసింది. పొట్టలోపలి నుంచి తోసుకుని వచ్చినట్టయి స్నానాలగదికి పరుగెత్తి అన్నిటినీ కక్కుకుంది. ముక్కునుంచీ మురికినీళ్ళు బయటికి వచ్చాయి. ముఖం కడుక్కుని నట్టింటికి వచ్చినపుడు తల దిమ్ముగా ఉంది. కొద్దిసేపు నేలమీద కూర్చుని ప్రాణాయామం చేసిన తరువాత మనస్సు కుదుటపడింది. నెమ్మదిగా లేచి గదిలోకి వెళ్ళింది. అలమారాలోని తన బట్టలను వెతికి, జగన్ ఫోటోను తీసింది. తన దుపట్టాతో తుడిచి, ఫోటోకు ముద్దుపెట్టి "ఐ మిస్ యూ... ఐ మిస్ యూ వెరీ మచ్" అని దుఃఖంతో వెక్కసాగింది.

❖❖❖

ఏ పనీ చేయడానికి మనస్సు లేనట్టు రేఖ ఇంట్లో పచార్లు చేస్తోంది. పదిసెకన్లకు ఒకసారి కంప్యూటర్ క్లిక్ చేసి, రిఫ్రెష్ చేసి, కొత్తగా ఎవరు ప్రతిస్పందించారోనని చూస్తోంది. తన మెసేజ్‌ను ఇరవై సార్లు చదివింది. తనకు వ్యతిరేకంగా ప్రతిస్పందించిన మెసేజ్‌లను తీవ్రంగా జవాబులు టైప్ చేసి, ఎందుకో వాటిని పోస్ట్ చేయడానికి భయం వేసి డిలీట్ చేసింది. ఒకటి రెండు సార్లు ఆకృతికి ఫోన్ చేసి 'నా మెసెజ్‌లో ఏమీ తప్పు లేదుకదా? ఎవరినీ నొప్పించేలా

లేదుకదా? ఫ్రాంక్‌గా చెప్పు" అని రకరకాలుగా అడిగి ఆమెనుంచి ఓదార్పు మాటలు విన్నప్పటికీ ఎందుకో సంతృప్తి కలగలేదు. సుజా ఏదైనా జవాబు రాసిందా అనే నిరీక్షణలో మౌస్ క్లిక్‌చేసి క్లిక్‌చేసి అలసిపోయింది. 'ఆమెకు ఇష్టమొచ్చినట్టు రాయనీ. నేను భయపడను. ముందుగా తప్పు చేసింది ఆమే' అని బిగ్గరగా అంటూ మనస్సుకు నచ్చజెప్పుకుంటోంది.

కాలింగ్ బెల్ చప్పుడయ్యింది. వెళ్ళి తలుపు తెరిస్తే ఎదురుగా సుజా నిలబడి ఉంది. చెదరిన జుట్టు, ఏడ్చి ఎర్రబడిన కళ్ళు, వాడిన ముఖాన్ని చూడగానే తను అంత క్రూరంగా రాయకుండా ఉండాల్సిందని అనిపించింది. అప్పటిదాకా మనస్సులో సుజాతో యుద్ధం చేసినప్పటికీ ఇప్పుడు ముఖాముఖిగా నిలుచున్నప్పుడు గొంతు పెగలనంత భయం పుట్టింది. యాహూ యుద్ధకాండలో ఖడ్గాన్ని ఝళిపించిన ధైర్యం ఇప్పుడు కచ్చితంగా లేదు. 'లోపలికి రా' అని పిలిచేటంతలో అలసిపోయింది.

ఏమీ మాట్లాడకుండా సుజా తన చేతిలోని జగన్ ఫోటోను రేఖకు ఇచ్చింది. బొమ్మల జీన్స్ ప్యాంట్, ఎర్రటి టీ షర్ట్, తలకు ఒక అందమైన హ్యాట్ పెట్టుకుని, రెండు చేతులను వీపు వెనుక కట్టుకుని 'బౌ' అని ఎవరినో బెదిరించే భంగిమలో ఉన్న మూడేళ్ళ పిల్లవాడి ఫోటో అది. తళతళమని మెరిసే కళ్ళు, పొడవైన ముఖం, బుగ్గల్లో పడ్డ సొట్టతో ఆ పిల్లవాడు అత్యంత ఆకర్షణీయంగా ఉన్నాడు. ఎవరది అన్నట్టు కళ్ళతోటే అడిగింది.

"నువ్వు రాశావుకదా... తొమ్మిది నెలలు మోసి, కని, చావును ఎదురించి అని... వాటన్నిటినీ నేనూ భరించిన తరువాతే నా కొడుకు ఈ భూమికి వచ్చాడు..."

"ఐ ఆమ్ సారీ..."

"సారీ అని ఎందుకు చెప్తావు... వాడింకా బతికివున్నాడు. ఇప్పుడు పదో క్లాసు. వాడు తండ్రితో ఉంటాడు. ఎంత వేడుకున్నా నాతో పంపడానికి అతను అంగీకరించలేదు. రాత్రీపగలూ అనకుండా పనిచేస్తానుకదా. అందుకే కోర్టు నన్ను సమర్థించలేదు"

"....."

"నాలాగే నువ్వు బాధపడినదానివి. అయితే నువ్వు ధైర్యవంతురాలివి. నీ కూతురును నీతో ఉంచుకోవటంలో గెలిచావు. అందుకు నిన్ను అభినందిస్తున్నాను".

పడుకున్న రిషిక పక్కకు తిరిగింది. ఆమె ఏదో రబ్బర్ బొమ్మ మీద దొర్లి అది 'కుంయ్' అని చప్పుడు చేసింది. ఇద్దరూ బిడ్డ వైపు చూశారు.

ఇంక ఎక్కువగా మాట్లాడటం ఇద్దరికీ అవసరం లేదు. ఫోటోను తిరిగి ఇప్పించుకుని సుజా నిశ్శబ్దంగా వెళ్ళిపోయింది. రేఖ పశ్చాత్తాపంతో కుమిలిపోతూ

కొద్దిసేపు అలాగే నిలుచుంది.

ఎవరూ క్షమించలేనంత నేరం చేసిన భావం రేఖను కమ్ముకుంది. “సారీ...సారీ...’ అని అని అనసాగింది. గబగబా మాట్లాడసాగింది. నేరుగా వెళ్ళి తాను పోస్ట్ చేసిన మెసేజ్‌ను డిలీట్ చేయడానికి సాధ్యమా అని ప్రయత్నించింది. ఊహూం అలాంటి అవకాశం అక్కడ లేదు. ఆ మెసేజ్‌కు అప్పటికే వందకు పైగా జవాబులు వచ్చాయి. ఎలాగైనా మొత్తం రివర్ సైడ్ రెసిడెంట్స్ ముందు మోకాలిపై కూర్చుని క్షమాపణ అడగాలని అనిపించసాగింది. ఆ భావానికి అక్షర రూపం ఇవ్వసాగింది.

“ఇప్పుడే సుజా నా ఇంటికి వచ్చింది. తన మొదటి సంసారం వల్ల కలిగిన బిడ్డ అందమైన ఫోటోను నాకు చూపించింది. ఆమెను గొడ్రాలు అని అందరి ముందు అవమానించాను. ఆమె మనస్సును బాధపెట్టాను. అందుకు నేనిప్పుడు చాలా పశ్చాత్తాపపడుతున్నాను. దయచేసి నా ఈ అహంకారాన్ని క్షమించమని రివర్ సైడ్ రెసిడెంట్స్ అందరిని వేడుకుంటున్నాను. క్షమించలేని తప్పు చేశాననే అవగాహన నాకుంది– రేఖా జోషి (ఈ– 208)

❖❖❖

సుజాకు ఇంటి తాళం తీసి లోపలికి అడుగు పెట్టిన వెంటనే మూలలో ఉన్న షూలను చూసి శ్రీని వచ్చాడని అర్థమైంది. “శ్రీ... అని పిలిచింది. ఎందుకో జవాబు రాలేదు. మరొకసారి “శ్రీ...” అని పిలుస్తూ , స్నానాల గదిలో, వంటింట్లో చూసింది. శ్రీని గదిలో కంప్యూటర్ ముందు కూర్చునివున్నాడు. “ఎందుకు మాట్లాడటం లేదు...” అని అడిగింది. మానిటర్‌ను ఆమె వైపు తిప్పి, దీనంగా ఆమె వైపు చూశాడు. అతని కళ్ళు అప్పటికే నీళ్ళతో నిండివున్నాయి. సుజాకు ఏదో జరిగిందని అర్థమైంది. నెమ్మదిగా మానిటర్‌లో వున్న రేఖ క్షమాపణ మెసేజ్‌ను చదవసాగింది. తన పశ్చాత్తాపపు పరిహారపు తొందరలో రేఖ మరొకరి సంసారంలో చేదును నింపిన విషయం కచ్చితంగా తెలియదు.

“సారీ శ్రీ... ఆమె ఇలా మెసేజ్ చేస్తుందని నేను ఊహించలేదు”

“పోనీలే, నీకైనా ఈ విషయం సంతృప్తి కలిగించి ఉండాలికదా. మొత్తం అపార్ట్‌మెంట్‌లోని జనానికి నీలో ఏమీ లోపం లేదని నువ్వు నిరూపించుకోవాలి. సమస్య ఏమున్నప్పటికీ నా వీర్యానిదే అని టాం టాం కొట్టి చెప్పాల్సి ఉండింది”

“ప్లీజ్ శ్రీ... లేనిపోని అపార్థాలు చేసుకోకు. పదేళ్ళుగా నీతో ప్రేమతో సంసారం చేశాను. ఎన్నడూ నిన్ను తక్కువగా చూడలేదు. పిల్లలకన్న నాకు నువ్వే ముఖ్యం. నువ్వే నా బిడ్డవి...”

"మొత్తం అయిదు వందల ఇంటివాళ్ళూ ఇప్పటికే ఈ మెసేజ్ చదివివుంటారు..."

అతను పసిబిడ్డలా ఏడ్చాడు. తన ఒడిలో లాక్కుని అతడి తలను నిమురుతూ సుజా ఓదార్చింది.

❖❖❖

ఇద్దరికీ పెళ్ళికి వెళ్ళాలని అనిపించలేదు. వెళ్ళకుండా ఉండటానికీ కుదరనంత ఆత్మీయ మిత్రుడి వివాహం. ఎక్కువగా మాట్లాడకుండా కారులో బయలుదేరారు. సుజా ఇంట్లో ఉన్న ఏదో రంగు కాయితంలో వజ్రపుటుంగరం ఉన్న బాక్స్‌ను ప్యాక్ చేసింది. ఎవరు ఎవరికీ ఏ ఏ దుస్తులు ధరించాలనే సలహా ఇచ్చే పొరబాటు చేయలేదు.

సాధారణంగా శ్రీనివాసన్ కారును రాష్‌గా డ్రైవ్ చేస్తాడు. ఈ రోజైతే మొదటే ఆందోళనగా ఉన్నాడు. రాంగ్ సైడ్‌లో ఎదురుగ్గా వచ్చిన ఆటోవాడితో –"యూ స్టుపిడ్... కనిపించదేంరా" అని అరిచాడు. ఆటోవాడు తల బయట పెట్టి ఏదో అన్నాడు. సామాన్యంగా సుజా "ఊరుకో, గొడవ చేసుకోకు... " అని హెచ్చరిస్తూనే ఉంటుంది. అయితే ఈ సమయంలో మాట్లాడితే మరింత కోప్పడుతాడనే భయంతో మౌనంగా కూర్చుంది. తాను కోప్పడినా ఆమె మౌనంగా సంబంధం లేనట్టు కూర్చున్నదన్న విషయం శ్రీనివాసన్‌లో అసహనాన్ని కలిగిస్తోంది.

ట్రాఫిక్ ఎక్కువగా ఉన్న రోడ్డును తప్పించడం కోసం ఏదో తెలియని సందులో కారును నడిపాడు. ఇతని దురదృష్టానికి మధ్యదారిలో ఒక కారు ఆగివుంది. కారులో కారు నడిపే ఒక వ్యకి కూర్చుని ఉన్నాడు. మొబైల్లో మాట్లాడుతున్నాడు. ఇతను రెండుసార్లు హారన్ కొట్టినా అతను కదల్లేదు. రెచ్చిపోయిన శ్రీనివాసన్ మరో రెండుసార్లు హారన్ ఆపకుండా కొట్టాడు. అయినా అతను కారు పక్కకు తీయలేదు. కిటికీని దించి, మొబైల్లో మాట్లాడుతున్న వ్యక్తితో "బోడి ముండాకొడుకా, దారి వదలడం తెలియదా? మీ అబ్బ రోడ్డు అని అనుకుంటున్నావా రాస్కెల్?" అని అరిచాడు. మొబైల్లో మాట్లాడుతున్న వ్యక్తి ఇతనివైపు చూశాడు. అతని చేతికి మందపాటి బంగారు గొలుసు తళతళ మెరిసింది.

ఇతనింకా వంద మీటర్లు కూడా వెళ్ళలేదు. ఆ వ్యక్తి కారును వేగంగా నడుపుకుంటూ వచ్చి, ఇతని కారు సైడుకు తగిలించి, ముందుకు దూసుకెళ్ళి అడ్డంగా పెట్టాడు. తన కారుకు డెంట్ కావటం చూసిన శ్రీనివాసన్ కోపం తారాస్థాయికి చేరింది. కారు ఆఫ్ చేయగానే "యూ ఫక్కింగ్ ఇడియట్ ..." అని అరుస్తూ కారు దిగాడు. ఆ కారు నుంచి దిగిన వ్యక్తి నెమ్మదిగా ఇతడివైపు నడిచి

వచ్చాడు. సుజాకు ఎందుకో భయం వేయసాగింది. ఇంకా మౌనంగా ఉండటంలో అర్థం లేదన్నట్టు కిందికి దిగింది.

ఆ ఘటన కేవలం రెండే రెండు క్షణాల్లో జరిగిపోయింది. బంగారం గొలుసు ధరించిన ఆ దృఢమైన శరీరం గల వ్యక్తి శ్రీనివాసన్ మెడను పట్టుకోవడం మాత్రం ఈమెకు తెలిసింది. శ్రీనివాసన్ కాండంలేని అరటిచెట్టులా నేల కూలాడు. కింద పడ్డ అతడిని 'థూ' అని కాండ్రించి ఉమ్మిన ఆ వ్యక్తి, తిరిగి వెళ్ళి కారు నడుపుకుంటూ కనుమరుగయ్యాడు. "శ్రీని...ఏమైంది... ఆర్ యూ ఓకే" అంటూ సుజా పరుగెత్తింది. నేలమీద పడ్డవాడు మరీ దీనమైన చూపులతో ఆమె వైపు చూశాడు. కింద కూర్చుని అతని తలను తొడమీద పెట్టుకుంది. అతను క్షీణ స్వరంతో "సారీ..." అన్నాడు. ఎందుకో ఈమె తొడంతా చల్లబడింది. అనుమానంగా తొడ ముట్టి చూసుకుంది. తెల్లటి కేరళ పట్టుచీరంతా రక్తమయం. హఠాత్తుగా భయంతో కేకలు పెట్టసాగింది. చుట్టుపక్కల ఇళ్ళలోని దీపాలు ఒక్కటొక్కటిగా వెలగసాగాయి.

❖❖❖

ఆకృతిశర్మ అలాంటి దుర్వార్తను ఊహించనేలేదు. ఇంకా "మూత్రంతో మౌత్ వాష్' గురించే మాట్లాడటానికి సుజా ఫోన్ చేసివుండొచ్చని అనుకుంది. సుజా అత్యంత దుఃఖంతో ఒక రౌడి చేతుల్లో శ్రీనివాసన్ హత్య కావడం ఏడుస్తూ చెప్పింది. శ్రీనివాసన్ గొంతును కత్తితో అరక్షణంలో కోసిన విషయం విని ఆకృతికి కాళ్ళు చేతులలో వణుకు వచ్చింది. "దయచేసి రా... ఇక్కడ నేను ఒక్కదాన్ని ... భయం వేస్తోంది" అని సుజా అర్థించింది. "వస్తున్నాను...కొద్దిసేపట్లో అక్కడుంటాను" అని ఆకృతి అభయమిచ్చింది. తొందరగా కారు కీస్ తీసుకుని కట్టుకున్న దుస్తుల్ని మార్చకుండా తలుపు వైపు పరుగెట్టింది. తలుపు ఇక ముందుకు వేసి లాక్ చేయాలి. అప్పుడు ...

సోఫా మీదున్న ల్యాప్‌టాప్ ఆమెను ఆకర్షించింది. ఆకృతి మనస్సు చంచలమైంది. "వద్దు... వద్దు..." అని మనసు చెప్పినా కాళ్ళు అటువైపు కదిలాయి. యాహూకు లాగిన్ అయింది. "శ్రీనివాసన్ నంబూద్రి దారుణమైన హత్య" అని విషయన్ని నమోదు చేసి, 'ఈ రోజు మన అపార్ట్‌మెంట్ కె- 309 లో నివసిస్తున్న శ్రీనివాసన్ నంబూద్రి (సుజా భర్త) రోడ్డులో ఒక అనామకుడి చేతిలో హత్య చేయబడ్డాడని తెలియజేయటానికి విచారిస్తున్నాను. సుజా శ్రీనివాసన్ ఇప్పుడే ఫోన్ చేసి నాకు ఈ విషయం తెలిపింది -ఆకృతి శర్మ (ఈ-108)' అని వణికే చేతులతో టైప్ చేసి, స్పెల్లింగ్ చెక్ చేసి, పోస్ట్ చేసిన వెంటనే కారు పార్కింగ్ వైపు

పరుగెత్తింది. ఆమె మెట్లు దిగి బేస్‌మెంట్‌లోని తన కారు దగ్గరికి వెళ్ళి కూర్చునేలోగా అయిదు మెసెజ్‌లు దానికి ప్రతిస్పందనగా వచ్చాయి. అందరూ తమ విషాదాన్ని వ్యక్తపరిచి, "దయచేసి ఎక్కువ వివరాలను తెలియజేయండి" అని రాశారు.

❖❖❖

14 సెప్టెంబర్ 2006

www.ingramcontent.com/pod-product-compliance
Lightning Source LLC
LaVergne TN
LVHW050656051026
849532LV00002B/661
* 9 7 8 9 3 9 2 9 6 8 3 4 1 *